ಅವಳಿ-ಜವಳಿ ಸೂತ್ರಗಳು

ಅವಳಿ–ಜವಳಿ ಸೂತ್ರಗಳು

ಯುವ ಮನಸ್ಸುಗಳ ಪ್ರೇರಣೆಗಾಗಿ ಹನ್ನೆರಡು ಜೋಡಿ ತತ್ವಗಳು

ಮೂಲ
ನವೀನ್ ಲಕ್ಕೂರ್

ಕನ್ನಡಕ್ಕೆ
ಕವಿತಾ ಪರಮೇಶ್

ISBN 979-8-88975-506-7

Typeset in R V Print Media

Illustrations by Alps Innovators Pvt. Ltd. and Durvaa Grafics Pvt. Ltd.

Cover Design by Safia Zahid & Karunya Richard

Disclaimer

ಅವಳಿ-ಜವಳಿ ಸೂತ್ರಗಳು

ಯುವ ಮನಸ್ಸುಗಳ ಪ್ರೇರಣೆಗಾಗಿ

ಹಕ್ಕು ಗಳು : ನವೀ ನ್ ಲಕ್ಕೂ ರ್

ಅಕ್ಷರ ಜೋಡಣೆ : ಆರ್.ವಿ. ಪ್ರಿಂಟ್‌ಮೀಡಿಯಾ

ಚಿತ್ರಗಳು : ಆಲ್ವಸ್ ಇನ್ನೋವೇಷನ್ಸ್ ಪ್ಯೆ ಲಿ.

ನನ್ನ ಪ್ರೀತಿಯ ಗುರುವಿಗೆ ಮೀಸಲಿಡಲಾಗಿದೆ

ಪರಿವಿಡಿ

ಮುನ್ನುಡಿ

ನನ್ನ ಮಾರ್ಗದರ್ಶನ ಪಡೆಯುತ್ತಿರುವ ಒಬ್ಬ ಯುವ ಉದ್ಯಮಿಗೆ, ನಾನು ಅತ್ಯಂತ ಉತ್ಸಾಹದಿಂದ, ಯಶಸ್ವಿ ಉದ್ಯಮಿಯಾಗಲು ಅವಶ್ಯವಿರುವ ತತ್ವವನ್ನು ಸೂಚಿಸಿದ್ದೆ, ಕೆಲವು ದಿನಗಳ ನಂತರ, ಅದೇ ಉದ್ಯಮಿಗೆ ಹಿಂದೆ ತಿಳಿಸಿದ ತತ್ವದ ತದ್ವಿರುದ್ಧದ ತತ್ವವನ್ನು ಸೂಚಿಸಿದ್ದೆ. ಆ ಉದ್ಯಮಿಯು ನನ್ನ ಸಲಹೆಗಳನ್ನು ಅತ್ಯಂತ ಸಂತೋಷದಿಂದ ಸ್ವೀಕರಿಸುತ್ತಿದ್ದಳು. ಆಕೆ ನಾನು ತಿಳಿಸಿದ ತತ್ವಗಳು ತದ್ವಿರುದ್ಧ ಎಂದು ಕಂಡುಕೊಂಡರೋ ಇಲ್ಲವೋ ತಿಳಿಯದು. ಈ ಎರಡು ತತ್ವಗಳು ಆಯಾ ಸಂದರ್ಭಕ್ಕೆ ಅತ್ಯಂತ ಸೂಕ್ತವಾಗಿದ್ದವು ಆದರೆ, ವಿಷಯದ ದೃಷ್ಟಿಕೋನದಿಂದ ಈವೆರಡು ವಿರೋಧಭಾಸ ಹಾಗೂ ಗೊಂದಲಕ್ಕೆ ಇಡು ಮಾಡುವಂತಹ ತತ್ವಗಳಾಗಿದ್ದವು.

ಇನ್ಸ್ಪೆರೆಬಲ್ ಟ್ವಿನ್ಸ್ ಪುಸ್ತಕದಲ್ಲಿ, ನವೀನ ಹನ್ನೆರಡು ಅತ್ಯಂತ ಅವಶ್ಯಕವಾಗಿರುವ, ವಿರೋಧಭಾಸವಾದ ಹಾಗೂ ಪ್ರಭಲವಾದ ಸೂತ್ರಗಳನ್ನು ಹೊರತಂದಿದ್ದಾರೆ. ಎರಡು ತುಂಟ ಆನೆಗಳ ಸಂವಾದದ ಮೂಲಕ, ಉದ್ಯಮಶೀಲತೆಯಲ್ಲಿ ಯಶಸ್ಸು ಸಾಧಿಸುವ ಸೂತ್ರಗಳನ್ನು ಮತ್ತು ಅವುಗಳ ಬಳಕೆಯಿಂದ ಅಸಮಾನ್ಯ ಯಶಸ್ಸು ಸಾಧಿಸುವ ಬಗೆಯನ್ನು ಹೇಳಿದ್ದಾರೆ. ಅವರ ನಿರೂಪಣೆಯನ್ನು ಸೂಕ್ತವಾದ ಉದಾಹರಣೆಯೊಂದಿಗೆ ವಿವರಿಸಿರುವುದರಿಂದ, ಓದುಗರಿಗೆ ಈ ಸೂತ್ರಗಳನ್ನು ಸರಳವಾಗಿ ಅರ್ಥಮಾಡಿಸಿ-ಕೊಳ್ಳಬಹುದು.

ಸಾಮಾಜಿಕ ಕಳಕಳಿಯಿರುವ ಉದ್ಯಮಶೀಲತೆಗಾಗಿ ನವೀನ್‌ರವರು ತಮ್ಮನ್ನು ತಾವು ತೊಡಗಿಸಿಕೊಂಡಿದ್ದು ಇನ್ಸ್ಪೆರೆಬಲ್ ಟ್ವಿನ್ಸ್ ಮತ್ತು ಹಲವು ಬರವಣಿಗೆಗಳ ಮೂಲಕ, ಉದ್ಯಮಶೀಲತೆಯಲ್ಲಿ ಅವಶ್ಯವಿರುವ ಸಾಧನೆಗಳನ್ನು ಹಾಗೂ ತಂತ್ರಗಳನ್ನು ಪಸರಿಸುತ್ತಾರೆ ಎಂದು ನನ್ನ ಭರವಸೆ.

ಆರ್. ರವಿನಾರಾಯಣ್

ಸಂಸ್ಥಾಪಕರು ಮತ್ತು ಕಾರ್ಯ ನಿರ್ವಾಹಕ ಅಧಿಕಾರಿ,
ಮೆಂಟರ್ ಸ್ಕ್ವೇರ್ ಇಂಕ್
ವ್ಯವಸ್ಥಾಪಕ ನಿರ್ದೇಶಕರು, ಮೆಂಟಾರ್ ಪಾಟ್‌ನರ್ಸ್

ಸಂದೇಶ

ನಾನು ಪ್ರಪಂಚದಾದ್ಯಂತ ಹಲವು ಉದ್ಯಮಿಗಳೊಂದಿಗೆ ಒಡನಾಟ ಹೊಂದಿರುವುದು ಹಾಗೂ ಅವರ ವಿಶಿಷ್ಟತೆಗಳನ್ನು ತಿಳಿದುಕೊಂಡಿರುವುದು, ನವೀನ್; ಈ ಪುಸ್ತಕದ ಲೇಖಕರಿಗೆ ಚೆನ್ನಾಗಿ ತಿಳಿದಿದೆ, ಹಾಗಾಗಿ ನಾನು ಈ ಪುಸ್ತಕವನ್ನು, ಅವರ ಶ್ರಮದ ಫಲವನ್ನು ವಿಮರ್ಶಿಸಲು ನನಗೆ ನೀಡಿದರು. ಈ ಪುಸ್ತಕವನ್ನು ಅತ್ಯಂತ ಕುತೂಹಲದಿಂದ ನಾನು ಓದಿದೆ.

ನವೀನ್ ಮತ್ತು ನಾನು ಹಲವು ವರ್ಷಗಳಿಂದ ಒಟ್ಟಿಗೆ ಕೆಲಸ ಮಾಡಿದ್ದೇವೆ. ಕಳೆದ ಆರು ವರ್ಷಗಳಲ್ಲಿ ನಮ್ಮ ಉದ್ಯಮಿಗ್ರಾಹಕರಿಗಾಗಿ ಹಲವು ಪ್ರಾಜೆಕ್ಟ್‌ಗಳನ್ನು ಜೊತೆಯಾಗಿ ಮಾಡಿದ್ದು, ಯಶಸ್ವಿ ಪರಿಹಾರಗಳನ್ನು ಹೆಣೆದಿದ್ದೇವೆ. ಈ ಸಮಯದಲ್ಲಿ ನಾನು ಗಮನಿಸಿರುವ ಅಂಶವೆಂದರೆ, ನವೀನ್ ಕೇವಲ ಸೂಕ್ಷ್ಮ ದೃಷ್ಟಿಯಿರುವ ತಂತ್ರಜ್ಞರಷ್ಟೇ ಅಲ್ಲ, ಅವರಲ್ಲಿ ವ್ಯವಹಾರಿಕ ಕುಶಾಗ್ರಮತಿಯು ಇದೆ. ಈ ಗುಣ ಅವರು, ಅವರ ತಂದೆಯಿಂದ ಬಳುವಳಿಯಾಗಿ ಪಡೆದಿದ್ದಾರೆ. ಅವರ ತಂದೆ ಚಿಕ್ಕದಾದ ವ್ಯವಹಾರ ನಡೆಸಿದ್ದರೂ, ಅವರು ತಮ್ಮ ವ್ಯವಹಾರದಲ್ಲಿ ಯಶಸ್ವಿಯಾಗಿದ್ದರು. ಯುವ ಉದ್ಯಮಿಗಳು ತಮ್ಮದೇ ಆದ ಸ್ವಂತ ಉದ್ಯಮವನ್ನು ಕಟ್ಟು ಕೊಳ್ಳುವುದಕ್ಕೆ ನವೀನ್ ತಮ್ಮ ಸಹಾಯ ಹಸ್ತ ಬಾಚಿದ್ದಾರೆ. ಅಷ್ಟೇ ಅಲ್ಲದೇ, ಆ ಉದ್ಯಮಗಳು ಬೃಹದ್ದಾಗಿ ಬೆಳೆಯಲು ಸಹಾಯ ಮಾಡಿದ್ದಾರೆ. ಈ ಪುಸ್ತಕದಲ್ಲಿನ ಸೂತ್ರಗಳು ನಿಜ ಜೀವನದ ಅನುಭವ. ಹಲವು ವರ್ಷಗಳಿಂದ ತಮ್ಮ ಅನುಭವಗಳನ್ನು ಸಮೀಕರಿಸಬೇಕೆಂಬ ಅವರ ಆಕಾಂಕ್ಷೆ, ಇಂದು ಈ ಪುಸ್ತಕದ ಹನ್ನೆರಡು ಸೂತ್ರಗಳಾಗಿ ಹೊರ ಬಂದಿದೆ.

ಈ ಪುಸ್ತಕದ ಅವಳಿ ಸೂತ್ರಗಳನ್ನು ಗಮನಿಸಿದಾಗ, ಅವು ಒಂದೇ ನಾಣ್ಯದ ಎರಡು ಮುಖಗಳಂತೆ ಕಂಡು ಬಂದು, ಸರಳವೆನಿಸಬಹುದು. ಆದರೆ ಅವುಗಳನ್ನು ಎರಡು ಲವಲವಿಕೆಯಿಂದ ಕೂಡಿರುವ ಆನೆಗಳ ಆಸಕ್ತಿದಾಯಕ ಕಥೆಗಳ ಮೂಲಕ ಅರ್ಥೈಸಿಕೊಂಡಾಗ, ಆ ಸೂತ್ರಗಳ ಆಳವಾದ, ಗಹನವಾದ ಅರ್ಥ ಹೊರಹೊಮ್ಮುತ್ತದೆ.

ಚಿಕ್ಕದಾದ, ಅರ್ಥ ಬದ್ಧವಾದ ಬದಲಾವಣೆಗಳನ್ನು ತರುವುದಕ್ಕೆ ಎಲ್ಲರೂ ಶ್ರಮ ವ್ಯಯಿಸುವ ಅವಶ್ಯಕತೆ ಇಲ್ಲ. ಉದ್ಯಮಶೀಲತೆ ಎಂದರೆ ದೊಡ್ಡ ದೊಡ್ಡ ದಿನ ಪತ್ರಿಕೆಗಳಲ್ಲಿ ಕಾಣಿಸಿಕೊಳ್ಳುವುದಲ್ಲ. ವ್ಯವಹಾರಿಕ ದೃಷ್ಟಿಯಿಂದ ಮಾತ್ರ ದಿನ ನಿತ್ಯದ ಚಟುವಟಿಕೆಗಳಾದ

ಉತ್ಪಾದನೆ ಹಾಗೂ ಸೇವೆಯನ್ನು ನೋಡದೆ ಸಾಮಾಜಿಕ ದೃಷ್ಟಿ ಹೊಂದಿದರೆ, ಸರ್ವರೂ ಸಂಪತ್ತುಗಳಿಸಬಹುದು.

ಈ ಹನ್ನೆರಡು ಸೂತ್ರಗಳು ಹಲವು ರೀತಿಯಲ್ಲಿ ಉಪಯುಕ್ತವಾಗಿವೆ. ಇವುಗಳನ್ನು ಆಳವಾಗಿ ತಿಳಿದುಕೊಳ್ಳುವುದು ಒಳಿತು. ಇವುಗಳ ಒಳಾರ್ಥ ನಿಮ್ಮ ಯೋಚನಾಶ್ಶೈಲಿ ಹಾಗೂ ನಡತೆಯನ್ನು ಸರಿಪಡಿಸುತ್ತವೆ. ಇವುಗಳನ್ನು ಅರ್ಥಮಾಡಿಕೊಂಡು, ಅಳವಡಿಸಕೊಳ್ಳುವುದರಿಂದ ನಿಮ್ಮ ಉದ್ಯಮಶೀಲತೆಯಲ್ಲಿ ಹಲವು ಸಕಾರಾತ್ಮ ಬದಲಾವಣಗೆಗಳನ್ನು ಕಾಣಬಹುದು.

ನವೀನ್ ಇನ್ನು ಹಲವು ಸರಳವಾದ 'ಶ್ರಮದ ಫಲಗಳನ್ನು' ರಚಿಸಲಿ ಎಂದು ನಾನು ಶುಭಹಾರೈಸುತೇನೆ.

ವಿ.ವಿ. ರಂಗನಾಥನ್

ಫಾರ್ಮರ್ ಸೀನಿಯರ್ ಪಾರ್ಟ್ನರ್ & ಕಂಟ್ರೀ ಲೀಡ್
ಆರ್ನಸ್ಟ್ & ಯಂಗ್ ಎಂಟರ್ಪ್ರೈನರ್ ಆಫ್ ದಿ ಇಯರ್ ಇಂಡಿಯಾ,
ವರ್ಲ್ಡ್ ಎಂಟ್ರೆಪ್ರೆನೂರ್ ಆಫ್ ದಿ ಇಯರ್ – ಮೊನಾಕೋ

www.ranganathan.com

ನ್ಯೂ ಡೆಲ್ಲಿ
30 ಸೆಪ್ಟೆಂಬರ್ 2012

ಮುನ್ನುಡಿ

ಅದು ಜಪಾನಿನ, ಅತ್ಯಂತ ದೊಡ್ಡ ಸಾಬೂನು ತಯಾರಿಕಾ ಕಂಪನಿಗಳಲ್ಲೊಂದು. ಪ್ರತಿ ದಿನ ಲಕ್ಷ ಗಟ್ಟಲೆ ಸಾಬೂನುಗಳನ್ನು ತಯಾರಿಸುತ್ತಿದ್ದ ಕಾರ್ಖಾನೆಯ, ಆ ಸಾಬೂನು ಹೆಸರುವಾಸಿ ಯಾಗಿದ್ದು ಮಾತ್ರವಲ್ಲದೆ, ಬೇಡಿಕೆಯಲ್ಲಿಯೂ ಇತ್ತು.

ಹೀಗಿರುವಾಗ, ಒಂದು ದಿನ ಆ ಕಂಪನಿಗೆ ಒಂದು ವಿಚಿತ್ರವಾದ ದೂರು ಬಂತು. ತನಗೆ ಪ್ರಿಯವಾದ ಸಾಬೂನನ್ನು ಸ್ಥಳೀಯ ಸೂಪರ್ ಮಾರ್ಕೆಟ್‌ನಿಂದ ಮಹಿಳೆಯೊಬ್ಬಳು ಕೊಂಡಾಗ ಪೊಟ್ಟಣ ಖಾಲಿ ಇತ್ತು. ಸಾಬೂನಿನ ಪೊಟ್ಟಣದೊಳಗೆ ಸಾಬೂನು ಇರಲಿಲ್ಲ. ದೂರು ಸ್ವೀಕರಿಸಿದ ಇಲಾಖೆಯು ಈ ಘಟನೆಯನ್ನು ತೀವ್ರವಾಗಿ ಪರಿಗಣಿಸಿತು. ಅಸಮಧಾನಿತ ಗ್ರಾಹಕರಿಗೆ ಕ್ಷಮಾ ಪತ್ರ ಕಳುಹಿಸಿ ತನ್ನ ಕಾರ್ಖಾನೆಯಲ್ಲಿ ತಯಾರಿಸಿದ ಸಾಬೂನುಗಳನ್ನು ಉಚಿತವಾಗಿ ನೀಡಿತು. ಇದಕ್ಕಿಂತ ಮಿಗಿಲಾಗಿ ಕಾರ್ಖಾನೆಯಲ್ಲಿ ಈ ಘಟನೆ ಹೇಗೆ ನಡೆಯಿತು ಹಾಗೂ ಇದು ಏಕಮಾತ್ರ ಘಟನೆಯೋ ಅಥವಾ ಪದೆ ಪದೇ ಮರುಕಳಿಸುವ ಘಟನೆಯೋ ಎಂಬುದನ್ನು ಆಡಳಿತ ಮಂಡಳಿ ತಿಳಿಯಬೇಕಾಗಿತ್ತು.

ಕಾರ್ಖಾನೆಯ ತಂತ್ರಜ್ಞರ ಒಂದು ತಂಡ ಸ್ವಯಂಚಾಲಿತ ಸಾಬೂನು ತಯಾರಿಕಾ ಮತ್ತು ಪ್ಯಾಕಿಂಗ್ ಕ್ರಮವನ್ನು ವಿಮರ್ಶಿಸಲು ಶುರು ಮಾಡಿತು. ತಯಾರಿಸಿದ ಸಾವಿರಾರು ಸಾಬೂನುಗಳನ್ನು ಒಂದು ಕನ್ವೆಯರ್ ಬೆಲ್ಟ್ ಮೂಲಕ ಸಾಗಿಸಿ, ಅದಕ್ಕೆ ಹೊಂದುವಂತೆ ಪೊಟ್ಟಣಗಳನ್ನು ಇನ್ನೊಂದು ಕನ್ವೆಯರ್ ಬೆಲ್ಟಲ್ಲಿ ಸಾಗಿಸಲಾಗಿತ್ತು. ಈ ಹಂತದಲ್ಲಿ ಒಂದು ಯಂತ್ರ ಸಾಬೂನನ್ನು ಎತ್ತಿಕೊಂಡು ಪೊಟ್ಟಣದೊಳಗೆ ಹಾಕಿ, ಆ ಪೊಟ್ಟಣವನ್ನು ಮೊಹರು ಮಾಡುತಿತ್ತು. ಈ ಯಂತ್ರ ತನ್ನ ಕೆಲಸವನ್ನು ಬಹಳ ಅಚ್ಚುಕಟ್ಟಾಗಿ ನಿಭಾಯಿಸುತ್ತಿತ್ತು. ತಂತ್ರಜ್ಞರ ವಿಮರ್ಶೆಯಿಂದ ಕಂಡು ಹಿಡಿದ ಅಂಶ ಏನೆಂದರೆ, ಹತ್ತು ಸಾವಿರದಲ್ಲಿ ಒಂದು ಸಲ ಯಂತ್ರ ಸಾಬೂನನ್ನು ಪೊಟ್ಟಣದೊಳಗೆ ಹಾಕುವುದನ್ನು ತಪ್ಪುತ್ತಿತ್ತು. ಹಾಗಾಗಿ, ಖಾಲಿ ಪೊಟ್ಟಣ ರವಾನೆಯಾಗಿತ್ತು. ಪ್ರಪಂಚದಲ್ಲೇ ತಮ್ಮ ತಂತ್ರಜ್ಞಾನಕ್ಕೆ ಹೆಸರುವಾಸಿಯಾಗಿರುವ ಜಪಾನೀಯರಿಗೆ ಇದನ್ನು ಒಪ್ಪಿಕೊಳ್ಳಲು ಕಷ್ಟವಾದ ವಿಷಯವಾಗಿತ್ತು. ಹಾಗೂ ಅವರಿಗೆ ಇದು ವಿರಳವಾದ ಘಟನೆ ಅನಿಸಲಿಲ್ಲ. ಸಮಸ್ಯೆಯ ಮೂಲವನ್ನು ಪತ್ತೆ ಮಾಡಲು ಸಫಲವಾದರೂ

ಕೂಡ, ಈ ರೀತಿಯ ಖಾಲಿಯಾದ ಪೊಟ್ಟಣಗಳು ರವಾನೆಯಾಗುವ ಸಂಭವನೀಯತೆಯನ್ನು ಗುರ್ತಿಸುವುದು ಹಾಗೂ ಅವುಗಳು ಗ್ರಾಹಕರಿಗೆ ರವಾನೆಯಾಗದಂತೆ ಮೂಲದಲ್ಲಿಯೇ ತಡೆಯುವುದು ಆಡಳಿತ ಮಂಡಳಿಯ ಮೂಲ ಗುರಿಯಾಗಿತ್ತು.

ಜಪಾನಿನ ಹೆಸರುವಾಸಿಯಾಗಿದ್ದ ಬ್ರಾಂಡ್‌ಗಳಲ್ಲಿ ಒಂದಾದ ಕಂಪನಿಗೆ ಈ ಕಾರ್ಯಕ್ಕೆ ಬೇಕಾಗಿರುವ ಅವಶ್ಯಕ ಸಂಪನ್ಮೂಲಗಳನ್ನು ಕ್ರೂಢೀಕರಿಸುವುದು ದೊಡ್ಡ ವಿಷಯವಾಗಿರಲಿಲ್ಲ. ಈ ಸಮಸ್ಯೆ ಪರಿಹಾರಕ್ಕೆ ಬೇಕಾಗಿರುವ ಹಣಕಾಸಿನ ವ್ಯವಸ್ಥೆ ಮಾತ್ರವಲ್ಲದೇ, ತನ್ನ ಅತ್ಯಂತ ನಿಪುಣ ತಂತ್ರಜ್ಞರನ್ನು ಪರಿಹಾರ ಕಂಡು ಹಿಡಿಯಲು ನಿಯೋಜಿಸಿತ್ತು. ಅತ್ಯಂತ ಕಡಿಮೆ ಸಮಯದಲ್ಲೇ, ತಂತ್ರಜ್ಞರ ತಂಡವು ಈ ಸಮಸ್ಯೆಗೆ ಪರಿಪೂರ್ಣ ದೋಷರಹಿತ ಪರಿಹಾರ ಕಂಡು ಹಿಡಿಯಿತು. ಒಂದು ದೊಡ್ಡ ಕ್ಷಕಿರಣ ಯಂತ್ರವನ್ನು ಕೊಂಡು, ಆ ಯಂತ್ರವನ್ನು ಎರಡು ಗಣಕಯಂತ್ರ ಪರದೆಗೆ ಸಂಪರ್ಕಿಸಲಾಯಿತು. ಇಬ್ಬರು ನಿಪುಣ ಕಾರ್ಮಿಕರನ್ನು ಸತತವಾಗಿ ಉತ್ಪಾದನೆ ಸಾಲಿನಿಂದ ಹೊರ ಬರುವ ಎಲ್ಲಾ ಸಾಬೂನು ಪೊಟ್ಟಣಗಳನ್ನು ನಿಗಾವಹಿಸುವಂತೆ ನಿಯೋಜಿಸಲಾಯಿತು. ಕ್ಷಕಿರಣ ಯಂತ್ರವು ಖಾಲಿ ಪಟ್ಟಣವನ್ನು ಗುರುತಿಸಿದ ತಕ್ಷಣವೇ ಅಂತಹ ಪೊಟ್ಟಣವನ್ನು ಕನ್‌ವೇಯರ್ ಬೆಲ್ಟ್ ನಿಂದ ಹೊರ ಹಾಕಲಾಯಿತು. ಈ ವ್ಯವಸ್ಥೆಯ ವೆಚ್ಚವು ಕೆಲವು ದಶಲಕ್ಷ ಡಾಲರ್ ಗಳಾಗಿದ್ದರು, ಕಂಪನಿಯು ಮಾರುಕಟ್ಟೆಯಲ್ಲಿ ತನ್ನ ಹೆಸರನ್ನು ಮುಂಚೂಣಿಯಲ್ಲಿಟ್ಟುಕೊಳ್ಳಲು ತೆರಬೇಕಾದ ವೆಚ್ಚವೆಂದು ಭಾವಿಸಿತು. ತನ್ನ ಕಾರ್ಖಾನೆಯಿಂದ ಹೊರಹೋಗುವ ಪ್ರತಿಯೊಂದು ಪೊಟ್ಟಣದಲ್ಲಿ ಸಾಬೂನಿರುವುದು ಖಿಚಿತಗೊಂಡಿದ್ದ-ರಿಂದ ಕಂಪನಿಯು ನೆಮ್ಮದಿಯಿಂದಿತ್ತು.

ವಿಭಿನ್ನವಾದ ದೃಷ್ಟಿಕೋನ:- ತನ್ನ ತಯಾರಿಕಾ ಗುಣಮಟ್ಟದಲ್ಲಿನ ದೋಷವನ್ನು ಮೂಲದಲ್ಲಿಯೇ ಕಂಡು ಹಿಡಿದು, ಅದನ್ನು ಗ್ರಾಹಕರಿಗೆ ತಲುಪದಂತೆ ತಡೆಯುವಂತ ನೂತನ ವಿಧಾನವನ್ನು ಅವಿಷ್ಕರಿಸಿದ ತಂತ್ರಜ್ಞರ ತಂಡವನ್ನು ಅಭಿನಂದಿಸಲು ಆಡಳಿತ ಮಂಡಳಿಯು ಒಂದು ಸಮಾರಂಭವನ್ನು ಏರ್ಪಡಿಸಿತು. ತಂತ್ರಜ್ಞರ ಮುಖ್ಯಸ್ಥನು, ಕಾರ್ಖಾನೆಯ ಕಾರ್ಮಿಕರಿಗೆ ತನ್ನ ತಂಡ ಅಳವಡಿಸಿಕೊಂಡ ವಿಧಾನವನ್ನು ಕೂಲಂಕುಷವಾಗಿ ವಿವರಿಸಿದನು. ಒಂದು ಘಂಟೆಯ ನಂತರ ತಂಡದ ಮುಖ್ಯಸ್ಥನು ತನ್ನ ಮಾತನ್ನು ಮುಗಿಸಿ ಕುಳಿತುಕೊಂಡನು. ಒಂದು ಘಂಟೆಯ ದೀರ್ಘ ವಿವರಣೆಯಿಂದ ಬಳಲಿದ್ದರೂ ಅವನಲ್ಲಿ ಏನನ್ನೋ ಸಾಧಿಸಿದ ಸಮಾಧಾನವಿತ್ತು. ಅವನು ಕುಳಿತ ನಂತರ, ಗುಂಪಿನಲ್ಲಿ ಕುಳಿತಿದ್ದ ಕಾರ್ಮಿಕನೊಬ್ಬ ತನ್ನ ಕೈಯನ್ನು ಮೇಲಕ್ಕೆ ಎತ್ತಿದ್ದನು. ಮುಖ್ಯಸ್ಥನು, ಕಾರ್ಮಿಕ ಯಾವುದೋ ಪ್ರಶ್ನೆಯನ್ನು ಕೇಳಬಹುದು ಎಂದು ಭಾವಿಸಿದನು. ಆದರೆ ಕಾರ್ಮಿಕನು, ''ಸಾರ್, ಈ ಸಮಸ್ಯೆಗೆ ಸರಳವಾಗಿ ಪರಿಹಾರಕಂಡು ಹಿಡಿಯ ಬಹುದಿತ್ತು'' ಎಂದನು.

ತಂತ್ರಜ್ಞ ಮುಖ್ಯಸ್ಥನು ಒಲ್ಲದ ಮನಸ್ಸಿನಿಂದಲೇ "ಹೌದಾ? ಹೇಗೆಂದು ವಿವರಿಸು". ಎಂದು ಕೇಳಿದನು.

ಆಗ ಕಾರ್ಮಿಕನು "ತುಂಬಿದ ಸಾಬೂನಿನ ಪೊಟ್ಟಣಗಳನ್ನು ಸಾಗಿಸುವ ಕನ್‌ವೇಯರ್ ಬೆಲ್ಟ್‌ ನ ಪಕ್ಕ ಶಕ್ತಿಯುತವಾದ ಒಂದು ಪಂಖವನ್ನು ಅಳವಡಿಸಿದ್ದರೆ ಅದರ ಗಾಳಿಯ ರಭಸಕ್ಕೆ ಖಾಲಿ ಇದ್ದ ಪೊಟ್ಟಣವು ಉಳಿದವುಗಳಿಗಿಂತ ಹಗುರವಾಗಿರುವುದರಿಂದ ಕನ್‌ವೆಯರ್ ಬೆಲ್ಟ್‌ ಇಂದ ಹೊರಗೆ ತಾನಾಗಿಯೇ ಬಂದು ಬೀಳುತ್ತಿತ್ತು. ಹಾಗೂ ತುಂಬಿದ ಪೊಟ್ಟಣಗಳು ಸಾಲಾಗಿ ಹೋಗಿ ಸೇರಬೇಕಾದ ಜಾಗ ಸೇರುತ್ತಿದ್ದವು. ಇದಕ್ಕಾಗಿ ದುಬಾರಿಯಾದ ಕ್ತ ರೇ ಮತ್ತು ಕಂಪ್ಯೂಟರ್ ಯಂತ್ರವನ್ನು ಕೊಂಡು, ಇಬ್ಬರು ನುರಿತ ಕೆಲಸಗಾರರನ್ನು ನಿಯೋಜಿಸುವ ಅವಶ್ಯಕತೆ ಇರಲಿಲ್ಲ" ಎಂದು ಹೇಳಿದನು. "ಆ ಕೆಲಸಗಾರರ ಸಮಯವನ್ನು ಬೇರೆ ಮುಖ್ಯವಾದ ಕೆಲಸಕ್ಕೆ ಉಪಯೋಗಿಸಿ-ಕೊಳ್ಳಬಹುದಾಗಿತ್ತು". ಎಂದು ಹೇಳಿ ಕುಳಿತು ಕೊಂಡನು.

ಇಂತಹ ಒಂದು ಸುಲಭ ಉಪಾಯ, ಅನುಭವಿ ವಿದ್ಯಾವಂತ, ತಂತ್ರಜ್ಞರಿಗೆ ಎಂದೂ ಹೊಳೆದೇ ಇರಲಿಲ್ಲ. ಅಥವಾ ತನ್ನ ಕಾರ್ಮಿಕರನ್ನು ಕೇಳಬೇಕೆಂಬ ಆಲೋಚನೆಯು ಸಹ ಕಂಪನಿಯ ಆಡಳಿತ ಮಂಡಳಿಗೆ ತಿಳಿದಿರಲಿಲ್ಲ. ಬಹುಶಃ ನಮ್ಮೆಲ್ಲರ ತಪ್ಪು ತಿಳುವಳಿಕೆಯೇ ಇದಕ್ಕೆ ಕಾರಣವಿರಬಹುದು. ಸಹಜವಾಗಿ ನಾವೆಲ್ಲರೂ, ಸಮಸ್ಯೆಯನ್ನು ಭೇದಿಸಿ ಪರಿಹಾರ ಕಂಡು ಹಿಡಿಯುವುದು, ನುರಿತ ಕೆಲಸಗಾರರಿಂದ ಮಾತ್ರ ಸಾಧ್ಯ ಎಂದು ಭಾವಿಸಿರುತ್ತೆವೆ. ಇಂತಹ ಸುಲಭ ಮಾರ್ಗವನ್ನು, ಕ್ಷಣಮಾತ್ರದಲ್ಲೇ ಒಬ್ಬ ಅನುಭವಿ ಕಾರ್ಮಿಕ ಭೇದಿಸುತ್ತಾನೆ ಎಂದು ಅನಿಸಿರಲೇ ಇಲ್ಲ. ಬಹುಶಃ ಸೃಜನಶೀಲತೆ, ಅವಿಷ್ಕಾರಾ, ಪರಿಹಾರ ಸೂಚನೆ ಇಂತದೆಲ್ಲಾ ಎಲ್ಲರಿಂದ ಸಾಧ್ಯವಾದುದಲ್ಲಾ, ಕೆಲವೇ ಮಂದಿಯಿಂದ ಮಾತ್ರ ಸಾಧ್ಯ ಎಂಬ ತಪ್ಪುಗ್ರಹಿಕೆಯೇ ಇದಕ್ಕೆ ಕಾರಣ.

ಕಳೆದ ಇಪ್ಪತ್ತು ವರ್ಷಗಳಲ್ಲಿ ಹಲವು ವಿಧವಾದ ಜನಗಳ ಜೊತೆ ವಿವಿಧ ವಯೋಮಾನದವರೊಡನೆ, ಹತ್ತು ಹಲವು ಪ್ರದೇಶಗಳಲ್ಲಿ ಕೆಲಸ ಮಾಡಿದ್ದೇನೆ. ವಿಚಾರ ವಿನಿಮಯ ಮಾಡಿಕೊಂಡಿದ್ದೇನೆ. ಸೃಜನಶೀಲತೆ ಕೆಲವೇ ಮಂದಿಯಿಂದ ಮಾತ್ರ ಸಾಧ್ಯ ಎಂಬ ತಪ್ಪುಗ್ರಹಿಕೆಯನ್ನು ನಾನು ಒಪ್ಪುವುದಿಲ್ಲ.

ಸೃಜನಶೀಲತೆ ಎಲ್ಲರಲ್ಲೂ ಇರುತ್ತೆ. ಅದರೆ, ಅದನ್ನು ಗುರುತಿಸಿ ಪೋಷಿಸುವ ಅವಶ್ಯಕತೆ ಇದೆ. ಪೋಷಣೆ ಇಲ್ಲವಾದರೆ, ಸೃಜನಶೀಲತೆ ಇರುವ ವ್ಯಕ್ತಿಗೆ ತನ್ನ ಮೇಲಿನ ನಂಬಿಕೆ ಇಲ್ಲವಾಗಿ, ಅನಾವಶ್ಯಕವಾಗಿ ಶ್ರಮಿಸುವಂತಾಗುತ್ತದೆ. ಉದ್ಯಮಶೀಲತೆಯ ಗುರಿ ಇಟ್ಟುಕೊಂಡು ಏನಾದರೂ ಉದ್ಯಮ ಪ್ರಾರಂಭಿಸಬೇಕೆಂಬ ಮಹತ್ವಾಕಾಂಕ್ಷೆ ಇಟ್ಟುಕೊಂಡಿರುವಂತಹವರಿಗೆ, ಅವರ ಈ ಪಯಣದಲ್ಲಿ ಸಹಾಯ ಮಾಡಬೇಕೆಂದು ಅಂತಹ ಆಕಾಂಕ್ಷಿಗಳಿಗೆ ಅಗತ್ಯವಿರುವ ಮಾರ್ಗದರ್ಶನ ನೀಡಿ, ಅವರಲ್ಲಿ ಅಡಗಿರುವ ಉದ್ಯಮಶೀಲತೆಗೆ ಸಾಣ ಹಿಡಿಯಬೇಕೆಂದು, ಏನಾದರೂ ಸಾಧಿಸಿಯೇ ತೀರಬೇಕು ಎಂದು ಛಲದಿಂದ ತಮ್ಮ ಗುರಿಯೆಡೆಗೆ ಸಾಗುತ್ತಿರುವ ಯುವ ಜನತೆಗೆ, ಈ ಪುಸ್ತಕವು ಒಂದು ಮಾರ್ಗದರ್ಶಿಯಾಗಿ, ಉದ್ಯಮಶೀಲತೆಯ ಅವರ ಪಯಣದಲ್ಲಿ

ಅವರಿಗಾಗುವ ಹಿನ್ನೆಡೆಯನ್ನು ತಡೆಯುವುದೇ, ಈ ಪುಸ್ತಕದ ಧ್ಯೇಯವಾಗಿದ್ದು ಅದಕ್ಕಾಗಿ ನನ್ನ ಸಮಯವನ್ನು ವಿನಿಯೋಗಿಸಿದ್ದೇನೆ.

ನಮ್ಮ ಆಲೋಚನೆಯಲ್ಲಿ ತಂದುಕೊಳ್ಳುವ ಒಂದು ಸಣ್ಣ ಬದಲಾವಣೆ, ನಮ್ಮ ಆತ್ಮ ಸ್ಥೈರ್ಯ, ನಂಬಿಕೆ ಹೆಚ್ಚಿಸುವುದಲ್ಲದೆ, ನಮ್ಮಲ್ಲಿ ಅಡಗಿರುವ ಚಿಂತನಾಶಕ್ತಿಯನ್ನು ವೃದ್ಧಿಸುತ್ತದೆ. ನಮ್ಮ ಗ್ರಾಹಕರ ಸಮಸ್ಯೆಯನ್ನು ಸುಲಭ ರೀತಿಯಲ್ಲಿ ಪರಿಹರಿಸುವ ಮಾರ್ಗ ಸೂಚಿಯಾಗಿ, ಸಮಾಜಕ್ಕೆ ಉಪಯುಕ್ತವಾದ ವಿಶಿಷ್ಟವಾದ ಕೊಡುಗೆ ನೀಡುವಲ್ಲಿ ಸಹಕಾರಿಯಾಗಿರುತ್ತದೆ.

ಇದು ಹೇಗೆ ಸಾಧ್ಯ ಎಂಬುದನ್ನು ಒಂದು ಉದಾಹರಣೆಯೊಂದಿಗೆ ವಿವರಿಸುತ್ತೇನೆ.

ಅನ್ವೇಷಣೆಯ ಅನನ್ಯ ಪುನರ್ಮನನ:

ದೈನಂದಿನ ಜೀವನಕ್ಕೆ ಅತ್ಯವಶ್ಯವಾದ ಸೇವೆಗಳನ್ನು ಒಂದೇ ಸೂರಿನಡಿ, ಒಂದು ವೆಬ್‌ಸೈಟ್ ಮೂಲಕ, ಅತ್ಯಂತ ಸರಳ ರೀತಿಯಲ್ಲಿ ಸಮಯ ಅಭಾವದಿಂದ ಪರದಾಡುತ್ತಿರುವ ಕುಟುಂಬಗಳಿಗೆ ನಿರಾಯಾಸವಾಗಿ ಸಿಗುವಂತೆ ಮಾಡುವಂತಹ ಒಂದು ಅಂತರ್ಜಾಲ ತಾಣವನ್ನು ಸೃಷ್ಟಿಸಬೇಕೆಂಬುದು ನನ್ನ ಗೆಳೆಯ ಸಂದೀಪನ ಆಲೋಚನೆ. ನನಗೂ ಸಹ ಈ ಆಲೋಚನೆ ಇಂದಿನ ಬಿಡುವಿಲ್ಲದ ಜೀವನಕ್ಕೆ ಸೂಕ್ತ ಎಂದೆನಿಸಿತು. ಆದರೆ ತಿಂಗಳುಗಳು ಕಳೆದರೂ ಸಂದೀಪನು ತನ್ನ ಆಲೋಚನೆಯನ್ನು ಕಾರ್ಯರೂಪಕ್ಕೆ ತರುವ ನಿಟ್ಟಿನಲ್ಲಿ ಮುಂದುವರಿಯಲೇ ಇಲ್ಲ. ಆತ ಈ ಆಲೋಚನೆಯನ್ನು ಮನಸ್ಸಿರದ ಮನಸ್ಸಿನಲ್ಲಿ ನಿರ್ಧರಿಸಿದನೇ? ಅಥವಾ ಅದಕ್ಕೆ ಬೇಕಾಗಿರುವ ಉತ್ಸಾಹ ಅವನಲ್ಲಿಲ್ಲವೇ ಎಂದೆನಿಸತೊಡಗಿತು.

ಎಲ್ಲಾ ಆಲೋಚನೆಗಳು ವ್ಯವಹಾರಿಕ ಆಗಲು ಸಾಧ್ಯವಿಲ್ಲ. ಅಥವಾ ವ್ಯವಹಾರವಾಗಿ ಮಾಡಿದರೂ ಅದು ದೊಡ್ಡದಾಗಿ ಬೆಳೆಯಲು ಸಾಧ್ಯವಿರುವುದಿಲ್ಲ. ನಾನು ಸಂದೀಪನಿಗೆ ಮೂರು ದಿನಗಳ ಅವಧಿ ನೀಡಿ, ಅಷ್ಟರೊಳಗೆ ತನ್ನ ಆಲೋಚನೆಯನ್ನು ಕಾರ್ಯರೂಪಕ್ಕೆ ತರಲು ಅಗತ್ಯವಿರುವ, ವಾಸ್ತವಕ್ಕೆ ಹತ್ತಿರವಿರುವ ವ್ಯವಹಾರಿಕ ಯೋಜನೆ ತಯಾರಿಸಲು ಹೇಳಿದೆ. ಇಲ್ಲದಿದ್ದರೆ ಅವನಲ್ಲಿ ಒಂದು ಅತ್ಯುತ್ತಮವಾದ ಆಲೋಚನೆಯನ್ನು ಕಾರ್ಯರೂಪಕ್ಕೆ ತರುವ ಕಾರ್ಯಕ್ಷಮತೆ ಇಲ್ಲವೆಂದು ಭಾವಿಸುವುದಾಗಿಯೂ ಹಾಗೂ ಈ ಪರಿಕಲ್ಪನೆಯನ್ನು ಕೈ ಬಿಡುವುದಾಗಿ ತಿಳಿಸಿದೆ.

ಸಂದೀಪ ತಮ್ಮ ಮಾತನ್ನು ಉಳಿಸಿಕೊಂಡರು. ಮೂರು ದಿನದ ಅಂತಿಮ ಗಡಿಯೊಳಗೆ ನನ್ನ ಕಛೇರಿಗೆ ಬಂದು ನನ್ನನ್ನು ಭೇಟಿಯಾಗಿ ಅವರ ವ್ಯವಹಾರದ ರೂಪುರೇಷೆಯನ್ನು ನನ್ನ ಮುಂದೆ ಅವರು ಪ್ರದರ್ಶಿಸಿದ ರೀತಿಯಲ್ಲಿ ಅವರ ಉತ್ಸಾಹ ಹಾಗೂ ವ್ಯವಹಾರವನ್ನು ವಾಸ್ತವವಾಗಿಸಲು ಬೇಕಾಗಿರುವ ಮಾರುಕಟ್ಟೆಯ ಬಗೆಗಿನ ಅರಿವು ಎದ್ದು ಕಾಣಿಸುತ್ತಿತ್ತು. ನಾನಂತೂ ಅವರು ಈ

ಪರಿಯಾಗಿ ತೊಡಗಿಸಿ ಕೊಂಡಿರುವುದನ್ನು ಕಂಡು ಉತ್ಸುಕನಾಗಿ ನನ್ನ ಸ್ವಾಭಾವಿಕ ನಾವಿನ್ಯತೆ ವಿಶ್ಲೇಷಣ ಶೈಲಿಯಲ್ಲಿ, ವಿಶ್ಲೇಷಿಸಲು ತೊಡಗಿದೆ. ಐದು ವರ್ಷದ ಬಿಸಿನೆಸ್ ಪ್ಲಾನ್ ತಯಾರಿಸಲು ಹೇಳಿ, ಅದನ್ನು ಹೇಗೆ ದೊಡ್ಡದಾಗಿ ಬೆಳೆಸಬಹುದು ಎಂದು ಯೋಚಿಸತೊಡಗಿದೆ. ನಾನು ಮಾತನಾಡುತ್ತಲೇ ಇದ್ದೆ. ಆದರೆ ಸಂದೀಪ ಮಾತ್ರ ಮೌನವಾಗಿಯೇ ಇದ್ದರು.

ಭೇಟಿಯೇನೋ ಮುಗಿಯಿತು. ಆದರೆ ನನ್ನ ಮನಸ್ಸಿನಲ್ಲಿ ಒಂದು ವಿಷಯ ಕಾಡತೊಡಗಿತು. ಅಷ್ಟೊಂದು ಉತ್ಸಾಹದಿಂದ ಬಂದಿದ್ದ ಸಂದೀಪ ಮೌನವಾಗಿ ತೆರಳುವಂತೆ ನಾನು ಏನು ಮಾತನಾಡಿದೆ ಎಂಬುದು ಕಾಡತೊಡಗಿತು. ಆ ರಾತ್ರಿ ನಿದ್ದೆ ಮಾಡಲು ಸಾಧ್ಯವಾಗಲಿಲ್ಲ. ಬೆಳಗ್ಗೆಯೇ ಸಂದೀಪರಿಗೆ ದೂರವಾಣಿ ಕರೆ ಮಾಡಿ ನನ್ನನ್ನು ಮತ್ತೆ ಭೇಟಿ ಮಾಡಲು ಹೇಳಿದೆ. ಅವರನ್ನು ವಿಚಲಿತರಾಗುವಂತೆ ಮಾಡಿದ ಮಾತಾದರು ಏನು ಎಂಬ ಕುತೂಹಲ ನನಗೆ. ಸಂದೀಪರ ಜೊತೆ ಚರ್ಚಿಸಿದ ನಂತರ ನನಗೆ ಅರಿವಾದ ಅಂಶವೇನೆಂದರೆ ಸಂದೀಪರ ಹಾಗೂ ನನ್ನ ಸೃಜನಶೀಲತೆಯ ಗುಣ ಲಕ್ಷಣಗಳು ಬೇರೆ ಎಂದು. ಸೃಜನಶೀಲತೆಯ ವೈವಿಧ್ಯತೆಯ ಬಗ್ಗೆ ತಿಳಿದಿದ್ದು ಅಂತರಾಷ್ಟ್ರೀಯ ಗುರುಗಳಾದ ವಿಲಿಯಂ ಸಿ ಮಿಲ್ಲರ್ ರವರ ಜೊತೆಗಿನ ನನ್ನ ವೃತ್ತಿ ಹಾಗೂ ಖಾಸಗಿ ಒಡನಾಟದಿಂದ. ನಾನು ತಿಳಿದುಕೊಂಡಿದ್ದೆನೆಂದರೆ, ಸೃಜನಶೀಲತೆಯಲ್ಲಿ ಎರಡು ತರಹ: ಒಂದು ಮೂಲಭೂತವಾಗಿ ವಿಭಿನ್ನವಾಗಿರುವುದು. ಎರಡನೆಯದು ಲಾಭದಾಯಕ, ಇರುವುದನ್ನು ಉತ್ತಮ -ಗೊಳಿಸುವುದು. ಮುಂದಿನ ಅಧ್ಯಾಯಗಳಲ್ಲಿ ಈ ಎರಡೂ ವಿಧಗಳ ವ್ಯತ್ಯಾಸದ ಬಗ್ಗೆ ವಿವರವಾಗಿ ಓದಲಿದ್ದೀರಿ.

ಇದರಿಂದ ಸ್ಪಷ್ಟವಾದ ಅಂಶವೆಂದರೆ, ನನಗೆ ಬೃಹತ್ತಾದ ನೀಲಾಕಾಶದ ವ್ಯವಸ್ಥೆಯಲ್ಲಿ ವ್ಯವಹರಿಸುವುದು ಸುಲಭವೆನಿಸಿತು. ನನ್ನ ಪ್ರಾವಿಣ್ಯತೆ ವ್ಯವಹಾರದ ಮಟ್ಟದಲ್ಲಿ ಕಾರ್ಯತಂತ್ರ ರೂಪಿಸುವುದು. ಅದನ್ನು ಹೇಗೆ ಯಶಸ್ವಿಗೊಳಿಸುವುದು ಎಂಬ ಆಲೋಚನೆಯಲ್ಲಿತ್ತು. ಆದರೆ ಸಂದೀಪರ ಕಾರ್ಯಕ್ಷೇತ್ರ ದೈನಂದಿನ ಕಾರ್ಯಚರಣೆಯಲ್ಲಿ ಅವರಿಗೆ ನನ್ನ ಮ್ಯಾಕ್ರೋ ಹಂತದ ದೀರ್ಘಾವಧಿ ಕಾರ್ಯತಂತ್ರದ ಪ್ರಶ್ನೆಗಳು ಮುಜುಗರ ಉಂಟು ಮಾಡಿದ್ದವು. ಈ ಹಿನ್ನೆಲೆಯಲ್ಲಿ ನಾನು ಸಂದೀಪರನ್ನು ಮತ್ತೆ ಭೇಟಿ ಮಾಡಿ ಅವರ ಕಾರ್ಯಕ್ಷೇತ್ರದ, ದೈನಂದಿನ ಕಾರ್ಯಚರಣೆಯ ಪ್ರಶ್ನೆಯನ್ನು ಕೇಳಿದೆ. ನಿಮ್ಮ ಆಲೋಚನೆ ವಾಸ್ತವಿಕ ಎಂದು ಸ್ಪಷ್ಟಪಡಿಸಲು, ಮುಂದಿನ ೩೦ ದಿನಗಳಲ್ಲಿ ಏನು ಮಾಡುವಿರಿ? ಎಂದು ಕೇಳಿದೆ. ತಕ್ಷಣ ಸಂದೀಪರ ಮುಖದಲ್ಲಿ ಕಳೆ ಮೂಡಿತು. ಸಂಭ್ರಮದಿಂದ ಅವರ ಮುಂದಿನ ಯೋಜನೆಯನ್ನು ಹೇಳತೊಡಗಿದರು. ತಮ್ಮ ಸಂಭಾವ್ಯ ಗ್ರಾಹಕರಿಗೆ ತಮ್ಮ ಈ ಹೊಸ ವ್ಯವಹಾರದ ಪರಿಕಲ್ಪನೆ ಬಗ್ಗೆ ತಿಳಿಸಿ, ಅವರಿಗೆ ಹೇಗೆ ಈ ವೆಬ್‌ಸೈಟ್‌ನಿಂದ ಪ್ರಯೋಜನವಾಗುತ್ತೆ ಎಂದು ತಿಳಿ ಹೇಳಿ ಅವರ ಅಭಿಪ್ರಾಯವನ್ನು ಸಂಗ್ರಹಿಸುತ್ತೇನೆ ಎಂದರು. ಈ ಅಭಿಪ್ರಾಯ ಸಂಗ್ರಹಣೆಯ ನಂತರ, ಕಡಿಮೆಯಾದರೂ ಮೂವರು ಸೇವಾ ಅಧಿಕಾರಿಗಳನ್ನು ನೇಮಿಸುವುದು ಅವರ ಯೋಜನೆಯಾಗಿತ್ತು.

ಸೃಜನಶೀಲತೆಗೆ ಏಕೈಕ ಮಾರ್ಗವಿಲ್ಲ

ಸರಿಯಾದ ಅಡಿಪಾಯವಿಲ್ಲದೆ, ತಾವು ಏನು ಮಾಡಬೇಕು ಎಂದು ತಿಳಿಯದೆ ತಮ್ಮ ಹೊಸ ಯೋಜನೆಗಳ ಬಗ್ಗೆ ಕೂಲಂಕುಷವಾಗಿ ವಿಚಾರ ಮಾಡದೆ, ಅದರ ಬಗ್ಗೆ ತಿಳುವಳಿಕೆ ಇಲ್ಲದೆ ಪರದಾಡುವ ಹಲವರನ್ನು ನಾನು ನೋಡಿದ್ದೇನೆ. ಅವರಿಗೆ ತಾವು ಏನನ್ನು ಸಾಧಿಸಬೇಕು ಹಾಗೂ ಅದನ್ನು ಸಾಧಿಸಲು ಬೇಕಾಗಿರುವ ಸಾಧನಗಳೇನು ಎಂದು ತಿಳಿಯದೇ, ತಾವೇ ತೋಡಿಕೊಂಡ ಹಳ್ಳಕ್ಕೆ ಬಿದ್ದು ಪರದಾಡುತ್ತಾರೆ. ಹಿಡಿದ ಕೆಲಸವನ್ನು ಸಾಧಿಸಲೇಬೇಕು ಎಂಬ ಛಲವಂತರು, ಹಾಗೂ ಶ್ರಮ ಜೀವಿಗಳಾದ ಕೆಲವರು, ಇಂತಹ ಸಮಸ್ಯೆಗಳಿಂದ ವಿಚಲಿತರಾಗದೆ, ಮತ್ತೆ ಮತ್ತೆ ಪ್ರಯತ್ನಿಸುವರು. ಆದರೆ, ತಮ್ಮ ಹಿಂದಿನ ಸೋಲಿಗೆ ಏನು ಕಾರಣ, ತಾವು ಎಲ್ಲಿ ಎಡವಿದೆವು ಎಂದು ವಿಚಾರಿಸದೆ ಪ್ರಯತ್ನ ಪಟ್ಟು ಪುನಃ ಪುನಃ ಅದೇ ಸೋಲನ್ನು ಅನುಭವಿಸುವವರು. ಇನ್ನು ಕೆಲವರು ತಮ್ಮ ಕನಸ್ಸುಗಳಿಗೆ ಎಳ್ಳು ನೀರು ಬಿಟ್ಟು, ಯಾವುದಾದರೂ ದೊಡ್ಡ ಯಶಸ್ವಿ ಕಂಪನಿಗಳಲ್ಲಿ ಕೆಲಸ ಅರಿಸಿಕೊಂಡು ಅದರಲ್ಲೇ ಸಂತೋಷ ಕಾಣುವರು. ಇಂತಹ ಸಮಯದಲ್ಲಿ "ಯಶಸ್ಸನ್ನು ತಲೆಗೆ ಏರಿಸಿಕೊಳ್ಳಬಾರದು ಹಾಗೂ ಸೋಲನ್ನು ಮನಸ್ಸಿಗೆ ತೆಗೆದುಕೊಳ್ಳಬಾರದು" ಎಂಬ ಟೆಲಿವ್ಯಾಂಜಲಿಸ್ಟ್ ರಾಬರ್ಟ್ ಹೆಚ್. ಶುಲ್ಲರ್ ಅವರ ಉಕ್ತಿ ಸೂಕ್ತವೆನಿಸುತ್ತದೆ. ಉದ್ಯಮಿಯಾಗುವ ಮಾರ್ಗ ಸುಗಮವಲ್ಲ ಅದರಲ್ಲಿ ಎಡುವುದು ಸಹಜ. ಏಳು ಬೀಳು ಇದ್ದದ್ದೆ. ಈ ಪಯಣದಲ್ಲಿ ಎಷ್ಟು ಸಲ ಬಿದ್ದದ್ದು ಎದ್ದದ್ದು ಮುಖ್ಯವಲ್ಲ ಅಂತಹ ಏಳು ಬೀಳುಗಳಿಂದ ಕಲಿತ ಪಾಠಗಳು ಮರುಕಳಿಸದೆ ಆ ಅನುಭವಗಳನ್ನು ಜೀವನದಲ್ಲಿ ಅಳವಡಿಸಿಕೊಳ್ಳುವುದು ಅತಿ ಮುಖ್ಯ, ಅದೇ ಕಲಿಕೆಯ ಲಕ್ಷಣ.

ಪ್ರತಿಷ್ಠಿತ ವ್ಯವಹಾರ ಸಂಸ್ಥೆಗಳಿಂದ ಬಿಸಿನೆಸ್ ಸ್ಕೂಲ್‌ಗಳಿಂದ ಹಲವು ಬುದ್ಧಿವಂತ ಯುವ ಉದ್ಯಮಿಗಳು ಹಣ ಸಂಪಾದನೆಯನ್ನೇ ಗುರಿಯಾಗಿಸಿಟ್ಟುಕೊಂಡು ಬರುತ್ತಾರೆ. ಮಹತ್ವಕಾಂಕ್ಷಿಗಳು ಹಾಗೂ ರಿಸ್ಕ್ ಟೇಕರ್ಸ್ ಆಗಿರುವ ಇವರು ವಿನೂತನವಾದ ವೈಶಿಷ್ಟ್ಯತೆಯಿಂದ ಕೂಡಿದ ಸೃಜನಶೀಲತೆಯನ್ನು ಪ್ರಪಂಚಕ್ಕೆ ತೋರಿಸಿ, ಅತ್ಯಂತ ಕಡಿಮೆ ಸಮಯದಲ್ಲಿ, ಕೋಟ್ಯಂತರ ರೂಪಾಯಿಗಳ ಒಡೆಯರಾಗುತ್ತಾರೆ. ಇದು ರಾಡಿಕಲ್ ಸೃಜನಶೀಲತೆಯ ಲಕ್ಷಣಗಳು. ಫೇಸ್‌ಬುಕ್‌ನ ಮಾರ್ಕ್ ಝುಕರ್ಬೆರ್ಗ್, ಶಾನ್ ಪಾರ್ಕರ್, ಗೂಗಲ್‌ನ ಲ್ಯಾರಿ ಪೇಜ್, ಸೆರ್ಗೆಯ್ ಬ್ರಿನ್ ರಾಡಿಕಲ್ ಇನ್ನೋವೇಷನ್‌ಗೆ ಉದಾಹರಣೆಗಳು.

ನಾವಿನ್ಯತೆಯ ಇನ್ನೊಂದು ಮುಖ ಲಾಭದಾಯಕ ಸೃಜನಶೀಲತೆ – ಇಂಕ್ರಿಮೆಂಟಲ್ ಇನ್ನೋವೇಷನ್ ಸಂದೀಪರಂತವರು ಇದಕ್ಕೆ ಉದಾಹರಣೆ. ಇಂತಹ ನಾವಿನ್ಯತೆಗಳು ಎಷ್ಟೋ ಸಲ ಚಿಗುರೊಡೆಯದೆ ಸಾಯುತ್ತವೆ.

ಈ ಪುಸ್ತಕವು ತೀವ್ರಗಾಮಿ ಆಲೋಚನೆಗಳೇ ಮನೆ ಮಾಡಿರುವ, ದೈನಂದಿನ ಚಟುವಟಿಕೆಗಳ ಮಹತ್ವವನ್ನು ತಿಳಿಯದೆ ಇರುವ ಮೂಲ ಸೃಜನಶೀಲತೆ ಮತ್ತು ಮ್ಯಾಕ್ರೋ ಲೆವೆಲ್, ಬೃಹತ್ತಾದ

ವಿಶಾಲವಾದ ವಾತಾವರಣದಲ್ಲಿ ತಮ್ಮನ್ನು ರೂಢಿಸಿಕೊಳ್ಳಲು ಸಾಧ್ಯವಾಗದೆ ಪರದಾಡುವ ಇಂಕ್ರಿಮೆಂಟಲ್ ಇನ್ನೋವೇಟರ್ಸ್ ಇಬ್ಬರಿಗೂ ಸಹಾಯಕವಾಗಲಿದೆ.

ಸಾಮಾಜಿಕ ಹೊಣೆಗಾರಿಕೆ ಹೊಂದಿರುವ ಉದ್ಯಮಿಗಳ ಸಮೂಹವನ್ನು ಸೃಷ್ಟಿಸುವಿಕೆ

ಕೇವಲ ನನ್ನ ಅನುಭವಗಳನ್ನು ಹಂಚಿಕೊಳ್ಳುವುದಲ್ಲ ಈ ಪುಸ್ತಕದ ಉದ್ದೇಶ ಅಲ್ಲ. ಈ ಪುಸ್ತಕದ ಮೂಲಕ ಬದುಕಿನ ಇನ್ನೊಂದು ಮುಖವನ್ನು ಪರಿಚಯಿಸಿಕೊಡುವುದು ಹಾಗೂ ಸಮಾಜಮುಖಿಯಾದ ಉದ್ಯಮ, ಸಾಮಾಜಿಕ ಜವಾಬ್ದಾರಿಯಿಂದ ಕೂಡಿದ ಉದ್ಯಮಗಳಿಗೆ ಒಂದು ಮಾರ್ಗದರ್ಶಿಯಾಗುವುದು. ನಿಮ್ಮಲ್ಲಿ ಉದ್ಯಮಿಗಳಾಗಲು ಬಯಸುವವರನ್ನು ಪ್ರೋತ್ಸಹಿಸುವುದಲ್ಲದೆ, ಸಾಮಾಜಿಕ ಜವಾಬ್ದಾರಿಯುಳ್ಳ ಉದ್ಯಮಗಳಿಗೆ ಮಾರ್ಗದರ್ಶಿಯಾಗಬಹುದಾದ ಅಸ್ತ್ರಗಳನ್ನು, ಮೌಲ್ಯಗಳನ್ನು ಸಮರ್ಪಿಸುವುದು.

"ನಿಮ್ಮ ಸಫಲತೆ ಕೇವಲ ನಿಮ್ಮ ಸಾಫಲ್ಯವಲ್ಲ". ನಿಮ್ಮ ಜಯದ ಹಾದಿಯಲ್ಲಿ ಯುವ ಪೀಳಿಗೆಗೆ ನೀವು ಅತ್ಯಂತ ಅವಶ್ಯಕವಾದ ಸ್ಫೂರ್ತಿದಾಯಕ ಆದರ್ಶವ್ಯಕ್ತಿಯಾಗುವ ಒಂದು ಸುವರ್ಣ ಅವಕಾಶ. ಸಣ್ಣ ಉದ್ಯಮಿಯ ಪಯಣದಲ್ಲಿ ಸಾಮಾಜಿಕ ಕಳಕಳಿಯುಳ್ಳ ನಿಮ್ಮ ಕಾರ್ಯಗಳಿಗೆ ನಿಮ್ಮ ತನು, ಮನ ವ್ಯಯಿಸುವಷ್ಟು ಅವಕಾಶ ಖಂಡಿತ ಇರುತ್ತದೆ. ಅಂತಹ ಕಾರ್ಯಕ್ರಮಗಳು ಚಿಕ್ಕ ಪ್ರಮಾಣದ್ದೇ ಆಗಿರಬಹುದು. ಆದರೆ ಅದು ಸಮಾಜಕ್ಕೆ ಒಳಿತನ್ನು ಉಂಟು ಮಾಡುವಂತಹದಾಗಿರಬೇಕು. ಇಂತಹುದೇ ಒಂದು ಕಾರ್ಯಕ್ರಮದಲ್ಲಿ ನಾನು ನನ್ನನ್ನು ತೊಡಗಿಸಿಕೊಂಡಿದ್ದೇನೆ. ಅದು ಬ್ಲಿಸ್- BLISS - Bring Light in Small Steps (ಬ್ರಿಂಗ್ ಇನ್ ಲೈಟ್ ಇನ್ ಸ್ಮಾಲ್ ಸ್ಟೆಪ್ಸ್). ಅವಕಾಶ ವಂಚಿತ ಮಕ್ಕಳಲ್ಲಿ ಅಂಧತ್ವವನ್ನು ನಿಯಂತ್ರಿಸುವುದು ಈ ಕಾರ್ಯಕ್ರಮದ ಉದ್ದೇಶ.

ದೃಷ್ಟಿಕೋನ ಮತ್ತು ನೋಟಗಳ ನಡುವಣ ವ್ಯತ್ಯಾಸ

ಹೀಗೆ ಒಂದು ದಿನ, ನನ್ನ ಮನೆಯಲ್ಲಿನ ಪುಸ್ತಕಗಳನ್ನು ಕ್ಲೀನ್ ಮಾಡುತ್ತಿರುವಾಗ ನನ್ನ ಕಡತ ಒಂದರಿಂದ ಹೊರಗೆ ಅಣುಕುತ್ತಿದ್ದ ಒಂದು ಚೀಟಿ ನನ್ನ ಗಮನ ಸೆಳೆಯಿತು. ಅದರಲ್ಲಿ ಹೀಗೆ ಬರದಿತ್ತು:

"ಹಿರಿಯ ಇಂಗ್ಲೀಷ್ ಕವಿಯಾದ ಜಾನ್ ಮಿಲ್ಟನ್‌ರ ಪತ್ನಿಯು ಕವಿಯು ತಮ್ಮ ಊರುಗೋಲನ್ನು ಹಿಡಿದು ದೈನಂದಿನ ವಿಹಾರಕ್ಕೆ ಹೊರಟಾಗ ಅವರನ್ನು ನೀವು ಸರಿಯಾಗಿನೋಡಲು ಸಾಧ್ಯವಾಗದಿದ್ದರೂ, ಪ್ರತಿ ದಿನದ ವಾಯುವಿಹಾರಕ್ಕೆ ವಾಕಿಂಗ್ ಹೋಗುವಿರಿ. ಇದರಿಂದ ಏನನ್ನು ಗಳಿಸಿದಿರಿ ಎಂದು ರೇಗಿಸುತ್ತಿದ್ದರು. ಆಗ ಕವಿಯು ತಮ್ಮ ಸಹಜವಾದ ಕಾವ್ಯದ ಶೈಲಿಯಲ್ಲಿ ಹಕ್ಕಿಗಳ ಕಲರವ, ತಂಪಾದ ಗಾಳಿ ನನ್ನನ್ನೂ ಸ್ಪರ್ಶಿಸುತ್ತಾ ಮುದ್ದಿಸುತ್ತವೆ. ಮುಂಜಾನೆಯ

ತಂಗಾಳಿಯಲ್ಲಿ ಕತ್ತಲನ್ನು ಭೇದಿಸಿ ಹೊಮ್ಮುವ ಮಬ್ಬೆಳಕನ್ನು ತರುವ ವರ್ಣಾತೀತವಾದ ಸೌಂದರ್ಯವನ್ನು ಆಸ್ವಾದಿಸಲು ಹೋಗುತ್ತೇನೆ ಎಂದು ಉತ್ತರಿಸಿದರು.

ಇದನ್ನು ಪೂರ್ತಿಯಾಗಿ ಬೇರ್ಪಡಿಸಿಕೊಳ್ಳಲಾಗದ ಅವರ ಪತ್ನಿಯು ನಿಮಗೆ ದೃಷ್ಟಿಯೇ ಇಲ್ಲದೆ ಸೌಂದರ್ಯವನ್ನು ಹೇಗೆ ನೋಡುವಿರಿ ಎಂದು ಮರುಪ್ರಶ್ನಿಸಿದರು. ಆಗ ಕವಿಯು ಸೌಂದರ್ಯವನ್ನು ಆಸ್ವಾದಿಸಲು ಬಾಹ್ಯ ಕಣ್ಣುಗಳು ಬೇಕಾಗಿಲ್ಲ. ಸೌಂದರ್ಯವನ್ನು ಅನುಭವಿಸಲು ಬೇಕಾಗಿರುವುದು ನಮ್ಮ ಅಂತರದೃಷ್ಟಿ ಎಂದರು. ಸೌಂದರ್ಯ ಅಂತರಂಗದಲ್ಲಿದೆ".

ಪ್ಯಾರಡೈಸ್ ಲಾಸ್ಟ್ ಅಂಡ್ ಪ್ಯಾರಡೈಸ್ ರೀಗೈನ್ಡ್ ಎಂಬ ಎರಡು ಅದ್ಭುತವಾದ ಮಹಾಕಾವ್ಯಗಳನ್ನು ರಚಿಸಿದ ಕವಿ ಮಿಲ್ಟನ್. ಒಬ್ಬ ಅಂಧಕವಿ ಹೇಗೆ ತಮ್ಮ ಸ್ಫೂರ್ತಿದಾಯಕ ಪದಪುಂಜಗಳಿಂದ ಸೌಂದರ್ಯವನ್ನು ವರ್ಣಿಸಿ, ಸಾವಿರಾರು ಜನಗಳ ಗಮನ ಸೆಳೆದಿರುವುದರಲ್ಲಿ ಯಶಸ್ವಿಯಾದರು ಎಂದು ಬೆರಗು ಮೂಡಿಸುತ್ತದೆ. ಮಿಲ್ಟನ್ರ ವಿಶಿಷ್ಟವಾದ ನಿರೂಪಣಾ ಶೈಲಿ, ಹಾಗೂ ಕಾವ್ಯವಾಚಕ ಶೈಲಿಯು ಓದುಗರ ಮನದಲ್ಲಿ ಅಚ್ಚಳಿದಿದೆ.

ಆದರೆ ನನ್ನದೇ ಸ್ವಂತ ಅನುಭವದ ನಂತರ, ಈ ಪ್ರಶ್ನೆಗೆ ಉತ್ತರ ಸಿಕ್ಕಿತ್ತು. ನಾನು ನನ್ನ ದೃಷ್ಟಿಯನ್ನು ಕಳೆದುಕೊಂಡಾಗ ನನಗೆ ಅರಿವಾದ ಸಂಗತಿ ಎಂದರೆ ನಾವು ನಮ್ಮ ಗುರಿಯನ್ನು ಮುಟ್ಟಲು ಬೇಕಾಗಿರುವುದು ನಮ್ಮ ದೃಷ್ಟಿ ಮತ್ತು ಛಲ. ಸಾಧಾರಣ ನೋಟಕ್ಕೂ ಗುರಿ ಸಾಧನೆಗೂ ಯಾವುದೇ ಸಂಬಂಧವಿಲ್ಲವೆಂದು ನಮ್ಮೊಳಗಿನ ದೃಢತೆ ಹಾಗೂ ಶಕ್ತಿ ಜಾಗೃತಗೊಂಡರೆ ಸಾಕು, ನಾವು ಏನು ಬೇಕಾದರೂ ಸಾಧಿಸಬಹುದು.

ನಾನು ಯುವಕನಾಗಿದ್ದಾಗ ನಡೆದ ಒಂದು ನತದೃಷ್ಟ ಅಪಘಾತದಲ್ಲಿ ನನ್ನ ದೃಷ್ಟಿಯನ್ನು ಕಳೆದುಕೊಂಡು ಅಂಧನಾದೆ. ಆ ನನ್ನ ಕತ್ತಲ ದಿನಗಳಲ್ಲಿ ನನ್ನನ್ನು ಕೈ ಹಿಡಿದು ನಡೆಸಿದ್ದು ನನ್ನ ಆರಾಧ್ಯ ದೈವ ಶ್ರೀ ಸತ್ಯಸಾಯಿ ಬಾಬ. ಈ ಪುಸ್ತಕವು ಅವರಿಗೆ ಅರ್ಪಿತ. ನನ್ನ 20-20 ದೃಷ್ಟಿಯನ್ನು ಮರುಕಳಿಸಿದ, ಶ್ರೀಸ್ವಾಮಿಗೆ ಇದು ಚಿಕ್ಕದಾದ ಒಂದು ಅರ್ಪಣೆ ಅಷ್ಟೆ.

20-20 ನೋಟ ಎಂದರೆ ಏನು. ಅಥವಾ ಪರಿಪೂರ್ಣ ನೋಟ ಎಂದರೆ ಎಂದು ಆಲೋಚಿಸುತ್ತಿದ್ದ ನನಗೆ, ಸೀಮಿತ ನೋಟದ ನನ್ನ ಅನುಭವದಲ್ಲಿ ಅರ್ಥವಾದ ವಿಷಯವೆಂದರೆ, ನಾನು ನೋಟವನ್ನು ಕಳೆದುಕೊಂಡು ದೃಷ್ಟಿಯನ್ನುಗಳಿಸಿದೆ ಎಂಬುದು. ನೋಟ ಎಲ್ಲರಿಗೂ ಕಾಣಿಸುವುದು. ಆದರೆ ದೃಷ್ಟಿ, ಅರಿವು ಕೇವಲ ನಮಗೆ ಮಾತ್ರ ಕಾಣಿಸುವ, ನಾವು ಮಾತ್ರ ಅನುಭವಿಸಲು ಗ್ರಹಿಸಲು ಸಾಧ್ಯವಾದ ಒಂದು ಶಕ್ತಿ.

ಇಂತಹ ದೃಷ್ಟಿಯನ್ನು ಬೇರೆಯವರು ಮಾಡದ ಕಾಯಕದೊಂದಿಗೆ ಸಂಯೋಜಿಸಿದರೆ, ಅದೊಂದು ಶಕ್ತಿಶಾಲಿಯಾದ ಬಂಧವಾಗಿ ಏನಾದರೂ ಸಾಧಿಸಲು ಸಹಾಯಕಾರಿಯಾಗುತ್ತದೆ.

ನನ್ನ ನೋಟವು ಪರಿಪೂರ್ಣ ಅಲ್ಲದಿದ್ದರೂ, ಚುರುಕಾದ ಚಿಂತನಾ ಶೀಲತ್ವ ಮತ್ತು ಗ್ರಹಣಶಕ್ತಿ ನನ್ನಲ್ಲಿತ್ತು. ಇಂತಹ ಸಮಯದಲ್ಲಿ ನಾನು ಆಕಸ್ಮಿಕವಾಗಿ ಕಂಡುಕೊಂಡ ಒಂದು ವಿಷಯವೇ, ಈ ಪುಸ್ತಕ ರಚನೆಗೆ ನಾಂದಿ ಹಾಡಿತು. ವಿವಿಧ ಉದ್ಯಮಗಳನ್ನು ಹತ್ತಿರದಿಂದ ನೋಡಿ ಅರ್ಥ ಮಾಡಿಕೊಂಡು ಹಾಗೂ ಅಂತಹ ಉದ್ಯಮಗಳಿಗೆ ನನ್ನದೇ ಆದ ರೀತಿಯಲ್ಲಿ ಸಹಾಯ ಮಾಡುವಂತಹ ಅವಕಾಶ ನನಗೆ ಸಿಕ್ಕಿತ್ತು. ಇಂತಹ ಹಲವು ಅವಕಾಶದಲ್ಲಿ ನಾನು ಗ್ರಹಿಸಿದ ಒಂದಂಶವೆಂದರೆ, ಪ್ರತಿಯೊಂದು ವ್ಯಾಪಾರವು ತನ್ನದೇ ಆದ ವಿಶಿಷ್ಟವಾದ ಶೈಲಿಯಲ್ಲಿ ನಡೆದುಕೊಂಡು ಹೋಗುತ್ತದೆ. ಅಲ್ಲಿ ಒಂದು ನಿಶ್ಚಿತವಾದ ಕಾರ್ಯತತ್ವ ಇರಲಿಲ್ಲ. ಇದನ್ನು ನಾನು ಬೇರ್ಪಡಿಸಲಾಗದ ಅವಳಿ ಸೂತ್ರಗಳು ಎಂದು ಕರೆಯುತ್ತೇನೆ ನಾನು ಇಂತಹ ತತ್ವಗಳನ್ನು ಪಟ್ಟಿಮಾಡಿ ಜೀವನದ ಆಯಾಮಗಳಲ್ಲಿ ಅಳವಡಿಸಿಕೊಂಡು ನೋಡಿದೆ. ಅದು ಸೂಕ್ತ ಹಾಗೂ ಅವಶ್ಯಕ ಎಂದು ನನಗನ್ನಿಸಿತ್ತು.

ಹನ್ನೆರಡು ಅವಳಿ ಜವಳಿ ಸೂತ್ರಗಳು

ಬೇರ್ಪಡಿಸಲಾಗದ ಹನ್ನೆರಡು ಅವಳಿ ಜವಳಿ ಸೂತ್ರಗಳು ಇಲ್ಲಿವೆ. ಇದಕ್ಕೆ ಯಾವುದೇ ನಿಯಮಿತ ಕ್ರಮವಿಲ್ಲ. ಆದರೆ ಅವಳಿಗಳು ಮಾತ್ರ ಒಂದೇ ನಾಣ್ಯದ ಎರಡು ಮುಖಗಳಂತೆ.

1. ಮೌಲ್ಯಗಳು ಮತ್ತು ನವೀಕರಣ
2. ಕನಸುಗಾರರು ಮತ್ತು ನನಸುಗಾರರು
3. ಕೊಡುವುದು ಮತ್ತು ಕೊಳ್ಳುವುದು
4. ನಾಯಕ ಮತ್ತು ತಂಡ
5. ಸಮಯ ಮತ್ತು ಸಂಬಂಧ
6. ಜ್ಞಾನ ಮತ್ತು ಜ್ಞಾನದ ಅಳವಡಿಕೆ
7. ವಿಭಿನ್ನವಾದುದನ್ನು ಮಾಡುವುದು ಮತ್ತು ವಿಭಿನ್ನವಾಗಿ ಮಾಡುವುದು
8. ಪರಿಶ್ರಮ ಮತ್ತು ಚತುರತೆ

೯.   ದಕ್ಷತೆ ಮತ್ತು ಪರಿಣಾಮಕಾರಿತ್ವ
10. ಆಲೋಚನೆ ಮತ್ತು ಕಾರ್ಯಾನುಷ್ಠಾನ
11. ಪ್ರಾಮಾಣಿಕತೆ ಮತ್ತು ಸಮೃದ್ಧತೆ
12. ಮನಸ್ಸು ಮತ್ತು ಬುದ್ಧಿ

ಈ ಪುಸ್ತಕದ ವಿನ್ಯಾಸವೇನು?

ಪ್ರತಿಯೊಂದು ಅವಳಿ ಸೂತ್ರವನ್ನು ವಿಶ್ಲೇಷಿಸುವಂತಹ ಒಂದು ಕಥೆಯನ್ನು ಹೆಣೆಯಲಾಗಿದೆ. ಆ ಕಥೆಯಲ್ಲಿ ಹೇಗೆ ಎರಡೂ ಅವಳಿಗಳ ಸಹಬಾಳ್ವೆ ಅಗತ್ಯ ಎಂದು ವರ್ಣಿಸಲಾಗಿದೆ. ಈ ಅವಳಿ ಸೂತ್ರಗಳು ಒಂದೇ ನಾಣ್ಯದ ಎರಡು ಮುಖಗಳಂತೆ. ತಪ್ಪಾಗಿ ಮುದ್ರಿತ ನಾಣ್ಯಕ್ಕೆ ಬೇಡಿಕೆ ಹೆಚ್ಚಾದರೂ ಅದು ಚಲಾವಣೆಯಲ್ಲಿರಲು ಸಾಧ್ಯವಿಲ್ಲ. ಅದು ಸಂಗ್ರಹಾಲಯದಲ್ಲಿಡಲು ಯೋಗ್ಯವಾದ ನಾಣ್ಯ. ಹಾಗೆಯೇ ತಪ್ಪು ತತ್ತ್ವಗಳ ಆಧಾರದ ಮೇಲೆ ಸ್ಥಾಪಿಸಿಕೊಂಡ ಉದ್ಯಮಿಯು ಸಹ ಗೆಲುವು ಕಾಣಬಹುದು. ಆದರೆ ಅಂತಹ ಗೆಲುವು ಕ್ಷಣಿಕ. ದೀರ್ಘಾಯು ಅಲ್ಲ ಎಂದು ಅವರು ತಿಳಿಯಬೇಕು.

ತಮ್ಮದೇ ಆದ ಅಸ್ತಿತ್ವವನ್ನು ಹೊಂದಿರುವ ಈ ಪ್ರತಿಯೊಂದು ಅವಳಿ ಜವಳಿ ಸೂತ್ರಗಳು ಅಪ್ರತಿಮವಾದುದವು. ಈ ಅಪ್ರತಿಮ ತತ್ತ್ವಗಳೇ ಒಬ್ಬ ಯಶಸ್ವಿ ಉದ್ಯಮಿಯ ಗುಟ್ಟು.

ಸಾಮಾನ್ಯವಾದ ನೋಟವನ್ನು ಒಂದು ಸ್ಫೂರ್ತಿದಾಯಕ ದೃಷ್ಟಿಕೋನವಾಗಿ ಮೂಡಿಸುವುದು, ಒಂದೇ ಕಣ್ಣಿಂದ ನೋಟ ಕಂಡರು, ಎರಡು ಕಣ್ಣುಗಳಿಂದ ನೋಡಿದಾಗ ದೃಶ್ಯ ಸ್ಪಷ್ಟವಾಗಿರುತ್ತದೆ. ಇದನ್ನೇ ಶಕ್ತಿ ಎನ್ನುವುದು. ಮೂರನೇ ಆಯಾಮವನ್ನು ರಚಿಸುವುದು, ಒಳನೋಟ, ನೋಟ ಮತ್ತು ದೃಷ್ಟಿಯನ್ನು ವಿಂಗಡಿಸಿ ವ್ಯತ್ಯಾಸವನ್ನು ತಿಳಿಸುತ್ತದೆ.

ಈ ಪುಸ್ತಕದ ಓದಿದ ನಂತರ ನೀವು ಕಂಡುಕೊಳ್ಳುವುದಾದರೂ ಏನು? ಯಶಸ್ವಿ ವ್ಯಕ್ತಿಗಳ ಯಶದ ಗುಟ್ಟು. ಯಶಸ್ವಿ ಉದ್ಯಮಿಗೂ, ಅಲ್ಪಾಯು ಉದ್ಯಮಿಗೂ ಇರುವ ವ್ಯತ್ಯಾಸವೇನೆಂದು ನೀವು ನನ್ನನ್ನು ಕೇಳಿದರೆ ಅದಕ್ಕೆ ಉತ್ತರ ಈ ಪುಸ್ತಕದಲ್ಲಿರುವ ಹನ್ನೆರಡು ಅವಳಿ ಜವಳಿ ಸೂತ್ರಗಳಲ್ಲಿ ಇದೆ.

ಈ ಹನ್ನೆರಡು ಅವಳಿ ಜವಳಿಗಳು ಸ್ವಾವಲಂಬಿಗಳು. ಒಂದರ ಮೇಲೊಂದು ಅವಲಂಬಿಸಿಲ್ಲ. ಆದರೆ ಎರಡೂ ಅವಳಿಗಳ ಸಮ್ಮಿಲನ ಒಂದು ವಿನೂತನವಾದ ಶಕ್ತಿಯನ್ನು ಉಂಟು ಮಾಡುತ್ತದೆ. ಅವುಗಳು ಜೊತೆಗಿದ್ದು ಸೃಷ್ಟಿ ಮಾಡುವ ಸಂಚಲನವೇ ಆಶ್ಚರ್ಯಕರವಾಗಿದೆ.

ಉದಾಹರಣೆಗೆ, ನನ್ನ ಮೊದಲನೆ ಅವಳಿ ಜವಳಿ ಸೂತ್ರವಾದ ನವೀಕರಣ ಹಾಗೂ ಮೌಲ್ಯ. ನವೀಕರಣ ಪ್ರತಿಯೊಬ್ಬ ಉದ್ಯಮಿಯ ಯಶಸ್ಸಿಗೆ ಅತ್ಯಗತ್ಯ. ಆದರೆ ಅದನ್ನು ಮೌಲ್ಯಗಳ

ಜೊತೆ ಸೇರಿಸಿದಾಗ ಹೊಮ್ಮುವ ಫಲಿತಾಂಶ ಪ್ರಶಂಸಾರ್ಹ. ನವೀಕರಣ ವಿನಾಶಕಾರಿಯೂ ಹೌದು. ಅಣುಶಕ್ತಿಯನ್ನು ನೆನಪು ಮಾಡಿಕೊಳ್ಳಿ. ಆದರೇ ಸೃಜನಶೀಲತೆಯನ್ನು ಮಾನವೀಯ ಮೌಲ್ಯಗಳ ಜೊತೆ ಜೋಡಣೆಯಾದಾಗ, ಸೃಷ್ಟಿಯಾಗುವ ಪರಿಣಾಮ ಅತ್ಯಂತ ಪ್ರಸ್ತುತವಾದ ಏನನ್ನಾದರೂ ಸಾಧಿಸಬಹುದಾದಂತಹ ಶಕ್ತಿ. ಹಾಗಂತ, ಈ ತತ್ವಗಳು ಏಕಾಂಗಿಯಾಗಿ ಪರಿಣಾಮಕಾರಿಯಲ್ಲಂತಲ್ಲ. ಒಗ್ಗಟ್ಟಿನಲ್ಲಿ ಬಲ ಎಂಬಂತೆ ಜೊತೆ ಸೇರಿದಾಗ ಬರುವ ಫಲಿತಾಂಶ ಮೂರು ಪಟ್ಟು ಮತ್ತು ಅದಕ್ಕೂ ಹೆಚ್ಚು.

ನಿಮ್ಮನ್ನು ನೀವು ಎಂದಾದರೂ ಅನಗತ್ಯ ಹೋರಾಟದಿಂದ ಹೊರಬರುವ ತಂತ್ರ ಯಾವುದು ಹಾಗೂ ಉತ್ತಮವಾದ ಮಾರ್ಗೋಪಾಯ ಯಾವುದೆಂದು ಪ್ರಶ್ನಿಸಿಕೊಂಡಿದ್ದೀರ? ಹಾಗಾದರೆ ಈ ಪುಸ್ತಕ ಓದಿ.

ಈ ಪುಸ್ತಕವು ನಿಮಗೆ ನಿಜ ಜೀವನದಲ್ಲಿ ನಡೆದ ಹಲವು ಸನ್ನಿವೇಶಗಳನ್ನು ಉಪಮೆಗಳನ್ನು ಉದಾಹರಣೆಯಾಗಿ ನೀಡುತ್ತದೆ. ಹಾಗೂ ಅಂತಹ ಸನ್ನಿವೇಶಗಳಿಂದ ಹೊರ ಬಂದ ತತ್ವಗಳನ್ನು ನಿಮ್ಮದಾಗಿಸಲು ಪ್ರೇರೇಪಿಸುತ್ತದೆ ಮತ್ತು ಸಾಮಾಜಿಕ ಕಾಳಜಿಯಿಂದ ಯುವ ಜನತೆಯನ್ನು ಬಲಶಾಲಿಗಳನ್ನ ಮಾಡಲು ಪಣ ತೊಟ್ಟಿರುವ ಸ್ಫೂರ್ತಿಯುತ ಜನಗಳ ಸಾಲಿಗೆ ತಂದು ನಿಲ್ಲಿಸುತ್ತದೆ. ದಯಮಾಡಿ ಓದಿ ಹಾಗೂ ನಮ್ಮೊಡನೆ ಕೈ ಜೋಡಿಸಿ

ನಮ್ಮ ಕಥೆಗಾರರು

ಸಮಯದ ಅಭಾವವಿರುವ ಇಂದಿನ ದಿನಗಳಲ್ಲೂ, ಮನುಷ್ಯರ ಗಮನವನ್ನು ಹಿಡಿದಿಟ್ಟುಕೊಂಡು ಅವರ ಕಲ್ಪನಾಶಕ್ತಿಯನ್ನು ಉತ್ತೇಜಿಸಿರುವ ಏಕ ಮಾತ್ರ ಸಾಧನವೆಂದರೆ ಕಥೆ ಹೇಳುವ ಕಲೆ. ನನ್ನ ಈ ಹನ್ನೆರಡು ಅವಳಿ ಜವಳಿ ಸೂತ್ರಗಳ ಬಗ್ಗೆ ಗದ್ಯ ರೂಪದಲ್ಲಿ ಹೇಳುವುದಕ್ಕಿಂತ ಕಥಾಶೈಲಿಯಲ್ಲಿ ಹೇಳುವುದು ಸಮಂಜಸವೆಂದು ನನಗನ್ನಿಸಿತು. ಅದರಿಂದ ಅವಳಿಗಳನ್ನು ದಂತಕಥೆಗಳ ಮೂಲಕ ನಿಮ್ಮ ಮುಂದೆ ಪ್ರಸ್ತುತ ಪಡಿಸಿದ್ದೇನೆ. ಅವಳಿ ಜವಳಿ ಆನೆಗಳಾದ ಸಂಟು ಮತ್ತು ಐಶಿಯನ್ನು ಆಕಸ್ಮಿಕವಾಗಿ ಭೇಟಿ ಮಾಡುವ ಲಕ್ಕಿಯ ಸೃಷ್ಟಿಸಿದ ಸಂಭಾಷಣೆಯ ಸಂಕಲನ, ಆನೆಗಳು ಕಂಡುಕೊಂಡ ಅನುಭವವೇ ಈ ಕಥೆಗಳು.

ಸಂಟುನ ಪರಿಚಯ

ನಾನ್ನೊಂದು ಸುಂದರವಾದ ಆನೆ. ನನ್ನ ಹೆಸರು ಹ್ಯಾಪಿ, ಅಂದರೆ ಸಂತೋಷ. ಹಾಗಾಗಿ, ನನ್ನ ಕನ್ನಡದ ಸ್ನೇಹಿತರು 'ಸಂತೋಷ' ಎಂಬುದನ್ನು ಚುಟುಕು ಮಾಡಿ, 'ಸಂಟು' ಎಂದು ಪ್ರೀತಿಯಿಂದ ಕರೆಯುತ್ತಾರೆ.

ಪ್ರತಿಯೊಂದು ವಿಷಯದ ಬಗ್ಗೆಯೂ ನಂಗೆ ತುಂಬಾ ಒಳ್ಳೆ ಅಭಿರುಚಿ ಇದೆ. ಹೃದಯವಂತ ನಂಬಿಕೆಗೆ ಅರ್ಹನಾದವನು, ಕರುಣಾಮಯಿ ಅಂತಾ ಎಲ್ಲ್ರಾ ನನ್ನ ಹೆಚ್ಚಾಗಿ ಇಷ್ಟಪಡುತ್ತಾರೆ.

ಆನೆಗಳು ಅಂದರೆ ಭಾವನೆಗಳಿಲ್ಲದ ಪ್ರಾಣಿಗಳಲ್ಲ. ನಾವು ಮನುಷ್ಯರ ಹಾಗೆ ನಗ್ತೀವಿ, ಅಳ್ತೀವಿ, ಸಂತೋಷಪಡ್ತೀವಿ. ಯಾರಾದ್ರೂ ನಮ್ಮಿಂದ ದೂರಾದ್ರೆ ದುಃಖಾನುಪಡ್ತೀವಿ. ನಿಮ್ಮ ಹಾಗೆ ಸವಿನೆನಪುಗಳನ್ನು ಇಟ್ಕೊಂಡು ಬದುಕ್ತೀವಿ.

ನೋಡೋಕೆ ಶಕ್ತಿಶಾಲಿ ಆದ್ರೂ, ತುಂಬಾ ಸ್ನೇಹಮಯ ವ್ಯಕ್ತಿತ್ವ ನಮ್ಮು, ಮನುಷ್ಯರಿಗೆ ಸಹಾಯ ಮಾಡೋಕೆ ನಮ್ಮ ಕುಲ ಸದಾ ಸಿದ್ಧ.

ಪೂರ್ವದಲ್ಲಿ ಸಂಟು ಬದಲು ನನ್ನ ಹೆಸ್ರು ಬೇರೆ ಇತ್ತು. 'ನಾನು' ಎಂಬ ಅಹಂ ಮೂಡಿಸುವಂತೆ ಹೆಸ್ರು. ಸ್ವಾರ್ಥ ಇದ್ರೆ ನಾವು ನಾವಾಗಿರಲ್ಲ, ಬೇರೆ ವ್ಯಕ್ತಿತ್ವದಲ್ಲಿ ನಮ್ಮ ತನವನ್ನೇ ಕಳೆದುಕೊಂಡು ಬಿಡ್ತೀವಿ. ಅದಕ್ಕೇ ಎಲ್ಲರಲ್ಲೂ ಒಂದಾಗಿ ಬದುಕೋ ಪ್ರೀತಿಯ ಹೆಸರಾದ ಹ್ಯಾಪಿ ಅಂದರೆ ಸಂತೋಷ, 'ಸಂಟು' ಎಂದು ಮರುನಾಮಕರಣಗೊಂಡೆ. ಈಗ ನಿಸ್ವಾರ್ಥ ಜೀವಿಯಾಗಿ ಸದಾ ಸುಖಿಯಾಗಿದ್ದೇನೆ.

ನಾವು ಆನೆಗಳು, ಹಿಂಡಿನಲ್ಲಿಯೇ ಬದುಕೋ ಪ್ರಾಣಿ ಸಂಕುಲ. ಎಲ್ಲಾ ಆನೆಗಳಂತೆಯೇ ನಾನು ಕೂಡಾ ಕುಟುಂಬ ಜೀವಿ. ನಮ್ಮ ಗುಂಪಿನ ಒಂದು ಆನೆ ಕಣ್ಮರೆಯಾದ್ರೂ ಆತಂಕಗೊಂಡು ಹುಡುಕ್ತೀನಿ. ನಮ್ಮ ಕುಟುಂಬದವರ ಸುರಕ್ಷತೆಯೇ ನನ್ನ ಪ್ರಥಮ ಆದ್ಯತೆ. ಇದು ನಾನಿಷ್ಟಪಟ್ಟು ಮಾಡೋ ಕೆಲ್ಸ. ಬಹಳ ಶ್ರದ್ಧೆಯಿಂದ ಈ ಕಾಯಕ ಮಾಡ್ತೀನಿ.

ಒಮ್ಮೊಮ್ಮೆ ಮುಂದಾಗೋ ಅನಿರೀಕ್ಷಿತಗಳನ್ನು ಊಹಿಸಿಕೊಂಡು ಜಾಗರೂಕನಾಗಿ ಪರಿಹಾರ ಹುಡುಕಿ ಇಟ್ಟಿರ್ತೀನಿ. ಅಷ್ಟರಮಟ್ಟಿಗೆ ನಾನು ನನ್ನ ಕುಟುಂಬದ ಹೊಣೆ ಹೊತ್ತಿದ್ದೇನೆ. ಇದು ನನ್ನ ಬಗ್ಗೆ ಒಂದಿಷ್ಟು ಪರಿಚಯ.

ಇನ್ನ ನನ್ನ ತಂಗಿ ಬಗ್ಗೆ ಒಂದಿಷ್ಟು ಮಾಹಿತಿ ಕೊಡ್ತೀನಿ. ನಾನು ಮತ್ತು ನನ್ನ ತಂಗಿ ಐಶೀ ಇಬ್ರೂ ಅವಳಿ-ಜವಳಿಯಾಗಿ ಹುಟ್ಟಿದ್ದೀವಿ. ಐಶೀ ತುಂಬಾ ಮುದ್ದು, ಈಗ ಅವಳನ್ನು ನೀವೇ ಪರಿಚಯ ಮಾಡ್ಕೊಳ್ಳಿ.

ಐಶೀಯ ಪರಿಚಯ

ನಮಸ್ಕಾರ, ನನ್ನ ಹೆಸರು ಐಶ್ವರ್ಯ. ನಾನು ಸುಂದರವಾದ ರೂಪವತಿ ಹೆಣ್ಣಾನೆ. ನಮ್ಮ ಗುಂಪಿನಲ್ಲಿ ನನ್ನನ್ನು ಪ್ರೀತಿಯಿಂದ 'ಐಶೀ' ಎಂದು ಕರೆಯುತ್ತಾರೆ. ತುಂಬ ಬುದ್ಧಿವಂತಿಳಾದ ನಾನು

ನಮ್ಮ ಗುಂಪಿನ 'ಆಕರ್ಷಣೆಯ ಕೇಂದ್ರ ಬಿಂದು'. ಸದಾ ಎಲ್ಲರ ಗಮನ ನನ್ನ ಮೇಲಿರಬೇಕೆಂಬ ಮಹದಾಸೆ ನನ್ನದು. ಹಾಗಾಗಿ ಎಲ್ಲರ ಜೊತೆ ಸುಲಭವಾಗಿ ಬೆರೆಯುತ್ತೇನೆ. ಪ್ರತಿ ಕೆಲಸವನ್ನು ಅಚ್ಚುಕಟ್ಟಾಗಿ ನಿರ್ವಹಿಸಿ ಸೈ ಎನಿಸಿಕೊಳ್ಳುತ್ತೇನೆ.

ನನ್ನನ್ನು ಎಲ್ಲರೂ ಮಿಸ್ ಪ್ರಾಸ್ಪರಿಟಿ ಅಂದರೆ ಸಮೃದ್ಧಿಯ ಸಂಕೇತ ಎನ್ನುತ್ತಾರೆ. ಹೀಗಾಗಿ ಐಶೀಯಾಗಿದ್ದೇನೆ. ನನ್ನ ಆಂಗ್ಲ ಭಾಷಿಗ ಗೆಳೆಯರು 'ಪ್ರಾಪಿ' ಎಂದು ಕರೆಯುತ್ತಾರೆ.

ನಾನೊಂದು 'ಚಿನ್ನದ ಗಣಿ' ಅನ್ನೋದು ನಮ್ಮವರ ಅಭಿಪ್ರಾಯ.

ಈಗ ನಮ್ಮ ಸಂಕುಲದ ಬಗ್ಗೆ ವಿವರವಾಗಿ ಹೇಳ್ತೇನಿ. ನಾವು ಆನೆಗಳು ಕೂಡ ಮನುಷ್ಯರಂತೆ ವೃತ್ತಿಪರರು. ಪ್ರವಾಸೋದ್ಯಮ, ಕಟ್ಟಡ ನಿರ್ಮಾಣ, ಸರ್ಕಸ್ ಮುಂತಾದ ಸ್ಥಳಗಳಲ್ಲಿ ಕೆಲಸ ಮಾಡ್ತೇವಿ.

ವೃತ್ತಿಪರತೆಯ ಜೊತೆ ಸೂಕ್ಷ್ಮ ಮನಸ್ಥಿತಿಯವರು ಆಗಿದ್ದೇವಿ. ನಮ್ಮ ಗುಂಪಿನ ಪುಟ್ಟ ಆನೆಗೆ ಒಂದಿಷ್ಟು ತೊಂದರೆ ಆದರೆ ನಮ್ಮ ಇಡೀ ಗುಂಪು ಅದರ ಜೊತೆಗಿದ್ದು ಸಂತೈಸುತ್ತೇವೆ.

ಸಸ್ತನಿಗಳಲ್ಲಿ ಆನೆಗಳು ಅತ್ಯಂತ ಬುದ್ಧಿವಂತ ಪ್ರಾಣಿಗಳು ಎನಿಸಿಕೊಂಡಿವೆ.

ನಾನೂ ಸಹ ಮುಗ್ಧ, ನೇರ, ಸರಳ ಸ್ನೇಹಮಯಿ ವ್ಯಕ್ತಿತ್ವದವಳು. ಜೊತೆಗೆ ಅತ್ಯಂತ ಜವಾಬ್ದಾರಿಯುಳ್ಳ ಶ್ರಮಜೀವಿ ಕೂಡಾ. ಹೀಗಾಗಿ ಎಲ್ಲರ ಪ್ರೀತಿಯನ್ನು ಗಳಿಸಿಕೊಂಡಿದ್ದೇನೆ. ನನ್ನ ಕಣ್ಣುಗಳಲ್ಲಿ ಪ್ರೀತಿಯು ಸದಾ ಚಿಮ್ಮುತ್ತಿರುತ್ತದೆ.

ಸ್ವಾಭಿಮಾನಿ ಹಾಗೂ ಸ್ವತಂತ್ರ ವ್ಯಕ್ತಿತ್ವದವಳಾದ ನನಗೆ ಆನೆಗಳ ಒಡನಾಟವೆಂದರೆ ಬಲು ಇಷ್ಟ.

ನಂಬಿಕೆ, ವಿಶ್ವಾಸ, ಗೌರವಗಳ ಅಡಿಪಾಯ. ಪ್ರತಿಫಲಾಪೇಕ್ಷೆ ಇಲ್ಲದೇ ಸಂಬಂದಗಳನ್ನು ಬೆಸೆಯುವ ಮನಸ್ಥಿತಿ ನನ್ನದು. ಗುಂಪಿನೊಳಗೊಂದಾಗಿ, ಗುಂಪಿನವರಿಂದ ಕಾಳಜಿಯನ್ನು, ಪ್ರೀತಿಯನ್ನು ಪಡೆದಿರುವ ಪರಮಸುಖಿ ಆನೆ ನಾನಾಗಿದ್ದೇನೆ.

70 ವರ್ಷಗಳಷ್ಟೇ ನಮ್ಮ ಆಯಸ್ಸಾಗಿದ್ದರೂ ಕೂಡಾ ನಾವೊಂದು ರೀತಿಯಲ್ಲಿ ಚಿರಂಜೀವಿಗಳೇ, ಹೇಗೆಂದರೆ ನಿಮ್ಮ ಬಟ್ಟೆಗಳ ಮೇಲೆ, ನಿಮ್ಮ ಇತರೆ ಸಾಮಗ್ರಿಗಳ ಮೇಲೆ ಗುರುತಾಗಿ ನಿಮ್ಮ ಹೃದಯಲ್ಲಿ ಅಚ್ಚೊತ್ತಿದ್ದೇವೆ.

ಇದೇ ನಮ್ಮ ಬದುಕಿನ ಪರಿಪೂರ್ಣತೆ.

ಲಕ್ಕಿಯ ಪರಿಚಯ:

ಕೊನೆಯದಾಗಿ, ನಾನು ಮಾಡಬೇಕಿರುವ ಕೆಲಸವೆಂದರೆ ಆನೆಗಳ ಜೊತೆ ಸಂಭಾಷಿಸುವ ಲಕ್ಕಿಯ ಪರಿಚಯ. ಲಕ್ಕಿ ಒಬ್ಬ ಸರಣಿ ಉದ್ಯಮಿ. ಯುವ ಪೀಳಿಗೆಯ ಉದಯೋನ್ಮುಖ ಉದ್ಯಮಿಗಳನ್ನು ಉತ್ತೇಜಿಸಿ, ಉದ್ಯಮಗಳನ್ನು ಬೆಳೆಸಿ ನವೀಕರಿಸುವುದು ಅವನ ಧ್ಯೇಯ. ಅಷ್ಟೇ ಅಲ್ಲ, ಉದ್ಯಮಗಳ ನವೀಕರಣಕ್ಕೆ ಪ್ರೇರೇಪಿಸುವುದು ಅವನ ವಿಶೇಷತೆ. ಅವನು ಆನೆಗಳ ಜೊತೆ ಸಂಭಾಷಿಸಬಲ್ಲ. ಅವನು ಸಂಟು ಮತ್ತು ಐಶೀಯೊಡನೆ ನಡೆಸಿದ ಸಂಭಾಷಣೆಯ ಈ ಒಳನೋಟವೇ "ಅವಳಿ-ಜವಳಿ ಸೂತ್ರಗಳು". ಲಕ್ಕಿ ಆನೆಗಳ ಜೊತೆ ನಿಗ್ಗಳವಾಗಿ ಸಂಭಾಷಿಸಬಲ್ಲ. ಬಾಲ್ಯದಿಂದಲೂ ಈ ಪ್ರಾಣಿಗಳೊಡನೆ ಅವನ ಒಡನಾಟ ಇತ್ತು. ಅವುಗಳನ್ನು ಅರ್ಥ ಮಾಡಿಕೊಂಡು ಆನೆಗಳ ಜೊತೆ ಸಂವಾದಿಸುವ ಸುವರ್ಣ ಅವಕಾಶ ಅವನದಾಗಿತ್ತು.

ಅವನ ಮಾತುಗಳಲ್ಲೇ ಹೇಳುವುದಾದರೆ "ಹೆಲೋ ! ನಾನು ಲಕ್ಕಿ. ನನಗೆ ಆನೆಗಳೆಂದರೆ ವಿಶೇಷವಾದ ಆಸಕ್ತಿ. ಅವುಗಳ ಭಾಷೆಯನ್ನು ಅರ್ಥ ಮಾಡಿಕೊಂಡು ಅವುಗಳ ಜೊತೆ ಮಾತನಾಡಬಲ್ಲೆ. ಭೂಮಿಯ ಮೇಲೆ ಬದುಕಿರುವ ಅತ್ಯಂತ ದೊಡ್ಡ ಪ್ರಾಣಿ ಎಂದರೆ ಆನೆ. ಆನೆ ಸಸ್ಯಹಾರಿ ಹಾಗೂ ಆನೆಗಳು ಸ್ವಭಾವತಃ ಭೇಟೆಯಾಡುವ ಹತ್ಯೆಗೈಯುವಂತಹ ಪ್ರಾಣಿಗಳಲ್ಲ. ಆದರೆ, ಮನುಷ್ಯ ಕಾಡನ್ನ ನಾಶ ಮಾಡಿ, ಅವುಗಳ ಜೀವಕ್ಕೆ ಬೆದರಿಕೆ ತಂದೊಡ್ಡಿದ್ದಾನೆ.

ನಿಮಗೆ ಗೊತ್ತೇ? ನಾವು ಮಾನವರು ತಾಯಿಯ ಗರ್ಭದಲ್ಲಿ ಒಂಬತ್ತು ಮಾಸಗಳು ಇದ್ದು ಹೊರಬರುತ್ತೇವೆ. ಆದರೆ ಆನೆಗಳು, 22 ಮಾಸಗಳು ತಮ್ಮ ತಾಯಿಯ ಗರ್ಭದಲ್ಲಿ ಬೆಳೆಯುತ್ತವೆ. ಒಂದು ಆನೆ ಮರಿ, ಜನ್ಮ ಸಮಯದಲ್ಲಿ 105 ಕಿಲೋಗ್ರಾಮ್ ತೂಕ ಇರುತ್ತದೆ. ಬೆಳೆಯುತ್ತಾ,

ಬೆಳೆಯುತ್ತಾ, 105 ಕೆ.ಜಿ.ತೂಗುವ ಆನೆಯು, 30-40 ಪಟ್ಟು ಬೆಳೆಯುತ್ತದೆ. ಹತ್ತು ಅಡಿಗಿಂತ ಎತ್ತರಕ್ಕೆ ಬೆಳೆಯುವ ಗಜಗಳ ಸಹಜ ಆಯಸ್ಸು 50-70 ವರ್ಷಗಳು.

ಸಲಗಗಳು 2-3 ಘಂಟೆಗಳು ಮಾತ್ರ ನಿದ್ರಿಸುತ್ತವೆ. ಸೊಂಡಿಲು, ಮೂಗು ಮತ್ತು ಮೇಲ್ದುಟಿಯ ಒಂದು ವಿಶಿಷ್ಟ ಮಾರ್ಪಾಡು. ಸೊಂಡಿಲು ಅತಿ ಸೂಕ್ಷ್ಮ, ಆದರೆ ವಿಶಿಷ್ಟವಾದ ಬಹುಮುಖ ಉಪಯುಕ್ತತೆಯುಳ್ಳ ಅಂಗ. ಆನೆಗಳ ಕಿವಿ ಮತ್ತು ಮೂಗು ಚುರುಕಾಗಿದ್ದು, ತಮ್ಮ ಗುಂಪಿನೊಡನೆ ಸಂಪರ್ಕವನ್ನು ನೆಲದ ಮಾಲಕವೇ ಸಾಧಿಸುತ್ತವೆ. ಕಾಲುಗಳಿಗೆ ಶ್ರವಣಶಕ್ತಿ ಇದ್ದು ಸೂಕ್ಷ್ಮ ಸಂದೇಶಗಳನ್ನು ರವಾನಿಸಲು ಯಶಸ್ವಿಯಾಗಿವೆ. ತಮ್ಮ ಬುದ್ಧಿವಂತಿಕೆ ಹಾಗೂ ಜ್ಞಾಪಕಶಕ್ತಿಗೆ ಹೆಸರು ವಾಸಿಯಾಗಿರುವ ಆನೆಗಳು ಬುದ್ಧಿವಂತಿಕೆಯ ಸಂಕೇತ. ಅರಿಸ್ಟಾಟಲ್ ಎಂಬ ತತ್ವಜ್ಞಾನಿಯು "ಆನೆಗಳು ಬುದ್ಧಿವಂತಿಕೆಯಲ್ಲಿ ಸಕಲ ಜೀವಿಗಳನ್ನು ಹಿನ್ನಟಿವೆ "ಎಂದು ಹೇಳಿದ್ದಾನೆ. ಇದು ಅಕ್ಷರಶಃ ಸತ್ಯ".

ಮೊದಲ ಭೇಟಿ

ಪರಿಪಕ್ವವಾದ ಅನುಭವಿ ಉದ್ಯಮ ಸಲಹೆಗಾರ ಹಾಗೂ ಉದ್ಯಮಿ ಲಕ್ಕಿಯು ತನ್ನ ಕೌಟುಂಬಿಕ ಕಾರ್ಯಕ್ರಮದಲ್ಲಿ ಭಾಗವಹಿಸಲು ದಕ್ಷಿಣ ಭಾರತದಲ್ಲಿನ ತನ್ನ ಮನೆಗೆ ಹೋಗಿದ್ದನು. ತನ್ನ ಮನೆಯಿಂದ ಹಿಂತಿರುಗಿ ಬರುತಿರುವಾಗ, ರಸ್ತೆಯ ಬದಿಯಲ್ಲಿ ಎರಡು ಆನೆಗಳನ್ನು ಲಕ್ಕಿ ನೋಡಿದನು. ಅವುಗಳನ್ನು ಹಿಂಬಾಲಿಸಿ ಅವುಗಳ ಚಟುವಟಿಕೆಗಳನ್ನು ತನ್ನ ಕಾರಿನಲ್ಲೇ ಕುಳಿತು ಕುತೂಹಲದಿಂದ ವೀಕ್ಷಿಸಲಾರಂಭಿಸಿದನು. ಕಾರಿನ ಇಂಜಿನ್ ಅನ್ನು ಸ್ತಬ್ಧ ಮಾಡಿದನು. ಹಾಗೂ ಕಾರಿನ ಕಿಟಕಿಯ ಗಾಜಿನೊಳಗಿನಿಂದ ಆನೆಗಳನ್ನು ನೋಡಲಾರಂಭಿಸಿದನು. ಈ ಪ್ರಾಣಿಗಳು ಮಂತ್ರಮುಗ್ಧರಾಗಿ ತಮ್ಮ ಸೊಂಡಿಲುಗಳಿಂದ ಬೃಹದಾಕಾರದ ಮರದ ದಿಬ್ಬಿಗಳನ್ನು ಕಾಡಿನ ಒಂದು ಕಡೆಯಿಂದ ಇನ್ನೊಂದು ಕಡೆಗೆ ಸಾಗಿಸುತ್ತಿದ್ದವು. ಹಾಗೆ ಮಾಡುತ್ತ ಪರಸ್ಪರ ಮಾತನಾಡಿಕೊಳ್ಳುತ್ತಿದ್ದವು. ಲಕ್ಕಿ ತನ್ನ ಕಾರಿನಿಂದ ಕೆಳಗಿಳಿದು, ಮೆಲ್ಲಗೆ ಆನೆಗಳ ಸಂಭಾಷಣೆಯನ್ನು ಕೇಳಿಸಿಕೊಳ್ಳಲು ಅವುಗಳ ಹಿಂದೆ ಸಾಗಿದನು.

ಆಗ ಆ ಆನೆಗಳ ಪೈಕಿ, ಹೆಣ್ಣಾನೆಯ "ನೋಡು, ಇಲ್ಲಿ ನೋಡು, ಇದು ಈ ತರಹ" ಎಂದು ಹೇಳುತ್ತಿದ್ದುನ್ನು ಕೇಳಿಸಿಕೊಂಡನು. ಅವುಗಳ ಪರಿಚಯ ಮಾಡಿಕೊಂಡ ಮೇಲೆ ಲಕ್ಕಿಗೆ ಆ ಹೆಣ್ಣಾನೆ ಐಶೀ ಎಂದು ಗೊತ್ತಾಯಿತು. "ನಾವು ಅನೇಕ ವರ್ಷಗಳಿಂದ ಮಾಡಿದ್ದ ಕೆಲಸಗಳನ್ನು ಪದೇ ಪದೇ ಮಾಡುತ್ತಿದ್ದೇವೆ. ನಿನಗೆ ಇದರಿಂದ ಬೇಸರವಾಗಿಲ್ಲವೇ ಸಂಟು? ನನಗಂತು ಅತೀವ ಬೇಸರವಾಗಿದೆ" ಎಂದು ಕೇಳಿದಳು.

ಆ ಆನೆಗಳಲ್ಲಿ ಗಾತ್ರದಲ್ಲಿ ದೊಡ್ಡವನಾದ ಸಂಟು ತನ್ನ ಕೆಲಸವನ್ನು ನಿಲ್ಲಿಸಿ "ನೀನು ಏಕೆ ಸದಾ ಈ ವಿಷಯವನ್ನು ತೆಗೆಯುತ್ತಿರುತ್ತೀಯಾ ಎಂದು ನನಗೆ ತಿಳಿಯದಾಗಿದೆ. ಐಶೀ, ಇದನ್ನು ಬದಲಾಯಿಸಲು ನಮ್ಮಿಂದ ಸಾಧ್ಯವಿಲ್ಲ. ನಾವು ಬಲಶಾಲಿಯಾದ ಕಷ್ಟ ಜೀವಿಗಳು. ಇದಕ್ಕಿಂತ ಮಿಗಿಲಾಗಿ, ನಾವು ಅವಳಿಗಳಾಗಿರುವುದರಿಂದ ಜೊತೆಯಲ್ಲಿಯೇ ಇರಬೇಕು. ಅದಕ್ಕಾಗಿಯೇ ಇರಬೇಕು, ಜನ ನಮ್ಮನ್ನು ಬೇರ್ಪಡಿಸಲಾಗದ ಅವಳಿಗಳೆಂದು ಕರೆಯುತ್ತಾರೆ. ನಾವು ಈ ಕೆಲಸದಿಂದ ಸಾಮಾನ್ಯ ಜೀವನವನ್ನು ನಡೆಸುತ್ತಿದ್ದೇವೆ. ಇದನ್ನು ಒಪ್ಪಿಕೊಂಡು ನಮ್ಮಲ್ಲಿರುವ ಪ್ರತಿಭೆಯನ್ನು ಪ್ರದರ್ಶಿಸಿಕೊಂಡು ಸಂತೋಷದಿಂದ ಇರಬಾರದೇಕೆ?" ಎಂದು ಕೇಳಿದನು.

ಐಶೀಯು ಸಮ್ಮತಿ ಸೂಚಿಸುವಂತೆ ತನ್ನ ತಲೆಯನ್ನು ಮೇಲೆ ಕೆಳಗೆ ಆಡಿಸಿದಳು. ಆದರೆ ಲಕ್ಕಿಯು ಆ ಆನೆಯ ಕಣ್ಣಿನಲ್ಲಿರುವ ಬೇಸರವನ್ನು ಕಂಡನು. "ನಮ್ಮಲ್ಲಿರುವ ಪ್ರತಿಭೆಯನ್ನ ಉಪಯೋಗಿಸುತಿದ್ದರೆ ಸಂತೋಷ ಪಡಬಹುದು. ನಮ್ಮಲ್ಲಿರುವ ಪ್ರತಿಭೆಯಿಂದ ಇದಕ್ಕಿಂತ ಹೆಚ್ಚಿನದನ್ನು ಸಾಧಿಸುವ ಸಾಮರ್ಥ್ಯ ಇದ್ದರೆ, ನಾವೇಕೆ ಅದನ್ನು ಬಳಸಿಕೊಳ್ಳಬಾರದು".

ಐಶೀಯ ಮಾತು ಮತ್ತು ಆಲೋಚನೆ ಲಕ್ಕಿಯ ಕುತೂಹಲವನ್ನು ಕೆರಳಿಸಿತು. ಲಕ್ಕಿ ನಿಧಾನವಾಗಿ ಆನೆಗಳ ಹತ್ತಿರ ಹೋದನು. ಹೋಗುವಾಗ ಎಡವಿ ಅಲ್ಲಿಯೇ ಇದ್ದ ಒಂದು ಮರದ ತುಂಡಿನ ಮೇಲೆ ಕಾಲಿಟ್ಟನು. ಅವನ ಭಾರ ತಡೆಯಲಾಗದೆ ಮರದ ತುಂಡು ಮುರಿದು ಸದ್ದು ಮಾಡಿತು. ಸದ್ದನ್ನು ಕೇಳಿದ ಆನೆಗಳು ಅವನ ಕಡೆಗೆ ಆಶ್ಚರ್ಯ ಚಕಿತರಾಗಿ ನೋಡಿದವು.

ಆಗ ಲಕ್ಕಿ ಮುಗುಳ್ನಗೆ ಸೂಸಿ, ಆನೆಗಳಿಗೆ ಸಮಧಾನಕರ ವಾತಾವರಣ ಸೃಷ್ಟಿಸುವ ಉದ್ದೇಶದಿಂದ ತನ್ನ ಬಲಗೈ ಚಾಚಿಕೊಂಡು ಆನೆಗಳತ್ತ, "ಹಾಯ್!" ಎನ್ನುತ್ತಾ ಮುನ್ನಡೆದನು.

"ಕ್ಷಮಿಸಿ, ನಾನು ನಿಮ್ಮ ಸಂಭಾಷಣೆಯನ್ನು ಅರ್ಧದಲ್ಲಿ ತುಂಡರಿಸಿದೆ. ನಾನು ನಿಮ್ಮ ಸಂಭಾಷಣೆಯನ್ನು ಆಲಿಸದೇ ಇರಲಾಗಲಿಲ್ಲ. ನನ್ನ ಹೆಸರು ಲಕ್ಕಿ ಎಂದು. ಪ್ರತಿಭಾವಂತರು ಉದ್ಯಮಿಗಳಾಗಲು ನಾನು ಸಹಾಯ ಮಾಡುತ್ತೇನೆ. ಬಹುಶಃ, ನಿನ್ನ ಸಮಸ್ಯೆಯನ್ನು ಪರಿಹರಿಸಬಲ್ಲೆ. ನನಗೆ ಅದು ಅತ್ಯಂತ ಪ್ರಿಯವಾದ ಕೆಲಸ" ಎಂದನು.

ಸಂಟು ಮತ್ತು ಐಶೀ ಪರಸ್ಪರ ಮುಖ ನೋಡಿಕೊಂಡರು. ಅವರ ಮುಖಭಾವಗಳನ್ನು ಪರಸ್ಪರ ಓದಬಲ್ಲವರಾಗಿದ್ದರು. ಇದು ಈಗಿನಿಂದಲ್ಲ, ಅವರು ಹುಟ್ಟಿನಿಂದ ಬಂದ ಗುಣ. ಇಬ್ಬರು ಲಕ್ಕಿಯನ್ನು ಸ್ವಾಗತಿಸುತ್ತಾ ಅವನ ಕಡೆ ತಮ್ಮ ಸೊಂಡಿಲನ್ನು ಚಾಚಿದವು. ನಂತರದ ಕೆಲವು ನಿಮಿಷಗಳನ್ನು ಉಭಯ ಕುಶಲೋಪರಿ, ಹಾಗೂ ಪರಿಚಯದಲ್ಲಿ ಕಳೆದರು.

ಮೂವರಿಗೂ ಪರಿಚಯ ಇರುವ ಹಲವು ವ್ಯಕ್ತಿಗಳಿದ್ದರು. ತಮ್ಮ ಕೆಲಸ, ಅನುಭವಗಳನ್ನು ಹಂಚಿಕೊಂಡರು. ಮೂವರಿಗೂ ಪರಿಚಯ ಇರುವ ವ್ಯಕ್ತಿಗಳಲ್ಲಿ ಸಂಟು ಮತ್ತು ಐಶೀ ಕೆಲಸ ಮಾಡುವ ಟಿಂಬರ್ ಯಾರ್ಡ್ನ ಮಾಲೀಕನೂ ಒಬ್ಬ. ಸ್ವಲ್ಪ ಸಮಯದ ನಂತರ ಸಂಟು ಲಕ್ಕಿಯನ್ನುದ್ದೇಸಿ, "ಲಕ್ಕಿ, ನೀನು ಆಗಲೇ ನಾವು ಕೇಳರಿಯದ ಒಂದು ಪದ 'ಎಂಟ್.....' ಎಂದು ಉಪಯೋಗಿಸಿದೆ. ಏನದು? ನೀನು ನಿಜವಾಗಿಯೂ ಏನು ಮಾಡುತ್ತೀಯ ತಿಳಿಸು." ಎಂದು ಕೇಳಿದನು. ಲಕ್ಕಿ ತನ್ನ ಮುಖದ ಮೇಲೆ ಮಂದಹಾಸ ತಂದುಕೊಂಡು ಸಂತೋಷದಿಂದ ಆ ಪ್ರಶ್ನೆಗೆ ಉತ್ತರಿಸಲು ಮುಂದಾದನು. ತನ್ನ ಕೆಲಸದ ಬಗ್ಗೆ ಮಾತನಾಡುವುದೇನೆಂದರೆ ಲಕ್ಕಿಗೆ ಬಹಳ ಪ್ರೀತಿ.

"ಬಹುಶಃ ನೀನು ಎಂಟ್ರಿಪ್ರಿನ್ಯೂರ್ ಅರ್ಥಾತ ಉದ್ಯಮಶೀಲ, ಉದ್ಯಮಿ ಪದದ ಬಗ್ಗೆ ಮಾತನಾಡುತ್ತಿರುವೆ. ನಾನು ಉದ್ಯಮಶೀಲತೆಯನ್ನು ಪ್ರೇರೇಪಿಸಿ, ಅದನ್ನು ನವೀಕರಿಸಿ ಬೆಳೆಸುತ್ತೇನೆ. ಸುಲಭವಾಗಿ ಹೇಳಬೇಕೆಂದರೆ ಪ್ರತಿಭಾವಂತ, ಯೋಗ್ಯವಾದ ವ್ಯಕ್ತಿಗಳಿಗೆ ಉದ್ಯಮ ಯೋಗ್ಯವಾದ ಆಲೋಚನೆಯನ್ನು ಕಲ್ಪಿಸಿಕೊಳ್ಳಲು ಸಹಾಯ ಮಾಡುತ್ತೇನೆ. ಉದ್ಯೋಗಿಯನ್ನು ಉದ್ಯಮಿಗಳನ್ನಾಗಿ ಮಾಡುತ್ತೇನೆ. ಇನ್ನೊಂದು ಅರ್ಥದಲ್ಲಿ ಜನರ ಕನಸಿನ ಉದ್ಯಮವನ್ನು ನನಸಾಗಿಸಲು ಸಹಾಯ ಮಾಡುತ್ತೇನೆ. ನಾನು ಉದ್ಯಮಶೀಲತೆಗಳನ್ನು ಸಹ ಬೆಂಬಲಿಸುತ್ತೇನೆ". ಬಹಳ ಚುರುಕಾಗಿ ಹೊಸ ಪದವನ್ನು ಗ್ರಹಿಸಿದ ಸಂಟು "ಉದ್ಯಮಶೀಲತೆ ಎಂದರೇನು ಲಕ್ಕಿ? ಎಂದು ಕೇಳಿದನು". "ಬೃಹತ್ತಾದ ಸಂಸ್ಥೆಯಲ್ಲಿ ಒಬ್ಬ ಉದ್ಯೋಗಿಯು ಒಂದು ಚಿಕ್ಕ ಆಲೋಚನೆಯನ್ನು ಉದ್ಯಮವಾಗಿಸುವ ಜವಾಬ್ದಾರಿ ಹೊತ್ತರೆ, ಅದನ್ನು ಉದ್ಯಮಶೀಲತೆ ಎಂದು ಕರೆಯುತ್ತಾರೆ. ಆ ದೊಡ್ಡ ಸಂಸ್ಥೆಯ ಚೌಕಟ್ಟಿನಲ್ಲಿ ಆತ ಉದ್ಯಮಿಯಾಗಿ ವರ್ತಿಸುತ್ತಾನೆ. ಅದೇ ಉದ್ಯಮಶೀಲತೆ".

ಚುರುಕಾದ ಮುಂದಾಲೋಚನೆ ಇರುವ ಐಶೀ "ನಾವು ನಮ್ಮ ಕನಸನ್ನು ವಾಸ್ತವವನ್ನಾಗಿಸಲು ಇಚ್ಛಿಸುತ್ತೇವೆ. ಅಲ್ಲವೇ ಸಂಟು? ನಾವು ಉದ್ಯಮಿಗಳಾಗಬಹುದಾ ಲಕ್ಕಿ?" ಎಂದು ಪ್ರಶ್ನಿಸಿದಳು.

ಅದಕ್ಕೆ ಲಕ್ಕಿಯು "ಏಕಾಗಬಾರದು? ನೀವು ಉದ್ಯಮಿಗಳಾಗಲು ಯಾವುದೇ ಅಡ್ಡಿಯಿಲ್ಲ. ಆದರೆ, ಉದ್ಯಮಿಯಾಗುವುದು, ಉದ್ಯಮಿಗಳಾಗಲು ನಿರ್ಧರಿಸುವಷ್ಟು ಸುಲಭವಲ್ಲ. ಅಥವಾ ಒಂದು ಕಲ್ಪನೆ ಅಥವಾ ವಿಚಾರವನ್ನು ಹೊಂದುವಷ್ಟು ಸುಲಭವಲ್ಲ. ಎಷ್ಟೋ ಮಂದಿ ಹಾಗೆ ಆಲೋಚಿಸಿ ಎಡವಿ ಬಿದ್ದಿರುವುದುಂಟು. ನಾನು ನಿಮ್ಮೊಡನೆ ಚರ್ಚಿಸುವ, ತಿಳಿಸುವ ಹಲವಾರು ವಿಷಯಗಳಿವೆ. ನೀವು ಸೂಕ್ತವಾದ ಮಾರ್ಗದರ್ಶನದಲ್ಲಿ ಯಶಸ್ವೀ ಉದ್ಯಮಿಗಳಾಗುವುದು ಅತಿ ಮುಖ್ಯ".

ಅದಕ್ಕೆ ಸಂಟು "ಎಷ್ಟು ದಿನಗಳವರೆಗೆ ನೀನು ಇಲ್ಲಿರುವೆ"? ಎಂದು ಕೇಳಿದನು. ಲಕ್ಕಿಯು, "ನಾನು ಇಲ್ಲಿ ಹಲವು ವಾರಗಳು ಇರಲು ಬಂದಿರುವೆ. ಇಲ್ಲಿರುವಷ್ಟು ದಿನ ಪ್ರತಿ ಸಂಜೆ ನಾವು ಭೇಟಿಯಾಗುವುದಾದರೆ ಹೇಗಿರುತ್ತೆ"? ಎಂದು ಕೇಳಿದಳು. "ನನಗದು ಅತೀವ ಸಂತಸದ ಕೆಲಸ. ಪ್ರತಿದಿನವು ನಾನು ನನ್ನ 12 ಮೌಲ್ಯಗಳ ಬಗ್ಗೆ ವಿವರಿಸುವೆ. ನಾನು ಆ ಮೌಲ್ಯಗಳನ್ನು ಹನ್ನೆರಡು ಬೇರ್ಪಡಿಸಲಾಗದ ಅವಳಿ ಜವಳಿ ಸೂತ್ರಗಳೆಂದು ಕರೆಯುತ್ತೇನೆ" ಎಂದು ಉತ್ತರಿಸಿದನು.

ಇದನ್ನು ಕೇಳಿದ ಸಂಟು ಮತ್ತು ಐಶೀ ಪರಸ್ಪರ ಮುಖ ನೋಡಿಕೊಂಡು ನಕ್ಕವು. "ನಾವು ಕೂಡ ಅವಳಿ ಜವಳಿಗಳು" ಎಂದು ನಕ್ಕವು. ಸಂಟು "ನಾನು ಕೆಲವು ಘಂಟೆಗಳಿಂದ ಐಶೀಗಿಂತ ದೊಡ್ಡವನು. ನನ್ನ ಅವಳಿ ತಂಗಿಯಾದ ಐಶೀ ವಯಸ್ಸಿನಲ್ಲಿ ಚಿಕ್ಕವಳಾದರೂ, ತಿಳುವಳಿಕೆ ಮತ್ತು ಆಲೋಚನೆಯಲ್ಲಿ ನನಗಿಂತ ವಿಭಿನ್ನ. ಆದರೂ ದಂತಗಳುಳ್ಳ ದಷ್ಟಪುಷ್ಟ ಆನೆಯೆಂದರೆ ನಾನು ಮಾತ್ರ" ಎಂದು ಹೇಳಿದನು.

ಐಶೀಯು ತನ್ನ ಅಗಲವಾದ ಕಣ್ಣುಗಳನ್ನು ಅಗಲಿಸಿ, ತನ್ನ ಅಣ್ಣನನ್ನು ನಯವಾಗಿ ಒದ್ದು ನಗುತ್ತಾ ನಿಂತಳು. ಐಶೀಗೆ ಇದು ಚೆನ್ನಾಗಿ ಗೊತ್ತಿತ್ತು. ಐಶೀಗೆ ಅವರ ತಂದೆ ತಾಯಿ ಹಲವು ಬಾರಿ ಹೇಳಿದ ಮಾತು ನೆನೆಪಾಯಿತು. ಅವಳಣ್ಣ ತನ್ನ ಶಕ್ತಿ, ಬಲಿಷ್ಟತೆ ಹಾಗೂ ಬೃಹದಾಕಾರದ ಬಗ್ಗೆ ಅತೀವವಾದ ಹೆಮ್ಮೆ ಹೊಂದಿದ್ದಾನೆ ಎಂದು. ಆದರೆ ಅವಳು ವಾಸ್ತವಿಕವಾಗಿ ಯೋಚಿಸುವ ವ್ಯಕ್ತಿ ಆಗಿದ್ದಳು. ಅತ್ಯಂತ ನೈಜ ಮತ್ತು ಸೃಜನಶೀಲತೆಯುಳ್ಳವಳಾಗಿದ್ದಳು. ಅವಳ ಯೋಚನೆಗಳನ್ನು ಮಾಡಿದಂತೆಲ್ಲಾ ಅವುಗಳನ್ನು ಕಾರ್ಯಗತಗೊಳಿಸುತಿದ್ದು ಸಂಟು.

"ಹಾಗಾದರೆ ನೀವಿಬ್ಬರೂ ಒಳ್ಳೆ ವಿದ್ಯಾರ್ಥಿಗಳಾಗುವಿರಿ ಹಾಗೂ ಈ ಗುಣಗಳನ್ನು ಚೆನ್ನಾಗಿ ತಿಳಿದುಕೊಳ್ಳುವಿರಿ ಎಂದು ಭಾವಿಸುತ್ತೇನೆ". "ನಾಳೆ ಇದೇ ಸಮಯಕ್ಕೆ, ಕೆಲಸದ ವೇಳೆಯ ನಂತರ ಇಲ್ಲಿ ಭೇಟಿಯಾಗುವುದು ನಿಮಗೆ ಅನುಕೂಲವಾಗಿರುತ್ತೆಯ?" ಎಂದು ಲಕ್ಕಿ ಕೇಳಿದನು. ನೀವು ಉದ್ಯೋಗಿಗಳಾಗಿರುವುದರಿಂದ ನಿಮ್ಮ ಮಾಲೀಕನಿಗೆ ತೊಂದರೆಯಾಗಬಾರದು.

ತನ್ನ ಸಮ್ಮತಿ ಸೂಚಿಸುವಂತೆ ಐಶೀ ತನ್ನ ಸೊಂಡಿಲನ್ನು ಅತ್ತಿಂದಿತ್ತ ಅಲುಗಾಡಿಸಿ "ಹಾಗೆಯೇ ಆಗಲಿ" ಎಂದಳು. "ಸರಿ ಹಾಗಾದರೆ" ಎಂದನು ಲಕ್ಕಿ. "ನನಗೆ ನನ್ನ ಅವಳಿ ಜವಳಿಗಳ

ಬಗ್ಗೆ ಮಾತನಾಡುವುದು ಉಲ್ಲಾಸ ತರುವಂತಹ ವಿಷಯ. ನನ್ನ ಈ ಅವಳಿ ಸೂತ್ರಗಳನ್ನು ಜೊತೆಯಾಗಿ ಅನುಸರಿಸಿದರೆ, ಉದ್ಯಮಿಯು ಯಶಸ್ವಿಯಾಗುವ ಅವಕಾಶಗಳು ಅತ್ಯಂತ ಹೆಚ್ಚು.

ಈಗ ನನಗೆ ತುಂಬಾ ಹಸಿವಾಗುತ್ತಿದೆ, ಹೊರಡ್ತೀನಿ, ನಾಳೆ ಮತ್ತೆ ಭೇಟಿಯಾಗೋಣ" ಎಂದು ಹೇಳಿದನು. ಹೀಗೆ ಸಂಟು ಮತ್ತು ಐಶೀಯ ಜೀವನದ ಹಾದಿಯನ್ನು ಹೊಸರೂಪದಲ್ಲಿ ಕಟ್ಟಿಕೊಡುವನಿಟ್ಟಿನಲ್ಲಿ ಹಾಗು ಮೂವರ ನಡುವೆ ಹೊಸ ಅನುಬಂಧ ಬೆಸೆಯುವದಕ್ಕೆ ಈ ಭೇಟಿ ನಾಂದಿ ಹಾಡಿತು.

ಸರಿ ಮತ್ತು ತಪ್ಪುಗಳ ಆಲೋಚನೆಯನ್ನು ಮೀರಿದ ಸ್ಥಳವೊಂದಿದೆ

ನಾನು ನಿಮ್ಮನ್ನು ಅಲ್ಲಿ ಭೇಟಿ ಮಾಡುವೆ

– ರೂಮೀ

ಮೌಲ್ಯಗಳು ಮತ್ತು ನವೀಕರಣ

ಮೌಲ್ಯಗಳು ಮತ್ತು ನವಿಕರಣ

ಲಕ್ಕಿ ಸಮಯಕ್ಕೆ ಸರಿಯಾಗಿ ನಿಗಧಿತ ಸ್ಥಳಕ್ಕೆ ಬಂದಾಗ ಸಂಟು ಮತ್ತು ಐಶೀ ಆಳವಾದ ಸಮಾಲೋಚನೆಯಲ್ಲಿ ತೊಡಗಿದ್ದರು. "ಏನು? ನೀವಿಬ್ಬರು ಗಹನವಾಗಿ ಚರ್ಚಿಸುತ್ತಿದ್ದೀರಲ್ಲಾ? ಏನಾಯಿತು?" ಎಂದು ಕೇಳಿದನು ಲಕ್ಕಿ.

ಸದಾ "ಎ" ಗ್ರೇಡ್‌ನ ವಿದ್ಯಾರ್ಥಿನಿಯಾದ, ಕಲಿಯುವಿಕೆಯಲ್ಲಿ ಅತ್ಯಂತ ಆಸಕ್ತಿ ಹೊಂದಿರುವ ಐಶೀ ಉತ್ತರಿಸಿದಳು. "ಲಕ್ಕಿ, ನಿನ್ನೆ ನೀನು ನಮಗೆ ಉದ್ಯಮಶೀಲತೆ ಮತ್ತು ನವೀಕರಣದ ಬಗ್ಗೆ ತಿಳಿಸಿದಾಗಿನಿಂದಲೂ, ನಾವು ಈ ಎರಡು ವಿಷಯಗಳ ಬಗ್ಗೆ ಓದಲಾರಂಭಿಸಿದ್ದೇವಿ. ನಾವು ಏನು ತಿಳಿಯದ ಮೂರ್ಖರು ಎಂದು ನೀನು ತಿಳಿಯಬಾರದಲ್ಲವೇ? ಅದರಿಂದ".

ಅವಳ ಸೊಂಡಿಲನ್ನು ತಟ್ಟಿ, ಅಲ್ಲಿಯೇ ಇದ್ದ ಮರದ ತುಂಡಿನ ಮೇಲೆ ಕುಳಿತ ಲಕ್ಕಿ, "ನಾನು ಎಂದಿಗೂ ಹಾಗೆ ಯೋಚಿಸುವುದಿಲ್ಲ. ನಿನ್ನೆ ನೀವು ಮಾಡುತ್ತಿದ್ದ ಕೆಲಸವನ್ನು ನೋಡಿಯೇ ನನಗೆ ತಿಳಿಯಿತು. ನೀವಿಬ್ಬರು ಅತ್ಯಂತ ಪ್ರತಿಭಾವಂತ ಆನೆಗಳು, ಏನನ್ನಾದರೂ ಸಾಧಿಸಬಲ್ಲರು ಎಂದು. ನೀವು ನಿನ್ನೆಯಿಂದ ಯಾವುದರ ಬಗ್ಗೆ ಓದುತ್ತಿದ್ದೀರ ನನಗೆ ತಿಳಿಸಿ." ಅದಕ್ಕೆ ಸಂಟು ಉತ್ತರಿಸುತ್ತಾ "ಐಶೀಯು ಅಂತರ್ಜಾಲದಲ್ಲಿ ಹುಡುಕಾಡಿ ಕೆಲವು ತಜ್ಞರ ಅಭಿಪ್ರಾಯಗಳನ್ನು ಸಂಗ್ರಹಿಸಿದ್ದಾಳೆ. ಇನ್ನೋವೇಷನ್ ಅಥವಾ ನವೀಕರಣ ಎನ್ನುವುದನ್ನು ಕೆಲವು ತಜ್ಞರು, ಪ್ರಯತ್ನಕ್ಕೆ ದೊರಕಿದ ಫಲಿತಾಂಶ ಎಂದು ಅಭಿಪ್ರಾಯ ಪಟ್ಟರೆ, ಮತ್ತೆ ಕೆಲವು ತಜ್ಞರು ಅದನ್ನು ಒಂದು ಕಾರ್ಯವಿಧಾನ ಎಂದು ಅರ್ಥ್ಯಸಿದ್ದಾರೆ. ಇದೇ ವಿಷಯದ ಬಗ್ಗೆ ನಾವು ಬೆಳಗಿನಿಂದಲೂ ಚರ್ಚಿಸುತ್ತಾ ಇದ್ದೇವೆ. ನಮ್ಮ ಜೊತೆಗಾರರು, ನಾವಿಬ್ಬರು ಹುಚ್ಚರಾಗಿದ್ದೇವೆ ಎಂದುಕೊಂಡಿದ್ದಾರೆ".

"ಅಷ್ಟರಮಟ್ಟಿಗೆ ನಮ್ಮ ತಲೆ ಕೆಟ್ಟಿದೆ. ಐಶೀಯ ಪ್ರಕಾರ ನವೀಕರಣ ಒಂದು ಫಲಿತಾಂಶ. ಈಗ ನೀನು ಇದರ ಬಗ್ಗೆ ಸಂಪೂರ್ಣವಾಗಿ ತಿಳಿಸಿಕೊಡು" ಎಂದು ಕೇಳಿದನು ಸಂಟು.

ಲಕ್ಕಿಯು ಸಂತೋಷದಿಂದ ತನ್ನ ತೊಡೆ ತಟ್ಟಿಕೊಂಡು, ತನ್ನ ತಲೆಯನ್ನು ಕೊಡವಿ, ಸಂತೋಷದಿಂದ, "ನನಗೆ ಇದು ಗೊತ್ತಿತ್ತು". "ಇದು ಒಂದು ಅತ್ಯಂತ ಸುಂದರವಾದ, ಮಧುರವಾದ ಸಂಬಂಧವಾಗಲಿದೆಯಂತೆ. ನಾನು ಈ ದಿನ ಚರ್ಚಿಸಬೇಕೆಂದಿದ್ದ ವಿಷಯವನ್ನೇ

ನೀವು ಪ್ರಸ್ತಾಪಿಸುತ್ತಿದ್ದೀರ. ನಾನು ಚರ್ಚಿಸಬೇಕೆಂದಿರುವ ವಿಷಯ ಸ್ಫೂರ್ತಿಯುತವಾದ ಬಾಂದವ್ಯವಿರುವ ಮೌಲ್ಯ ಮತ್ತು ನವೀಕರಣ. ನೀವಿಬ್ಬರು ಇದಕ್ಕೆ ತಯಾರಾಗಿರುವಿರಾ?".

ಸಂಟು ಮತ್ತು ಐಶೀ ತಾವು ತಯಾರಾಗಿರುವುದನ್ನು ತಮ್ಮ ಸೊಂಡಿಲನ್ನು ತೂಗುತ್ತಾ ತೋರ್ಪಡಿಸಿದರು. ಲಕ್ಕಿ ಒಬ್ಬ ಕಥೆಗಾರನಂತೆ, ಸಾವಧಾನದಿಂದ ಕುಳಿತು, ಒಂದು ದೀರ್ಘಶ್ವಾಸ ತೆಗೆದುಕೊಂಡು, ತನ್ನ ಮೃದುವಾದ ಕಂಠದಲ್ಲಿ ಹೇಳ-ಲಾರಂಭಿಸಿದನು.

"ಇಂದು ನಾವು ಅವಳಿ ಸೂತ್ರಗಳಲ್ಲಿ ಒಂದಾದ ಮೌಲ್ಯ ಮತ್ತು ನವೀಕರಣದ ಬಗ್ಗೆ ತಿಳಿದುಕೊಳ್ಳೋಣ. ನೀವು ಈಗಾಗಲೇ ನವೀಕರಣದ ಬಗ್ಗೆ ಚರ್ಚೆ ಆರಂಭಿಸಿರುವುದರಿಂದ ನಾನು ನವೀಕರಣದ ಬಗ್ಗೆಯೇ ಮೊದಲು ಮಾತನಾಡುತ್ತೇನೆ. ನಂತರ ಮೌಲ್ಯಕ್ಕೂ ನಾವಿನ್ಯತೆಗೂ ಇರುವ ಅತ್ಯಂತ ಮುಖ್ಯವಾದ ಸಂಬಂಧದ ಬಗ್ಗೆ ತಿಳಿಸುತ್ತೇನೆ. ಸರಿಯೇ? ನಿಮಗೆ ಮೌಲ್ಯ ಎಂದರೆ ಗೊತ್ತಾ?".

ಸಂಟು ತನ್ನ ದೊಡ್ಡ ಮಸ್ತಕ ಅಲುಗಾಡಿಸಿ "ಹೌದು, ನಮಗೆ ಮೌಲ್ಯಗಳ ಬಗ್ಗೆ ಗೊತ್ತು. ನಮ್ಮ ಮಾತಾ ಪಿತೃಗಳು ಹಲವು ಮಹಾತ್ಮರ ಜೀವನ ಕಥೆಗಳ ಮೂಲಕ, ಸಾಧು ಸಂತರ ಜೀವನ ಚರಿತ್ರೆಯ ಮೂಲಕ ತಿಳಿಸಿದ್ದಾರೆ. ಸತ್ಯ, ಧರ್ಮ, ಶಾಂತಿ, ಸಹನೆ ಮತ್ತು ಪ್ರೀತಿ, ವಿಶ್ವಾಸ ಇವುಗಳೇ ಮೌಲ್ಯಗಳು".

"ಸಂದೇಹವೇ ಇಲ್ಲ. ಅವು ಅತ್ಯಂತ ಮುಖ್ಯವಾದ ಮೌಲ್ಯಗಳು. ನಿಮ್ಮಿಬ್ಬರ ಜೊತೆ ನನ್ನ ಕೆಲಸ ಸುಲಭವಾಗುವುದರಲ್ಲಿ ಸಂದೇಹವಿಲ್ಲ. ನೀವು ಚುರುಕು ಮತ್ತು ನಿಸ್ಸೀಮರಾಗಿರುವಿರಿ".

"ಆದರೆ ನಮಗೆ ತಿಳಿಯದ ಹಲವಾರು ಸಂಗತಿಗಳಿವೆ". "ಉದಾಹರಣೆಗೆ ಉದ್ಯಮಿಗಳಾಗುವುದು, ನವೀಕರಣ ಎಂದರೇನು ಮುಂತಾದುವು. ನಿನ್ನ ಇಂದಿನ ಪಾಠಕ್ಕಾಗಿ ಕಾತುರದಿಂದ ಕಾಯುತ್ತಿರುವೆವು" ಎಂದನು ಸಂಟು.

ಪ್ರಶಂಸಾತ್ಮಕವಾಗಿ ಮುಗುಳ್ಣಕ್ಕು ಲಕ್ಕಿ ದೀರ್ಘವಾದ ಉಸಿರೆಳೆದು-ಕೊಂಡು ಮುಂದುವರೆಸಿದನು. "ಈಗ ನಾನು ನಿಮ್ಮ ಅರಿವಿಗೆ ಬರದಿರುವಂತಹ ಒಂದು ವಿಷಯದ ಬಗ್ಗೆ ತಿಳಿಸುತ್ತೇನೆ. ಇದನ್ನು ವಿಷಯದಲ್ಲಿ ಅತ್ಯಂತ ಜ್ಞಾನವಿರುವಂತಹ ವ್ಯಕ್ತಿಯಿಂದಲೇ ತಿಳಿಯಬೇಕು. ನವೀಕರಣ ಎಂತಾದರೆ ವಿಲಿಯಮ್ ಸಿ ಮಿಲ್ಲರ್ ಅವರನ್ನು ಮೀರಿಸುವ ಇನ್ನೊಬ್ಬ ವ್ಯಕ್ತಿ ಇಲ್ಲ. ಮಿಲ್ಲರ್‌ವರು ಅಮೇರಿಕಾದಲ್ಲಿರುವ ಸ್ಟಾನ್‌ಫೋರ್ಡ್ ರಿಸರ್ಚ್ ಇನ್‌ಸ್ಟಿಟ್ಯೂಟ್‌ನ ಇನ್ನೋವೇಷನ್ ಮ್ಯಾನೇಜ್‌ಮೆಂಟ್ ಪ್ರೋಗ್ರಾಮ್‌ನ ಮುಖ್ಯಸ್ಥರು.

ಲಕ್ಕಿ ತನ್ನ ಜೇಬಿನಿಂದ ತನ್ನ ಸ್ಮಾಟ್‌ಫೋನ್‌ನನ್ನು ತೆಗೆದುಕೊಂಡು ಸಂಟು ಕಡೆಗೆ ತೋರಿಸಿ, "ಇತ್ತೀಚೆಗಷ್ಟೇ, ನಾನು ಮಿಸ್ಟರ್ ಮಿಲ್ಲರ್‌ವರಿಗೆ, ಸದಾ ಕಾಡುವ ನವೀಕರಣ

ಎಂದರೇನು ಎಂಬ ಪ್ರಶ್ನೆಯನ್ನು ಈಮೇಲ್ ಮೂಲಕ ಕೇಳಿದ್ದೆ. ಅವರು ನವೀಕರಣವೂ ನವೀನವಾದದ್ದನ್ನು ರಚಿಸಲು ಅನುಸರಿಸಬೇಕಾದ ಸೃಜನಾತ್ಮಕತೆ ಮತ್ತು ಶಿಸ್ತಿನಿಂದ ಕೂಡಿದ ಒಂದು ಕಾರ್ಯವಿಧಾನ ಎನ್ನುತ್ತಾರೆ".

"ಸೃಜನಾತ್ಮಕತೆ ಮತ್ತು ಶಿಸ್ತನ್ನು ಒಂದೇ ವ್ಯಾಖ್ಯಾನದಲ್ಲಿ ಬಳಸುವುದು ಅಸಮಂಜಸವೆನಿಸಬಹುದು ಅಥವಾ ವಿರೋಧಭಾಸವೆನಿಸಬಹುದು". ಆದರೆ ಮಿಲ್ಲರ್‌ವರು ಅದನ್ನು ಸಂಗೀತದ ಉದಾಹರಣೆಯೊಂದಿಗೆ ಈ ರೀತಿಯಾಗಿ ವಿವರಿಸಿದ್ದಾರೆ.

ಪ್ರತಿಯೊಬ್ಬ ಸಂಗೀತಕಾರರೂ ತಮ್ಮ ಸಂಗೀತ ಕಛೇರಿಯ ಮೊದಲು ರಾಗಾಭ್ಯಾಸ ಮಾಡಿಕೊಂಡು, ತಮ್ಮ ವಾದ್ಯಗಳ ಶ್ರುತಿ ಶುದ್ಧ ಮಾಡಿಕೊಳ್ಳುತ್ತಾರೆ ಇದು ಅವರ ಯಶಸ್ಸಿನ ಗುಟ್ಟು. ಪ್ರತಿಬಾರಿಯೂ ಅಭ್ಯಾಸ ಮಾಡುವ ಅವರ ಹಾಗೂ ವಾದ್ಯದ ಶ್ರುತಿ ಸರಿಪಡಿಸಿಕೊಳ್ಳುವ ಕಟ್ಟುನಿಟ್ಟಾದ ಶಿಸ್ತಿನ ಅಭ್ಯಾಸವೇ ಅವರಿಗೆ ಅವರ ಕಛೇರಿ ನಡೆಸಲು ನೀಡುವ ಸ್ವತಂತ್ರವನ್ನು ಕಲ್ಪಿಸಿಕೊಟ್ಟಿದೆ. ಕಲಾತ್ಮಕವಾಗಿ ವ್ಯಕ್ತಪಡಿಸುವ ಅನುಭವ ಬಂದಿರುವುದು ನಿಸ್ಸಂದೇಹವಾಗಿ ಅವರ ಶಿಸ್ತಿನಿಂದಾಗಿಯೇ ಹೊರತು ಮತ್ತೇನಲ್ಲ.

ನಾನು ವಿಲಿಯಂ ಮತ್ತು ಅವರ ಪತ್ನಿ ಡೆಬ್ರಾ ಅವರನ್ನು ಭೇಟಿ ಮಾಡುವ ಮೊದಲು ನವೀಕರಣವನ್ನು ವ್ಯಾಖ್ಯಾನಿಸಿಕೊಂಡ ರೀತಿಯೇ ಬೇರೆ. ನಾನು ನವೀಕರಣ ಎಂದರೆ ಮೂಲಭೂತವಾಗಿ ವಿಭಿನ್ನವಾಗಿರುವುದನ್ನು ಮಾಡುವುದು ಎಂದುಕೊಂಡಿದ್ದೆ. ಆದರೆ ಈಗ ನವೀಕರಣ ಎರಡು ರೀತಿಯದು. ಒಂದು, ಎಂದೂ ಕಾಣದ ಅತ್ಯಂತ ನವೀನವಾಗಿರುವಂತಹದೇನಾದರೂ ಮಾಡುವುದು ಇದು ಮೂಲಭೂತವಾಗಿ ವಿಭಿನ್ನವಾಗಿರುವುದು (ರೇಡಿಯಲ್ ಇನ್ನೋವೇಷನ್) ಮತ್ತು ಇಂತಹ ನವೀಕರಣವನ್ನು ಅತ್ಯಂತ ಬೇಗ ಗುರುತಿಸಬಹುದು. ಆದರೆ ನವೀನತೆಯ ಇನ್ನೊಂದು ರೀತಿ ವೃದ್ಧಿಸುವುದು (ಇಂಕ್ರಿಮೆಂಟಲ್ ಇನ್ನೋವೇಷನ್)."

ಹುಬ್ಬು ಗಂಟಾಕಿಸಿಕೊಂಡಿದ್ದ ಐಶೀಯ ವದನವನ್ನು ನೋಡಿದ ಲಕ್ಕಿ "ನೀನು ಸ್ವಲ್ಪ ಗಲಿಬಿಲಿಗೊಂಡಿರುವಂತೆ ಕಾಣುತ್ತಿರುವೆ ಮಹರಾಯ್ತಿ" ಎಂದು ಕೇಳಿದನು. "ನಿನ್ನ ತಲೆಯಲ್ಲಿ ಏನು ತುಂಬಿಕೊಂಡಿದೆ, ದಯಮಾಡಿ ತಿಳಿಸು" ಎಂದನು. ಆಗ ಐಶೀಯ ಇವೆಲ್ಲ ಕ್ಲಿಷ್ಟಕರ ಎನ್ನಿಸುತ್ತಿದೆ ಎಂದಳು.

"ಹಾಗಾದರೆ, ನಾನು ನಿಮಗೆ ನವೀಕರಣವನ್ನು, ಎರಡು ವಿಧಾನಗಳನ್ನು ಉದಾಹರಣೆಯೊಂದಿಗೆ ವಿವರಿಸುವೆ. ನಾನು ಇದನ್ನು ಮಿಸ್ಟರ್ ಮಿಲ್ಲರ್ ರವರಿಂದ ತಿಳಿದುಕೊಂಡಿದ್ದು" ಎಂದನು.

ಅತ್ಯಂತ ಗೌಪ್ಯವಾದ ವಿಷಯವನ್ನು ಹೇಳುವ ರೀತಿ, ತನ್ನ ಧ್ವನಿಯನ್ನು ತಗ್ಗಿಸಿಕೊಂಡು, ಎರಡೂ ಗಜಗಳ ಹತ್ತಿರ ಹೋಗಿ ಹೇಳಲಾರಂಭಿಸದನು, "ಹಲವು ವರ್ಷಗಳ ಹಿಂದೆ ಪೇಜರ್ ಒಂದು ಸಂಪರ್ಕ ಸಾಧನವಾಗಿ ಬಳಸುತ್ತಿದ್ದ ಕಾಲದಲ್ಲಿ, ಪೇಜರ್ ಒಂದು ಪ್ರಗತಿಪರ ನವೀನತೆಯಿಂದ ಕೂಡಿದ, ಮಹತ್ವವಾದ ಆವಿಷ್ಕಾರ ಎಂದು ನಂಬಲಾಗಿತ್ತು. ಪೇಜರ್‌ ನ ಬಳಕೆ ಉತ್ತುಂಗದಲ್ಲಿದ್ದ ಸಮಯದಲ್ಲಿ ಮೋಟೋರೋಲ ಕಂಪನಿಯ ಪೇಜರ್ ಉತ್ಪಾದಕ ಘಟಕದಲ್ಲಿ ಆಗ ತಾನೆ ವಿದ್ಯಾಭ್ಯಾಸ ಮುಗಿಸಿ ಕೆಲಸಕ್ಕೆ ಸೇರಿದ್ದ ಒಬ್ಬ ಟ್ರೈನಿ ಯುವಕನಿದ್ದ. ಅವನಿಗೆ ಈ ಕಪ್ಪು ಬಣ್ಣದ ಪೇಜರ್ ಹಾಗೂ ಅದರ ಡಿಸೈನ್ ತುಂಬಾ ನೀರಸ ಎನಿಸಿ ರಂಗಾಗಿರುವ ಹೊಸ ವಿನ್ಯಾಸವಿರುವ ಪೇಜರ್ ತಯಾರಿಸುವ ಅವಶ್ಯಕತೆ ಹಾಗೂ ಅವಕಾಶವನ್ನು ನೋಡಿದನು. ಹೆಂಗಸರಿಗೆ ಪಿಂಕ್ ಹಾಗೂ ಗಂಡಸರಿಗೆ ನೀಲಿ ಬಣ್ಣದ ಪೇಜರ್ ಗಳನ್ನು ಅವನು ಸೂಚಿಸಿದನು. ಹಾಗು ಆ ಪೇಜರ್ ನಲ್ಲಿರುವ ತಾಂತ್ರಿಕ ವಿನ್ಯಾಸವು ಹೊರಗಿನಿಂದ ಕಾಣುವಂತೆ ಒಂದು ಪಾರದರ್ಶಕ ವಿನ್ಯಾಸವನ್ನು ಸಹ ಪ್ರಸ್ತಾಪಿಸಿದನು.

ಮೋಟೋರೋಲಾ ಕಂಪನಿಯು ಮಾರುಕಟ್ಟೆಯಲ್ಲಿ ತನ್ನ ವ್ಯಾಪ್ತಿಯನ್ನು ಹೆಚ್ಚಿಸುವ ನಿಟ್ಟಿನಲ್ಲಿ ಚಿಂತಿಸುತ್ತಿದ್ದರಿಂದ ಈ ಯುವಕನ ಪ್ರಸ್ತಾಪವನ್ನು ತಕ್ಷಣ ಒಪ್ಪಿ ಕಾರ್ಯರೂಪಕ್ಕೆ ತಂದಿತು. ಇದು ಇಂಕ್ರಿಮೆಂಟಲ್ ಇನ್ನೋವೇಷನ್‌ಗೆ ಉದಾಹರಣೆ. ಆದರೆ, ಪೇಜರ್ ಬಳಕೆಯೇ ರಾಡಿಕಲ್ ಇನ್ನೋವೇಷನ್‌ಗೆ ಉದಾಹರಣೆ. ಬಣ್ಣದ ಪೇಜರ್‌ಗೆ ಬೇಡಿಕೆ ಹೆಚ್ಚಾಯಿತು. ಅದರ ಜೊತೆಗೆ ಪೇಜರ್‌ನ ಪ್ಯಾಕಿಂಗ್‌ನಲ್ಲಿ ಮಾಡಿದ ಸಣ್ಣ ಬದಲಾವಣೆಗಳು ಮೋಟೋರೋಲಾ ಕಂಪನಿಯ ವಹಿವಾಟನ್ನು ಸಹ ಹೆಚ್ಚಿಸಿತ್ತು. ಈ ಉದಾಹರಣೆ ನವೀಕರಣ ಕೇವಲ ಪ್ರಯೋಗಶಾಲೆಯಲ್ಲಿ ಕುಳಿತು ಸಂಶೋಧನೆ ಮಾಡುವವರಿಂದ ಸಾಧ್ಯ ಎಂಬುದು ಸುಳ್ಳೆಂಬುದನ್ನು ಸಾಧಿಸಿ ತೋರಿಸುತ್ತದೆ. ಹಾಗೂ ನವೀಕರಣ ಎಂತಹವರಿಂದಲೂ ಸಾಧ್ಯ ಎಂದು ತಿಳಿಯಪಡಿಸುತ್ತದೆ. ನವೀಕರಣ ರಾಡಿಕಲ್ ಮತ್ತು ಇಂಕ್ರಿಮೆಂಟಲ್ ಯಾವುದಾದರೂ ಆಗಿರಬಹುದು. ಮತ್ತು ಈ ಎರಡು ತರಹದ ನವೀಕರಣಗಳು ಒಂದು ಸಂಸ್ಥೆಗೆ ಅಗತ್ಯ ಎಂದು ಸಾರಿ ಹೇಳುತ್ತದೆ".

ತನ್ನ ಕಥೆಯ ಅಂತ್ಯದಲ್ಲಿ ಹಿಂದಕ್ಕೆ ಕುಳಿತ ಲಕ್ಕಿ ಸಂಟು ಮತ್ತು ಐಶೀಯ ಮುಖ ನೋಡಿ. ಈಗ ನಿಮಗೆ ಮೂಲಭೂತ ನವೀಕರಣ (ರಾಡಿಕಲ್) ಹಾಗೂ ಇಂಕ್ರಿಮೆಂಟಲ್ ಇನ್ನೋವೇಷನ್‌ನ ನಡುವಿನ ವ್ಯತ್ಯಾಸ ತಿಳಿಯಿತಾ?" ಎಂದು ಕೇಳಿದನು. "ಖಂಡಿತವಾಗಿ ತಿಳಿಯಿತು" ಎಂದಳು ಐಶೀ. ಅವಳಣ್ಣ ಸಂಟು ಲಕ್ಕಿಗೆ ಮತ್ತೊಂದು ಪ್ರಶ್ನೆ ಹಾಕುತ್ತಾನೆ. "ನನಗೆ ನವೀಕರಣವೆಂದರೆ ಏನೆಂದು ಅರ್ಥವಾಯಿತು. ಆದರೆ ಉದ್ಯಮಿಗಳು ನವೀಕರಣ ಏಕೆ ಮಾಡಬೇಕು ಹಾಗೂ ನವೀಕರಣದಿಂದ ಸಿಗುವುದಾದರು ಏನು?".

ಅವರ ಪ್ರಶ್ನೆಗೆ ಲಕ್ಕಿಯು "ಇದು ತುಂಬ ಒಳ್ಳೆಯ ಪ್ರಶ್ನೆ, ಸಂಟು. ವಿಷಯವನ್ನು ಆಳವಾಗಿ ಅರಿತಂತೆಲ್ಲಾ ಸೂಕ್ತವಾದ ಪ್ರಶ್ನೆಗಳು ಬರುತ್ತವೆ. ನಾವು ತುಂಬಾ ಚೆನ್ನಾಗಿ ಮುಂದುವರೆಯುತ್ತಿದ್ದೇವೆ".

"ಈಗ ನಿನ್ನ ಪ್ರಶ್ನೆಗೆ ನೇರವಾಗಿ ಉತ್ತರಿಸಬೇಕೆಂದರೆ, ಜೀವನದಲ್ಲಿ ಸ್ಥಿರವಾಗಿರುವುದೆಂದರೆ ಬದಲಾವಣೆ ಮಾತ್ರ. ಇದು ವ್ಯವಹಾರಿಕ ಪ್ರಪಂಚದಲ್ಲೂ ನಿಜ. ಆದರೂ ಮಾನವರು ಬಹುಶಃ ಆನೆಗಳೂ ಸಹ ಬದಲಾವಣೆಯನ್ನು ವಿರೋಧಿಸುತ್ತೇವೆ. ಆದರೆ, ನಮಗೆ ಬೇರೆ ಅವಕಾಶವೇ ಇಲ್ಲ. ನವೀಕರಣವೇ ದಾರಿ. ನಾವು ನವೀಕರಿಸುತ್ತಿದ್ದೇವೆ, ನವೀಕರಿಸುತ್ತಿದ್ದೆವು, ಹಾಗೂ ಮುಂದೆಯೂ ನವೀಕರಿಸುತ್ತೇವೆ. ಜೀವನಾದ್ಯಂತ ನವೀಕರಣ ಬಿಟ್ಟು ಇರಲು ಸಾಧ್ಯವಿಲ್ಲ. ನಾವು ಪ್ರತಿಯೊಬ್ಬರೂ ನವೀಕರಣ ಕರ್ತರು. ಎಲ್ಲರಿಗೂ ತಮ್ಮದೇ ಶೈಲಿಯಲ್ಲಿ ನವೀಕರಿಸುವ ಯೋಗ್ಯತೆ ಇದ್ದೇ ಇದೆ. ಈ ಯೋಗ್ಯತೆಯೇ ನಮ್ಮ ಜೀವನದಲ್ಲಿ ಬದಲಾವಣೆಗಳನ್ನು ತರುತ್ತದೆ.

ಉದ್ಯಮಶೀಲತೆ ಹಾಗೂ ನವೀಕರಣದ ಬಗ್ಗೆ ಹೇಳುವುದಾದರೆ, ಅವುಗಳು ಎಂದೆಂದಿಗೂ ಜೊತೆಯಲ್ಲಿ ನಡೆಯುತ್ತವೆ. ಒಂದು ನಾಣ್ಯದ ಎರಡು ಮುಖಗಳಂತೆ. ಉದ್ಯಮಿಗಳು ಸತತವಾಗಿ ರಾಡಿಕಲ್ ಆಗಲಿ ಇಂಕ್ರಿಮೆಂಟರ್ ಆಗಲೀ ತಮ್ಮ ಉದ್ಯಮವನ್ನು ನವೀಕರಿಸಲೇಬೇಕು. ಇಲ್ಲವಾದರೆ ಅವರು ತಮ್ಮ ವ್ಯವಹಾರದಿಂದ ಹೊರ ಬರಬೇಕಾಗಬಹುದು. ಇದು ಅವರ ಅಳಿವು ಉಳಿವಿನ ಪ್ರಶ್ನೆ. ತಮ್ಮ ಗ್ರಾಹಕರ ಸೂಕ್ತ ನಿರೀಕ್ಷೆಗಳನ್ನು ತೀರಿಸಲು ಸಾಧ್ಯವಿರುವ ಏಕ ಮಾತ್ರ ಸಾಧನೆ ಎಂದರೆ ನವೀಕರಣ. ಇದು ಅವರ ಉತ್ಪಾದಕ ಹಾಗೂ ಸೇವೆಯನ್ನು ಸಕ್ರಿಯವಾಗಿರಿಸಲು ಸಹಾಯ ಮಾಡುವುದಲ್ಲದೇ ಬೇರೆಯವರ ಬದುಕಿನಲ್ಲಿ ಮೌಲ್ಯಗಳಿಂದ ತುಂಬಿದ ಬದಲಾವಣೆ ತರುವಲ್ಲಿ ಯಶಸ್ವಿಯಾಗಿದೆ ಎಂದು ದೀರ್ಘವಾಗಿ ವಿವರಿಸುತ್ತಾನೆ.

ಐಶೀ ತಾನು ಪ್ರಶ್ನೆ ಕೇಳಬೇಕೆಂಬುದನ್ನು ವ್ಯಕ್ತಪಡಿಸಲು ತನ್ನ ಸೊಂಡಿಲನ್ನು ಮೇಲಕ್ಕೆತ್ತಿದಳು. ಆಗ ಲಕ್ಕಿಯು "ನಿನ್ನ ಮನಸ್ಸಿನಲ್ಲಿ ಏನಿದೆ? ಹೇಳು ಐಶೀ" ಎನ್ನುತ್ತಾನೆ. ಐಶೀಯು "ನಾನು ಮೌಲ್ಯಗಳು ಮತ್ತು ನವೀಕರಣದ ನಡುವಿನ ಸಂಬಂಧದ ಬಗ್ಗೆ ಯೋಚಿಸುತ್ತಿರುವೆ. ನೀನು ಇದನ್ನೇ ತಾನೇ ಮೊದಲ ಬೇರ್ಪಡಿಸಲಾಗದ ಅವಳಿ ಜವಳಿ ಸೂತ್ರಗಳೆಂದು ತಿಳಿಸಿದ್ದು" ಎಂದಳು.

"ಸರಿಯಾಗಿ ಹೇಳಿದೆ ಐಶೀ. ವಿಷಯಾಂತರ ಮಾಡದೆ ನಾನು ಚರ್ಚಿಸಬೇಕೆಂಬ ವಿಷಯವನ್ನು ಸರಿಯಾಗಿ ಚರ್ಚಿಸಲು ಅವಕಾಶ ಮಾಡಿಕೊಡುವೆ ಎಂಬ ವಿಶ್ವಾಸ ನನಗಿದೆ" ಎಂದು ನಕ್ಕನು. ನಂತರ ಮುಂದುವರೆಸುತ್ತ "ನಾವು ನವೀಕರಣದ ಪ್ರಕಾರಗಳ ಬಗ್ಗೆ ಯೋಚಿಸೋಣ ಅದು ಒಳ್ಳೆಯದೂ ಆಗಿರಬಹುದು. ಹಾಗೂ ಕೆಟ್ಟದು ಆಗಿರಬಹುದು. ಈಗ ಅಣುಶಕ್ತಿಯನ್ನೇ ಉದಾಹರಣೆಯಾಗಿ ತೆಗೆದುಕೊಳ್ಳೋಣ. ಅಣುಶಕ್ತಿಯನ್ನು ಕ್ಯಾನ್ಸರ್ ನಂತಹ ಮಾರಕ ರೋಗವನ್ನು ನಿಯಂತ್ರಿಸಲು ಉಪಯೋಗಿಸಿದರೆ ಅದು ಜೀವರಕ್ಷಕ. ಆದರೆ ಅದೇ

ಅಣುಶಕ್ತಿಯನ್ನು ಸಕಲ ಜೀವಿಗಳ ಸರ್ವನಾಶಕ್ಕೂ ಉಪಯೋಗಿಸಬಹುದು. ಮೌಲ್ಯ ಮತ್ತು ನವೀಕರಣದ ಸೂಕ್ತವಾದ ಸಂಯೋಗದಿಂದ ಮಾತ್ರ ವಿಧ್ವಂಸಕ ಅಂತ್ಯಕ್ಕಿಂತ ರಚನಾತ್ಮಕ ಅಂತ್ಯ ತರಲು ಸಾಧ್ಯ".

"ನಿಮಗೆ ಈಗಾಗಲೇ, ಜೀವನದ ಮೌಲ್ಯಗಳ ಬಗ್ಗೆ ತಿಳಿದಿದೆ ಎಂದು ನನಗೆ ಗೊತ್ತಿದೆ". ಎಂದು ಲಕ್ಕಿ "ಈಗ ನೀವು ನಿಮಗೆ ಗೊತ್ತಿರುವ ವಿಷಯಗಳನ್ನು ತಿಳಿಸಿ ಅಲ್ಲಿಯವರೆಗೂ ನಾನು ನನ್ನ ಗಂಟಲಿಗೆ ವಿಶ್ರಾಂತಿ ನೀಡುತ್ತೇನೆ. ಹಾಗೂ ನನಗಾಗಿ ಐಶೀ ತಯಾರಿಸುವ ನಿಂಬೆ ಶರಬತ್ತನ್ನು ಸವಿಯುತ್ತೇನೆ" ಎಂದನು.

ಮುಗುಳನಕ್ಕು ಐಶೀ "ನಾನು ನಮ್ಮಣ್ಣ ಸಂಟುಗೆ ಮಾತನಾಡಲು ಅವಕಾಶ ಮಾಡಿಕೊಡುತ್ತೇನೆ. ಜೀವನದ ಮೌಲ್ಯಗಳ ಬಗ್ಗೆ ಅವನು ತಿಳಿಹೇಳುವ ರೀತಿಯೇ ಬೇರೆ ಹಾಗೂ ಅದು ಸಮಂಜಸವಾದ ರೀತಿಯಿಂದು ನಾನು ಭಾವಿಸುತ್ತೇನೆ".

ಹೆಮ್ಮೆಯಿಂದ ತನ್ನ ಉದ್ದವಾದ ಬಾಲವನ್ನು ಆಡಿಸಿದ ಸಂಟು, ತನ್ನ ಗಂಟಲನ್ನು ಸರಿಪಡಿಸಿಕೊಂಡು ಹೇಳಿದನು. "ನಾನು ಅತ್ಯಂತ ಸುಲಭವಾದ ಸಂಗತಿಯನ್ನು ಹೇಳುತ್ತೇನೆ. ಇದು ನನ್ನ ತಂದೆಗೆ ಅವರ ಗುರುಗಳಾದ ಶ್ರೀ ಸತ್ಯಸಾಯಿಬಾಬರವರು ತಿಳಿಸಿದ್ದು.

"ಒಂದು ಕಬ್ಬಿಣದ ಪೆಟ್ಟಿಗೆಗೆ ಬೆಲೆ ಬರುವುದು ಅದರಲ್ಲಿ ತುಂಬಿರುವ ಬೆಲೆ ಬಾಳುವ ಒಡವೆಗಳಿಂದ ಮಾತ್ರ. ಆ ಪೆಟ್ಟಿಗೆಯ ಬೆಲೆಯು ನಿರ್ಧರಿತವಾಗುವುದು ಅದರಲ್ಲಿ ತುಂಬಿರುವ ಒಡವೆಗಳಿಂದ ಇಲ್ಲವಾದರೆ ಅದು ಖಾಲಿ ಪೆಟ್ಟಿಗೆ ಮಾತ್ರ. ಹಾಗೆಯೇ ನಾವು ಮಾನವರು ಸಹ. ನಾವು ಏನನ್ನು ನಮ್ಮೊಳಗೆ ತುಂಬಿಸಿಕೊಂಡು ಕಾಪಾಡಿಕೊಳ್ಳುತ್ತೇವೆಯೋ ಅದೇ ನಮಗೆ ಗೌರವ, ಬೇಡಿಕೆ ತಂದುಕೊಡುತ್ತದೆ. ನಮ್ಮಲ್ಲಿರುವ ಮೌಲ್ಯಗಳು ನಮ್ಮನ್ನು ಬೆಲೆಬಾಳುವಂತವರನ್ನಾಗಿ ಮಾಡುತ್ತವೆ". ಸಂಟುನ ಬೃಹತ್ ಬೆನ್ನನ್ನು ತಟ್ಟುತ್ತಾ "ತುಂಬಾ ಚೆನ್ನಾಗಿ ಹೇಳಿದೆ" ಎಂದನು ಲಕ್ಕಿ. "ಈಗ ನಾವು ನವೀಕರಣವನ್ನು ವ್ಯಕ್ತಿಗತವಾಗಿ ನೋಡುವುದರ ಬದಲು ಒಂದು ಸಂಸ್ಥೆಯ ದೃಷ್ಟಿಯಿಂದ ನೋಡೋಣ".

"ಒಂದು ಸಂಸ್ಥೆಯ ಗುರಿಯನ್ನು ಎಲ್ಲರೂ ಒಂದೇ ದೃಷ್ಟಿಯಿಂದ ಅರ್ಥ ಮಾಡಿಕೊಂಡು ಅದಕ್ಕೆ ಅಗತ್ಯವಿರುವ ಕೊಡುಗೆ ನೀಡುವಂತೆ ಹೇಗೆ ಉದ್ಯಮಿಗಳು ತಮ್ಮ ಉದ್ಯೋಗಿಗಳನ್ನು ಪ್ರೇರೇಪಿಸುತ್ತಾರೆ. ಅವರೆಲ್ಲರೂ ಒಂದು ಗುರಿಗಾಗಿ ಶ್ರಮಿಸುವಂತೆ ಹೇಗೆ ಮಾಡುತ್ತಾರೆ? ಎಂದು ನಿಮಗೆ ತಿಳಿದಿದ್ದೆಯೆ?". ಮಾತನಾಡಲು ಅತ್ಯಂತ ಕಾತುರದಿಂದ ಚಡಪಡಿಸುತ್ತಿದ್ದ ಐಶೀಯನ್ನು ಲಕ್ಕಿ ನೋಡಿದ "ಇದಕ್ಕೆ ನಾನು ಉತ್ತರಿಸಬಲ್ಲೆ" ಎಂದಳು ಐಶೀ. "ಉದ್ಯಮಿಗಳು ಎಲ್ಲರು ಸಂಸ್ಥೆಯ ಗುರಿಯನ್ನು ಅರ್ಥ ಮಾಡಿಕೊಂಡು ಅದಕ್ಕಾಗಿ ಶ್ರಮಿಸುವಂತೆ ಮಾಡಬೇಕಲ್ಲವೇ? ನಾವು ಆನೆಗಳು ಅದನ್ನೇ ಮಾಡುತ್ತೇವೆ".

"ಅಗತ್ಯವಾಗಿ" ಎಂದನು ಲಕ್ಕಿ. "ನಾಯಕರು ನವೀಕರಣ ಕೇವಲ ಹಣಕ್ಕಾಗಿ ಅಲ್ಲ, ಅದು ಹಣಕ್ಕಿಂತ ಮುಖ್ಯವಾದ ಕಾರಣ ಎಂಬುದನ್ನು ತಮ್ಮ ತಂಡಕ್ಕೆ ಮನವರಿಕೆ ಮಾಡಿಕೊಡಬೇಕು. ನಾವು ಭಾವನಾತ್ಮಕ ಜೀವಿಗಳು ಹಣ ಅಲ್ಲದೇ ಬೇರೆ ವಿಷಯಗಳು ನಮಗೆ ಅಗತ್ಯವಾಗಿರುತ್ತದೆ. ಕೇವಲ ಹಣ ಸಂಪಾದನೆಗಾಗಿ ಅಥವಾ ಹೂಡಿಕೆದಾರರಿಗೆ ಹೆಚ್ಚು ಲಾಭ ಭರಿಸುವುದು ನವೀಕರಣದ ಉದ್ದೇಶವಲ್ಲ. ಅದು ಪ್ರತಿಯೊಬ್ಬರಿಗೂ ಸಹಾಯಕವಾಗಿರಬೇಕು. ವ್ಯವಹಾರದಲ್ಲಿ ಆರು ಅತಿ ಮುಖ್ಯ ಮೌಲ್ಯಗಳಿವೆ. ಉದ್ಯಮಿಯೊಬ್ಬ ತನ್ನ ಕಾರ್ಯದಲ್ಲಿ ಉನ್ನತಿ ಹೊಂದಲು ಸಹಾಯ ಮಾಡುವುದು ನವೀಕರಣದ ಉದ್ದೇಶ. ಈ ಆರು ಗುಣಗಳು ಅತ್ಯಂತ ಲಾಭದಾಯಕ ಗುಣಗಳು. ಉದಾ: ಜವಾಬ್ದಾರಿ ವ್ಯವಹಾರದಲ್ಲಿ ಸಮಗ್ರತೆಯೊಂದಿಗೆ ಸೇರಿದರೆ, ಸಾಮರ್ಥ್ಯ ಯೋಗ್ಯತೆಗೆ ಸಂಬಂಧಿಸಿದ್ದು. ಹಾಗಾದರೆ ಆರು ಮುಖ್ಯವಾದ ಮೂಲ್ಯಗಳಾವು ಎಂದರೆ (1) ಸಾಮರ್ಥ್ಯ, (2) ಹೊಂದಿಕೊಳ್ಳುವಿಕೆ (3) ಸಾಧ್ಯತೆ, (4) ಅವಕಾಶ, (5) ಉಳಿವಿಕೆ ಹಾಗು (6) ಜವಾಬ್ದಾರಿ" ಎಂದು ಪುನರುಚ್ಚರಿಸಿದನು.

"ಇವು ನನಗೆ ಜ್ಞಾನದ ಆರು ಮುತ್ತುಗಳಂತೆ. ಆದರೇ ಮೌಲ್ಯ ಮತ್ತು ನವೀಕರಣ ಎರಡು ಜೊತೆಗಿರುವ ಯಾವುದಾದರೂ ಉದಾಹರಣೆ ಕೊಡಲು ಸಾಧ್ಯವೇ?" ಎಂದು ಸಂಟು ಕೇಳಿದನು.

"ಖಂಡಿತವಾಗಿ ನಾನು ಉದಾಹರಣೆ ಕೊಡಬಲ್ಲೆ" ಎಂದನು ಲಕ್ಕಿ. "ಇತ್ತೀಚೆಗಷ್ಟೆ, ನಾನು ಒಂದು ದೊಡ್ಡ ನಗರಕ್ಕೆ ವ್ಯವಹಾರದ ಮೇಲೆ ಪ್ರಯಣಿಸಿದ್ದಾಗ ಗಮನಿಸಿದ ಅಂಶವೆಂದರೆ, ನಗರದ ಪ್ರಮುಖ ಜಂಕ್ಷನ್‌ಗಳು ನಿಶ್ಶಬ್ದವಾಗಿದ್ದವು. ಯಾವುದೇ ವಾಹನದ ಹಾರನ್ ಶಬ್ದವಿರಲಿಲ್ಲ. ನೀವು ವಾಸವಿರುವ ಈ ಸ್ಥಳದಲ್ಲಿ ನೀವು ಇದನ್ನು ಗಮನಿಸುತ್ತಿರುತ್ತೀರೋ ನನಗೆ ತಿಳಿಯದು. ಆದರೆ ಭಾರತದ ನಗರಗಳಲ್ಲಿ ವಾಹನಗಳ ಶಬ್ದಮಾಲಿನ್ಯದಿಂದ ತಪ್ಪಿಸಿಕೊಳ್ಳಲು ಸಾಧ್ಯವೇ ಇಲ್ಲ. ಟ್ರಾಫಿಕ್ ಸಿಗ್ನಲ್ ಬೆಳಕಿನ ಬಣ್ಣ ಬದಲಾಗಲೇ ಎಂದು ತುದಿಗಾಲಲ್ಲಿ ನಿಂತು ಕಾಯುವ ಚಾಲಕರಂತೂ ನಿಶ್ಶಬ್ದಕ್ಕೆ ಅವಕಾಶವೇ ಕೊಡುವುದಿಲ್ಲ. ಅದೂ ಹಾಗಿರಲಿ, ನಾನು ಇಂತಹ ಒಂದು ಜಂಕ್ಷನ್‌ನಲ್ಲಿ ನಿಂತು ಗಮನಿಸಿದ ಅಂಶವೆಂದರೆ, ಅಲ್ಲಿ ನಿಂತಿದ್ದ ಜನರೆಲ್ಲರೂ ಶಾಂತವಾಗಿ ಸಮಾಧಾನವಾಗಿದ್ದರು. ನನಗೆ ಇದನ್ನು ನೋಡಿ ಆಶ್ಚರ್ಯವಾಯಿತು. ಇದು ಹೇಗೆ ಸಾಧ್ಯ ಎಂದು ಆಲೋಚಿಸುತ್ತ ಮೇಲೆ ನೋಡಿದಾಗ ತಿಳಿದಿದ್ದು ಆ ನಗರದ ಪಾಲಿಕಾ ಅಧಿಕಾರಿಗಳು ಒಂದು ಚಿಕ್ಕ ಎಲೆಕ್ಟ್ರಾನಿಕ್ ಟೈಮರ್ ಅನ್ನು ಸಿಗ್ನಲ್‌ನಲ್ಲಿ ಅಳವಡಿಸಿದ್ದರು. ಆ ಟೈಮರ್ ಸಿಗ್ನಲ್‌ನ ಕೆಂಪು ಬತ್ತಿ ಹಸಿರಾಗಲು ಎಷ್ಟು ಸಮಯವಿದೆ ಎಂದು ತೋರಿಸುತ್ತಿತ್ತು".

"ಇಂತಹ ಒಂದು ಅತಿ ಚಿಕ್ಕ ಹಾಗು ಸುಲಭವಾದ ಟೈಮರ್‌ನ ಜೋಡಣೆಯಿಂದ ಚಾಲಕರು ತಮ್ಮ ವಾಹನಗಳ ಇಂಜಿನ್‌ನನ್ನು ಆಫ್ ಮಾಡಿ, ಹಸಿರು ದೀಪಕ್ಕಾಗಿ ಶಾಂತಿಯಿಂದ ಕಾಯುತ್ತಿದ್ದರು. ಈ ಟೈಮರ್ ಎಂತಹ ಚಮತ್ಕಾರಿ ಆವಿಷ್ಕಾರ ! ಈ ಸನ್ನಿವೇಶವನ್ನು ನಾನು ಟೈಮರ್ ಇಲ್ಲದೇ ಇರುವ ಇನ್ನೊಂದು ನಗರಕ್ಕೆ ಹೋಲಿಸಿನೋಡಿದೆ. ಆ ನಗರದಲ್ಲಿ ಚಾಲಕರ

ಹಾರನ್ ಶಬ್ದ, ಟ್ರಾಫಿಕ್ ಜಾಮ್‌ಗಳು, ಬೇಸರಗೊಂಡ ದಾರಿ ಹೋಕರು, ಪರಿಸರ ಮಾಲಿನ್ಯ, ಬೇಸತ್ತ ಜನಗಳ ನಿಟ್ಟುಸಿರಿನಿಂದ ಹಾಗೂ ಅಷ್ಟೇ ಪ್ರಮಾಣದ ವಾಹನಗಳು ಹೊರಚೆಲ್ಲಿದ ಹೊಗೆಯಿಂದ ತುಂಬಿ ಹೋಗಿತ್ತು".

"ಹೌದು, ನಾನು ಸಹ ಈ ಶಬ್ದವನ್ನು ಕೇಳಿದ್ದೇನೆ. ಹಸಿರು ದೀಪಕ್ಕಾಗಿ ಕಾಯುವ ವಾಹನಗಳ ಕರ್ಕಶ ಶಬ್ದ. ಬಹುಶಃ ಕೆಂಪು ದೀಪ ಯಾವಾಗ ಹಸಿರಾಗಿ ಬದಲಾಗುತ್ತೆ ಎಂದು ತಿಳಿಯದೇ, ಅನಿಶ್ಚತೆಯಿಂದ ಚಾಲಕರು ಚಡಪಡಿಸುತ್ತಾರೆ ಅನ್ನಿಸುತ್ತೆ. ಈ ಟೈಮರ್‌ನ ಅಳವಡಿಕೆಯಿಂದ ಈ ಅನಿಶ್ಚತೆಯನ್ನು ಕಡಿಮೆ ಮಾಡಬಹುದು. ಹಾಗೆ ನೋಡಿದರೆ ಈ ಟೈಮರ್ ಒಂದು ಪ್ರಗತಿಪರ ಮಾದರಿ ಆವಿಷ್ಕಾರ. ಇದೊಂದು ರಾಡಿಕಲ್ ಇನ್ನೋವೇಷನ್ ಅಲ್ಲವೇ ಲಕ್ಕಿ?"

"ನೀನು ಸರಿಯಾಗಿ ಹೇಳಿದೆ ಸಂಟು. ಇದು ಒಂದು ರಾಡಿಕಲ್ ಇನ್ನೋವೇಷನ್. ಇದರ ಅಳವಡಿಕೆ ಜೀವನವನ್ನು ಆರಾಮಾದಾಯಕ ಮಾಡುವುದಲ್ಲದೇ, ಜನರಲ್ಲಿ ಒತ್ತಡ ಕಡಿಮೆ ಮಾಡುತ್ತದೆ. ಟೈಮರನ ಬಳಕೆಯಿಂದ ಟ್ರಾಫಿಕ್ ನಿಯಂತ್ರಣ ಸುಲಭವಾಯಿತು. ರಸ್ತೆಯಲ್ಲಿ ಶಿಸ್ತು ಮೂಡಿಸಲು ಸಹಕಾರಿಯಾಯಿತು. ಅಪಘಾತಗಳು ಕಮ್ಮಿಯಾದವು. ದಾರಿಹೋಕರ ಸುರಕ್ಷತೆ ಹೆಚ್ಚಾಯಿತು. ಇಂಧನ ಬಳಕೆ ಇಳಿಸಲಾಯಿತು. ಪರಿಸರ ಸಂರಕ್ಷಣೆ ಸುಲಭವಾಗಿ ಚಾಲಕರ ಆತಂಕ ಕಡಿಮೆ ಮಾಡವಲ್ಲಿ ಯಶಸ್ವಿಯಾಯಿತು. ಇಂತಹ ಟೈಮರ್, ವರ್ಷದ ಅತ್ಯಂತ ಚಮತ್ಕಾರಿ ಅದ್ಭುತ ಆವಿಷ್ಕಾರ ಎಂಬ ಘೋಷಣೆಗೆ ಸೂಕ್ತವಾಗಿದೆ".

"ಮೌಲ್ಯ ಹಾಗೂ ಆವಿಷ್ಕಾರದ ಜೋಡಣೆಯೊಂದಿಗೆ ಸುರಕ್ಷತೆ, ಪರಿಸರ ಮಾಲಿನ್ಯ ಮತ್ತು ಉತ್ತಮ ಹಾಗೂ ಆರಾಮದಾಯಕ ವಾಹನ ಚಾಲನೆಯ ಅನುಭವಕ್ಕೆ ಮಹತ್ವ ನೀಡುವಂತಹ ವ್ಯಕ್ತಿಗಳೇ ಟೈಮರ್‌ನಂತಹ ಸಾಧನದ ಬಳಕೆಗೆ ಒತ್ತುಕೊಟ್ಟಿರುವುದು. ವಿಪರ್ಯಾಸವೆಂದರೆ ಇಂತಹ ಟೈಮರ್ ಗಳು ಎಲ್ಲಾ ಸಿಗ್ನಲ್‌ಗಳಲ್ಲಿ ಬಳಕೆಯಾಗಿಲ್ಲ." ಎಂದಳು ಶೀ.

ತನ್ನ ಹೊಸ ಸ್ನೇಹಿತರ ಕಡೆ ದೃಷ್ಟಿ ಹಾಯಿಸಿದ ಲಕ್ಕಿ "ಮೌಲ್ಯ ಮತ್ತು ಆವಿಷ್ಕಾರ/ ನವೀಕರಣ ಬೇರ್ಪಡೆಯಾಗದ ಅವಳಿಗಳಂತೆ ಇರಬೇಕು, ನಿಮ್ಮಂತೆ".

ಸಂಟುನ ನಿಟ್ಟುಸಿರನ್ನು ಆಲಿಸಿದ ಲಕ್ಕಿ "ಏನು ಹೇಳು, ಸ್ನೇಹಿತ" ಎಂದು ಕೇಳಿದನು.

ತನ್ನ ಗಂಟಲನ್ನು ಸರಿಮಾಡಿಕೊಂಡ ಸಂಟು, "ಐಶೀ ಹೇಳುವಂತೆ ನಮ್ಮ ಈ ಸ್ನೇಹ ಮುಂದುವರಿದಂತೆಲ್ಲಾ, ನಾನು ತುಂಬಾ ವಾಸ್ತವಿಕಪಾಗಿ ಆಲೋಚಿಸುವವನೆಂದು ನಿನಗೆ ತಿಳಿಯುತ್ತದೆ. ಈ ಆವಿಷ್ಕಾರಗಳಲ್ಲಿ / ನವೀಕರಣದಲ್ಲಿ ಯಶಸ್ವಿಯಾಗಲು ನಿರ್ದಿಷ್ಟವಾದ ತಂತ್ರ ಇದೆಯೇ? ಇದ್ದರೆ, ನಮಗೆ ತಿಳಿಸಬೇಕು. ನಾವು ಅದನ್ನು ಅಳವಡಿಸಿಕೊಳ್ಳುತ್ತೇವೆ".

"ಹೌದು" ಎಂದು ಐಶೀಯು ತಲೆ ಆಡಿಸಿದಳು. "ನಾವು ಯಾರು ಸಹ ಅಪ್ರಯೋಜಕ, ಅಸಂಬಂಧಿತ ಕೆಲಸಗಳಲ್ಲಿ ನಮ್ಮ ಸಮಯವನ್ನು ವ್ಯಯಮಾಡಲು ಇಷ್ಟಪಡುವುದಿಲ್ಲ. ಇದಕ್ಕೊಂದು ಸುಲಭ ಮಾರ್ಗವಿದ್ದರೆ ತಿಳಿಸು, ಲಕ್ಕಿ" ಎಂದಳು.

ಆಗಾಗಲೇ ತನ್ನ ಪ್ಯಾಂಟಿನ ಜೇಬಿಗೆ ಕೈ ಹಾಕಿದ್ದ ಲಕ್ಕಿ ತನ್ನ ಜೇಬಿನಿಂದ ಒಂದು ಪೇಪರ್ ತೆಗೆದುಕೊಂಡು "ನವೀಕರಣ ಸುಲಭದ ಮಾತಲ್ಲ. ಯಶಸ್ವಿಯಾಗೇತೀರುತ್ತೇವೆ ಎಂಬ ಗ್ಯಾರಂಟಿ ಇಲ್ಲಿ ಇರುವುದಿಲ್ಲ. ಒಬ್ಬ ಉದ್ಯಮಿ ಎಂದೂ ಸೋಲಿಗೆ ಅಂಜಬಾರದು ಮತ್ತು ಸೋಲನ್ನು ಒಪ್ಪಿಕೊಳ್ಳುವ ಮನೋಭಾವ ಬೆಳೆಸಿಕೊಳ್ಳಬೇಕು. ನನ್ನ ಪ್ರಕಾರ ಕಲಿಕೆಯ ಸುಲಭ ಮಾರ್ಗವೆಂದರೆ ಸೋಲು. ಕೆಲವರು ಸೋಲೇ ಕಲಿಕೆಯ ಅತ್ಯಂತ ಉತ್ತಮವಾದ ಮಾರ್ಗ ಎಂದು ತಿಳಿದಿದ್ದಾರೆ. ಅಪಾಯದಿಂದ ಹೇಗೆ ತಪ್ಪಿಸಿಕೊಳ್ಳುವುದು? ಎಂದು ಆಲೋಚಿಸುವ ಬದಲು ತನ್ನ ಗುರಿ ಮುಟ್ಟುವಲ್ಲಿ ಯಶಸ್ವಿಯಾಗುವುದು ಹೇಗೆ ಎಂದು ಕೇಳಿಕೊಳ್ಳಬೇಕು. ಮೌಲ್ಯ ಹಾಗೂ ನವೀಕರಣಗಳ ಹೊಂದಾಣಿಕೆಯಿಂದ ಯಶಸ್ಸು ಸಾಧ್ಯ.

"ಈ ದಿನ ನಾನು ನಿಮಗೆ ನವೀಕರಣದ ಚೌಕಟ್ಟು (ಇನ್ನೋವೇಷನ್ ಫ್ರೇಮ್‌ವರ್ಕ್) ಎಂಬುದನ್ನು ಹೇಳಿ ಕೊಟ್ಟಿರುತ್ತೇನೆ. ಪ್ರಾಯಶಃ ನೀವು ಅದನ್ನೇ ಕೇಳುತಿರಬಹುದು", ಎಂದಾಗ ಆ ಎರಡೂ ಆನೆಗಳು ಲಕ್ಕಿ ಹರಡಿದ ಒಂದು ಹಾಳೆಯತ್ತ ನೋಡತೊಡಗಿದವು.

ಎತ್ತರ ಹಾಗೂ ಗಾತ್ರದಲ್ಲಿ ದೊಡ್ಡವನಾಗಿದ್ದ ಸಂಟು ತನ್ನ ಕತ್ತನ್ನು ಉದ್ದ ಮಾಡಿಕೊಳ್ಳುತ್ತಾ ತನ್ನ ತಂಗಿಯನ್ನುದ್ದೇಶಿಸಿ "ನನಗೂ ಸಹ ಓದಿ ತಿಳಿಸು" ಎಂದು ಕೇಳಿದನು.

"ಖಂಡಿತ ಸಂಟು" ಎಂದು ಐಶೀ ಆ ಕಾಗದದಲ್ಲಿದ್ದುದನ್ನು ಓದಿ ಹೇಳಲಾರಂಭಿಸಿದಳು.

"ನವೀಕರಣದ ಮೊದಲ ಭಾಗ 1) ಗುರಿ ಮುಟ್ಟಲು ಇರುವ ಅಡಚಣೆಗಳನ್ನು ಗುರುತಿಸುವುದು ಅಂದರೆ ಸವಾಲು ಏನು ಎಂಬುದನ್ನು ಕೂಲಂಕುಷವಾಗಿ ಅರಿತುಕೊಳ್ಳುವುದು. 2) ಸಮಸ್ಯೆಯನ್ನು ವಿಭಜಿಸಿ ವಿಶ್ಲೇಷಿಸುವುದು. 3) ಸಮಸ್ಯೆಯ ತೀವ್ರತೆಯನ್ನು ಅರ್ಥ ಮಾಡಿಕೊಳ್ಳುವುದು, ಅಂದರೆ ಸಮಸ್ಯೆ ಪರಿಹಾರದ ಅವಶ್ಯಕತೆ ಇದೆಯೇ ಇಲ್ಲವೇ ಎಂಬುದನ್ನು ಕಂಡುಕೊಳ್ಳುವುದು".

ಲಕ್ಕಿ ಅದಕ್ಕೆ ಸರಿಯೆಂದು ತಲೆಯಾಡಿಸಿದ ಮೇಲೆ ಐಶೀ ಮುಂದುವರೆಸಿದಳು. "4) ನಾಲ್ಕನೆಯದು ಈ ಎಲ್ಲಾ ಆಲೋಚನೆಗಳಿಂದ, ಸಮಸ್ಯೆಯ ಪರಿಹಾರದ ಅವಶ್ಯಕತೆಯನ್ನು ಸ್ಪಷ್ಟಪಡಿಸುವುದು"

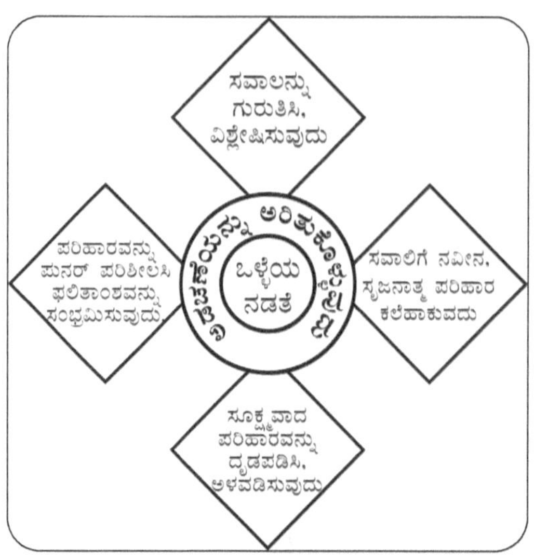

"ಈಗ ನಾವು ಈ ಫ್ರೇಮ್ ವರ್ಕ್‌ನ ಎರಡನೇ ಹಂತಕ್ಕೆ ಬರೋಣ. ಫ್ರೇಮ್ ವರ್ಕ್‌ನ ಎರಡನೇ ಹಂತ ಸಮಸ್ಯೆಯ ಪರಿಹಾರಕ್ಕೆ ಸಂಬಂಧಪಟ್ಟದ್ದು. ಅದರಲ್ಲಿ (1) ಪರಿಹಾರದ ಅವಶ್ಯಕತೆಯನ್ನು ಅರ್ಥ ಮಾಡಿಕೊಳ್ಳುವುದು. (2) ಹಲವು ಸೃಜನಾತ್ಮಕ ನವೀನ ಆಲೋಚನೆಗಳನ್ನು, ಪರಿಹಾರಗಳನ್ನು ಕಲೆ ಹಾಕುವುದು. (3) ಈ ಆಲೋಚನೆಗಳಲ್ಲಿ ವಾಸ್ತವವಾಗಿ ಅಳವಡಿಸಿಕೊಳ್ಳಲು ಸಾಧ್ಯವಿರುವ ಪರಿಹಾರಗಳನ್ನು ಗುರುತಿಸುವುದು (4) ಹಾಗೂ ಅಳವಡಿಸಿಕೊಳ್ಳಲು ಸಾಧ್ಯವಿರುವ ಪರಿಹಾರಗಳನ್ನು ಚಿತ್ರಿಸಿಕೊಳ್ಳುವುದು".

"ಇದು ಅರ್ಥಪೂರ್ಣವೆನಿಸುತ್ತದೆ". ಕುಳಿತುಕೊಂಡಿದ್ದ ಸಂಟು ಹೇಳುತ್ತಾನೆ. ತನ್ನ ತಂಗಿ ಮಾತನಾಡಲು ಶುರು ಮಾಡಿದಂತೆ ತನ್ನ ಕಣ್ಣುಗಳನ್ನು ಮುಚ್ಚಿಕೊಂಡು ಕೇಳತೊಡಗುತ್ತಾನೆ.

"ಈಗ ಫ್ರೇಮ್ ವರ್ಕ್‌ನ ಮೂರನೇ ಭಾಗವಾದ ಪರಿಹಾರ"

ಎಂದು ಐಶೀ ಪ್ರಾರಂಭಿಸುತ್ತಾಳೆ. "(1) ಮೊದಲನೆಯದಾಗಿ ಆಯ್ದುಕೊಂಡಿರುವ ಪರಿಹಾರ ಮಾರ್ಗವನ್ನು ಪೂರ್ಣವಾಗಿ ಅಭಿವೃದ್ಧಿಗೊಳಿಸುವುದು. (2) ಎರಡನೆಯದು, ಆ ಪರಿಹಾರವನ್ನು, ಕಾರ್ಯಗತ ಗೊಳಿಸುವುದಕ್ಕೆ ಅವಶ್ಯ ಇರುವ ಮಾರ್ಗಗಳನ್ನು ಗುರುತಿಸುವುದು, (3) ಕಾರ್ಯಗತಗೊಳಿಸುವುದು, (4) ಅಂತಿಮವಾಗಿ ಪರಿಹಾರವನ್ನು ವಿಶ್ಲೇಷಿಸಿ ಕಾಯಂಗೊಳಿಸುವುದು".

"ನನಗೆ ಕೊನೆಯ ಭಾಗ ಪ್ರಿಯವಾದುದು. ನನಗೆ ಪ್ಲಾನನ್ನು ಕಾರ್ಯಗತಗೊಳಿಸುವುದು" ಎನ್ನುತ್ತಾನೆ ಸಂಟು.

ಐಶೀ ನಸುನಗುತ್ತಾ ತಾನು ಓದುತ್ತಿರುವುದನ್ನು ಮುಂದುವರಿಸುತ್ತಾಳೆ.

"ಇನ್ನೋವೇಷನ್ ಫ್ರೇಮ್‌ವರ್ಕ್ ಕೊನೆಯ ಹಂತ, ಪರಿಹಾರವನ್ನು ಪರೀಕ್ಷಿಸಿ ಕಾಯಂಗೊಳಿಸುವಿಕೆ, ಅದರಲ್ಲಿ ಪುನಃ ನಾಲ್ಕು ಭಾಗಗಳು. (1) ಪರಿಹಾರವನ್ನು ಕಾರ್ಯರೂಪಕ್ಕೆ ತಂದುಕೊಂಡು ಉಪಯೋಗಿಸುವುದು. (2) ಆ ಪರಿಹಾರ ತಾನು ಮಾಡಬೇಕಿರುವ ಕೆಲಸವನ್ನು ಸೂಕ್ತವಾಗಿ ಮಾಡುತ್ತಿದೆಯಾ ಎಂದು ಪರೀಕ್ಷಿಸುವುದು. (3) ಅಳವಡಿಕೆಯನಂತರದ ಅನುಭವವನ್ನು ಪಡೆಯುವುದು ಉತ್ತಮಗೊಳಿಸುವುದು ಹಾಗೂ (4) ಕೊನೆಯದಾಗಿ ನಾವೆಲ್ಲರೂ ಮಾಡುವಂತೆ ಫಲಿತಾಂಶವನ್ನು ಕಂಡು ಸಂಭ್ರಮಿಸುವುದು".

ತನ್ನ ಬಟ್ಟೆಯ ಮೇಲಿನ ಧೂಳು ಹಾಗೂ ಎಲೆಗಳನ್ನು ಕೊಡವಿಕೊಂಡು ಮೇಲೆದ್ದ ಲಕ್ಕಿ "ತುಂಬಾ ಸೊಗಸಾಗಿ ಹೇಳಿದೆ ಐಶೀ" ಎಂದನು. "ಈಗ ನೀವಿಬ್ಬರು ಇಲ್ಲಿ ಚರ್ಚಿಸಿದ ಎಲ್ಲಾ ವಿಷಯವನ್ನು ಮನನ ಮಾಡಿಕೊಳ್ಳಲು ಇಷ್ಟಪಡಬಹುದು. ಇದಕ್ಕೆ ನಾನು ಸೇರಿಸಬೇಕಾದ ಇನ್ನೊಂದು ಅಂಶವೆಂದರೆ ಇನ್ನೋವೇಷನ್ ಫ್ರೇಮ್‌ವರ್ಕ್‌ನ ಮಧ್ಯಭಾಗದಲ್ಲಿ ಎರಡು ಅತ್ಯಂತ ಅವಶ್ಯಕವಾದ ಅಂಶಗಳ ಜೋಡಣೆ. ಒಂದು ರಿಸ್ಕ್ ಅಸೆಸ್‌ಮೆಂಟ್ ಅಂದರೆ ಸತತವಾಗಿ ಸಂಭವನೀಯ ಹಾನಿ ಅಥವಾ ಅಪಾಯ ಇದೆಯಾ ಎಂದು ಕಂಡುಕೊಳ್ಳುವುದು. ಎರಡನೆಯದು, ಉತ್ತಮವಾದ ನಡತೆಯನ್ನು ಅಳವಡಿಸಿಕೊಳ್ಳುವುದು. ಇವೆರಡರೊಂದಿಗೆ ನಮ್ಮ ಮೌಲ್ಯಾಧಾರಿತ ಇನ್ನೋವೇಷನ್ ಫ್ರೇಮ್‌ವರ್ಕ್ ಪೂರ್ಣಗೊಳ್ಳುತ್ತದೆ. ಮೌಲ್ಯಗಳು ಕೇಂದ್ರೀಕೃತವಾಗಿರುವುದರಿಂದ ಇದರ ನಾಲ್ಕು ಹಂತಗಳನ್ನು ಕಾರ್ಯರೂಪಗೊಳಿಸುವುದಕ್ಕೆ ಸ್ಫೂರ್ತಿದಾಯಕವಾಗಿರುತ್ತದೆ. ಸಾಧನೆಗೆ ಬೇಕಾಗಿರುವ ಅಚಲ ವಿಶ್ವಾಸ ಹಾಗೂ ಧೈರ್ಯ ನೀಡುತ್ತದೆ. ನನ್ನ ಹೊಟ್ಟೆ ತಾಳ ಹಾಕುತ್ತಿದೆ. ನಿಮ್ಮ ಬಗ್ಗೆ ತಿಳಿಯದು".

ಮೂವರು ಗೆಳೆಯರಿಗೆ ಹಸಿವಾಗಿತ್ತು. ಕತ್ತಲು ಆವರಿಸುತ್ತಿದ್ದ ಕಾಡನ್ನು ಬಿಟ್ಟು ತಮ್ಮ ತಮ್ಮ ಮನೆಯ ಕಡೆಗೆ ಹೆಜ್ಜೆ ಹಾಕ ತೊಡಗಿದರು. ತಮ್ಮ ಮುಂದಿನ ಭೇಟಿಗಾಗಿ ಅವರುಗಳ ಮನಸ್ಸು ಹಾತೊರೆಯುತ್ತಿತ್ತು.

ಮನನ ಮಾಡಲು ವಿಚಾರ

- ಮೌಲ್ಯ ಮತ್ತು ನವೀಕರಣದ ಹೊಂದಾಣಿಕೆಯಲ್ಲಿ ನಿಮ್ಮ ಮನದಲ್ಲಿ ಎದ್ದು ನಿಲ್ಲುವಂತಹ ಮೂರು ಮುಖ್ಯ ಅಂಶಗಳು ಯಾವುದು?

- ಮೌಲ್ಯ ಮತ್ತು ನವೀಕರಣಗಳ ಅವಿಭಾಜ್ಯತೆಯನ್ನು ನೀವು ಅರ್ಥೈಸಿಕೊಂಡಿರುವ ಬಗೆ ಹಾಗೂ ಅವುಗಳನ್ನು ಸದಾ ಜೊತೆಯಲ್ಲಿರಿಸಿ ಅಳವಡಿಕೊಳ್ಳುವ ನಿಮ್ಮ ಬದ್ಧತೆಯನ್ನು ಪ್ರದರ್ಶಿಸುವ ಯಾವ ಕೆಲಸಗಳನ್ನು ಮುಂದಿನ 24 ಘಂಟೆಗಳಲ್ಲಿ ನೀವು ಮಾಡುವಿರಿ?

ದೃಷ್ಟಿಯನ್ನು ನಕ್ಷತ್ರಗಳ ಮೇಲೆ ನೆಟ್ಟು,
ಪಾದಗಳನ್ನು ಭೂಮಿ ಮೇಲೆ ಇರಿಸಿ

– ತಿಯೋಡರ್ ರೂಸ್‌ವೆಲ್ಟ್

ಕನಸುಗಾರರು ಮತ್ತು ನನಸುಗಾರರು

ಕನಸುಗಾರರು ಮತ್ತು ನನಸುಗಾರರು

ಸೊಗಸಾದ ವಾತಾವರಣ ಬಿಸಿಲಿದ್ದರೂ ತಂಪಾದ ತಂಗಾಳಿಯಿಂದ ಬಿಸಿಲಿನ ಬೇಗೆ ತಿಳಿಯುತ್ತಿರಲಿಲ್ಲ. ನಿಗದಿಯಾದಂತೆ ಮೂವರು ಗೆಳೆಯರು ನದಿಯ ದಡದಲ್ಲಿ ತಮ್ಮ ದೈನಂದಿನ ಕೆಲಸದ ನಂತರ ಭೇಟಿಯಾದರು. ತಿಳಿಯಾಗಿ ಝುಳಝುಳನೆ ಹರಿಯುತ್ತಿದ್ದ ನೀರನ್ನು ನೋಡಿದೊಡನೆ ಸಂಟು ಅದರೊಳಗೆ ಸಂತಸದಿಂದ ಧುಮುಕಿದನು. ತನ್ನ ಮೈಯನ್ನು ನೀರಿನಲ್ಲಿ ಮುಳುಗಿಸಿಕೊಂಡು ತನ್ನ ಸೊಂಡಿಲಿನ ಪೂರ್ತಿ ನೀರನ್ನು ತುಂಬಿಕೊಂಡು ಲಕ್ಕಿಯಕಡೆಗೆ ಉಗ್ಗಿದನು. ಸಂಟುವಿನ ಈ ಅನಿರೀಕ್ಷಿತ ಚೇಷ್ಟೆಯಿಂದ ತಪ್ಪಿಸಿಕೊಳ್ಳಲು ಲಕ್ಕಿ ಒಂದು ಪಲ್ಟಿ ಹೊಡೆದು ಪಕ್ಕಕ್ಕೆ ನಿಂತನು. ಮುಂದಿನ ಹದಿನ್ಯೆದು ನಿಮಿಷಗಳ ಕಾಲ ಮೂವರು ಗೆಳೆಯರು ನೀರಿನಲ್ಲಿ ಆಟವಾಡುತ್ತಾ ಕಾಲ ಕಳೆದರು. ಸ್ವಲ್ಪ ದಣಿದ ನಂತರ ಮೂವರು ದಡದಲ್ಲಿ ತಮ್ಮ ಕಾಲುಗಳನ್ನು ನದಿಯಲ್ಲಿ ಚಾಚಿಕೊಂಡು ಕುಳಿತುಕೊಂಡರು.

ಆಕಾಶವನ್ನೇ ದಿಟ್ಟಿಸುತ್ತಾ ಐಶೀ "ನೀಲಾಕಾಶ ಎಷ್ಟು ಸುಂದರ? ತಿಳಿಯಾದ ನೀಲಾಕಾಶದ ಮಧ್ಯೆ ತೇಲುತ್ತಿರುವ ಬೆಳ್ಳಿಮೋಡಗಳು, ಹತ್ತಿಯ ಉಂಡೆಗಳಂತೆ ಕಾಣುತ್ತಿವೆ. ಎಷ್ಟು ಮನೋಹರವಾದ ದೃಶ್ಯವಿದು! ಹಾಗೆಯೇ ನನ್ನ ಬೆನ್ನಮೇಲೆ ಬೀಳುತ್ತಿರುವ ಈ ಸೂರ್ಯನ ಕಿರಣವು ಈಗ ಒದ್ದೆಯಾದ ನನ್ನ ಬೆನ್ನಿಗೆ ಹಿತವಾಗಿವೆ".

ಒಂದು ಕ್ಷಣ ಮೌನವಹಿಸಿ ನಂತರ "ನಿನ್ನೆ ರಾತ್ರಿ ನಾನೊಂದು ಕನಸು ಕಂಡೆ". ಎನ್ನುತ್ತಾಳೆ.

ಅವಳನ್ನು ರೇಗಿಸುವಂತೆ ಸಂಟು "ನನಗೆ ಗೊತ್ತು. ನಿನ್ನ ಕನಸೇನೆಂದು. ಖಂಡಿತವಾಗಿ ಕಬ್ಬಿನ ಜಲ್ಲೆಯನ್ನು ನಿನ್ನ ಬಾಯಲ್ಲಿ ಹೀರುವ ಕನಸಾಗಿರುತ್ತೆ". ಎಂದಾಗ ಜೋರಾಗಿ ನಿಟ್ಟುಸಿರು ಬಿಟ್ಟು ಸುಮ್ಮನಾಗುತ್ತಾಳೆ ಐಶೀ.

"ಏನು ಕನಸು ಅದು? ಐಶೀ" ಎಂದು ಲಕ್ಕಿ ಕೇಳುತ್ತಾನೆ.

"ನನಗೆ ಏನೂ ನೆನಪಿಲ್ಲ. ಆದರೆ ಅದೊಂದು ಸುಂದರವಾದ ಸ್ವಪ್ನವಾಗಿತ್ತು. ಏಕೆಂದರೆ ನಾನು ಬೆಳಿಗ್ಗೆ ಎದ್ದಾಗ ಉಲ್ಲಾಸಕರವಾದ ಅನುಭವವಾಯಿತು" ಎನ್ನುತ್ತಾಳೆ ಐಶೀ.

"ಸಂತೋಷವಾದ ವಿಷಯ. ಇವತ್ತಿನ ನಮ್ಮ ಚರ್ಚೆಯ ವಿಷಯವೂ ಸಹ ಕನಸುಗಳು ಹಾಗು ಅವುಗಳನ್ನು ನನಸು ಮಾಡಲು ತೆಗೆದುಕೊಳ್ಳುವ ತೀರ್ಮಾನಗಳು. ಈ ಅವಳಿ ಜವಳಿ ಗಳ ಬಗ್ಗೆ ನಮ್ಮ ಇಂದಿನ ಚರ್ಚೆಯನ್ನು ಪ್ರಾರಂಭಿಸೋಣವೇ?" ಎರಡು ಗಜಗಳೂ ತಮ್ಮ ಸಮ್ಮತಿ ಸೂಸುವಂತೆ ಕತ್ತನ್ನಾಡಿಸಿದವು.

"ಎಲ್ಲಕ್ಕಿಂತ ಮೊದಲು, ನಾನು ಕನಸೆಂದರೇನೆಂಬುದನ್ನು ಹೇಳುತ್ತೇನೆ. ಕನಸು ಅಂದರೆ ನಂಬಿಕೆ ಹಾಗು ಸ್ಪೂರ್ತಿ. ಕನಸು ಪ್ರತಿಯೊಬ್ಬರ ಜೀವನದ ಅವಿಭಾಜ್ಯ ಅಂಗ. ಮನುಕುಲ ಸೃಷ್ಟಿಯಾದದಿನದಿಂದ ಇಂದಿನವರೆಗೆ ಏನೇ ಘಟಿಸಿದ್ದರೂ ಯಾವುದೇ ತರಹದ ಬೆಳವಣಿಗೆ ನಡೆದಿದ್ದರೂ ಅದರ ಮೂಲ ಸ್ಪೂರ್ತಿ ಕನಸು. ಅದು ಹುಟ್ಟಿದ್ದೇ ಕಲ್ಪನೆಯಿಂದ. ಕನಸುಗಳು ಜೀವನದ ಬದಲಾವಣೆಯಲ್ಲಿ ಅತ್ಯಂತ ಮಹತ್ತದ ಸ್ಥಾನವನ್ನು ಪಡೆಯುತ್ತದೆ. ಜೀವನದಲ್ಲಿ ಬದಲಾವಣೆ ಕಂಡುಕೊಳ್ಳುವುದಕ್ಕೂ ಕನಸುಗಳೇ ಸ್ಪೂರ್ತಿ. ಅವುಗಳು ಜೀವನದಲ್ಲಿ ಮುನ್ನಡೆಯಲು ಬೇಕಾಗಿರುವ ನಂಬಿಕೆಯನ್ನು ನೀಡುತ್ತವೆ. ಜೀವನದಲ್ಲಿರುವ ಎಂತಹ ಅಡಚಣೆಯಾದರು ಸರಿಸಿ ಮುನ್ನುಗ್ಗಲು ಇರುವ ಸ್ಪೂರ್ತಿಯಿಂದರೆ ಕನಸು. ನಾವು ಅತಿಯಾದ ಶ್ರದ್ಧೆಯಿಂದ ಕಾಣುವ ಕನಸು ನಮ್ಮ ಯಶಸ್ಸಿಗೆ ಕಾರಣವಾಗುತ್ತದೆ. ನಾವು ಕಾಣುವ ಕನಸ್ಸನ್ನು ನನಸಾಗಿಸಲು ಪ್ರಯತ್ನಿಸದೇ ಇದ್ದರೆ, ಅದು ಕೇವಲ ಚಿಂತನೆಯಾಗಿಯೇ ಉಳಿಯುತ್ತದೆ".

ತನ್ನನ್ನು ತಾನು ಪ್ರಶ್ನಿಸಿಕೊಳ್ಳುತ್ತಾ ಈ ದಿನದ ಚರ್ಚೆ ತನ್ನ ಕನಸಿಗೆ ಹೇಳಿ ಮಾಡಿಸಿದ್ದಂತಿದೆ ಅಂದುಕೊಳ್ಳುತ್ತಾ ಐಶೀ "ಮಹಾತ್ಮಗಾಂಧೀಜಿಯವರು ಕನಸಿನ ಬಗ್ಗೆ ಹೇಳಿರುವ ಪ್ರಖ್ಯಾತ ಉಕ್ತಿ ಯಾವುದು?" "ನೆನಪಾಯಿತು! *ಬಾಪು ಹೇಳಿದ್ದಾರೆ ಉತ್ಕಟವಾದ ಬಯಕೆ, ಕನಸು ಹಾಗೂ ದೃಷ್ಟಿಕೋನದಿಂದ ಮಾತ್ರ ಮನುಷ್ಯ ಯಶಸ್ವಿ ನಾಯಕನಾಗಲು ಸಾಧ್ಯ*".

ಪ್ರತಿಯೊಂದು
ಆವಿಷ್ಕಾರಕ್ಕೆ
ಮೂಲ – ಸ್ಪೂರ್ತಿ
ಅಥವಾ ಕಲ್ಪನೆ

ಅದುವರೆಗು ಸುಮ್ಮನಿದ್ದ ಸಂಟು ನನ್ನ ತಂಗಿಗಿಂತ ತಾನು ತಿಳಿದಿರುವೆ ಎಂಬುದನ್ನು ತೋರ್ಪಡಿಸಲು "ಲಾರೆನ್ಸ್ ಆಫ್ ಅರೆಬಿಯಾ ಎಂದು ಹೆಸರುವಾಸಿಯಾಗಿರುವ ಟಿ.ಇ.ಲಾರೆನ್ಸ್‌ರ ಈ ವಾಕ್ಯವು ತುಂಬಾ ಅರ್ಥಬದ್ಧವಾಗಿದೆ. *ಎಲ್ಲರೂ ಕನಸು ಕಾಣುತ್ತಾರೆ. ಅದರೆ ಒಂದೇ ಬಗೆಯದ್ದಲ್ಲ. ರಾತ್ರಿ ಹೊತ್ತು ತಮ್ಮ ಮನಸ್ಸು ಸುಪ್ತಾವಸ್ಥೆಯಲ್ಲಿದ್ದಾಗ ಕನಸು ಕಾಣುವವರು, ಬೆಳಗಾಗೆದ್ದು ಅದೊಂದು ಸುಂದರ ಅನುಭವವೆಂದು ಭಾವಿಸುತ್ತಾರೆ. ಆದರೆ, ಹಗಲುಗನಸು ಕಾಣುವವರು ಮಾತ್ರ ಅತ್ಯಂತ ಅಪಾಯಕಾರಿ ಮಾನವರು. ಏಕೆಂದರೆ,*

ತಮ್ಮ ಕನಸನ್ನು ನನಸಾಗಿಸಲು ಬೇಕಾದ ಎಲ್ಲಾ ಕೆಲಸವನ್ನು ಈ ಹಗಲುಗನಸುಗಾರರು ಮಾಡುತ್ತಾರೆ ಎನ್ನುತ್ತಾ ತನ್ನ ದೀರ್ಘ ಮಾತುಗಳನ್ನು ನಿಲ್ಲಿಸುತ್ತಾನೆ.

"ಲಾರೆನ್ಸ್‌ರವರು ಅಪಾಯಕಾರಿ ಎಂದು ಯಾವ ಅರ್ಥದಲ್ಲಿ ಹೇಳಿರಬಹುದು ಲಕ್ಕಿ?" ಎಂದು ಕೇಳ್ತಾಳೆ, ಐಶೀ.

"ಅವರು ಅಪಾಯಕಾರಿ ಎಂಬುದನ್ನು ಉಪಮೇಯವಾಗಿ ಬಳಸಿದ್ದಾರೆ, ಹೊರತು ಅದರ ನಿಜವಾದ ಅರ್ಥದಲ್ಲಿ ಅಲ್ಲ. ಕಣ್ಣ ಬಿಟ್ಟು ಹಗಲುಗನಸು ಕಾಣುವ ವ್ಯಕ್ತಿಗಳು ತಮ್ಮ ಕನಸು ನನಸಾಗಲು ಏನು ಬೇಕಾದರೂ ಮಾಡುತ್ತಾರೆ. ಅವರ ಅಂತರಂಗದಲ್ಲಿ ಅಡಗಿರುವ ಶಕ್ತಿಯನ್ನು ಸಂಪೂರ್ಣವಾಗಿ ತಮ್ಮ ಕನಸು ನನಸಾಗಿಸಲು ಬಳಸುತ್ತಾರೆ. ಹಾಗಾಗಿ ಅವರನ್ನು ಅಪಾಯಕಾರಿ ಎಂದು ಕರೆಯಲಾಗಿದೆ" ಎಂದು ಲಕ್ಕಿ ಉತ್ತರಿಸಿದನು.

"ನನಗೆ ಪ್ರಿಯವಾದ ಈ ಉಕ್ತಿಯನ್ನು ನೆನಪು ಮಾಡಿದಕ್ಕೆ ಧನ್ಯವಾದ ಸಂಟು. ಕಣ್ಣುಗಳನ್ನು ಅಗಲಿಸಿಕೊಂಡು ಹಗಲು ಗನಸು ಕಾಣುವವರ ಬಗ್ಗೆ ನೀಡಿರುವ ವ್ಯಾಖ್ಯಾನ ಮನಸ್ಸಿಗೆ ತುಂಬಾ ಹತ್ತಿರವಾದುದು. ಇಂತಹ ಸಮಯದಲ್ಲಿ ನನಗೆ ಒರಿಸನ್ ಸ್ಟೆಟ್ ಮರ್ಡೇನ್ ರವರು ಹೇಳಿರುವ ಈ ಉಕ್ತಿ ನೆನಪಾಗುತ್ತಿದೆ. 'ಗರಿಷ್ಠವಾದ ಸಾಧನೆ ಮಾಡಿರುವ ವ್ಯಕ್ತಿಗಳೆಲ್ಲಾ ಉತ್ತಮ ಕನಸುಗಾರರಾಗಿದ್ದರು.' ಅಂದರೆ ಸಾಧನೆ ಮಾಡಿರುವ ವ್ಯಕ್ತಿಗಳೆಲ್ಲಾ ಮೊದಲು ಕನಸು ಕಂಡವರು. ನಂತರ ತಮ್ಮ ಕನಸುಗಳನ್ನು ಸಾಕಾರ ಗೊಳಿಸಿರುವವರು. ಕನಸ್ಸೇ ಹಾಗೆ, ನಮ್ಮ ವರ್ತಮಾನದ ಸನ್ನಿವೇಶವನ್ನು ಬದಲಾಯಿಸಿಕೊಂಡು ಉತ್ತಮ ಭವಿಷ್ಯತೆಗಾಗಿ ತುಡಿತ ನೀಡುವುದೇ ಈ ಕನಸು"

"ಖಂಡಿತವಾಗಿ ಕನಸು ನಮ್ಮ ಜೀವನ ಮತ್ತು ಪ್ರಪಂಚವನ್ನು ಬದಲಾಯಿಸುತ್ತದೆ. ಕನಸುಗಳು ದೊಡ್ಡದಾಗಿರಲಿ ಚಿಕ್ಕದಾಗಿರಲಿ, ಬದಲಾವಣೆ ತರುವ ಶಕ್ತಿ ಕನಸಿಗಿದೆ. ಅತ್ಯಂತ ಚಿಕ್ಕ ಕನಸು ಕೂಡ ಜೀವನದಲ್ಲಿ ಪ್ರಭಾವಶಾಲಿಯಾಗಿರುತ್ತದೆ. ಕನಸೇ ಜೀವಾಳ. ಕನಸುಗಳು ಇಲ್ಲದ ಜೀವನ ವ್ಯರ್ಥ ಅರ್ಥರಹಿತ".

ತನ್ನ ಮಾತನ್ನು ಅತ್ಯಂತ ಶ್ರದ್ಧೆಯಿಂದ ಆಲಿಸುತ್ತಿದ್ದ ಅವಳಿ ಗಜಗಳನ್ನು ನೋಡಿ "ಈಗ ನಾನು ಕನಸು ಮತ್ತು ನನಸು ಇವೆರಡನ್ನು ಉದ್ಯಮಶೀಲತೆಯ ನವೀಕರಣದ ದೃಷ್ಟಿಯಿಂದ ನೋಡೋಣ. ಕುತೂಹಲ ಅನ್ನಿಸ್ತಿದ್ಯಾ?" ಎಂದು ಕೇಳ್ತಾನೆ ಲಕ್ಕಿ.

"ಇಲ್ಲ" ಎನ್ನುವಂತೆ ತಮ್ಮ ಶಿರಸ್ಸನಾಡಿಸಿದ ಆನೆಗಳು ಲಕ್ಕಿಯು ಮಾತನ್ನು ಮುಂದುವರೆಸಲಿ ಎಂದು ಕಾಯುತ್ತಿದ್ದವು.

"ನಿನ್ನೆ ಐಶೀ ನಮಗೆ ಓದಿ ತಿಳಿಸಿದ ಇನ್ನೋವೇಷನ್ ಫ್ರೇಮ್‌ವರ್ಕ್ ನೆನಪಿದೆಯೇ? ಆ ಇನ್ನೋವೇಷನ್ ಫ್ರೇಮ್‌ವರ್ಕ್ ನಲ್ಲಿ ಉದ್ಯಮಿಗಳು ತಮಗೆ ಎದುರಾಗಿರುವ ಸವಾಲನ್ನು ದಾಟಲು ಹಲವು ಸೃಜನಶೀಲ ಪರಿಹಾರಗಳನ್ನು ಕಲೆ ಹಾಕುತ್ತಾರೆ. ಆ ರೀತಿ ಕಲೆ ಹಾಕುವ ಕೆಲಸ, ಕನಸಿಗೆ ಸಮಾನ. ತಮ್ಮ ಇಂದಿನ ಪರಿಸ್ಥಿತಿಯನ್ನು ಉತ್ತಮಗೊಳಿಸಿಕೊಳ್ಳುವ ಉದ್ದೇಶದಿಂದ, ಉದ್ಯಮಿಗಳು ಹಲವು ಹತ್ತು ಉಪಾಯಗಳನ್ನು ವಿಮರ್ಶಿಸುತ್ತಾರೆ. ತಮ್ಮ ಉಪಾಯಗಳನ್ನು ತಮ್ಮ ನಾಳೆಯ ಕನಸನ್ನು ಮುಕ್ತವಾಗಿ ಹರಿಯಲು ಬಿಡುತ್ತಾರೆ. ಒಂದು ಉಪಾಯವನ್ನು ಅಳವಡಿಸಿಕೊಳ್ಳುವ ಮೊದಲು ಎಷ್ಟೋ ಐಡಿಯಾಗಳನ್ನು ವಿಮರ್ಶಿಸುತ್ತಾರೆ. ಅರ್ಥವಾಗುತ್ತಿದ್ದಯೇ?" ಮಧ್ಯದಲ್ಲಿ ಲಕ್ಕಿ ಪ್ರಶ್ನಿಸಿದಾಗ "ಖಂಡಿತವಾಗಿ" ಎಂದವು ಗಜದ್ವಯಗಳು.

ಲಕ್ಕಿ ಮುಂದುವರೆಸುತ್ತಾ "ನನಸುಗಾರರು ಹಾಗಲ್ಲ. ಪ್ರತಿಯೊಂದು ಉಪಾಯದ ಸಾಧ್ಯತೆ, ಅಸಾಧ್ಯತೆಗಳನ್ನು ಪರಿಶೀಲಿಸಿ ಅದು ಅಳವಡಿಕೆಗೆ ಸಾಧ್ಯವೋ ಇಲ್ಲವೋ, ಎದುರಾಗಿರುವ ಸವಾಲಿಗೆ ಇದು ಸಂಪೂರ್ಣವಾದ ಉಪಾಯವೇ ಎಂಬುದನ್ನು ಸೂಕ್ಷ್ಮವಾಗಿ ಪರಿಶೀಲಿಸಿ, ಅದು ಸರಿಯೆನಿಸಿದಾಗ ಅಳವಡಿಕೆಯಾಗಲು ಯೋಗ್ಯ ಮುಂದುವರೆಯಬಹುದು, ಎಂಬ ಹಸಿರು ನಿಶಾನೆ ನೀಡುತ್ತಾರೆ. "ನಿನ್ನೆ ನಾವು ಚರ್ಚಿಸಿದ ಮೌಲೀಕರಣವೂ ಇದೇ".

ಸೂಕ್ತವಾಗಿ ಕಾರ್ಯಗತಗೊಂಡ ಕನಸು, ವೈಯಕ್ತಿಕ, ವೃತ್ತಿ ಪರ, ಸಾಮಾಜಿಕ ಹಾಗೂ ಪರಿಸರದ ಉತ್ತಮ ಬೆಳವಣಿಗೆಗೆ ಕಾರಣವಾಗುತ್ತದೆ. ಅಂತಹ ಯೋಗ್ಯವಾದ ಕನಸುಗಳನ್ನು ನನಸಾಗಿಸಿಕೊಳ್ಳಲು ಶ್ರಮಿಸಬೇಕು."

"ಎಷ್ಟೋ ಉದ್ಯಮಿಗಳು ಕೇವಲ ಕನಸುಗಾರರಾಗಿರುತ್ತಾರೆ. ಅಥವಾ ವಾಸ್ತವಿಕವಾಗಿ ಚಿಂತಿಸುವವರೊಡನೆ ಕೈಜೋಡಿಸದೇ ತಮ್ಮ ಕನಸುಗಳು ಕಮರಿ ಹೋಗುವಂತೆ ಮಾಡಿಕೊಳ್ಳುತ್ತಾರೆ. ಅದು ಒಂದು ರೀತಿಯಲ್ಲಿ ನಿಜವೇ ಎಲ್ಲಾ ಕನಸುಗಳು ನನಸಾಗಿದ್ದರೆ, ಪ್ರಪಂಚ, ಹೀಗಿರುತ್ತಿರಲಿಲ್ಲ. ಆದರೆ ಕನಸುಗಾರರು ತಮ್ಮ ಕನಸುಗಳನ್ನು ನನಸಾಗಿಸಲು ಶ್ರಮಿಸದೇ ಇರುವುದು ವಿಷಾದನೀಯ. ಕನಸುಗಾರರು ಹಾಗು ಕನಸ್ಸನ್ನು ನನಸಾಗಿಸುವವರು, ಇವರಿಬ್ಬರೂ ಜೊತೆಯಲ್ಲಿರುವುದು ಅತ್ಯವಶ್ಯಕ.

ಹೇಗೆ ವಾಸ್ತುಶಿಲ್ಪಿ ಹಾಗೂ ಕಟ್ಟಡ ನಿರ್ಮಾಣಗಾರರಿಬ್ಬರು ಜೊತೆ ಗೂಡಿ ಒಂದು ಸುಂದರವಾದ ಕಟ್ಟಡ ವಿನ್ಯಾಸವನ್ನು ನೈಜ ಕಟ್ಟಡವಾಗಿಸುತ್ತಾರೆಯೋ ಹಾಗೆಯೇ ಕನಸುಗಾರರು ಹಾಗೂ ನನಸುಗಾರರ ಸಂಬಂಧ. ಹಾಗಾದರೆ ನೀವಿಬ್ಬರು ಈಗ ಏನನ್ನು ಯೋಚಿಸುತ್ತಿರುವಿರಿ ಅಥವಾ ಯಾವ ಕನಸನ್ನು ಕಾಣುತ್ತಿರುವಿರಿ?" ಎಂದು ಲಕ್ಕಿ ಕೇಳಿದನು.

ಮೊದಲು ಉತ್ತರಿಸಿದ ಐಶೀ "ನಾನು ನಮ್ಮ ತಂದೆ ತಾಯಿ ಹಾಗೂ ವೈದ್ಯರು ಹೇಳಿದ ಮಾತುಗಳನ್ನು ಮೆಲುಕುಹಾಕುತ್ತಿರುವೆ. ಅವರುಗಳು ಒತ್ತಿ ಹೇಳುತ್ತಿದ್ದ, ಉತ್ತಮವಾದ ಜೀವನ ಶೈಲಿಗೆ ಎಂಟು ಘಂಟೆಗಳ ಸುಖ ನಿದ್ರೆ ಅತ್ಯವಶ್ಯಕ ಎಂಬುದನ್ನು ನೆನಪು ಮಾಡಿಕೊಳ್ಳುತ್ತಿರುವೆ".

"ಹಾಗೆಯೇ ಬೀಟಲ್‌ನ ಪಾಲ್ ಮೆಕ್ಕಾರ್ಟನಿರವರ ಯಸ್ಟರ್ಡೇ ಹಾಡಿನ ರಾಗ ಮೂಡಿದ್ದ ರೀತಿ ನೆನಪಾಗುತ್ತಿದೆ". ಸಂಟು, "ಗಿನ್ನಿಸ್ ದಾಖಲೆಯ ಪ್ರಕಾರ, ಆ ಹಾಡು 20ನೇ ಶತಮಾನದ ಅತ್ಯಂತ ಹೆಚ್ಚು ಬಾರಿ ಹಾಡಿರುವ ಹಾಗೂ ಅತ್ಯಂತ ಹೆಚ್ಚು ಬಾರಿ ರೂಪಾಂತರ ಮಾಡಿರುವ ಹಾಡು ಎಂದು".

"ಹೌದು ನಾನು ಕೂಡ ಅದರ ಬಗ್ಗೆ ಓದಿರುವೆ" ಎಂದು ಹೇಳಿದನು ಲಕ್ಕಿ. "ಹೆಲ್ಪ್" ಚಿತ್ರದ ಚಿತ್ರೀಕರಣಕ್ಕಾಗಿ 1965ನೇ ಇಸವಿಯಲ್ಲಿ ಬೀಟಲ್ಸ್‌ರವರು, ಲಂಡನ್‌ನಲ್ಲಿ ತಂಗಿದ್ದರು. ಮೆಕ್ಕಾರ್ಟನಿ ತಮ್ಮ ಮನೆತನಕ್ಕೆ ಸೇರಿದ ಮನೆಯಲ್ಲಿನ ಅಟ್ಟದ ಮೇಲಿದ್ದ ಒಂದು ಚಿಕ್ಕ ಕೊಡದಿಯಲ್ಲಿ ಮಲಗಿದ್ದಾಗ, ಅವರ ಕನಸಿನಲ್ಲಿ ಯಾರೋ ಶಾಸ್ತ್ರಿಯವಾಗಿ ಈ ರಾಗವನ್ನು ನುಡಿಸಿದ್ದಂತಾಯಿತಂತೆ. ಅವರ ಮಾತುಗಳಲ್ಲಿ ಹೇಳುವುದಾದರೆ 'ನಾನು ಬೆಳಿಗ್ಗೆ ನಿದ್ದೆಯಿಂದ ಎದ್ದಾಗ ಒಂದು ಸೊಗಸಾದ ರಾಗ ತಲೆಯಲ್ಲಿ ಗುಂಯ್‌ಗುಡುತ್ತಿತ್ತು. ಏನಿದು? ಎಂದು ಯೋಚಿಸುತ್ತಿದ್ದಾಗ ನನ್ನ ಮಂಚದ ಪಕ್ಕದ ಕಿಟಕಿಯ ಪಕ್ಕಕ್ಕೆ ಇದ್ದ ಒಂದು ಪಿಯಾನೊ ಕಾಣಿಸಿತು. ತಕ್ಷಣವೇ ಎದ್ದು ಪಿಯಾನೋ ನುಡಿಸಲು ಕೂತೆ. ತಕ್ಷಣ ಜಿ.ಎಫ್.ಎಫ್.ಶಾರ್ಪ್ ಮೈನರ್ ಅದ್ರಲ್ಲಿ 7ನೇ ಸ್ವರಗಳನ್ನು ಕಂಡೆ. ಅದೆಲ್ಲವೂ ಒಂದು ವ್ಯವಸ್ಥಿತ ರೀತಿಯಲ್ಲಿ ಇದ್ದವು. ನನಗೆ ಆ ರಾಗ ತುಂಬ ಹಿಡಿಸಿತು. ನಾನು ಹಿಂದೆ ಈ ರಾಗವನ್ನು ಬರೆದಿದ್ದೇನೆ ಅಥವಾ ಸಂಯೋಜಿಸಿದ್ದು ಉಂಟೇ ಎಂದು ಚಿಂತಿಸತೊಡಗಿದೆ. ಆದರೆ ನಾನು ಎಂದು ಈ ರಾಗವನ್ನು ಬರೆದಿದ್ದಾಗಲೂ ಸಂಯೋಜಿಸಿದ್ದಾಗಲೇ ಇಲ್ಲ. ಇದೂ ಒಂದು ತರಹ ಚಮತ್ಕಾರವೇ ಸರಿ. ನನಗೆ ಒಂದು ಅದ್ಭುತವಾದ ರಾಗ ಸಿಕ್ಕಿತು. ಆ ಕನಸು ಒಂದು ಅತ್ಯಂತ ಜನಪ್ರಿಯವಾದ ಹಾಡಾಯಿತು. ಇದು ಕನಸಿನ ಹಾಗೂ ನನಸುಗಾರರ ಶಕ್ತಿ'.

ವಾಸ್ತುಶಿಲ್ಪಿ ಹಾಗೂ ಬಿಲ್ಡರ್ ಜೊತೆಗೂಡಿ ಹೇಗೆ ಒಂದು ಡಿಸೈನ್‌ನನ್ನು ಸುಂದರವಾದ ಕಟ್ಟಡವಾಗಿಸುತ್ತಾರೋ, ಹಾಗೆ ಕನಸುಗಾರರು ಹಾಗೂ ನನಸುಗಾರರು ಕೈ ಜೋಡಿಸಿದರೆ ಅದ್ಭುತಗಳು ಘಟಿಸುತ್ತವೆ.

"ನೀವು ಈಗಾಗಲೇ ಅರ್ಥ ಮಾಡಿಕೊಂಡಿರುವುದನ್ನು ನಾನು ಪುನರುಚ್ಚರಿಸಲು ಇಚ್ಛಿಸುತ್ತೇನೆ. ಕನಸುಗಳು ಕೇವಲ ವ್ಯಕ್ತಿಗತ ಅಲ್ಲ. ಸಂಸ್ಥೆಗಳು ದೊಡ್ಡ ದೊಡ್ಡ ಕಂಪನಿಗಳು ಸಹ ಕನಸನ್ನು ಹೊಂದಿರುತ್ತವೆ. ಕಂಪನಿಗಳಿಗೂ ತಮ್ಮ ಉಳಿವಿಕೆಗಾಗಿ ದೂರ ದೃಷ್ಟಿ ಹಾಗೂ ಅದರ ಅಳವಡಿಕೆಗೆ ಬೇಕಾದ

ಕ್ರಿಯಾಶಕ್ತಿ ಎರಡರ ಅವಶ್ಯಕತೆ ಇದೆ. ಆದರೆ ಎಷ್ಟೋ ಸಂದರ್ಭಗಳಲ್ಲಿ ದೂರದೃಷ್ಟಿ ಇರುವವರು ಹಾಗೂ ಕಾರ್ಯತಂತ್ರ ರೂಪಿಸುವವರ ನಡುವೆ ಭಿನ್ನಾಭಿಪ್ರಾಯ ಮೂಡವುದು ಸಹಜ" ಎಂದನು ಲಕ್ಕಿ.

ಅದಕ್ಕೆ ಐಶೀ "ಈ ಸಂದರ್ಭದಲ್ಲಿ ನಮ್ಮ ತಾಯಿಯು ಮದುವೆಯ ಬಗ್ಗೆ ಹೇಳುತ್ತಿದ್ದ ಒಂದು ಮಾತು ಜ್ಞಾಪಕಕ್ಕೆ ಬರುತ್ತಿದೆ. 'ಒಂದು ಉತ್ತಮವಾದ ಮದುವೆಯೆಂದರೆ, ಇಬ್ಬರು ಸಮಾನ ಮನಸ್ಕ ವ್ಯಕ್ತಿಗಳು ಜೊತೆಗಿರುವುದಲ್ಲ. ನ್ಯೂನತೆ ಹಾಗೂ ಭಿನ್ನಾಭಿಪ್ರಾಯ ಇರುವ ಇಬ್ಬರು ವ್ಯಕ್ತಿಗಳು ಒಬ್ಬರನ್ನೊಬ್ಬರು ಗೌರವಿಸಿ ಸಂತಸದಿಂದ ಕೂಡಿಬಾಳುವುದು ನಿಜವಾದ ಅರ್ಥಬದ್ಧ ಮದುವೆಯೆಂದು'".

ಚಡಪಡಿಸುತ್ತಿದ್ದ ಸಂಟುವನ್ನು ನೋಡಿದ ಲಕ್ಕಿ "ಏನಾಯಿತು? ಸಂಟು ನೀನು ಸ್ವಲ್ಪ ಬೇಸರದಿಂದಿರುವಂತಿದೆ".

"ಈ ಮಾತುಗಳೆಲ್ಲ ನನಗೆ ಅರಗಿಸಿಕೊಳ್ಳಲು ಕಷ್ಟ. ಬಹುಶಃ ನಾನು ಯೋಜನೆಗಳನ್ನು ಕಾರ್ಯರೂಪಕ್ಕೆ ತರುವಂತಹವರ ಗುಂಪಿಗೆ ಸೇರಿದವನಾಗಿರುವುದರಿಂದ ಹೀಗೆ ಅನ್ನಿಸಬಹುದು. ಇದೆಲ್ಲ ತನ್ನ ತಂಗಿಗೆ ಸರಿ, ಏಕೆಂದರೆ, ಕನಸುಕಾಣುವುದು. ಯೋಜನೆ ಹೆಣೆಯುವುದು. ನನ್ನ ತಂಗಿಯ ವಿಭಾಗ. ಲಕ್ಕಿ, ನೀನೇಕೆ ಕನಸು ಮತ್ತು ನನಸು ಇವೆರಡರ ಸಂಬಂಧವನ್ನು ನಿಜ ಜೀವನದ ಉದಾಹರಣೆಯೊಂದಿಗೆ ವಿವರಿಸಬಾರದು".

"ಖಂಡಿತವಾಗಿಯೂ, ಹಾಗೂ ಒಂದು ಉದಾಹರಣೆ ಕೊಡಬಲ್ಲೆ. ಟಾಟಾ ನ್ಯಾನೋ ಕಾರಿನ ಯೋಜನೆ ಬಗ್ಗೆ ನಿಮಗೆ ತಿಳಿಸುತ್ತೆನೆ. ಸರಿಯೇ?" ಎಂದು ತನ್ನ ಸ್ನೇಹಿತನ ದಂತದ ಮೇಲೆ ಲಕ್ಕಿ ಕೈಯಾಡಿಸಿದನು. ಸಂತಸಗೊಂಡ ಸಂಟು ತನ್ನ ಮೈಯನ್ನು ಹೆಮ್ಮೆಯಿಂದ ಎತ್ತಿ "ತುಂಬಾ ಥ್ಯಾಂಕ್ಸ್. ಖಂಡಿತವಾಗಿ ಟಾಟಾ ನ್ಯಾನೋ ಕಾರ್ ಬಗ್ಗೆ ತಿಳಿಸು" ಎಂದನು. ಇದನ್ನು ನೋಡುತ್ತಿದ್ದ ಅವನ ತಂಗಿ, ಕೀಟಲೆಯಿಂದ ಅಸಡ್ಡೆ ತೋರುವಂತೆ ತನ್ನ ಮುಖವನ್ನು ತಿರುಗಿಸಿಕೊಂಡಳು.

ನದಿಯಲ್ಲಿ ಇಳಿಬಿಟ್ಟಿದ್ದ ತನ್ನ ಪಾದಗಳನ್ನು ಮೇಲೆ ತೆಗೆದು, ಒಣಗಲು ಬಿಟ್ಟ ಲಕ್ಕಿ ತನ್ನ ಮಾತುಗಳನ್ನು ಆರಂಭಿಸಿದನು. "ನಾವು ಎಲ್ಲರೂ ಅತ್ಯುತ್ತಮವಾದ ವಿಷಯಗಳನ್ನು ಹೊಂದಿದ್ದೇವೆ. ಉನ್ನತವಾದ ಕನಸುಕಾಣುವುದು. ಉತ್ತಮವಾದುದು. ಕನಸನ್ನು ಜೀವನದಲ್ಲಿ ಅಳವಡಿಸಿಕೊಳ್ಳುವುದು, ಇನ್ನು ಉತ್ತಮ. ಆದರೆ, ಅತ್ಯುತ್ತಮ ಕನಸನ್ನು ನನಸಾಗಿಸಲು ಬೇಕಾಗಿರುವ ಸಲಕರಣೆಗಳ ಉಪಯೋಗ ಸೂಕ್ತವಾಗಿ ಆಗದಿದ್ದಲ್ಲಿ, ಕನಸುಗಳು ಕಮರಿ ಹೋಗುತ್ತದೆ. ಅದು ಗಾಳಿಯಲ್ಲಿ ಗೋಪುರ ಕಟ್ಟಿದಂತೆ. ಇವುಗಳ ಸಂರಕ್ಷಣೆ ಅತಿಮುಖ್ಯ.

ಥಾಮಸ್ ಆಲ್ವ ಎಡಿಸನ್‌ರವರು ಸಂರಕ್ಷಣೆಗೆ ಹೆಸರು ವಾಸಿ. ಅವರು ತಮ್ಮ ಪ್ರಯೋಗಗಳ ವಿಫಲತೆಯನ್ನು ಎಂದೂ ವಿಫಲ ಎಂದು ಭಾವಿಸಲಿಲ್ಲ. ತಮ್ಮ ಪ್ರತಿ ಸೋಲಿನಲ್ಲೂ ಹೊಸ ಹೊಸ ವಿಷಯವನ್ನು ಕಲಿತುಕೊಂಡು, ಅವುಗಳನ್ನು ಸಂರಕ್ಷಿಸಿದರು. ಅವರ ವಾಕ್ಯಗಳಲ್ಲಿ ಹೇಳಬೇಕಾದರೆ "ನಾನು ವಿಫಲನಾಗಿಲ್ಲ. ಸಫಲವಾಗದ 10,000 ಮಾರ್ಗಗಳನ್ನು ಕಂಡುಕೊಂಡಿದ್ದೇನೆ".

'ನಾನು ವಿಫಲನಾಗಿಲ್ಲ. ಸಫಲವಾಗದ 10,000 ಮಾರ್ಗಗಳನ್ನು ಕಂಡುಕೊಂಡಿದ್ದೇನೆ'.

-ಎಡಿಸನ್

"ಕನಸು ಒಂದು ಬೀಜದಂತೆ ಗಿಡವನ್ನು ಬೆಳೆಯಲು ಅತ್ಯವಶ್ಯಕ. ಆದರೆ ಸಶಕ್ತನಲ್ಲ. ಬೀಜವು ಗಿಡವಾಗಿ ಬೆಳೆಯಲು ಮಣ್ಣು, ನೀರು, ಗೊಬ್ಬರ, ಸೂರ್ಯನ ಕಿರಣ ಹಾಗೂ ಅದನ್ನು ಒತ್ತಿ ಹಿಡಿಯಲು, ಸಂರಕ್ಷಿಸಲು ಬೇಲಿಯ ಅವಶ್ಯಕತೆ ಇದೆ. ಎಸ್ಕೇ ಚಂದ್ರನ್ ಇನ್‌ಸ್ಟಿಟ್ಯೂಟ್‌ನ ಮುಖ್ಯಸ್ಥರಾದ ಶ್ರೀ ಎಸ್. ಎ. ಚಂದ್ರನ್‌ರವರ ಕನಸುಗಾರರು ಹಾಗೂ ನನಸುಗಾರರನ್ನು, ಕಲೆ ಮತ್ತು ವಿಜ್ಞಾನಕ್ಕೆ ಹೋಲಿಸಿ ಅದನ್ನು ವಿವರಿಸಲು ಆಲದಮರದ ಉದಾಹರಣೆ, ನೀಡುತ್ತಾರೆ. ಬೀಜದಲ್ಲಿ (ಆದಿ) ಆಲದಮರ (ಅಂತ್ಯ) ವನ್ನು ಕಾಣುವವರು ನಿಜವಾದ ದೂರದೃಷ್ಟಿಯುಳ್ಳವರು. ಆದಿಯಲ್ಲಿ ಅಂತ್ಯವೇನೆಂದು ಅರಿವು ಮೂಡಿಸಿಕೊಳ್ಳುವವರು ಯಶಸ್ವಿಗಳು".

ಇನ್ನೂ ಚಡಪಡಿಕೆಯನ್ನು ನಿಲ್ಲಿಸದ ಸಂಟುವನ್ನು ನೋಡಿದ ಲಕ್ಕಿ "ಸರಿ ಸಂಟು ಈಗ ಇವುಗಳೆಲ್ಲವನ್ನು ಬಿಟ್ಟು, ಟಾಟಾ ನ್ಯಾನೋ ಉದಾಹರಣೆಯನ್ನು ವಿವರಿಸುತ್ತೇನೆ." ಎಂದು ತನ್ನ ಕಥೆಯನ್ನು ಪ್ರಾರಂಭಿಸಿದನು.

"ಟಾಟಾ ನ್ಯಾನೋ ರತನ್ ಟಾಟರವರ ಕನಸಿನಕೂಸು. ಅವರ ಈ ಕನಸು ಮೊಳಕೆ ಹೊಡೆದಿದ್ದು, ಅವರ ಬಾಲ್ಯದಲ್ಲಿ ಅವರು ವಾಸವಿದ್ದ ಕೋಲ್ಕತ್ತದಲ್ಲಿ. ಕೈಗಾಡಿ ರಿಕ್ಷಾ (ಹ್ಯಾಂಡ್ ಪುಲ್ಲುಡ್ ರಿಕ್ಷಾ)ಗಳಿಗೆ ಪ್ರಖ್ಯಾತವಾದ ಕೋಲ್ಕತ್ತಾನಗರದ ಒಂದು ತುದಿಯಿಂದ ಇನ್ನೊಂದು ತುದಿಗೆ ಟಾಟಾರವರು ಆಗಾಗ್ಗೆ ಪ್ರಯಾಣಿಸಬೇಕಾಯಿತು. ಇಂತಹ ಸಮಯದಲ್ಲಿ ಅವರಿಗೆ ಬಹುಮುಖ್ಯವಾಗಿ ಕಾಡಿದ ಸಮಸ್ಯೆಯಿಂದರೆ ಸುರಕ್ಷತೆ. ಆಗ ಅವರಿಗೆ ಎಲ್ಲರ ಕೈಗೂ ಎಟುಕಬಹುದಾದ, ಕಡಿಮೆ ಬೆಲೆಯ ಕಾರಿನ ಅವಶ್ಯಕತೆ ಕಂಡು ಬಂತು. ಈ ನಿಟ್ಟಿನಲ್ಲಿ ಚಿಂತಿಸಲು ಆರಂಭಿಸಿದ ನಂತರ ಅವರಿಗೆ ತಿಳಿದ ವಿಷಯವೆಂದರೆ. ಸುರಕ್ಷತೆ ಎಲ್ಲೆಲ್ಲೂ ಬೃಹದಾಕಾರವಾಗಿ ಕಾಡುತ್ತಿರುವ ಸಮಸ್ಯೆಯಾಗಿದೆ. ನಾವೆಲ್ಲರೂ ನೋಡಿರುವಂತೆ ಒಂದು ಸ್ಕೂಟರಿನಲ್ಲಿ ಒಂದು ಕುಟುಂಬ ಅಂದರೆ ಅಪ್ಪ, ಅಮ್ಮ ಮತ್ತು ಇಬ್ಬರು ಮಕ್ಕಳು ಪ್ರಯಾಣಿಸುವುದು. ಇದು ಎಲ್ಲರೂ ಯೋಚಿಸಬೇಕಾದ ವಿಷಯ. ಒಂದು ವೇಳೆ ಮಳೆಯಿಂದಾಗಿ ರಸ್ತೆಗಳು ಒದ್ದೆಯಾದರೆ ಏನು ಗತಿ? ಅಥವಾ ಮಳೆಯಿಂದಾಗಿ, ರಸ್ತೆಯಲ್ಲಿ ಮಂದ ಬೆಳಕಿದ್ದರೆ ಅಥವಾ ಬೀದಿ ದೀಪದ ಉರಿಯದಿದ್ದರೆ?

ಯಾವುದೇ ಆತಂಕವಿಲ್ಲದೆ ಲ್ಯಾಮ್‌ಬ್ರೆಟಾ ಸ್ಕೂಟರಿನಲ್ಲಿ ಪ್ರಯಾಣಿಸುವ ಆ ಕುಟುಂಬಕ್ಕೆ ಬರುವ ಸಂಚಕಾರವಾದರೂ ಎಂತಹದು?"

ಇದನ್ನು ಒಪ್ಪಿಕೊಂಡಂತೆ ಐಶೀ ತಲೆಯಾಡಿಸಿದರೆ ಸಂಟು "ನಾವು ಮೂವರು ನ್ಯಾನೋಕಾರಿನಲ್ಲಿ ಒಂದು ಲಾಂಗ್‌ಡ್ರೈವ್ ಹೋದ ಹಾಗೆ ನಾನು ಕಲ್ಪನೆ ಮಾಡಿಕೊಳ್ಳುತ್ತಿರುವೆ. ಎಷ್ಟು ಹಿತವಾದ ಅನುಭವ".

ಅದನ್ನು ಕೇಳಿ ನಕ್ಕ ಲಕ್ಕಿ, ತನ್ನ ಮಾತನ್ನು ಮುಂದುವರೆಸಿದನು. "ಟಾಟಾರವರು ತಮ್ಮ ಕನಸನ್ನು ಪೋಡಿಸಿದರು. ಅವರ ತಂಡ ಅದಕ್ಕೊಂದು ರೂಪಕೊಟ್ಟು ಅಂತಹ ಕಾರಿನ ವಿನ್ಯಾಸ ಮಾಡಿ, ಆ ವಿನ್ಯಾಸವನ್ನು ತಮ್ಮ ಫ್ಯಾಕ್ಟರಿಯಲ್ಲಿ ಕಾರ್ಯರೂಪಕ್ಕೆ ತಂದು, ಅಂತಹ ಕಾರನ್ನು ತಯಾರಿಸಲು ಅವಶ್ಯಕವಿರುವ ವಿವಿಧ ಬಿಡಿ ಭಾಗಗಳನ್ನು ತಯಾರಿಸಿದರು. ಅದು ಕನಸುಗಾರರ ಹಾಗೂ ನನಸುಗಾರರ ಒಗ್ಗಟ್ಟಿನ ಪರಿಶ್ರಮ. ಇಡೀ ತಂಡದ ಅವಿರತ ಪ್ರಯತ್ನ ಹಾಗೂ ಏಕಾಗ್ರ ಚಿತ್ತದಿಂದ ಅವರು ಹಾಕಿದ ಶ್ರಮದಿಂದ ನಾವು ಇಂದು ನ್ಯಾನೋದಂತಹ ಕಾರಿನ ಆವಿಷ್ಕಾರವನ್ನು ರಸ್ತೆಯ ಮೇಲೆ ನೋಡಲು ಸಾಧ್ಯವಾಯಿತು.

ಇಂತಹ ಕಾರನ್ನು ಅಂದಿನ ವಾಣಿಜ್ಯ ಮಂತ್ರಿಗಳಾದ ಶ್ರೀಯುತ ಕಮಲನಾಥ್‌ರವರು ಬಣ್ಣಿಸಿದ ರೀತಿ ನಿಮಗೆ ತಿಳಿದಿದ್ದೀಯಾ?" ಎಂದು ಕೇಳಿದನು.

"ಆರಕ್ಕೆ ಏರದ ಮೂರಕ್ಕೆ ಇಳಿಯದ ಮಧ್ಯಮವರ್ಗದ ಕುಟುಂಬವರ್ಗದವರು ಕಾರನ್ನು ಹೊಂದುವ ಕನಸನ್ನು ಟಾಟಾರವರು ನನಸು ಮಾಡಿದರು ಎಂದು ವರ್ಣಿಸಿದ್ದರು" ಎಂದು ಉತ್ತರಿಸಿದ ಸಂಟು.

"ಹಾಗಾದರೆ, ಇಂದು ಕಲಿತದ್ದನ್ನು ನಿಮ್ಮಿಬ್ಬರಲ್ಲಿ ಯಾರು ಸಂಕ್ಷಿಪ್ತವಾಗಿ ವಿವರಿಸುತ್ತೀರಾ" ಎಂದು ಲಕ್ಕಿ ಕೇಳಿದೊಡನೆ, ತನ್ನ ತಂಗಿಗಿಂತ ಮುಂಚಿತವಾಗಿ ಮಾತನಾಡಲು ಆರಂಭಿಸಿದನು, ಸಂಟು. "ಯಶಸ್ಸು ಕನಸು ಕಾಣುವವರ ಸ್ವತ್ತಲ್ಲ. ಅದು ಸಿಗುವುದು ಕನಸುಗಾರರು ಮತ್ತು ನನಸುಗಾರರಾಗಿರುವ ವ್ಯಕ್ತಿಗಳಿಗೆ ಮಾತ್ರ. ಕನಸು ಮತ್ತು ನನಸು ಒಂದು ನಾಣ್ಯದ ಎರಡು ಮುಖಗಳಂತೆ. ಬೇರ್ಪಡಿಸಲಾಗದ ಅವಳಿಗಳಂತೆ. ಈ ಅವಳಿಗಳು ಒಬ್ಬ ಮನುಷ್ಯನನ್ನು ಮತ್ತು ಅವನ ಚಿಂತನೆಗಳನ್ನು ನನಸಾಗಿಸುವಲ್ಲಿ ಮಹತ್ವದ ಸ್ಥಾನ ಪಡೆಯುತ್ತವೆ".

"ಕನಸುಗಾರ ಹಾಗೂ ನನಸುಗಾರ ಒಬ್ಬ ವ್ಯಕ್ತಿಯೇ ಆಗಿರಬೇಕೆಂದಿಲ್ಲ"ಎಂದು ಅಣ್ಣನ ಮಾತಿಗೆ ಪೂರಕವಾಗಿ ಹೇಳಿದ ಐಶೀ "ಇದು ನಾನು ಮತ್ತು ನನ್ನ ಅಣ್ಣನಂತೆ. ನನ್ನನ್ನು ಕನಸುಗಾರ ಎಂದು ವಿವರಿಸಿದೆ. ಏಕೆಂದರೆ ನನಗೆ ಒಂದು ಜಾಗದಲ್ಲಿ ಕುಳಿತು ನನ್ನ ಚಿಂತನೆಗಳನ್ನೆಲ್ಲಾ

ಒಗ್ಗೂಡಿಸುವುದು ಇಷ್ಟ. ಆದರೆ ನನ್ನಣ್ಣ ಆಗಲ್ಲ. ಅವನಿಗೆ ತನಗೆ ತೋಚಿದ ಆಲೋಚನೆಗಳನ್ನು ಕಾರ್ಯಗತ ಮಾಡಿ ತೀರಿಸಿದರೆ ಮಾತ್ರ ಸಮಾಧಾನಸಿಗುತ್ತದೆ".

ತನ್ನ ಮೈಯನ್ನು ಮುರಿಯುತ್ತಾ ಮೇಲಕ್ಕೆ ಎದ್ದು ನಿಂತ ಲಕ್ಕಿ. ಸಂಟು ನೀರಿಗೆ ತಳ್ಳುವ ಮುಂಚೆ ಆಕಸ್ಮಾತ್ತಾಗಿ ಬಿಚ್ಚಿಟ್ಟಿದ್ದ ತನ್ನ ಜಾಕೆಟ್‌ನನ್ನು ಕೊಡವಿಕೊಂಡು ಏರಿಸಿ ಕೊಳ್ಳತೊಡಗಿದೆನು. ಹಾಗಾದರೆ ಒಂದು ಯಶಸ್ವೀ ತಂಡಕ್ಕೆ ಬೇಕಾಗಿರುವ ಗುಣಗಳು ನಿಮ್ಮಲ್ಲಿದೆ ಎಂದಾಯಿತು. ಇಂತಹ ಒಂದು ಸ್ವಾರಸ್ಯಕರ ಚರ್ಚೆ ಮಾಡಲು ಅವಕಾಶ ಮಾಡಿಕೊಟ್ಟ ನಿಮ್ಮಿಬ್ಬರಿಗೂ ಧನ್ಯವಾದ. ಮಾತಿನಲ್ಲಿ ಸಮಯ ಕಳೆದದ್ದೇ ತಿಳಿಯಲಿಲ್ಲ. ನಾನು ಇನ್ನೂ ಹೊರಡಬೇಕು" ಎಂದನು ಲಕ್ಕಿ.

"ನನಗೆ ಹಸಿವು ಕೂಡ ಆಗುತ್ತಿದೆ. ಏನಾದರೂ ತಿನ್ನಲು ಬೇಕು" ಎಂದು ಸೇರಿಸಿದ ಸಂಟು. "ನಾವು ಆನೆಗಳು, ನಮಗೆ ಆಗಾಗ್ಗೆ ಏನಾದರೂ ತಿನ್ನಬೇಕೆನ್ನಿಸುತ್ತದೆ. ಏಕೆಂದರೆ ನಮ್ಮ ದೇಹ ದೊಡ್ಡದು".

"ನೀನು ಮತ್ತೆ ಊಟದ ಬಗ್ಗೆ ಮಾತನಾಡುತ್ತಿರುವೆ, ಅಣ್ಣ. ಇತ್ತೀಚೆಗೆ ನೀನು ತುಂಬಾ ದಪ್ಪವಾಗುತ್ತಿರುವೆ. ನಿನ್ನ ತೂಕದ ಕಡೆ ಗಮನವಿರಲಿ" ಎಂದಳು.

"ನೀನು ಅನಾವಶ್ಯಕವಾಗಿ ಚಿಂತಿಸಬೇಡ ತಂಗಿ. ನನ್ನ ದೇಹದ ತೂಕ ನನ್ನ ಎತ್ತರಕ್ಕೆ ಸರಿಯಾಗಿದೆ"ಎಂದು ಉತ್ತರಿಸಿದನು.

ಇಂತಹ ಪೊಳ್ಳು ಜಗಳದಲ್ಲಿ ತೊಡಗಿಕೊಂಡು ಸಾಗುತ್ತಿದ್ದ ಆನೆಗಳನ್ನು ಕಂಡು ತನ್ನ ತಲೆಯಾಡಿಸಿ ನಕ್ಕ ಲಕ್ಕಿ.

ಮನನ ಮಾಡಲು ವಿಚಾರ

- ನೀವು ಯಾರು? - ಕನಸುಗಾರರೋ? ನನಸುಗಾರರೋ? ಅಥವಾ ಎರಡೂ ಗುಣಗಳುಳ್ಳವರೋ?

- ಕನಸು ಮತ್ತು ನನಸುಗಳ ನಡುವಿನ ಸಂಬಂಧವನ್ನು ನೀವು ಅರ್ಥಮಾಡಿಕೊಂಡಿರುವ ಬಗೆ ಮತ್ತು ಅವುಗಳನ್ನು ಕೂಡಿಸುವ ನಮ್ಮ ಬದ್ಧತೆಯನ್ನು ಪ್ರದರ್ಶಿಸಲು ಮುಂದಿನ 24 ಘಂಟೆಗಳಲ್ಲಿ ಏನು ಮಾಡುವಿರಿ.

ನಾವು ಪಡೆಯುವುದರಿಂದ ಜೀವನ ನಡೆಸಿದರೆ,

ಕೊಡುವುದರಿಂದ ಬದುಕು ನಡೆಸುತ್ತೇವೆ.

– ವಿನ್‌ಸ್ಟನ್ ಚರ್ಚಿಲ್

ಕೊಡು ಮತ್ತು ಕೊಳ್ಳು

ಕೊಡು ಮತ್ತು ಕೊಳ್ಳು

ಮಧ್ಯಾಹ್ನದ ಒಂದು ಸಣ್ಣ ನಿದ್ದೆಯ ನಂತರ ಸಂಟು ಮತ್ತು ಐಶೀ ಇಬ್ಬರೂ ಫ್ರೆಷ್ ಆಗಿ ಕಾಣಿಸುತ್ತಿದ್ದರು. ಹಾಗೂ ಲಕ್ಕಿಯ ಆಗಮನಕ್ಕಾಗಿ ಕಾತುರದಿಂದ ಕಾಯುತ್ತಿದ್ದರು.

ಲಕ್ಕಿ ಬಂದೊಡನೆ ಸಂಟು "ನಾವು ನಿನ್ನ ಬರುವಿಕೆಗಾಗಿಯೇ ಕಾಯುತ್ತಿದ್ದೆವು. ಲಕ್ಕಿ ಈ ದಿನದ ಚರ್ಚೆಯ ವಿಷಯ ಏನು ಲಕ್ಕಿ". ಎಂದನು.

ಲಕ್ಕಿಯ ಮೌನ ಕಂಡ ಐಶೀ "ಯಾಕೆ ಲಕ್ಕಿ ತುಸು ಕೋಪದಲ್ಲಿರುವಂತೆ ಕಾಣುತ್ತಿರುವೆ? ಏನಾಯಿತು?" ಎಂದು ಸೂಕ್ಷ್ಮವಾಗಿ ಗಮನಿಸಿ ಕೇಳಿದಳು.

"ಕೋಪವಲ್ಲ ಬೇಸರವಾಗಿದೆ. ಈಗ ತಾನೇ ನಾನು ಒಂದು ಮೀಟಿಂಗ್ ಮುಗಿಸಿ ಬಂದಿರುವೆ. ಆ ಮೀಟಿಂಗ್‌ನಲ್ಲಿ ನಡೆದ ಸಂಗತಿಯಿಂದ ನನಗೆ ಬೇಸರವಾಗಿದೆ. ಅಲ್ಲಿ ನಡೆದ ವಿಷಯವನ್ನೇ ಇಂದಿನ ಚರ್ಚೆಯ ವಿಷಯವಾಗಿ ತೆಗೆದುಕೊಳ್ಳುತ್ತೇನೆ. ಬಹುಶಃ, ಅದು ನನಗೆ ಸಮಾಧಾನವನ್ನಾದರೂ ಕೊಡುತ್ತದೆ. ಅದು ನಮ್ಮ ಇನ್ನೊಂದು ಅವಳಿ ಜವಳಿ ಸೂತ್ರ" ಎಂದನು ಲಕ್ಕಿ.

"ಸದ್ಯ ನಮ್ಮ ಚರ್ಚೆಯಿಂದ ನಿನಗೆ ಸ್ವಲ್ಪವಾದರೂ ಉಪಯೋಗವಾಗುತ್ತಿದೆಯಲ್ಲ ಇಲ್ಲವಾದರೆ ನಮಗೆ ತುಂಬಾ ಬೇಜಾರಾಗುತ್ತಿತ್ತು. ಏಕೆಂದರೆ, ಸದಾ ನಿನ್ನಿಂದ ನಮಗೆ ಮಾತ್ರ ಉಪಯೋಗವಾಗುತ್ತಿದೆ. ಅಂದರೆ ನಿನ್ನ ಸಮಯ, ಬುದ್ಧಿವಂತಿಕೆ ಹಾಗೂ ಜ್ಞಾನ, ನಮ್ಮೊಂದಿಗೆ ಹಂಚಿಕೊಳ್ಳುತ್ತಿರುವೆ. ನಾವು ನಿನಗೆ ಏನನ್ನು ಹಿಂತಿರುಗಿಸಲಾಗುತ್ತಿಲ್ಲ ಎಂದು ನಮಗೆ ನೋವಾಗುತ್ತಿತ್ತು". ಎಂದನು ಸಂಟು.

ಸಂಟು ಸೊಂಡಿಲನ್ನು ಸವರುತ್ತಾ ನಸುನಕ್ಕ ಲಕ್ಕಿ. "ನಾನು, ಸ್ವಾಮಿ ವಿವೇಕಾನಂದರ ಹಿತವಚನಗಳಿಗೆ ಸತ್ಸಂಗಕ್ಕೆ ಖುಷಿಯಾಗಿರುತ್ತೇನೆ. ಅವರ ಈ ಮಾತುಗಳು ನನಗೆ ಇಲ್ಲಿ ನೆನಪಾಗುತ್ತಿದೆ. "ಬೇರೊಬ್ಬರಿಗೆ ದಾನ ಮಾಡುವ ಯೋಗ್ಯತೆ ನಮಗೆ ಸಿಕ್ಕಿರುವುದು ನಮ್ಮ ಅದೃಷ್ಟವೇ ಸರಿ. ಕೊಡುವವನು ಮಂಡಿಯೂರಿ ಕೊಟ್ಟು ಧನ್ಯವಾಗಲಿ, ಪಡೆಯುವವನು ಎದ್ದು ನಿಂತು ಆಗ್ರಹಿಸಲಿ". ಅದೇ ರೀತಿ ಸಹ ನಾನು ನಿಮ್ಮಿಬ್ಬರಿಗೆ ಯಾವುದೋ ರೂಪದಲ್ಲಿ

ಉಪಯೋಗಕ್ಕೆ ಬಂದಿರುವುದು ನನಗೆ ಅತ್ಯಂತ ಸಂತೋಷವಾಗಿದೆ. ಇದೆ ನಮ್ಮ ಇಂದಿನ ಚರ್ಚೆಯ ವಿಷಯವಾದ **"ಕೊಡು ಮತ್ತು ಪಡೆಯುವಿಕೆ"** ನಡುವಿನ ಸಂಬಂಧ.

"ಹಾಗಾದರೆ ನಿನ್ನ ಹಿಂದಿನ ಮೀಟಿಂಗಿಗು ಈ ಚರ್ಚೆಯ ವಿಷಯಕ್ಕೂ ಏನು ಸಂಬಂಧ ಲಕ್ಕಿ?" ನಿಧಾನವಾಗಿ ಇಂದಿನ ಪಾಠಕ್ಕೆ ತಯಾರಾಗುತ್ತಾ ತನ್ನ ಸಹೋದರನ ಬಳಿ ಕುಳಿತು ಕೇಳುತ್ತಾಳ ಐಶೀ.

"ನಾನೊಬ್ಬ ಯುವ ಉದ್ಯಮಿಯನ್ನು ಭೇಟಿ ಮಾಡಿದೆ. ಅವನು ತನ್ನ ಉದ್ಯಮಕ್ಕೆ ಅವಶ್ಯವಿರುವ ಬಂಡವಾಳ ಹೂಡಿಕೆಯನ್ನು ಆರಿಸುತ್ತಾ ನಮ್ಮನ್ನು ಸಂಪರ್ಕಿಸಿದ್ದ. ಅವನ ಬಿಸಿನೆಸ್ ಪ್ಲಾನ್ ಚೆನ್ನಾಗಿಯೇ ಇತ್ತು ಮತ್ತು ನಮಗೆಲ್ಲಾ ಅದು ಹಿಡಿಸಿತು ಕೂಡ. ಅವನ ಕನಸಿನ ಉದ್ಯಮವನ್ನು ನನಸಾಗಿಸಲು ಅವನು ಆರಿಸಿದ ಹಾದಿಯು ಸೂಕ್ತವಾಗಿತ್ತು. ನಾನು ಅವನನ್ನು ಈ ಉದ್ಯಮದಲ್ಲಿ ನಿನ್ನ ಬಂಡವಾಳವೆಷ್ಟು ಎಂದು ಕೇಳಿದೆ. ಆ ಯುವ ಉದ್ಯಮಿ ಆಶ್ಚರ್ಯಚಕಿತನಾಗಿ ನಾನೇನೋ ಕೇಳಬಾರದ ವಿಷಯ ಕೇಳಿದಂತೆ ನನ್ನ ಮುಖವನ್ನು ದಿಟ್ಟಿಸಲು ಆರಂಭಿಸಿದ. ನನ್ನ ಪ್ರಶ್ನೆಗೆ ಅವನ ಮೌನವೇ ಉತ್ತರವಾಯಿತು. ಅದಕ್ಕೆ ನಾನು ಪುನಃ ಕೇಳಿದೆ. ಅವನ ಖಾಸಗಿ ಬಂಡವಾಳ ಈ ಉದ್ಯಮದಲ್ಲಿ ಎಷ್ಟಿದೆ ಎಂದು".

"ಅವನು ಏನೆಂದು ಉತ್ತರಿಸಿದ?" ಕೇಳಿದನು ಸಂಟು

ತುಸು ಸಮಾಧಾನಗೊಂಡವನಂತೆ ಕಂಡ ಲಕ್ಕಿ ನಕ್ಕು ಉತ್ತರಿಸಿದನು. "ಆ ಉದ್ಯಮಿ ಬಂದದ್ದು ನಾವು ಸಂಪೂರ್ಣ ಹಣ ಹೂಡಿಕೆ ಮಾಡಲಿ ಎಂದು ಅವನು ತನ್ನ ಉದ್ಯಮದಲ್ಲಿ ಬಂಡವಾಳ ಹೂಡಲು ಸಿದ್ಧನಿರಲಿಲ್ಲ. ನಾವು ಹಣ ಹಾಕಿ ಆ ಹಣದಿಂದ ತನ್ನ ಬಿಸಿನೆಸ್ ಪ್ಲಾನ್‌ನನ್ನು ಕಾರ್ಯರೂಪಕ್ಕೆ ತರುವುದು ಅವನ ಉದ್ದೇಶವಾಗಿತ್ತು. ಮಿತ್ರರೇ, ಇದು ನಿಜವಾದ ಉದ್ಯಮಶೀಲತೆ ಅಲ್ಲ. ಸ್ವತಃ ಉದ್ಯಮಿಗೆ ತನ್ನ ಯೋಜನೆ ಮೇಲೆ ನಂಬಿಕೆಯಿದ್ದು, ಯಶಸ್ವಿಯಾಗುತ್ತದೆ, ಎಂಬ ದೃಢ ವಿಶ್ವಾಸವಿದ್ದರೆ ಮಾತ್ರ ಹೂಡಿಕೆದಾರರು ಬಂಡವಾಳ ಹೂಡಲು ಸಾಧ್ಯ. ಆ ಉದ್ಯಮ ಎಷ್ಟು ಯಶಸ್ವಿಯಾಗುತ್ತದೆ ಎಂದು ಅವನು ವಿಶ್ವಾಸ ಹೊಂದಿರುವನೋ, ಆ ವಿಶ್ವಾಸಕ್ಕೆ ಬೆಲೆ ಕೊಟ್ಟು ಹೂಡಿಕೆದಾರರು ಬಂಡವಾಳ ಹಾಕುತ್ತಾರೆ. ಅವನಿಗೆ ಆ ಉದ್ಯಮದಲ್ಲಿ. ನಂಬಿಕೆ ಇಲ್ಲದೇ ತನ್ನ ಹಣ ಹೂಡಿಲ್ಲವಾದರೆ, ಅವನು ಆ ಉದ್ಯಮವನ್ನು ಯಶಸ್ಸಿನೆಡೆಗೆ ತೆಗೆದುಕೊಂಡು ಹೋಗಲು ಸಾಧ್ಯವೇ ಇಲ್ಲ".

"ಹಾಗಾದರೆ ಅವನು ನೀವು ಏನನ್ನು ಕೊಡುವಿರಿ ಹಾಗೂ ಅವನು ಅದನ್ನು ಹೇಗೆ ಪಡೆದುಕೊಳ್ಳುವುದು ಎಂದಷ್ಟೇ ಯೋಚಿಸುತ್ತಿದ್ದನು. ಅಲ್ಲವೇ ಲಕ್ಕಿ" ಎಂದಳು ಐಶೀ. "ಭಾಗಶಃ ಹೌದು" ಎಂದನು ಲಕ್ಕಿ.

"ಈವತ್ತಿನ ಚರ್ಚೆಯ ವಿಷಯವಾದ ಕೊಡುವುದು ಮತ್ತು ಪಡೆಯುವುದು ಎಂಬ ಅವಳಿ ಜವಳಿ ಸೂತ್ರದ ಬಗ್ಗೆ ಹೇಳಬೇಕಾದ ಅತಿಮುಖ್ಯವಾದ ಪಾಠವೆಂದರೆ ನಿಮ್ಮ ಯೋಜನೆಗೆ ನಿಮ್ಮ ಸಂಪೂರ್ಣ ಬದ್ಧತೆ ಇರಬೇಕು. ನೀವು ಯೋಜನೆಯ ಬಗ್ಗೆ ನಿಜವಾದ ಉತ್ಸುಕತೆ ಹೊಂದಿದ್ದರೆ, ನಿಮ್ಮ ಬದ್ಧತೆಯು ಸಹ ಆ ಉತ್ಸುಕತೆಯಷ್ಟೆ ಅಥವಾ ಅದಕ್ಕಿಂತ ಹೆಚ್ಚಾಗಿರಬೇಕು. ನೀವು ಬೇರೆಯವರಿಂದ ಆ ಯೋಜನೆಯ ಯಶಸ್ಸಿಗೆ ಬಯಸುವ ಬದ್ಧತೆಗಿಂತ ನಿಮ್ಮ ಬದ್ಧತೆ ಹೆಚ್ಚಾಗಿರಬೇಕು. ಕಲ್ಪನೆಗೆ ಜೀವ ಕೊಡುವುದು ಮಾತ್ರವಲ್ಲ. ಆ ಕಲ್ಪನೆ ನನಸಾಗಲು ಬೇಕಾಗಿರುವ ಎಲ್ಲದನ್ನು ನೀವು ನೀಡಬೇಕು".

"ಅತ್ಯಂತ ಯಶಸ್ಸಿ ಉದ್ಯಮಿಗಳು ಸಹ ಐಶೀ, ತಮ್ಮಲ್ಲಿರುವ ಎಲ್ಲವನ್ನು ಧಾರೆ ಎರೆಯಲು ಸಿದ್ಧರಾಗಿರುತ್ತಾರೆ. ಅವರು ತಮ್ಮ ತನು, ಮನ ಹಾಗೂ ಧನವನ್ನು ಆ ಕಾರ್ಯಕ್ಕೆ ವಿನಿಯೋಗಿಸುತ್ತಾರೆ. ಅವರ ಸಮರ್ಪಣೆ ಎಷ್ಟಿರುತ್ತೆಂದರೆ ತಮ್ಮ ಸರ್ವಸ್ವವನ್ನು ಸಮರ್ಪಿಸಿಕೊಂಡು ಆ ಸಮರ್ಪಣೆಯಿಂದಪ್ಪೆ ಹೊಸ ಉತ್ಸಾಹ ಚೇತನ ದೃಢತೆಯನ್ನು ಪಡೆಯುತ್ತಾರೆ. ಅವರಿಗೆ ಎದುರಾದ ಯಾವುದೇ ಅಡತಡೆಗಳಿಗೆ ಅಂಜದೆ ಮುಂದುವರಿಯುತ್ತಾರೆ. ಆದಿಯಲ್ಲಾಗಲಿ ಅಥವಾ ಮಧ್ಯದಲ್ಲಾಗಲಿ ಎದುರಾದ ಅಡಚಣೆಗಳಿಗೆ ಹೆದರಿ ತಮ್ಮ ಯೋಜನೆಗಳನ್ನು ಎಂದೂ ಕೈ ಬಿಡುವುದಿಲ್ಲ. ಛಲ ಬಿಡದೇ ಮುಂದುವರಿಯುತ್ತಾರೆ".

"ಅದು ನಿಜವಾಗಿಯೂ ಸಂತೋಷಕರವಾದ ವಿಷಯ, ಲಕ್ಕಿ. ಈ ವಿಷಯವನ್ನು ಪ್ರಸ್ತಾಪಿಸಿದ್ದಕ್ಕೆ ಧನ್ಯವಾದಗಳು" ಎಂದನು ಸಂಟು. "ಇದನ್ನು ಮನದಟ್ಟಾಗುವಂತೆ ವಿವರಿಸಲು ನಿನ್ನಲ್ಲಿ ಉದಾಹರಣೆ ಇದೆಯೆ?" ಎಂದು ಕೇಳಿದನು.

"ನಿನಗೆ ಯಾವಾಗಲೂ ಉದಾಹರಣೆ ಬೇಕು ಎಂದು ನನಗೆ ತಿಳಿದಿದೆ. ನಾನು ಅದನ್ನೇ ಹೇಳಬೇಕೆಂದಿದ್ದೆ". ಎಂದನು ಲಕ್ಕಿ. ತನ್ನ ಕೈಚೀಲಕ್ಕೆ ಕೈ ಹಾಕಿ, ಅದರಲ್ಲಿದ್ದ ನೀರಿನ ಬಾಟಲ್ನ್ನು ತೆಗೆದುಕೊಂಡು ತಾನು ಕುಡಿದು ತನ್ನ ಸ್ನೇಹಿತರಿಗೆ ಬೇಕಾ ಎಂದು ಕೇಳಿದನು. ತಮಗೆ ನೀರು ಬೇಡವೆಂದು ಇಬ್ಬರ ಪರವಾಗಿಯೂ ಐಶೀ ವಿನಯವಾಗಿ ತಿಳಿಸಿದಳು.

"ಹಾಗಾದರೆ, ನಿಮಗಾಗಿ ಒಂದು ಸ್ವಾರಸ್ಯಕರವಾದ ಕಥೆ ಇಲ್ಲಿದೆ". ತಮ್ಮ ತಲೆಯನ್ನಾಡಿಸುತ್ತ ಸಂಟು ಮತ್ತು ಐಶೀ ಕಥೆಯನ್ನು ಕೇಳಲು ಮುಂದಾದರು.

"ಹೊಸದಾಗಿ ಆರಂಭಿಸಿದ ಒಂದು ಉದ್ಯಮದ ಪಾಲುದಾರರಲ್ಲಿ ಅನುಪಮ್ ಕೂಡ ಒಬ್ಬರು. ಅವರು ಈ ಹಿಂದೆ ಒಂದು ಅತ್ಯಂತ ದೊಡ್ಡ ಐಟಿ ಕಂಪನಿಯಲ್ಲಿ ಕೆಲಸ ಮಾಡುತ್ತಿದ್ದರು. ಆ ಕಂಪನಿಯಲ್ಲಿ ಅವರು ಸುಮಾರು ಹದಿನೇಳು ವರ್ಷದಿಂದ ಕೆಲಸ ಮಾಡುತ್ತಿದ್ದು ಆ ಕಂಪನಿಯ ಇ-ಕಾಮರ್ಸ್ ಅಂದರೆ ಅಂತರ್ಜಾಲ ವ್ಯಾಪಾರ ಉದ್ಯಮಗಳ ವಿಭಾಗದ ಮುಖ್ಯಸ್ಥರಾಗಿ, ಆ

ಕಂಪನಿಯ ಅತ್ಯಂತ ದೊಡ್ಡ ಗ್ರಾಹಕರ ಮೇಲ್ವಿಚಾರಣೆ ಇವರದಾಗಿತ್ತು. ಸರಿ ಸುಮಾರು 4500 ಜನ ಅವರ ತಂಡದಲ್ಲಿದ್ದು, ಇವರಿಗೆ ನೇರವಾಗಿ ರಿಪೋರ್ಟ್ ಮಾಡುತ್ತಿದ್ದರು.

ನಂತರ ಅನುಪಮ್ ಒಂದು "ಜಾಗತಿಕ ಸೇವೆ ಮತ್ತು ಸಲಹಾ" ಕಂಪನಿಯೊಂದಕ್ಕೆ ಸೇರಿಕೊಂಡರು. ಆ ಹೊಸಕೆಲಸದಲ್ಲಿ ಹಿಂದಿನ ಕಂಪನಿಗಿಂತ ಉನ್ನತವಾದ ಹುದ್ದೆ, ಸಂಬಳ ಎಲ್ಲಾ ಇತ್ತು. ಆದರೆ ಅನುಪಮ್‍ಗೆ ಸಮಾಧಾನವಿರಲಿಲ್ಲ. ಕಾರಣ ಅವರ ಮನಸ್ಸಿನಲ್ಲಿ ಒಂದು ಯೋಜನೆ ಸದಾ ಕಾಡುತ್ತಿತ್ತು. ಹಾಗು ಅವರು ಆ ಯೋಜನೆಯ ಬಗ್ಗೆ ಕನಸು ಕಾಣಲು ಆರಂಭಿಸಿದರು. ಒಂದು ಪೂರ್ಣ ಸಮಯದ ಜವಾಬ್ದಾರಿಯುತ ಹುದ್ದೆಯಲ್ಲಿದ್ದು ಕೊಂಡು ತಮ್ಮ ಯೋಜನೆಗೆ ಬೇಕಾಗಿರುವ ಸಮಯ ಹಾಗೂ ಶ್ರಮ ವಿನಿಯೋಗಿಸುವುದು ಸಾಧ್ಯವಿಲ್ಲ ಎಂದು ಅನುಪಮ್ ತಿಳಿದಿದ್ದರು. ಆದರೆ ಅವರಲ್ಲಿ ಈ ಯೋಜನೆಗಾಗಿ ಉತ್ಕಟವಾದ ಬಯಕೆ ಇತ್ತು ಹಾಗೂ ಅದನ್ನು ಯಶಸ್ವಿಗೊಳಿಸಬೇಕೆಂಬ ಛಲ. ಅದಕ್ಕಾಗಿ ಆ ಕಾರ್ಯಕ್ಕೆಂದು ಧುಮುಕಿದರು. ಅವರ ಸ್ನೇಹಿತರು ಅವರ ನಿರ್ಧಾರ ಸರಿಯಲ್ಲ ಎಂದು ಎಚ್ಚರಿಸಿದರು. ನನ್ನನ್ನು ಅವರು ಕೇಳಿದಾಗ ನಾನು ಅವರ ಉತ್ಸಾಹಕ್ಕೆ ನೀರು ಎರೆಚದೇ ಅವರ ಛಲ ಮತ್ತು ನಿಪುಣತೆ ಎರಡನ್ನು ಬಳಸಿ ಅವರ ಕಲ್ಪನೆ ಯಶಸ್ವಿಗೊಳಿಸಲು ಬೇಕಾಗಿರುವ ಬೆಂಬಲ ನೀಡಲು ಒಪ್ಪಿಕೊಂಡೆ. ಅವರು ತಮ್ಮ ಕೆಲಸಕ್ಕೆ ರಾಜೀನಾಮೆ ನೀಡಿದರು".

ಇದನ್ನು ಕೇಳಿ ಉಸಿರು ಹಿಡಿದುಕೊಂಡಿದ್ದ ಸಂಟುವನ್ನು ನೋಡಿದ ಲಕ್ಕಿ. "ಹೆದರಬೇಡ, ಈ ಕಥೆಗೆ ಸುಖಾಂತ್ಯವಿದೆ. ಅನುಪಮ್ ತಮ್ಮ ಉದ್ಯಮಕ್ಕಾಗಿ ತನ್ನ ಹಣ ಹೂಡಿ, ಆ ಉದ್ಯಮದ ಮುಖ್ಯ ಕಾರ್ಯನಿರ್ವಾಹಕ ಅಧಿಕಾರಿ (ಚೀಫ್ ಆಪರೇಟಿಂಗ್ ಆಫೀಸರ್) ಯಾಗಿ ತಮ್ಮನ್ನು ಸಂಪೂರ್ಣವಾಗಿ ತೊಡಗಿಸಿಕೊಂಡರು. ಮೊದಲ ವರ್ಷ ತಮ್ಮ ಉದ್ಯಮದಿಂದ ಯಾವುದೇ ಸಂಬಳವನ್ನು ಅಪೇಕ್ಷಿಸದೆ, ಉದ್ಯಮವು ತನ್ನ ಕಾಲ ಮೇಲೆ ತಾನೇ ನಿಂತುಕೊಳ್ಳುವಂತೆ ಮಾಡುವಲ್ಲಿ ಯಶಸ್ವಿಯಾದರು. ಇದು ನಿಜವಾದ ಉದ್ಯಮಶೀಲತೆ".

"ಅವರ ಬಗ್ಗೆ, ಅವರು ಉದ್ಯಮದಲ್ಲಿ ತೊಡಗಿಸಿಕೊಂಡ ಬಗ್ಗೆ ಇನ್ನು ಹೆಚ್ಚಾಗಿ ಹೇಳು" ಎಂದು ಐಶೀ ಬಾಯಾಕಿದಳು.

"ಖಂಡಿತವಾಗಿ, ಆದರೆ ಈ ಹಂತದಲ್ಲಿ ಅನುಪಮ್‍ರವರು ಸ್ವಲ್ಪವಾದರೂ ವೇತನವನ್ನು ಪಡೆಯಬೇಕು ಹಾಗೂ ಕಂಪನಿಯಲ್ಲಿ ಅವರ ಮಾಲೀಕತ್ವವೂ ಇರಬೇಕೆಂದು ಅವರನ್ನು ಸಂಬಳ ಪಡೆಯಲು ಒಲ್ಲೆಸಲಾಯಿತು. ನಿಮಗೆ ಈ ಪರಿಸ್ಥಿತಿಯ ಚಿತ್ರಣ ಸಿಕ್ಕಿದೆ ಎಂದುಕೊಂಡಿರುವೆ". ಎರಡು ಆನೆಗಳು ಹೌದೆಂದು ಕತ್ತಾಡಿಸಿದವು.

"ಅನುಪಮ್‍ರವರು ಉದ್ಯಮಕ್ಕೆ ತೊಡಗಿಸಿಕೊಂಡ ಬಗ್ಗೆ ಹೇಗಿತ್ತಂದರೆ, ಅವರ ಪಾಲುದಾರರು ಅವರು ಈ ಯೋಜನೆ ಯಶಸ್ವಿಯಾಗಲು ಯಾವ ಕ್ರಮ ತೆಗೆದುಕೊಳ್ಳುತ್ತಿದ್ದಾರೆ,

ಏನೇನು ಮಾಡುತ್ತಿದ್ದಾರೆ ಎಂಬ ಯಾವ ಪ್ರಶ್ನೆಯನ್ನು ಕೇಳುತ್ತಿರಲಿಲ್ಲ. ಅವರಲ್ಲಿ ಅಷ್ಟು ನಂಬಿಕೆ. ಅವರ ಸಮರ್ಪಣೆ ಹಾಗೂ ತೊಡಗಿಸಿಕೊಳ್ಳುವಿಕೆಯ ಪರಿಣಾಮ ಅದು. ನಾನು ಮುಂಚೆಯೇ ಹೇಳಿದಂತೆ ಅನುಪಮ್‌ರವರು ಆ ಉದ್ಯಮಕ್ಕೆ ತಮ್ಮ ತನು, ಮನ, ಧನವನ್ನು ಧಾರೆ ಎರೆದ ಬಗೆ ಹೇಗಿತ್ತೆಂದರೆ, ಅವರಿಗೆ ಈ ಉದ್ಯಮವನ್ನು ಎಂದು ಕೈ ಬಿಡಬಾರದು ಎಂಬ ಸ್ಫೂರ್ತಿ ಹಾಗೂ ಭಲ ಮೂಡಿತ್ತು. ಇದು ನಿಜವಾದ ಕೊಡುವಿಕೆ".

ದೀರ್ಘವಾದ ಆಲೋಚನೆಯಲ್ಲಿ ತೊಡಗಿದ್ದ ಐಶೀಯನ್ನು ನೋಡಿದ ಲಕ್ಕಿ, ಅವಳು, "ಇದು ನಿಜವಾದ ಅರ್ಥದಲ್ಲಿ ನಿಸ್ವಾರ್ಥವಾದ ಕೊಡುವಿಕೆ ಅಲ್ಲವೆ? ಆ ರೀತಿ ತೊಡಗಿಸಿಕೊಳ್ಳಲು, ಅತ್ಯಂತ ದೃಢವಾದ ವಿಶ್ವಾಸ ಹಾಗೂ ಬದ್ಧತೆ ಬೇಕಲ್ಲವೆ"? ಎಂದು ಕೇಳಿದಳು.

"ಹೌದು", ಎಂದುತ್ತರಿಸಿದನು ಲಕ್ಕಿ.

"ಈ ಕಥೆ ನಾನು ಹಿಂದೆ ನೋಡಿದ ಪೋಸ್ಟರ್ ಒಂದನ್ನು ನೆನಪು ಮಾಡುತ್ತದೆ. ಅದರಲ್ಲಿ ಬರೆದಿದ್ದ ಪದಗಳ ನೆನಪು ಸರಿಯಾಗಿ ಮಾಡುತ್ತಿಲ್ಲ". ಆದರೆ ಕಥೆ ಹೀಗಿತ್ತು.

"ತನ್ನ ಜೀವನದ ಕಡೆಗಳಿಗೆ ಬಂದಿದ್ದ ಒಬ್ಬ ವ್ಯಕ್ತಿ ಇದ್ದ. ಅವನಿಗೆ ತನ್ನ ಜೀವನದಲ್ಲಿ ತಾನು ನಡೆದು ಬಂದ ಹಾದಿಯನ್ನು ಒಮ್ಮೆ ನೋಡಿ ವಿಮರ್ಶಿಸುವ ಅವಕಾಶ ಸಿಕ್ಕಿತು. ಅದು ಒಂದು ಸಾಗರದ ಅಂಚಿನಲ್ಲಿ ನಡೆದ ಕಥೆಯಂತೆ ಕಾಣತೊಡಗಿತು. ಅವನ ಜೀವನದ ಬಹುಪಾಲು ದೃಶ್ಯಗಳಲ್ಲಿ ಎರಡು ಜೋಡಿ ಹೆಜ್ಜೆ ಗುರುತು ಕಾಣಿಸಿತು. ಹಾಗೇ ತನ್ನ ಜೀವನದ ಘಟನೆಗಳನ್ನು ನೋಡುತ್ತಾ ಮುಂದುವರೆದಂತೆ, ಕೆಲವೊಮ್ಮೆ ಒಂದೇ ಜೋಡಿ ಹೆಜ್ಜೆ ಗುರುತುಗಳು ಕಂಡವು. ಆ ಘಟನೆಗಳನ್ನು ನೆನಪು ಮಾಡಿಕೊಂಡಾಗ, ಅವನಿಗೆ ತಿಳಿಯಿತು, ಅದು ಅವನ ಕಷ್ಟದ ಸಮಯಗಳು, ದುಃಖದ ಘಟನೆಗಳು ನಡೆದು ಅವನಲ್ಲಿ ಒಂಟಿತನ ಮೂಡಿದ ಸಮಯವೆಂದು. ಅವನು ಸತ್ತ ನಂತರ, ಅವನಿಗೆ ದೇವರನ್ನು ಈ ಬಗ್ಗೆ ಕೇಳುವ ಸದಾವಕಾಶ ಸಿಕ್ಕಿತ್ತು. ಅವನು ದೇವರನ್ನು ನೀನು ನನ್ನ ಕಷ್ಟದ ಸಮಯದಲ್ಲಿ ನನಗೆ ಅತ್ಯಂತ ಅವಶ್ಯಕತೆಯಿದ್ದ ಸಮಯದಲ್ಲಿ ನನ್ನನ್ನು ಏಕೆ ಒಂಟಿಯಾಗಿ ಮಾಡಿದೆ ಎಂದು ಕೇಳುತ್ತಾನೆ. ಆಗ ಭಗವಂತನು, "ಓ ಮನುಜನೇ ! ನನ್ನ ಪ್ರೀತಿ ಪಾತ್ರನೇ, ನಾನು ನಿನ್ನನ್ನು ತುಂಬಾ ಪ್ರೀತಿಸುವೆ. ನಿನ್ನನ್ನು ಒಂದು ಕ್ಷಣವು ಒಂಟಿಯಾಗಿ ಬಿಟ್ಟಿಲ್ಲ. ಅದೂ, ನಿನ್ನ ದುಃಖದ ಕಷ್ಟದ ಸಮಯದಲ್ಲಂತೂ ಇಲ್ಲವೇ ಇಲ್ಲ. ನಿನಗೆ ತಿಳಿದಿಲ್ಲವೇ? ನಿನ್ನ ಕಷ್ಟದ ಸಮಯದಲ್ಲಿ ನೀನು ನೋಡಿದ ಒಂದು ಜೋಡಿ ಹೆಜ್ಜೆ ಗುರುತುಗಳು ನನ್ನವು. ಏಕೆಂದರೆ, ಆ ಸಮಯದಲ್ಲಿ ನಾನು ನಿನ್ನನ್ನು ಎತ್ತಿಕೊಂಡು ನಡೆದೆ. ಹಾಗಾಗಿ ಕೇವಲ ಒಂದೇ ಜೋಡಿ ಹೆಜ್ಜೆ ಗುರುತು ಕಾಣಿಸಿದೆ".

ಜೋರಾಗಿ ನಿಟ್ಟುಸಿರು ಬಿಟ್ಟು ತನ್ನ ಸೊಂಡಿಲಿನ ಅಂಚನ್ನು ಕೆಳಗಿದ್ದ ಹುಲ್ಲಿಗೆ ಒರೆಸಿಕೊಂಡಳು ಐಶೀ. ಅವಳ ಕನ್ನೆಯಿಂದ ಉದುರಿದ ದೊಡ್ಡ ದೊಡ್ಡ ಕಣ್ಣೀರಿನ ಹನಿಯನ್ನು ನೋಡಿದನು ಲಕ್ಕಿ.

ಅವಳ ತಲೆ ಸವರಿದ ಸಂಟು "ತುಂಬಾ ಸೂಕ್ಷ್ಮಳು" ಎಂದು ರೇಗಿಸಿದ. "ಇದು ನಿಜವಾಗಿಯೂ ಮನ ಕಲುಕುವಂತಹ ಕಥೆ" ಎಂದನು, ಲಕ್ಕಿ. "ಆದರೆ, ನಾನು ನಂಬಿರುವುದೇನೆಂದರೆ, ನಮಗೆ ಸಹಾಯ ಬೇಕಾದ ಸಮಯದಲ್ಲಿ ಖಂಡಿತವಾಗಿಯೂ ಅದು ಸಿಗುತ್ತದೆ. ಇದೇ ಪ್ರಕೃತಿ ನಿಯಮ. ನಮ್ಮಲ್ಲಿ ಆ ನಂಬಿಕೆ ಇರಬೇಕು. ಹಾಗೂ ನಮ್ಮ ಮನಸ್ಸು, ಬುದ್ಧಿಯನ್ನು ವಿಶಾಲವಾಗಿಟ್ಟುಕೊಂಡಿರಬೇಕು. ನಾವು ಎಣಿಸಿಯೂ ಇರದ ಮೂಲಗಳಿಂದ ಬರುವ ಸಹಾಯವನ್ನು ಗುರುತಿಸುವಷ್ಟು ನಮ್ಮ ಮನಸ್ಸು ಮತ್ತು ಬುದ್ಧಿ ವಿಶಾಲವಾಗಿರಬೇಕು".

> ಮನಃಸ್ಫೂರ್ತಿಯಾಗಿ ಕೊಟ್ಟವರು ಎಂದೂ ಖಾಲಿ ಕೈಯಲ್ಲಿ ಹಿಂತಿರುತಗುವುದಿಲ್ಲ, ಕೊಟ್ಟಿದ್ದು ಯಾವುದಾದರು ರೂಪದಲ್ಲಿ ಹಿಂತಿರುಗಿಯೇ ತೀರುತ್ತದೆ.

"ನಿಮ್ಮಲ್ಲಿರುವುದನ್ನು ಕೊಡುವುದು ಸಹ ದಾನವೇ, ಆದರೇ ಅದು ಸ್ವಲ್ಪ ಪ್ರಮಾಣದಾಗಿರುತ್ತೆ. ಆದರೆ ನಿಮ್ಮನ್ನೇ ನೀವು ಕೊಡುವುದಾದರೇ, ಅದು ನಿಜವಾದ ದಾನ. ಇದು ನನಗೆ ನಮ್ಮ ದೇಶದ ಸ್ವತಂತ್ರ ಪೂರ್ವ ದಿನಗಳ ಅಹಿಂಸಾರೀತಿಯ ಹೋರಾಟ ಹಾಗೂ ಅಸಹಕಾರ ಚಳುವಳಿಯ ನೆನಪು ಮಾಡುತ್ತದೆ. ಈ ಚಳುವಳಿಗಳ ಮೂಲಕ ಬಿಡುಗಡೆಯನ್ನು ಭೋದಿಸಿದ್ದರು. ಈ ಬಗ್ಗೆ ಮಹಾತ್ಮಗಾಂಧಿ ಹಾಗೂ ಜಮನಲಾಲ್ ಬಜಾಜ್‌ರವರ ನಡುವಿನ ಒಂದು ಗಮನಾರ್ಹ ಸಂವಾದವಿದೆ. ನಿಮಗೆ ಹೇಳಲೇ?" ಎಂದು ಕೇಳಿದನು.

ಹೆಜ್ಜೆ ಗುರುತಿನ ಕಥೆಯಿಂದ ಇನ್ನೂ ಚೇತರಿಸಿ ಕೊಳ್ಳುತ್ತಿದ್ದ ತಂಗಿಯ ಪರವಾಗಿ ಸಂಟು ಉತ್ತರಿಸಿದ "ಖಂಡಿತವಾಗಿ ಹೇಳು" ಎಂದು.

"ಗಾಂಧೀಜಿ ಚರಕ ಸಂಘ ಎಂಬ ಚಳುವಳಿಗಾಗಿ ಹಣ ಸಂಗ್ರಹಿಸಲು ನಗರದಿಂದ ನಗರಕ್ಕೆ ಹಳ್ಳಿಯಿಂದ ಹಳ್ಳಿಗೆ ಸಂಚರಿಸುತ್ತಿದ್ದ ಸಮಯವದು. ಒರಿಸ್ಸಾದಲ್ಲಿ ಒಂದು ಸಭೆಯನ್ನು ಉದ್ದೇಶಿಸಿ ಮಾತನಾಡುತ್ತಿದ್ದರು. ಅ ಸಭೆಯ ನಂತರ ಒಬ್ಬ ವೃದ್ಧ, ಬಡ ಮಹಿಳೆ ಎದ್ದು ಬಂದಳು. ಅವಳ ಮುಖ ಕಳಾಹೀನವಾಗಿ, ತಲೆ ಕೂದಲು ಪೂರ್ತಿಯಾಗಿ ಬೆಳ್ಳಗಾಗಿತ್ತು ಮತ್ತು ಅವಳ ಬಟ್ಟೆ ಹರಿದಿತ್ತು. ಅವಳು ಗಾಂಧೀಜಿಯ ಬಳಿ ಬರುವುದನ್ನು ಸ್ವಯಂ ಸೇವಕರು ತಡೆಯಲು ಪ್ರಯತ್ನಿಸಿದರು. ಆದರೆ ಅವಳು ಹೇಗಾದರೂ ಗಾಂಧೀಜಿಯನ್ನು ಮಾತನಾಡಿಸಲೇಬೇಕು ಎಂದು ದೃಢ ಮನಸ್ಸಿನಿಂದ ಸ್ವಯಂಸೇವಕರನ್ನು ಕೇಳದೆ ಗಾಂಧೀಜಿ ಕುಳಿತಿದ್ದಲ್ಲಿಗೆ ತೆರಳಿದಳು.

ಅವಳ ಇರುವಿಕೆಯ ಅರಿವನ್ನು ಗಾಂಧೀಜಿಗೆ ಮೂಡಿಸುವಂತೆ ಗಾಂಧೀಜಿಯ ಪಾದವನ್ನು ಸ್ಪರ್ಶಿಸಿ, ಅವಳ ಸೆರಗಿನಂಚಿನಿಂದ ಒಂದು ತಾಮ್ರದ ನಾಣ್ಯವನ್ನು ತೆಗೆದು ನೆಲದ

ಮೇಲಿರಿಸಿದಳು. ಗಾಂಧೀಜಿ ಆ ನಾಣ್ಯವನ್ನು ತಮ್ಮ ಬಟ್ಟೆಯ ಗಂಟಿನಲ್ಲಿ ಸೇರಿಸಿಕೊಂಡರು. ಚರಕ ಸಂಘದ ಹಣದ ಉಸ್ತುವಾರಿ ವಹಿಸಿದ ಜಮನಲಾಲ್ ಬಜಾಜ್ ರವರು ಗಾಂಧೇಜಿಗೆ ಆ ನಾಣ್ಯವನ್ನು ನೀಡುವಂತೆ ಕೇಳಿದರು. ಆದರೆ ಗಾಂಧೀಜಿ ನಿರಾಕರಿಸಿದರು. ಬೇಸರಗೊಂಡ ಜಮನ್‌ಲಾಲ್ ಬಜಾಜ್‌ರವರು "ನಾನು ಈ ಚಳುವಳಿಯ ಸಾವಿರಾರು ರೂಪಾಯಿಗಳ ಲೆಕ್ಕ ಇಟ್ಟಿದ್ದೇನೆ. ಆದರೇ ನೀವು ಈ ತಾಮ್ರದ ನಾಣ್ಯ ಕೊಡುವಷ್ಟು ನಂಬಿಕೆ ಇಲ್ಲವೇ? ಜಮನ್‌ಲಾಲ್‌ರವರ ಮನಸ್ಸಿಗೆ ನೋವುಂಟು ಮಾಡಬಾರದೆಂದು ಗೌರವದಿಂದ ಗಾಂಧೀಜಿ ಉತ್ತರಿಸಿದರು. ಈ ತಾಮ್ರದ ನಾಣ್ಯ ನನಗೆ ಸಾವಿರಾರು ರೂಪಾಯಿಗಳಿಗಿಂತ ಹೆಚ್ಚು ಮೌಲ್ಯದ್ದಾಗಿದೆ. ಏಕೆಂದರೆ, ಹಣವಂತರು ಒಂದು ಅಥವಾ ಎರಡು ಸಾವಿರ ದಾನ ಮಾಡುವಲ್ಲಿ ಹೆಚ್ಚುಗಾರಿಕೆ ಇಲ್ಲ. ಆದರೆ, ಆ ಬಡ ಮಹಿಳೆಯ ವಿಷಯ ಹಾಗಲ್ಲ. ಅವಳು ಜೀವನ ಪರ್ಯಂತ ಸಂಪಾದನೆ ಮಾಡಿದ್ದು ಈ ನಾಣ್ಯವನ್ನು ತನ್ನ ಬಳಿ ಇದ್ದ ಎಲ್ಲವನ್ನು ಅವಳು ದಾನ ಮಾಡಿದ್ದಾಳೆ. ಇದು ಅತ್ಯಂತ ದೊಡ್ಡ ತ್ಯಾಗ. ಹಾಗಾಗಿ ನನಗೆ ಸಾವಿರಾರು ರೂಪಾಯಿಗಿಂತ ಈ ನಾಣ್ಯ ಹೆಚ್ಚು ಬೆಲೆಯುಳ್ಳದ್ದಾಗಿದೆ.

ಸ್ವಲ್ಪ ಸುಧಾರಿಸಿಕೊಂಡಿದ್ದ ಐಶೀ "ನನಗೆ ಈ ಕಥೆ ತುಂಬಾ ಇಷ್ಟವಾಯಿತು, ಲಕ್ಕಿ" ಎಂದಳು. "ಥ್ಯಾಂಕ್ಸ್ ಐಶೀ, ಕೊಡುವ ಕೈಗಳು ತೆಗೆದುಕೊಳ್ಳುವುದನ್ನು ಸಹ ತಿಳಿದಿರುತ್ತವೆ. ಎಂದನು ಲಕ್ಕಿ. ಲಕ್ಕಿ, ಪುನಃ ತನ್ನ ಮಾತನ್ನು ಮುಂದುವರಿಸುವ ಮೊದಲು, ಮೂವರು ಗೆಳೆಯರು ಕೆಲ ಕಾಲ ಮೌನವಾಗಿದ್ದರು.

दान
नग नाण्यगळिंदलೇ
तुंबिरबೇकಿंदಿಲ್ಲ.

"ಹಾಗಾದರೆ, ನಾನು ಇವೆಲ್ಲವನ್ನು ಒಗ್ಗೂಡಿಸಿ ಇವತ್ತಿನ ವಿಷಯವನ್ನು ಉದ್ಯಮಶೀಲತೆಗೆ ತಾಳೆ ಹಾಕಿ ನಿಮಗೆ ತಿಳಿಸುತ್ತೇನೆ' ಎಂದನು ಲಕ್ಕಿ.

"ನೀನು ಮುಂದುವರೆಸುವ ಮುನ್ನ ನನ್ನದೊಂದು ಪ್ರಶ್ನೆಯಿದೆ". ಎಂದನು ಸಂಟು. "ಅದೇನೆಂದರೆ ಬ್ಯಾಂಕುಗಳು ತಾವು ನೀಡುವ ಸಾಲದ ಮೇಲೆ ಬಡ್ಡಿ ಹಾಕುವುದು ಸರಿಯೇ? ಏಕೆಂದರೆ, ಬ್ಯಾಂಕನ್ನು ಸಾಲಕ್ಕಾಗಿ ಕೇಳುವವರು ಸಹಜವಾಗಿ ಬಡವರಲ್ಲವೇ"?

"ತುಂಬಾ ಉತ್ತಮವವಾದ ಪ್ರಶ್ನೆ, ಸಂಟು. ನೀನು ಈ ಪ್ರಶ್ನೆ ಕೇಳಿದ್ದು ಒಳ್ಳೆಯದಾಯಿತು. ಏಕೆಂದರೆ ಕೊಡುವುದರ ಬಗ್ಗೆ ಜನರಲ್ಲಿ ಹಲವು ತಪ್ಪು ಕಲ್ಪನೆಗಳಿವೆ. ಯಾವುದೇ ಪ್ರತಿಫಲ ಆಕಾಂಕ್ಷೆ ಇಲ್ಲದೆ ಕೊಡುವುದು ದಾನ, ಅದು ಒಂದು ಧಾರ್ಮಿಕ ಕೆಲಸ. ಇದು ಎಲ್ಲಾ ವೇದಿಕೆಗಳಲ್ಲಿಯೂ ಬೋಧಿಸಲಾಗುತ್ತಿದೆ. ಆದರೆ ಕೊಡುವುದರಲ್ಲಿ ಪ್ರತಿಫಲಾಪೇಕ್ಷೆ ಇದ್ದರೆ ಅದು ವ್ಯವಹಾರವಾಗುತ್ತದೆ. ಬ್ಯಾಂಕ್‌ಗಳು ಸಾಲ ಕೊಟ್ಟು ಬಡ್ಡಿ ಅಪೇಕ್ಷಿಸುವುದು ಅವರ ಖರ್ಚನ್ನು ಕಳೆದು ಗ್ರಾಹಕರನ್ನು ಹಿಡಿದುಕೊಳ್ಳುವುದಕ್ಕಾಗಿ. ಬಡ್ಡಿ ಬರುವುದರಿಂದಲೇ ಅವರು ತಮ್ಮ

ದುಡ್ಡನ್ನು ಬೆಳೆಸಿ, ಇನ್ನು ಹೆಚ್ಚು ಜನರಿಗೆ ಸಾಲ ಕೊಡಲು ಸಾಧ್ಯ. ಹಾಗಾಗಿ ಇಲ್ಲಿ, ಕೊಡು ಮತ್ತು ಕೊಳ್ಳು, ಇವೆರಡೂ ಅವಳಿ-ಜವಳಿಗಳು. ಒಬ್ಬ ಹೂಡಿಕೆದಾರ, ಒಂದು ಉದ್ಯಮದಲ್ಲಿ ಹಣ ಹೂಡುವಾಗ, ತನ್ನ ಹೂಡಿಕೆ ಮೇಲೆ ಲಾಭಾಂಶ ಅಪೇಕ್ಷಿಸುವುದು ಸಹಜ. ಇಲ್ಲವಾದರೆ ಉದ್ಯಮ ಬೆಳೆಸುವುದು ಸಾಧ್ಯವಿಲ್ಲ. ಇದನ್ನು ನಾವು ಸ್ವಾರ್ಥ ಎಂದು ಭಾವಿಸಿದರೆ ಅದು ತಪ್ಪಾಗುತ್ತೆ. ನಾಯಕತ್ವ ಕೊಡು ಮತ್ತು ಕೊಳ್ಳುವಿಕೆಯ ಇನ್ನೊಂದು ಮುಖ. ನಾಯಕತ್ವ ಕೊಡುವ ಶಕ್ತಿಯೊಂದಿಗೆ, ತಮಗೆ ಬೇಕಾದನ್ನು ಮಾಡಿಸಿಕೊಳ್ಳುವ ಅಧಿಕಾರ ಕೂಡ ಆಗಿರುತ್ತದೆ. ನಾವು ಇತಿಹಾಸದ ಪುಟಗಳನ್ನು ತಿರುಗಿಸಿ ನೋಡಿದರೆ ನಾವು ಕಾಣುವುದು ಹಲವು ದಂತಕಥೆಗಳು. ಅದರಲ್ಲಿನ ವ್ಯಕ್ತಿಗಳು ಯಾವುದಾದರೂ ಒಂದು ಕಾರಣಕ್ಕಾಗಿ ಅವಿರತವಾಗಿ ದುಡಿದು (ಕೊಡುವುದು) ಅದರ ಮೂಲಕ ಬೇರೆಯವರನ್ನು ಪ್ರೇರೇಪಿಸುತ್ತಾರೆ. ಅವರ ಸಿದ್ಧಾಂತ/ಐಡಿಯಾಲಜಿಯನ್ನು ಬೇರೆಯವರಲ್ಲಿ ನೆಟ್ಟು, ಅವರು ತಮ್ಮ ಗುರಿ ಸಾಧಿಸುವಂತೆ ಪ್ರೇರೇಪಿಸಿದ್ದಾರೆ. (ಇದು ಕೊಳ್ಳುವಿಕೆ)"

"ಥ್ಯಾಂಕ್ಸ್ ಲಕ್ಕಿ, ಈ ವಿಷಯವನ್ನು ಸರಿಯಾಗಿ ವಿವರಿಸಿದ್ದಕ್ಕೆ. ಈಗ, ನೀನು ಮುಂದುವರೆಸು, ಇಂದಿನ ಪಾಠದ ಸಾರಾಂಶವನ್ನು ತಿಳಿಸು" ಎಂದನು ಸಂಟು.

"ಅದೇನೆಂದರೆ ಉದ್ಯಮಶೀಲತೆಯ ಪಯಣವನ್ನು ಪ್ರಾರಂಭಿಸುವ ಮನಸ್ಥಿತಿ ಹಾಗೂ ಅದನ್ನು ಎಷ್ಟು ಉತ್ಸುಕತೆಯಿಂದ ಆರಂಭಿಸುತ್ತಿರಿ ಎಂಬುದು ಅತಿ ಮುಖ್ಯ. ಉದ್ಯಮಶೀಲತೆಯನ್ನು ಕೇವಲ ಪಡೆಯುವ ದೃಷ್ಟಿಯಿಂದ ಪ್ರಾರಂಭಿಸಿದರೆ, ಅದು ದುರಾಸೆಯಾಗಿ ನೀವು ಸೋಲುವುದು, ಸಹಜ. ನೀವು ಪರಿಶ್ರಮದಿಂದ, ಸರಿಯಾದ ಹೆಜ್ಜೆಗಳನ್ನೇ ತೆಗೆದುಕೊಳ್ಳುತ್ತಿರಬಹುದು. ಆದರೆ, ನಿಮ್ಮ ಪ್ರಯಾಣದ ದಿಕ್ಕು ತಪ್ಪಾಗಿರುವುದರಿಂದ ನೀವು ನಿಮ್ಮ ಗುರಿ ತಲುಪಲು ಸಾಧ್ಯವಿಲ್ಲ. ಇನ್ನೂ ಕೆಲವು ಸನ್ನಿವೇಶಗಳಲ್ಲಿ ಆರ್ಥಿಕವಾಗಿ ಯಶಸ್ಸು ಸಹ ನೋಡಬಹುದು. ಆದರೆ ಅದು ಸ್ಥಿರವಾಗಿರುವುದಿಲ್ಲ. ನೀವು ಕೊಡುವ ಉದ್ದೇಶದಿಂದ ಪ್ರಾರಂಭಿಸಿದರೆ ಪಡೆಯುವುದು ತಾನಾಗಿಯೇ ಆಗುತ್ತದೆ. ಅದು ಸಹಜಕ್ರಿಯೆ, ನಾನು ಭೇಟಿ ಮಾಡಿರುವ ಹಲವು ಮಹತ್ವಕಾಂಕ್ಷಿ ಉದ್ಯಮಿಗಳು ಹಣ ಸಂಪಾದನೆಯ ಗುರಿಯಿಂದ ತಮ್ಮ ಕಾರ್ಯಾಚರಣೆ ಆರಂಭಿಸುತ್ತಾರೆ. ತಾವು ಎಷ್ಟು ಹಣ ಹೂಡುವುದು ಎನ್ನುವುದಕ್ಕಿಂತ ತಮಗೆ ಈ ಉದ್ಯಮದಿಂದ ಎಷ್ಟು ಹಣ ಬರಬಹುದು ಎಂದು ಆಲೋಚಿಸುತ್ತಾರೆ. ಹೂಡಿಕೆದಾರರನ್ನು ಭೇಟಿ ಮಾಡಿದಾಗಲು ಸಹ, ಅವರು ತಮಗೆ ಈ ಉದ್ಯಮ, ಪ್ರಾಜೆಕ್ಟ್‌ನಿಂದ ಏನು ಬೇಕು ಎಂಬುದನ್ನು ಮೊದಲು ಮಾತನಾಡುತ್ತಾರೆ. ಹಾಗಾಗಿ, ಅವರು ಹೂಡಿಕೆದಾರರ ಮನವೊಲಿಸುವಲ್ಲಿ ವಿಫಲರಾಗುತ್ತಾರೆ. ಅವರಲ್ಲಿ ಪ್ರತಿಭೆ ಹಾಗೂ ಜ್ಞಾನ ಇರುವುದು ಅವರಿಗೆ ತಿಳಿದಿದೆ. ಆದರೆ, ಆ ಪ್ರತಿಭೆಯೊಂದಿಗೆ ಕೊಡುವ ಮನೋಭಾವ ಇರುವುದೇ ಇಲ್ಲ ಹಾಗಾಗಿ ಅದು ಮೌಲ್ಯರಹಿತವಾಗುತ್ತದೆ.

ನಾನು ಇಂದು ಭೇಟಿ ಮಾಡಿದ ಯುವ ಉದ್ಯಮಿಯ ಬಗ್ಗೆ ಹೇಳುವುದಾದರೆ, ಆತ ನಾವು ಹಣ ಹೂಡುವುದಕ್ಕೆ ನಿರಾಕರಿಸಿದ್ದು, ಅವನ ಬಿಸಿನೆಸ್ ಪ್ಲಾನ್ ಹಾಗೂ ಅದರ ಹಿಂದಿರ ಅರ್ಥಮಾಡಿಕೊಳ್ಳದೆ ಇರುವುದರಿಂದ ಎಂದು ಭಾವಿಸಿದ್ದಾನೆ. ಆದರೆ ನಿಜವಾದ ವಿಷಯ ಅದಲ್ಲ. ಅವನು ತನ್ನ ಪ್ರಾಜೆಕ್ಟ್‌ಗೆ ಇರುವ ಬದ್ಧತೆ ಹಾಗೂ ಸಮರ್ಪಣೆಯನ್ನು ತೋರಿಸುವಲ್ಲಿ ವಿಫಲನಾಗಿದ್ದಾನೆ ಎಂದು. ಅವನು ಈ ಯೋಜನೆ ಯಶಸ್ವಿಗೊಳಿಸಲು ಬೇಕಾಗಿರುವುದನ್ನೆಲ್ಲಾ ಕೊಡಲುಸಿದ್ಧ ಎಂಬುದನ್ನು ತನ್ನ ನಡವಳಿಕೆಯಿಂದ ರುಜುವಾತು ಮಾಡಲಿಲ್ಲ. ಆದ್ದರಿಂದ ನಾವು ಅವನ ಹೂಡಿಕೆಯನ್ನು ನಿರಾಕರಿಸಬೇಕಾಯಿತು."

"ವಾವ್! ಇಂದು ನಾವು ತುಂಬಾ ಕಲಿತುಕೊಂಡೆವು" ಎಂದಳು ಐಶೀ.

"ಹಾಗಾದರೆ, ನಾವು ಯಾರಾದರೂ ಹೂಡಿಕೆದಾರರನ್ನು ಭೇಟಿ ಮಾಡಬೇಕೆಂದರೆ, ಯಾವ ಐಡಿಯಾ ತಂಗಿ? ಎಂದು ಅವಳ ಮಾತನ್ನು ಅರ್ಥದಲ್ಲೇ ತುಂಡರಿಸಿದನು ಸಂಟು.

"ನಾನು ಯಾವುದೇ ನಿರ್ದಿಷ್ಟವಾದ ಐಡಿಯಾ ಬಗ್ಗೆ ಹೇಳುತ್ತಿಲ್ಲ, ದಡ್ಡ" ಎಂದು ಸಿಡುಕಿದಳು ಐಶೀ, "ಎಂದಾದರೂ ಹಣ ಹೂಡಿಕೆ ಬೇಕಾದಲ್ಲಿ ಎಂದು ನಾನು ಹೀಗೆ ಮಾತನಾಡಿದೆ".

"ಹೂಡಿಕೆದಾರರು ಯಾರಾದರೂ ಆಗಲಿ ವೆಂಚರ್ ಕ್ಯಾಪಿಟಲ್ ಫಂಡ್‌ಗಳಾಗಬಹುದು ಅಥವಾ ಕ್ರೌಡ್ ಫಂಡಿಂಗ್‌ನಲ್ಲಿ (ಸಮೂಹ ಹೂಡಿಕೆ) ತೊಡಗಿರುವವರಾಗಿರಬಹುದು. ಅವರು ನಿಮ್ಮಲ್ಲಿನ ಉತ್ಸುಕತೆ, ಬದ್ಧತೆಯನ್ನು ನೋಡುತ್ತಾರೆ. ನೀವು ನಿಮ್ಮ ಐಡಿಯಾಗಾಗಿ ಏನನ್ನು ನೀಡಲು ಸಿದ್ಧರಿದ್ದೀರಾ ಎಂಬುದನ್ನು ಹುಡುಕುತ್ತಾರೆ. ಕೊಡುವುದರಿಂದ ನೀವು ಪಡೆದುಕೊಳ್ಳಬಹುದು. ಆದರೆ ಪಡೆಯುವುದೊಂದೇ ಗುರಿಯಾದರೆ ಏನನ್ನು ಕೊಡಲು ಸಾಧ್ಯವಿಲ್ಲ" ಎಂದನು ಲಕ್ಕಿ.

ಇದರೊಂದಿಗೆ ಮೂವರು ಗೆಳೆಯರು ತಮ್ಮ ಇಂದಿನ ಭೇಟಿಯನ್ನು ಮುಕ್ತಾಯಗೊಳಿಸಿ, ಮೌನದಿಂದ ಕಾಂಪೌಂಡಿನೆಡೆಗೆ ನಡೆದು ಬೀಳ್ಕೊಂಡರು. ನಾಳೆ ಪುನಃ ಭೇಟಿ ಮಾಡುವುದು ಅವರ ಆಶೆಯಾಗಿತ್ತು.

ಮನನ ಮಾಡಲು ವಿಚಾರ

- ಕೊಡು-ಕೊಳ್ಳು, ಅವಳಿಗಳ ದೃಷ್ಟಿಯಿಂದ ನೀವು ಈ ಹಿಂದೆ ಸಂಪರ್ಕಿಸಿದ ಹೂಡಿಕೆದಾರರ ಭೇಟಿ ಹೇಗಿತ್ತು?

- ನಿಮ್ಮ ಕನಸಿನ ಪ್ರಾಜೆಕ್ಟ್ ಅನ್ನು ಸಾಕಾರಗೊಳಿಸಲು ನೀವು ಇನ್ನು ಹೆಚ್ಚು ಏನನ್ನು ಕೊಡುವ ಇಚ್ಛೆಯನ್ನು ಹಾಗೂ ಕೊಡು ಕೊಳ್ಳು ನಡುವಿನ ಸಂಬಂಧವನ್ನು ನೀವು ಅರಿತಿರುವುದನ್ನು ಪ್ರದರ್ಶಿಸುವಂತಹ ಯಾವ ಕೆಲಸವನ್ನು ಮುಂದಿನ 24 ಘಂಟೆಗಳಲ್ಲಿ ಮಾಡುವಿರಿ?

ವಾದ್ಯವೃಂದದ ನೇತೃತ್ವ ವಹಿಸಿಕೊಂಡಿರುವವನು,
ಪ್ರೇಕ್ಷಕರಿಗೆ ಬೆನ್ನು ತೋರಿಸಲೇಬೇಕಾಗಿರುತ್ತದೆ.

- ಜೇಮ್ಸ್ ಕ್ಕುಕ್

ನಾಯಕ ಮತ್ತು ತಂಡ

INTELLIGENCE
HONESTY
FORWARD LOOKING
COMPETENCY
INSPIRATION
TOGETHER
EVERYONE
ACHIEVES
MORE

ನಾಯಕ ಮತ್ತು ತಂಡ

ಆ ದಿನ ಕೆಲಸದ ಒತ್ತಡದಿಂದ ಸಂಜೆಯವರೆಗೆ ಲಕ್ಕಿಯನ್ನು ಭೇಟಿ ಮಾಡಲು ಆಗುವುದಿಲ್ಲ ಎಂದು ಸಂಟು ಮತ್ತು ಐಶೀ ಲಕ್ಕಿಗೆ ಸಂದೇಶ ಕಳುಹಿಸಿದರು.

ತಮ್ಮ ಕೆಲಸ ಮುಗಿದೊಡನೆ ತಮ್ಮ ಗೆಳೆಯನನ್ನು ಭೇಟಿ ಮಾಡಲು ಕಾಡಿನಲ್ಲಿ ನಡೆದು ಹೋಗುತ್ತಿದ್ದಾಗ ಐಶೀ "ಅಬ್ಬಾ!" ಎಂದು ಉಸಿರು ಬಿಟ್ಟಳು. "ಬೆಳಗ್ಗಿನಿಂದ ರಾತ್ರಿಯವರೆಗೆ ಒಂದರ ಹಿಂದೆ ಒಂದರಂತೆ ಕೆಲಸ ಅಲ್ಲವೇ? ಒಂದು ಕೆಲಸ ಇನ್ನೊಂದಕ್ಕೆ ಎಡೆ ಮಾಡುತ್ತದೆ". ಎಂದಳು.

"ಹಾಗಾದರೆ, ಮುಸ್ಸಂಜೆ ಎಂದರೆ ಏನು ಸೋದರಿ?" ಎಂದು ಕೀಟಲೆ ಮಾಡಿದ ಸಂಟು ತನ್ನ ತಂಗಿಯನ್ನು. ಸದಾ ಗೋಳಾಯ್ದುಕೊಳ್ಳುವ ಸಂಟು ಇಂದು ತನ್ನ ಬುದ್ಧಿವಂತ ತಂಗಿ ಉತ್ತರಿಸಲು ಪರದಾಡುವಂತಹ ಪ್ರಶ್ನೆ ಕೇಳಿದೆ ಎಂಬ, ಸಂತೋಷದಲ್ಲಿದ್ದ. ಒಬ್ಬರ ಕಾಲು ಮತ್ತೊಬ್ಬರು ಎಳೆಯುವುದರಲ್ಲಿ ನಿಸ್ಸೀಮರಾಗಿದ್ದರು ಮತ್ತು ಕಿತ್ತಾಡುತ್ತಾ ಕಾಲ ಕಳೆಯುತ್ತಿದ್ದರು. ಆದರೆ ಎಲ್ಲರಿಗೂ ತಿಳಿದ ವಿಷಯವೇನೆಂದರೆ, ಆ ಕೀಟಲೆ, ಜಗಳ ಎಲ್ಲಾ ಸದ್ದುದೇಶದಿಂದ ಕೂಡಿದ್ದು ಎಂದು.

"ಮುಸ್ಸಂಜೆ ಒಂದು ತರಹ ಮಧ್ಯಾಹ್ನದ ಊಟದ ತರಹ ಅಣ್ಣ. ಸೂರ್ಯ ಮುಳುಗಿದ ನಂತರ, ರಾತ್ರಿಯ ಕತ್ತಲು ನಮ್ಮನ್ನೆಲ್ಲಾ ಆವರಿಸುವುದಕ್ಕಿಂತ ಮುಂಚಿನ ಸಮಯ, ಬೆಳಗಿನ ಉಪಹಾರ, ಹಾಗೂ ರಾತ್ರಿಯ ಭೋಜನದ ನಡುವಿನ ಸಮಯದ ತರಹ. ನಿನಗಿಷ್ಟ ಇರುವ ವಿಷಯ ಇವುಗಳೇ ತಾನೇ? ಈಗ ನಿನ್ನ ಪ್ರಶ್ನೆಗೆ ಉತ್ತರ ಸಿಕ್ಕಿತಾ?" ಎಂದು ಭೇದಿಸಿದಳು.

"ಹಾಗಾದರೆ ರಾತ್ರಿ ಮೊದಲ? ಬೆಳಗ್ಗೆ ಮೊದಲ? ನನ್ನ ಬುದ್ಧಿವಂತ ತಂಗಿಯೇ?"

"ಲಕ್ಕಿ ಇಲ್ಲೇ ಇದ್ದಾನೆ. ನಾವು ಅವನನ್ನೇ ಕೇಳೋಣ" ಎಂದಳು. ತಮ್ಮ ಭೇಟಿಗೆ ನಿಗಧಿ ಮಾಡಿದ ಸ್ಥಳಕ್ಕೆ ತಿರುವು ತೆಗೆದುಕೊಂಡ ತಮ್ಮ ಗೆಳೆಯನನ್ನು ಕಂಡು ಐಶೀ ತನ್ನ ಕಿವಿಗಳನ್ನು ಕುತೂಹಲದಿಂದ ಬಡಿಯುತ್ತಾ ಭೇಟಿ ಮಾಡಲು ಮುಂದಾದಳು.

"ಹಾಯ್ ಲಕ್ಕಿ!" ಎಂದು ಕೂಗಿದನು, ಸಂಟು. "ಕ್ಷಮಿಸಬೇಕು, ಇಂದು ನಮ್ಮ ಬಳಿ ಹೆಚ್ಚಿನ ಸಮಯವಿಲ್ಲ. ಒಂದು ದೊಡ್ಡ ಮರದ ಲೋಡ್‌ನ್ನು ನಾವು ನಾಳೆ ಬೆಳಿಗ್ಗೆಯೇ ಸಾಗಿಸಬೇಕಾಗಿದ್ದು, ಆದರಿಂದ ರಾತ್ರಿ ಬೇಗ ಮಲಗಬೇಕಾಗಿದೆ".

"ತೊಂದರೆ ಇಲ್ಲ, ನಾವು ಈ ತಕ್ಷಣ ನಮ್ಮ ಚರ್ಚೆ ಶುರು ಮಾಡೋಣ" ಎಂದು ಆನೆಗಳನ್ನು ಸಮೀಪಿಸಿದ ಲಕ್ಕಿ ಹೇಳಿದನು. "ಅದಕ್ಕಿಂತ ಮುಂಚೆ, ನೀವು ಯಾವ ವಿಷಯದ ಬಗ್ಗೆ ವಾದ ಮಾಡುತ್ತಿದ್ದೀರ? ನನಗೆ ತಿಳಿಸಿ" ಎಂದನು.

"ಹೋ! ಸಂಟು ಯಾವುದು ಮೊದಲು ಬಂತು ಎಂಬುದನ್ನು ತಿಳಿಯುವುದರಲ್ಲಿ ಉತ್ಸಾಹ ಹೊಂದಿರುತ್ತಾನೆ. ಉದಾ: ಕೋಳಿ ಮೊದಲ? ಮೊಟ್ಟೆ ಮೊದಲ? ರಾತ್ರಿ ಮೊದಲಾ? ಹಗಲು ಮೊದಲಾ?"

ನಸು ನಕ್ಕ ಲಕ್ಕಿ, "ಹಾಗಾದರೆ ನೀವು ಇವತ್ತಿನ ಚರ್ಚೆಯ ವಿಷಯವನ್ನು ಖಂಡಿತ ಇಷ್ಟಪಡುವಿರಿ. ಇಂದಿನ ವಿಷಯ ನಾಯಕ ಮತ್ತು ತಂಡಕ್ಕೆ ಸಂಬಂಧಿಸಿದ್ದು, ಈ ಅಭೇದ್ಯ ಅವಳಿಯ ಬಗ್ಗೆಯೂ ಎಷ್ಟೋ ಜನ ಈ ತರಹದ ಪ್ರಶ್ನೆಗಳನ್ನು ಕೇಳುತ್ತಾರೆ".

ಲಕ್ಕಿಯ ಮಾತನ್ನು ಕೇಳಿ ಸಂತೋಷದಿಂದ ಸ್ಥಳದಲ್ಲೇ ಕುಣಿದ ಸಂಟು "ನನಗೆ ಈ ವಿಷಯದ ಬಗ್ಗೆ ತಿಳಿದಿದೆ. ಆನೆಯಾಗಿ ಇಷ್ಟು ತಿಳಿಯದಿದ್ದರೆ ಹೇಗೆ. ನನ್ನಂತಹ ದೊಡ್ಡ ಗಂಡು ಆನೆಗಳೇ ತಾನೇ, ನಮ್ಮ ಗುಂಪಿನ ಮುಂದಾಳತ್ವವಹಿಸಿ ಮುನ್ನೆಡೆಸುವುದು".

ಕತ್ತನ್ನಾಡಿಸಿದ ಲಕ್ಕಿ "ಆಹಾ! ಹಾಗಾದರೆ ನಿನ್ನಂತಹ ಗಂಡಾನೆಯಲ್ಲಿರುವ ಯಾವ ಗುಣ, ನಿಮ್ಮನ್ನು ತಂಡದ ನಾಯಕನನ್ನಾಗಿ ಮಾಡುತ್ತದೇ".

"ಸರಿ ನಾನು ಉತ್ತರಿಸಲು ಪ್ರಯತ್ನಪಡುತ್ತೇನೆ". "ನಾಯಕನೆಂದರೆ ಒಳ್ಳೆ ನಡತೆ ಹಾಗು ಧೈರ್ಯವುಳ್ಳವನಾಗಿರುತ್ತಾನೆ. ಎಂತಹದೇ ಸಮಯದಲ್ಲಿ ಧೈರ್ಯ ಕಳೆದುಕೊಳ್ಳದೇ, ಮುನ್ನುಗ್ಗುತ್ತಾನೆ. ಗೊಂದಲಮಯ ವಾತಾವರಣವನ್ನು ತಿಳಿಯಾಗಿಸಿ, ತಂಡದಲ್ಲಿ ಸ್ಪಷ್ಟತೆ ತರುವ ಚಾಕಚಾಕ್ಯತೆ ಅವನಲ್ಲಿ

ವಿಷಮ ಪರಿಸ್ಥಿತಿಯಲ್ಲಿ ಧೈರ್ಯದಿಂದ ಮುನ್ನುಗ್ಗುವ ಗುಣ ಹೊಂದಿರುವವನೇ ನಿಜವಾದ ನಾಯಕ.

ಇರುತ್ತದೆ. ಅವನು ತಂಡಕ್ಕೆ ಮಾದರಿಯಾಗಿರುತ್ತಾನೆ. ಇದೇ ನಾಯಕತ್ವ ಅಲ್ಲವೇ ಲಕ್ಕಿ?"

ತನ್ನ ಕಾಲುಗಳನ್ನು ಚಾಚುತ್ತಾ ಅಲ್ಲಿಯೇ ಇದ್ದ ಬಂಡೆಗೆ ತನ್ನ ಬೆನ್ನನ್ನು ಒರಗಿಸಿಕೊಳ್ಳುತ್ತಾ "ಸರಿ" ಎಂದು ಲಕ್ಕಿ ಆನೆಗಳಿಗೆ ಹತ್ತಿರ ಬರುವಂತೆ ಸನ್ನೆ ಮಾಡಿದ. "ಆದರೆ ನಾಯಕತ್ವದಲ್ಲಿ ಹಲವು ರೀತಿಗಳಿವೆ. ಮಾದರಿಯಾಗಿ ನಡೆದುಕೊಳ್ಳುವುದು ಒಂದು ರೀತಿಯ ನಾಯಕತ್ವ".

ಅವಳಿಗಳು ಕೆಲಕ್ಷಣ ಮೌನವಹಿಸಿದವು. ನಂತರ ಐಶೀ ಮಾತನಾಡಿದಳು. "ನನ್ನ ಪ್ರಕಾರ ನಾಯಕ ವಿಶಾಲವಾದ ಮನೋಭಾವ ಉಳ್ಳವನಾಗಿರುತ್ತಾನೆ. ಉದಾ: ನನ್ನ ತಾಯಿ. ಸಂಟು ಹೇಳಿದಂತೆ, ನಮ್ಮ ತಂದೆ ಆನೆಗಳ ಗುಂಪನ್ನು ಮುನ್ನೆಡಿಸಿದರು ಅಲ್ಲದೇ ಇಡೀ ತಂಡ ಸಲಹೆ ಮತ್ತು ಸಹಾಯಕ್ಕಾಗಿ ನಮ್ಮ ತಂದೆಯ ಬಳಿ ಬರುತ್ತಿತ್ತು. ಆದರೆ, ನಮ್ಮ ತಾಯಿಯೂ ಒಂದು ರೀತಿಯ ನಾಯಕತ್ವವನ್ನು ಪ್ರದರ್ಶಿಸಿದ್ದಾರೆ. ನೀನು ಏನು ಹೇಳುತ್ತೀ ಲಕ್ಕಿ?".

"ನನಗೆ ಗೊತ್ತಿಲ್ಲ ಇನ್ನು ಹೆಚ್ಚು ಹೇಳಿ" ಎಂದನು ಲಕ್ಕಿ. ಐಶೀ ಪ್ರಾರಂಭಿಸಿದಳು. "ನಾವು ಬೆಳೆದಂತೆಲ್ಲಾ ನಮ್ಮ ಅಮ್ಮ ಮೊದಲ ಗುರುವಾದರು. ಏಕೆಂದರೆ, ನಮ್ಮ ತಂದೆ ಸದಾ ಕೆಲಸವೆಂದು ಮನೆಯಿಂದ ಹೊರಗುಳಿಯುತ್ತಿದ್ದರು. ಅವರನ್ನು ನಾವು ನೋಡಿದ್ದೇ ಕಡಿಮೆ. ಅವರ ಗರಿಮೆ ಬಗ್ಗೆ ನಾವು ಎಷ್ಟೋ ಕಥೆಗಳನ್ನು ಕೇಳಿದ್ದೇವೆ. ಆದರೆ ಅವರೊಡನೆ ಒಡನಾಟ ಮಾತ್ರ ತುಂಬಾ ಕಡಿಮೆ". ತನ್ನ ನೆನಪುಗಳ ಬಗ್ಗೆ ಮುಗುಳ್ಣಕ್ಕಳು ಐಶೀ.

"ನಮ್ಮ ತಾಯಿಯದು ನಾಯಕತ್ವದ ಗುಣ, ಅವಳಿಂದ ಸ್ಫೂರ್ತಿ ಪಡೆದು, ಅವಳನ್ನು ಅನುಸರಿಸಲು ಕಾರಣವಾದ ಗುಣವೆಂದರೆ, ಅವಳಲ್ಲಿದ್ದ, ಕಾಳಜಿಮಾಡುವ ಗುಣ. ಅವರು ಹೇಳಿ ಕೊಟ್ಟಿದ್ದೇನೆಂದರೆ, ಅನುಕಂಪ ಮತ್ತು ಸಹಾನುಭೂತಿ, ಇದು ಕೂಡ ಒಂದು ರೀತಿಯ ನಾಯಕತ್ವ ಅಲ್ಲವೇ? ಲಕ್ಕಿ".

"ಖಂಡಿತವಾಗಿ" ಎಂದನು ಲಕ್ಕಿ. "ಕುಟುಂಬಗಳಲ್ಲಿ ಎರಡು ರೀತಿಯ ನಾಯಕತ್ವ ಇರುತ್ತದೆ. ಇವೆರಡುಒಂದಕ್ಕೊಂದುಪೂರಕವಾಗಿರುತ್ತದೆ.ಒಂದುನಿಮ್ಮತಂದೆಯವರಂತೆ,ಕಷ್ಟದಸಮಯದಲ್ಲಿ ಮುಂದಾಳತ್ವ ತೆಗೆದುಕೊಂಡು ತಂಡಕ್ಕೆ ದಾರಿ ತೋರಿಸುವವರಂತಾದರೆ, ಎರಡನೆಯದು ನಿಮ್ಮ ತಾಯಿಯಂತೆ, ಸದಾ ಪ್ರೀತಿಯ ಮತ್ತು ಪ್ರೇಮದ ಮಳೆಗರೆಯುವವರಾಗಿರುತ್ತಾರೆ. ಅದು ಕೂಡ ನಿಮ್ಮ ತಂದೆಯ ನಾಯಕತ್ವದಷ್ಟೆ ಮುಖ್ಯ. ನಾಯಕತ್ವ ಎಂಬುದು ಪ್ರಕ್ರಿಯೇ ಅಲ್ಲ. ಅದು ಒಂದು ಅನುಭವ. ಅದು ಗಣಿತದ ಸೂತ್ರವಲ್ಲ ಅಥವಾ ಕಂಪ್ಯೂಟರ್ನ ಪ್ರೋಗ್ರಾಮ್ ಕೂಡ ಅಲ್ಲ. ಅದು ಒಂದು ಹೃದಯದಿಂದ ಬಂದ ನಡವಳಿಕೆ. ಆ ನಡುವಳಿಕೆ ಇನ್ನೊಬ್ಬರ ಹೃದಯವನ್ನು ಕಾಣುತ್ತದೆ, ಪರಿಗಣಿಸುತ್ತದೆ. ಅದು ಒಂದು ಮನಸ್ಸಿನ ಭಾವ, ಕೇವಲ, ನಡತೆ ಅಲ್ಲ. ನಿಜವಾದ ನಾಯಕತ್ವವೆಂದರೆ, ಇನ್ನೊಬ್ಬರ ಪ್ರತಿಭೆಯನ್ನು ಗುರುತಿಸಿ, ಆ ಪ್ರತಿಭೆಯ ಬೆಳವಣಿಗೆಗೆ ಹುರಿದುಂಬಿಸಿ ಅವರ ಮನಸ್ಸನ್ನು ಗೆಲ್ಲುವುದೇ ನಿಜವಾದ ನಾಯಕತ್ವ. ನಂಬಿಕೆ ನಾಯಕತ್ವದ ಅಡಿಪಾಯ ಜನರು ನಾಯಕರನ್ನು ಅನುಸರಿಸುವುದಕ್ಕೆ ಮುಖ್ಯ ಕಾರಣ, ಅವನ ಮೇಲಿನ ನಂಬಿಕೆ ಮತ್ತು ಗೌರವ ಹೊರತು ನಾಯಕನ ಗುಣ ಅಥವಾ ಕೌಶಲ್ಯವಲ್ಲ".

ಒಂದು ಕ್ಷಣ ತನ್ನ ಮಾತನ್ನು ನಿಲ್ಲಿಸಿ, ನೀಲಾಕಾಶದಲ್ಲಿ ಕಂಗೊಳಿಸುತ್ತಿದ್ದ ಪೂರ್ಣಚಂದ್ರನ ಕಡೆಗೆ ನೋಡಿದನು ಲಕ್ಕಿ. ನಂತರ ಮುಂದುವರಿಸಿ, "ಆದರೆ ನಾಯಕತ್ವವನ್ನು

ಅನುಸರಿಸುವವರಿಲ್ಲದಿದ್ದರೆ ಆತ ನಾಯಕನೇ ಅಲ್ಲ. ನಾಯಕನ ಗುರಿಯು ತನ್ನ ತಂಡವನ್ನು ರಚಿಸುವುದಾಗಿರುತ್ತದೆ. ನಾಯಕನ ಯಶಸ್ಸು ತಾನು ಕಟ್ಟೆ ಹಾಕುವ ತಂಡದ ಮೇಲೆ ಅವಲಂಬಿತವಾಗಿರುತ್ತದೆ. ಉತ್ತಮ ನಾಯಕ ಮತ್ತು ಉತ್ತಮ ತಂಡ ಒಂದು ನಾಣ್ಯದ ಎರಡು ಮುಖಗಳಂತೆ ಹಾಗೂ ಯಶಸ್ಸಿನ ಒಂದು ಸೂತ್ರಕೂಡ".

"ಈ ಸೂತ್ರದ ಬಗ್ಗೆ ನಿನ್ನ ಬಳಿ ಬಂದು ಕಥೆ ಇದೆ ಎಂದು ನನಗನಿಸುತ್ತದೆ" ಎಂದು ನಕ್ಕ, ಸಂಟು. "ನನ್ನ ಶೈಲಿ ನಿನಗೆ ಚೆನ್ನಾಗಿ ಗೊತ್ತಾಗಿದೆ, ಸಂಟು" ಎಂದು ಮುಗುಳ್ನಕ್ಕ ಲಕ್ಕಿ.

"ನಿಜ ಜೀವನದ ಉದಾಹರಣೆಗಳು ನಾವು ಚರ್ಚಿಸುತ್ತಿರುವ ತತ್ವಗಳನ್ನು ಒಳಗೊಂಡಿದ್ದು, ನಮ್ಮ ಚರ್ಚೆಯನ್ನು ಮನದಟ್ಟು ಮಾಡುವಲ್ಲಿ ಯಶಸ್ವಿಯಾಗಿವೆ ಎಂದು ನನಗೆ ಗೊತ್ತು. ಹೌದು, ನಾನು ಇಂಟರ್ನೆಟ್‌ನಲ್ಲಿ ಓದಿದ ಒಂದು ಕಥೆಯನ್ನು ನಿಮ್ಮೊಂದಿಗೆ ಹಂಚಿಕೊಳ್ಳಲಿಚ್ಛಿಸುತ್ತೇನೆ".

"ಈ ಕಥೆಯನ್ನು ಹೇಳಿದವರು ಮತ್ತ್ಯಾರು ಅಲ್ಲ, ನಮ್ಮ ದೇಶದ ಮಾಜಿ ರಾಷ್ಟ್ರಪತಿ ಡಾ.ಎ.ಪಿ.ಜೆ.ಅಬ್ದುಲ್ ಕಲಾಂರವರು. ನಾಯಕರು ಸೋಲನ್ನು ಹೇಗೆ ಸ್ವೀಕರಿಸುತ್ತಾರೆ ಎಂದು ಪ್ರಶ್ನಿಸಿದ್ದಾಗ, ಅವರ ಜೀವನದಲ್ಲಿ ನಡೆದ ಒಂದು ಅನುಭವವನ್ನು ಅವರು ಹಂಚಿಕೊಂಡರು. ಅವರು ಇಸ್ರೋನಲ್ಲಿ ಕೆಲಸ ಮಾಡುತ್ತಿದ್ದಾಗ ನಡೆದ ಘಟನೆಯನ್ನು ಅವರ ಮಾತುಗಳಲ್ಲಿ ಕೇಳೋಣ.

"1973ರಲ್ಲಿ ಇಸ್ರೋ ನ ಸ್ಯಾಟಲೈಟ್ ಲಾಂಚ್ ವೆಹಿಕಲ್ (ಎಸ್.ಎಲ್.ವಿ) ಪ್ರಾಜೆಕ್ಟ್‌ನ ಡೈರೆಕ್ಟರ್ ಆಗಿ ನಾನು ಕೆಲಸ ಮಾಡುತ್ತಿದ್ದ ಸಂದರ್ಭ. ನಮ್ಮ ಧ್ಯೇಯ ಭಾರತದ ರೋಹಿಣಿ ಉಪಗ್ರಹವನ್ನು 1980 ರಷ್ಟರಲ್ಲಿ ನಕ್ಷೆಗೆ ಸೇರಿಸುವುದು. ಈ ಪ್ರಾಜೆಕ್ಟ್ ಗೆ ಅಗತ್ಯವಿರುವ ಹಣ, ಮಾನವ ಸಂಪನ್ಮೂಲ ಎಲ್ಲಾವನ್ನು ಕೊಡಲಾಗಿತ್ತು. ಆದರೆ 1980ರೊಳಗೆ ಉಪಗ್ರಹವನ್ನು ನಕ್ಷೆಗೆ ಕಳುಹಿಸಲೇಬೇಕು ಎಂಬ ಸ್ಪಷ್ಟ ಆಜ್ಞೆ ಇತ್ತು. ಸಾವಿರಾರು ಜನರು ಈ ಪ್ರಾಜೆಕ್ಟ್ ಗಾಗಿ ಕೆಲಸ ಮಾಡುತ್ತಿದ್ದರು. 1979 ರಲ್ಲಿ ನಾವು ನಮ್ಮ ಗುರಿ ತಲುಪಲು ಸಿದ್ದರಾಗಿದ್ದೆವು. ಉಡಾವಣೆಯ ದಿನದಂದು ಪ್ರಾಜೆಕ್ಟ್ ಡೈರೆಕ್ಟರ್ ಆದ ನಾನು, ಕಂಟ್ರೋಲ್ ಸೆಂಟರ್‌ನಲ್ಲಿ ಕುಳಿತು ಉಡಾವಣೆಯ ಕ್ಷಣಗಣನೆ ಮಾಡತೊಡಗಿದೆ. ಉಪಗ್ರಹದ ಉಡಾವಣೆಗೆ ನಾಲ್ಕು ನಿಮಿಷ ಮುಂಚೆ, ಉಡಾವಣೆಗೆ ಅವಶ್ಯವಿರುವ ಎಲ್ಲಾ ಅಂಶಗಳ ಪಟ್ಟಿಯ ಪರಿಶೀಲನೆ ಆರಂಭಿಸಲಾಯಿತು. ಒಂದು ನಿಮಿಷಕ್ಕ ಮುಂಚೆ, ಉಡಾವಣೆಯನ್ನು ತಡೆಯಲಾಯಿತು. ಕೆಲವೊಂದು ಕಂಟ್ರೋಲ್ ಕಾಂಪೋನೆಂಟ್ಸ್ ಸರಿಯಾಗಿಲ್ಲದಿದ್ದ ಕಾರಣ ಉಡಾವಣೆ ತಡೆ ಹಿಡಿಯಬೇಕೆಂದು ಡಿಸ್‌ಪ್ಲೇ ಮಾಡಿತು. ನನ್ನ ಜೊತೆ ಇದ್ದ 4-5 ಪರಿಣಿತರು ಇದರ ಬಗ್ಗೆ ಚಿಂತಿಸಬೇಕಾಗಿಲ್ಲ. ನಾವು ನಮ್ಮ ಲೆಕ್ಕಾಚಾರ ಸರಿಯಾಗಿ ಮಾಡಿದ್ದೆವೆ. ಉಡಾವಣೆಗೆ ಅವಶ್ಯವಿರುವ ಇಂಧನ ಇದೆ ಎಂದು ತಿಳಿಸಿದರು. ಕಂಪ್ಯೂಟರ್ನ ವಾರ್ನಿಂಗ್ ಅನ್ನು ನಿರ್ಲಕ್ಷಿಸಿ ಮಾನ್ಯುಯಲ್ ಮೋಡ್ ಆನ್ ಮಾಡಿ

ರಾಕೆಟ್‌ನ್ನು ಲಾಂಚ್ ಮಾಡಿದೆ. ಮೊದಲನೇ ಹಂತದಲ್ಲಿ ಎಲ್ಲವೂ ಸುಸೂತ್ರವಾಗಿ ನಡೆಯಿತು. ನಿಜವಾದ ತೊಂದರೆ ಎದುರಾಗಿದ್ದು ಎರಡನೇ ಹಂತದಲ್ಲಿ. ಖಗೋಳ ನಕ್ಷೆಗೆ ಹೋಗಿ ಸೇರಬೇಕಾಗಿದ್ದ ರಾಕೆಟ್ ಬಂಗಾಳಕೊಲ್ಲಿಗೆ ಹೋಗಿ ಮುಳುಗಿತ್ತು. ಇದು ಸಂಪೂರ್ಣವಾಗಿ ವಿಫಲವಾದ ಪ್ರಾಜೆಕ್ಟ್ ಆಯಿತು.

ಈ ಸೋಲನ್ನು, ವೈಫಲ್ಯತೆಯನ್ನು ಹೇಗೆ ಎದುರಿಸಲಿ? ಉದ್ಯಮಿಗಳಿಗೆ ಇದು ಅತ್ಯಂತ ಅವಶ್ಯವಾದುದು. ಸೋಲನ್ನು ನಾವು ತುಂಬ ಧೈರ್ಯವಾಗಿ ಎದುರಿಸಬೇಕು. ತಮ್ಮ ಚೇರ್ಮನ್‌ರಾದ ಪ್ರೊ॥ ಸತೀಶ್ ಧವನ್‌ರವರು ನನ್ನ ಕೊರಡಿಗೆ ಬಂದು ಪ್ರೆಸ್ ಕಾನ್ಫರೆನ್ಸ್‌ಅಲ್ಲಿ ಅವರೊಡನೆ ಇರಲು ಹೇಳಿದರು. ಲಾಂಚ್‌ಗೆ ನಿರ್ಧಾರಿತ ಸಮಯ ಬೆಳಿಗ್ಗೆ 7.00 ಮತ್ತು ಪ್ರೆಸ್ ಕಾನ್ಫರೆನ್ಸ್ ಇದ್ದದ್ದು 7.45ಕ್ಕೆ. ಶ್ರೀಹರಿಕೋಟಾದಲ್ಲಿ ನಿಗದಿಯಾಗಿದ್ದ ಈ ಪತ್ರಿಕಾಗೋಷ್ಠಿಗೆ ಪ್ರಪಂಚಾದ್ಯಂತ ಪತ್ರಿಕೋದ್ಯಮಿಗಳು ಆಗಮಿಸಿದ್ದರು. 'ಈ ಪ್ರೆಸ್ ಕಾನ್ಫರೆನ್ಸ್‌ಅನ್ನು ನಾನು ಉದ್ದೇಶಿಸುತ್ತೇನೆ. ನೀನು ಜೊತೆಯಲ್ಲಿ ಇರು' ಎಂದು ಪ್ರೊ॥ ಸತೀಶ್ ಧವನ್‌ರವರು ನನ್ನನ್ನು ಅಲ್ಲಿಗೆ ಕರೆದುಕೊಂಡು ಹೋದರು. ಅಲ್ಲಿ ಪ್ರಪಂಚದ ಮೂಲೆ ಮೂಲೆಗಳಿಂದ ಬಂದಿರುವ ರಾಷ್ಟ್ರೀಯ ಅಂತರಾಷ್ಟ್ರೀಯ ಪತ್ರಿಕೆಗಳ ಪ್ರತಿನಿಧಿಗಳು ಇದ್ದರು. ಸಾಕಷ್ಟು ಸವಾಲುಗಳನ್ನು ಎಸೆಯುತ್ತಿದ್ದರು. 20 ಕೋಟಿ ರೂಪಾಯಿಗಳನ್ನು ನೀವು ಹೇಗೆ ಬಂಗಾಳಕೊಲ್ಲಿಗೆ ಸುರಿದಿರಿ ಎಂದು ಪ್ರಶ್ನಿಸಿದರು. ಈ ತರಹದ ಹಲವು ಮುಖ್ಯವಾದ ಗಂಭೀರ ಪ್ರಶ್ನೆಗಳನ್ನು ಕೇಳುತ್ತಿದ್ದರು. ಎಷ್ಟೇ ಆದರೂ ಅದು ಪ್ರಜೆಗಳ ಹಣ, ನಾವು ಅದಕ್ಕೆ ಉತ್ತರಿಸಲೇಬೇಕಾಗಿತ್ತು. ಪ್ರೊ॥ ಧವನ್‌ರವರು ಉತ್ತರಿಸಿದರು. ಹೌದು ನಾವು ವಿಫಲರಾಗಿದ್ದೇವೆ. ಇದು ನಮ್ಮ ಮೊದಲನೇ ಪ್ರಯತ್ನ ಇದರಿಂದ ಕಲಿತುಕೊಂಡಿದ್ದು ಸಾಕಷ್ಟಿದೆ. ಮುಂದೆ, ನಾವು ಖಂಡಿತ ಸಫಲರಾಗುತ್ತೇವೆ. ನಾನು ಖುದ್ದಾಗಿ ನನ್ನ ತಂತ್ರಜ್ಞರಿಗೆ ವಿಜ್ಞಾನಿಗಳಿಗೆ ಸಹಾಯ ಮಾಡುತ್ತೇನೆ. ನಾವು ಒಂದು ವರ್ಷದಲ್ಲಿ ಯಶಸ್ವಿಯಾಗಿಯೇ ತೀರುತ್ತೇವೆ ಎಂಬ ಭರವಸೆ ನನಗಿದೆ ಎಂದರು. ಗೆಳೆಯರೆ, ನೀವು ಗಮನಿಸಬೇಕಾದ ಅಂಶವೆಂದರೆ, ಈ ಪ್ರಾಜೆಕ್ಟ್‌ ನ ಡೈರೆಕ್ಟರ್ ನಾನು. ನನ್ನ ಜೊತೆ ಐದು ಸಾವಿರ ಮಂದಿ ಕೆಲಸ ಮಾಡಿದ್ದರು. ನಾನು ನನ್ನ ಗುರಿಯಲ್ಲಿ ಸೋತಿದ್ದೆ. ಆದರೆ ಇಸ್ರೋನ ಮುಖ್ಯಸ್ಥರಾದ ಪ್ರೊ॥ ಧವನ್‌ರವರು ಈ ಸೋಲಿನ ಸಂಪೂರ್ಣ ಜವಾಬ್ದಾರಿಯನ್ನು ತಾವು ತೆಗೆದುಕೊಂಡರು. ನನ್ನ ಸೋಲನ್ನು ಅವರ ಸೋಲೆಂದು ಮಾರ್ಪಡಿಸಿದರು. ಇದು ನಾಯಕತ್ವದ ಗುಣ.

ಯಶಸ್ಸನ್ನು ನನ್ನ ಹಾಗೂ ತಂಡದ ಹೆಸರಿಗೆ ಬರೆದು,

ಸೋಲಿನ ಜವಾಬ್ದಾರಿಯನ್ನು ತಾವು ಒಪ್ಪಿಕೊಂಡರು

ಸರಿಯಾಗಿ ಒಂದು ವರ್ಷದ ನಂತರ, 18-07-1980 ರಂದು ನಾವು ಉಡಾವಣೆ ಕೊರಡಿಗೆ ತೆರಳಿದೆವು. ಕ್ಷಣಗಣನೆ ಆಯಿತು. ಟಿ. 8 ನಿಮಿಷದಲ್ಲಿ ನಾನು ಕಂಟ್ರೋಲನ್ನು ಕಂಪ್ಯೂಟರ್ಗೆ

ವರ್ಗಾಯಿಸಿದೆ. ಕಂಪ್ಯೂಟರ್ ಚೆಕ್ ಮಾಡಿ ರಾಕೆಟ್ ಸಿಸ್ಟಮ್ ಅನ್ನು ಚಾಲನೆ ಮಾಡಿತು. ಮೊದಲನೆ ಹಂತದಲ್ಲಿ ಬೇಕಾಗಿರುವ ವೆಲಾಸಿಟಿ ಸಿಕ್ಕಿತು. ಎರಡನೇ ಹಂತದಲ್ಲೂ ವೆಲಾಸಿಟಿ ಸಿಕ್ಕಿತು. ಮೂರನೇ ಹಂತದ ವೆಲಾಸಿಟಿಯು ನೀಡಲಾಯಿತು. ನಾಲ್ಕನೇ ಹಂತದ ಎಸ್ಕೇಪ್ ವೆಲಾಸಿಟಿ ನೀಡಿ ಸ್ಯಾಟಲ್ಯೆಟನ್ನು ಖಗೋಳ ನಕ್ಷೆಗೆ ಚಲಾಯಿಸಿತು. ನನ್ನ ಕಣ್ಣ ಮುಂದೆಯೇ ಚಲಾವಣೆಯನ್ನು ನೋಡಿದೆ. ಮೈಕ್ ತೆಗೆದುಕೊಂಡು 'ನಾನು ನಿಮ್ಮ ಮಿಷನ್ ಡೈರೆಕ್ಟರ್, ಸ್ಯಾಟಲ್ಯೆಟ್ ಉಪಗ್ರಹ ಯಶಸ್ವಿ ಉಡಾವಣೆಗಾಗಿ ನಿಮ್ಮೆಲ್ಲರನ್ನು ಅಭಿನಂದಿಸುತ್ತೇನೆ' ಎಂದು ತಿಳಿಸಿದೆ. ಇಡೀ ದೇಶದಲ್ಲಿ ಸಂತೋಷದ ಆಚರಣೆ. ಮತ್ತೆ ಪತ್ರಿಕಾಗೋಷ್ಠಿ ಈ ಸಲ ಪ್ರೊ|| ಧವನ್‌ರವರು ನನ್ನನ್ನು ಕರೆದು ಈ ಪತ್ರಿಕಾ ಗೋಷ್ಠಿಯನ್ನು ನೀನು ಉದ್ದೇಶಿಸು ಎಂದು ಹೇಳಿದರು.

"ಡಾ. ಕಲಾಂರವರ ಕೊನೆಯ ವಾಕ್ಯಗಳು ನಿಮಗೆ ಗೊತ್ತಾ?" ಎಂದು ಲಕ್ಕಿ ತನ್ನ ಗಜ ಸ್ನೇಹಿತರನ್ನು ಕೇಳಿದನು. ಇಬ್ಬರು ನಿರ್ಲಿಪ್ತತೆಯಿಂದ ಅವನ ಮುಖವನ್ನು ನೋಡಿದರು. ಒಂದು ನಿಮಿಷದ ನಂತರ ಲಕ್ಕಿ ಮುಂದುವರೆಸಿದನು. "ಪ್ರೊ|| ಧವನ್‌ರವರು

ಸೋಲೇ ಗೆಲುವಿನ
ಸೋಪಾನ

ಸೋಲನ್ನು ಅವರದೆಂದು ಒಪ್ಪಿಕೊಂಡು ಜವಬ್ದಾರಿ ತೆಗೆದುಕೊಂಡರು. ಆದರೆ ಗೆಲುವನ್ನು ಡಾ. ಅಬ್ದುಲ್ ಕಲಾಂರವರ ಮತ್ತು ಅವರ ತಂಡದ ಹೆಸರಿಗೆ ಬರೆದರು. ಇದೇ, ನಿಜವಾದ ನಾಯಕ ಮಾಡುವುದು. ಯಶಸ್ಸನ್ನು ತಂಡಕ್ಕೆ ಮತ್ತು ಅದಕ್ಕಾಗಿ ದುಡಿದವರ ತೆಕ್ಕೆಗೆ ಹಾಕಿ, ಸೋಲು ಮತ್ತು ವೈಫಲ್ಯವನ್ನು ತನ್ನ ಜವಾಬ್ದಾರಿ ಎಂದುಕೊಳ್ಳುವುದು".

"ಒಬ್ಬ ನಾಯಕರಿಂದ ಇನ್ನೇನು ಬಯಸಬಹುದು?" ಎಂದನು ಸಂಟು. "ಈ ಪ್ರಶ್ನೆಗೆ ನೀವಿಬ್ಬರು ಏಕೆ ಉತ್ತರಿಸಬಾರದು? ನಿಮ್ಮಲ್ಲೇ ಉತ್ತರವಿದೆ. ನಿಮ್ಮ ಅನುಭವಕ್ಕೆ ಬಂದಿರುವ ನಾಯಕರ ಒಡನಾಟದಿಂದ ಈ ಪ್ರಶ್ನೆಗೆ ಉತ್ತರ ಕಂಡುಕೊಳ್ಳಿ" ಎಂದನು.

ಐಶೀ ಪ್ರಯತ್ನಿಸಿ ಕೆಲವೊಂದನ್ನು ಪಟ್ಟಿ ಮಾಡಿದಳು. "ಕೋಚಿಂಗ್ - ತರಬೇತಿ, ಕೌನ್ಸೆಲಿಂಗ್ - ಸಮಾಲೋಚನೆ, ಟೀಚಿಂಗ್-ಕಲಿಸುವಿಕೆ, ಟ್ರೈನಿಂಗ್ ಇನ್ನೇನು?". ಸಂಟು "ಇವುಗಳನ್ನು ಸೇರಿಸಬಹುದು-

- ಹಾನೆಸ್ಟಿ- ಪ್ರಾಮಾಣಿಕತೆ,

- ಫಾರ್ವರ್ಡ್ ಲುಕಿಂಗ್ - ಮುಂದಾಲೋಚನೆ,

- ಕಾಂಪಿಟೆನ್ಸಿ - ಅರ್ಹತೆ,

- ಇನ್ಸ್ಪಿರೇಷನ್ - ಸ್ಫೂರ್ತಿದಾಯಕ,

- ಇಂಟೆಲಿಜೆನ್ಸ್ - ಬುದ್ಧಿವಂತಿಕೆ"

ಸ್ವಲ್ಪ ತಡೆದು ಸಂಟು ತನ್ನ ಬುದ್ಧಿವಂತಿಕೆಗೆ ಮೀರಿದ್ದೊಂದನ್ನು ಹೇಳಿದನು. "ಲೀಡ್ ಅಂದರೆ ಲರ್ನ್, ಎಜುಕೇಟ್, ಅಪ್ರಿಷಿಯೇಟ್ ಮತ್ತು ಡೆವೆಲಪ್. LEAD – **L**earn, **E**ducate, **A**ppreicate and **D**evelop".

"ಅದ್ಭುತ! ಒಬ್ಬ ನಾಯಕನ ಗುಣಗಳನ್ನು ನೆನಪು ಮಾಡಿಕೊಳ್ಳುವ ಉತ್ತಮವಾದ ಮಾರ್ಗ. ಈಗ ಇದನ್ನು ಸೇರಿಸಲಿಚ್ಚಿಸುತ್ತೇನೆ".

"ಹೇಗೆ ಇಂಗಾಲ ವಿಲ್ಲದೆ ಹುಕ್ಕು ಇಲ್ಲವೋ, ಅದೇ ರೀತಿ, ಉತ್ತಮ ನಡತೆ ಇಲ್ಲದೆ ಮಾನವನಿಲ್ಲ. ನಾವೆಲ್ಲರೂ ಬುದ್ಧಿವಂತರೆ. ಆದರೆ ದುರಾದೃಷ್ಟಕರ, ಆ ಬುದ್ಧಿವಂತಿಕೆ ಪರಿಸ್ಥಿತಿ, ಜೀವನಾನುಭವಗಳಲ್ಲಿ ಮಣ್ಣಾಗಿ ಬಿಡುತ್ತದೆ. ನಮ್ಮ ಬುದ್ಧಿವಂತಿಕೆ ಮುಖ್ಯವಾಗಿ ಜೀವನದ ಬಗ್ಗೆ ನಮಗಿರುವ ಅಭಿಪ್ರಾಯದ ಮೇಲೆ ಅವಲಂಬಿತವಾಗಿರುತ್ತದೆ. ಕೊನೆಯಲ್ಲಿ ನಾವೊಂದು ವಿಶಿಷ್ಟ ಪ್ರತಿಭೆಯೊಂದಿಗೆ ಹುಟ್ಟಿದ್ದೇವಿ ಎಂಬ ಅಂಶವನ್ನೇ ಮರೆತು ಬಿಡುತ್ತೇವಿ. ನಮ್ಮಲ್ಲಿರುವ ಬುದ್ಧಿವಂತಿಕೆಯನ್ನು ಮರೆಮಾಚಿ ನಮ್ಮ ತನವನ್ನು ಬಿಟ್ಟು ನಾವು ಏನು ಮಾಡಬೇಕು ಅನ್ನುವುದನ್ನು ಸಹ ಮರೆತು ಬಿಡುತ್ತೇವೆ. ತಂಡದ ರಚನೆಯಲ್ಲೂ ಸಹ ಇದು ಸತ್ಯ. ತಂಡದ ನಿಜವಾದ ಪ್ರತಿಭೆಯನ್ನು ಅಂತರಂಗದ ಬೆಳಕನ್ನು ಬೆಳಗಿಸುವುದೇ ನಾಯಕನ ಕಾಯಕ. ತಂಡದ ಅರ್ಹತೆಯನ್ನು ಹೊರತರುವುದು ನಾಯಕನ ಕೆಲಸ. ಅದು ಹೇಗೆ ಎಂದರೆ ವಜ್ರದಂತೆ. ಒತ್ತಡದಲ್ಲಿ ಅತ್ಯುತ್ತಮವಾಗಿ ಕೆಲಸ ಮಾಡುವ ಕಲ್ಲಿದ್ದಲೇ ವಜ್ರ. ಕಲ್ಲಿದ್ದಲಿಂದ ಬಂದ ವಜ್ರದ ಹಾಗೇ ನಾಯಕ. ತನ್ನ ತಂಡದ ಉತ್ತಮ ಪ್ರತಿಭೆಯನ್ನು ಹೊರತೆಗೆಯಬೇಕು".

"ನನಗೆ ಇದು ತುಂಬಾ ಇಷ್ಟವಾಯಿತು" ಎಂದ ಉತ್ಸುಕ್ತ ಸಂಟು. "ಹಾಗಾದರೆ, ಕ್ಲಿಷ್ಟ ಪರಿಸ್ಥಿತಿಯನ್ನು ನೀನು ಹೇಗೆ ನಿರ್ವಹಿಸುತ್ತೀಯಾ ಎಂಬುದು ನಾಯಕತ್ವದ ಮೇಲೆ ಪರಿಣಾಮ ಬೀರುತ್ತದೆ. ಅಲ್ಲವೇ?".

"ಹೌದು" ಎಂದುತ್ತರಿಸಿದ ಲಕ್ಕಿ. "ಸೋಲೇ ಗೆಲುವಿನ ಮೆಟ್ಟಿಲು ಎಂಬುದು ಪ್ರತಿಯೊಬ್ಬ ಉದ್ಯಮಿಗೆ ಗೊತ್ತಿರುವ ಅತ್ಯಂತ ಸಾಮಾನ್ಯ ಯುಕ್ತಿ. ಜೀವನ ಖಂಡಿತವಾಗಿಯು ಗುಲಾಬಿಯ ಹಾಸಿಗೆಯಲ್ಲ. ಸೋಲು ಜೀವನದ ಅವಿಭಾಜ್ಯ ಅಂಗ. ಸೋಲಿಗೆ ಹೆದರಿ ಅದಕ್ಕಿ ಶರಣಾಗುವುದು ಪರಿಸ್ಥಿತಿಯನ್ನು ಇನ್ನಷ್ಟು ಹಾಳು ಮಾಡುತ್ತದೆ. ಮೇಲೆ ಹೇಳಿದ ಉಕ್ತಿ ಸಾಮಾನ್ಯವಾದುದು. ನಮ್ಮಲ್ಲಿ ಎಷ್ಟು ಜನ, ಎಂದರೆ ನಾಯಕನಾಗಲೀ ತಂಡದ ಸದಸ್ಯರಾಗಲೀ ಇದನ್ನು ಅರ್ಥ ಮಾಡಿಕೊಂಡು ಸೋಲನ್ನು ಗೆಲುವಿನ ಮೊದಲ ಮೆಟ್ಟಿಲು ಎಂದುಕೊಂಡು ನಡೆಯುತ್ತೇವೆ?".

ಚಂಗನೆ ಮೇಲೆದ್ದ ಲಕ್ಕಿ "ಅಯ್ಯೋ ದೇವರೇ" ಎಂದನು. "ತಡವಾಗಿದೆ ಎಂದು ನನಗೆ ಅರಿವಾಗಲೇ ಇಲ್ಲ. ನಾನು ಸ್ವಲ್ಪ ನಿದ್ದೆ ಮಾಡಬೇಕು. ನಿಮಗೂ ಸಹ ನಾಳೆ ಬಿಡುವಿಲ್ಲದ ದಿನ ಎಂದು ನನಗೆ ಗೊತ್ತು. ಅದಲ್ಲದೆ ಬೇಗ ಏಳಬೇಕು ಸಹ. ಆದರೇ ನಾಯಕ ಹಾಗೂ ತಂಡದ

ಬಗ್ಗೆ ಹೇಳಲೇಬೇಕಾದ ಇನ್ನೊಂದು ಕಥೆ ಇದೆ. ನಾವು ಬೆಳ್ಳಕ್ಕುದುವ ಮುನ್ನ ಹೇಳಬೇಕೆಂದು ಕೊಂಡಿರುವೆ. ನೀವಿಬ್ಬರು ಸಿದ್ಧರಿರುವಿರಾ?" ಎಂದು ಕೇಳಿದ. ಅತ್ಯಂತ ಸಂತೋಷದಿಂದ ಸಂಟು ತನ್ನ ಸೊಂಡಿಲನ್ನು ಎತ್ತಿ ಘೀಳಿಟ್ಟನು. "ಶ್! ಸುಮ್ಮನಿರು" ಎಂದು ಐಶೀ ಗದರಿದಳು. "ಬಹುತೇಕರು ನಿದ್ರಿಸುತ್ತಿದ್ದಾರೆ. ಈಗ ಲಕ್ಕಿ ತನ್ನ ಕಥೆಯನ್ನು ಮುಂದುವರೆಸಲಿ" ಎಂದಳು. ಬೈಸಿಕೊಂಡ ಸಂಟು ಸುಮ್ಮನಾದ. ಲಕ್ಕಿ ಮಾತನಾಡಲು ಪ್ರಾರಂಭಿಸಿದ.

"ಹೇಗೆ ನಾಯಕ ತನ್ನ ತಂಡಕ್ಕೆ ಮಾದರಿಯಾಗಿ ತಂಡವನ್ನು ನಿರ್ವಹಿಸುತ್ತಾನೆ ಎಂಬುದಕ್ಕೆ ಒಂದು ಉದಾಹರಣೆ ಇಲ್ಲಿದೆ. ಆ ಪರ್ಫೆಕ್ಟ್ ಬಾಸ್ ಯಾರು ಎಂಬುದನ್ನು ನೀವು ಊಹಿಸಲು ಪ್ರಯತ್ನಿಸಿ.

"ಅತ್ಯಂತ ಪ್ರಮುಖ ಹಾಗೂ ಸಮಯ ಬದ್ಧ ಪ್ರಾಜೆಕ್ಟ್ ಒಂದರಲ್ಲಿ ಸುಮಾರು 70 ವಿಜ್ಞಾನಿಗಳು ಕೆಲಸ ಮಾಡುತಿದ್ದರು. ತಮ್ಮ ಕೆಲಸದ ಒತ್ತಡದಿಂದ ಪ್ರತಿಯೊಬ್ಬರು ಬಳಲಿದ್ದರು. ಹಾಗೆಯೇ ತಮ್ಮ ಮೇಲಾಧಿಕಾರಿಯ ಬೇಡಿಕೆಗಳು ಸಹ ಒತ್ತಡ ಪೂರ್ವಕವಾಗಿತ್ತು. ಆದರೆ, ಅವರೆಲ್ಲ ತಮ್ಮ ಉದ್ಯೋಗದಾತನಿಗೆ ನಿಷ್ಠರಾಗಿದ್ದರು. ಹಾಗೂ ಕೆಲಸ ಬಿಡುವ ಆಲೋಚನೆಯೇ ಇರಲಿಲ್ಲ.

ಒಂದು ದಿನ ಒಬ್ಬ ವಿಜ್ಞಾನಿ ತಮ್ಮ ಬಾಸ್ ಬಳಿ ಬಂದು, "ಸರ್, ನಾನು ನನ್ನ ಮಕ್ಕಳಿಗೆ ಟೌನ್‌ಷಿಪ್ ನಲ್ಲಿ ನಡೆಯುತ್ತಿರುವ ವಸ್ತುಪ್ರದರ್ಶನಕ್ಕೆ ಕರೆದೊಯ್ಯುವೆ ಎಂದು ಹೇಳಿರುವೆ. ನಾನು ಇಂದು ಸಂಜೆ 5.30ಕ್ಕೆ ಹೊರಡಲು ಅನುಮತಿ ನೀಡಬೇಕೆಂದು ಕೋರುವೆ ಎಂದರು. ಮೇಲಾಧಿಕಾರಿಯು ಅದಕ್ಕೆ ತಮ್ಮ ಒಪ್ಪಿಗೆಯನ್ನು ಸೂಚಿಸಿದರು.

ಒಂದು ಚಿಕ್ಕದಾದ ಭೋಜನ ವಿರಾಮದ ನಂತರ, ವಿಜ್ಞಾನಿ ತಮ್ಮ ಭಾಗದ ಪ್ರಾಜೆಕ್ಟ್ ಕೆಲಸವನ್ನು ಮುಂದುವರೆಸಿದರು. ಅವರು ತಮ್ಮ ಕೆಲಸದಲ್ಲಿ ಎಷ್ಟು ಮಗ್ನರಾಗಿದ್ದರೆಂದರೆ ಸಂಜೆ 5.30 ಆಗಿರಬಹದು, ಮನೆಗೆ ಹೊರಡಬೇಕು ಎಂದು ತಮ್ಮ ಕೈ ಗಡಿಯಾರವನ್ನು ನೋಡಿಕೊಂಡಾಗ 8.30 ರಾತ್ರಿಯಾಗಿತ್ತು.

ತಕ್ಷಣ, ತಮ್ಮ ಮಕ್ಕಳಿಗೆ ವಸ್ತು ಪ್ರದರ್ಶನಕ್ಕೆ ಕರೆದೊಯ್ಯುವೆ ಎಂದು ಕೊಟ್ಟಿದ್ದ ಮಾತುಗಳು ನೆನಪಾದವು. ಸುತ್ತ ಕಣ್ಣಾಡಿಸಿ ತಮ್ಮ ಮೇಲಾಧಿಕಾರಿಗಾಗಿ ಹುಡುಕಿದರು. ಅವರು ಎಲ್ಲೂ ಕಾಣದಿದ್ದ ಕಾರಣ, ತಮ್ಮ ಕೆಲಸವನ್ನು ಬದಿಗೊತ್ತಿಟ್ಟು, ತಮ್ಮ ಫೈಲುಗಳು ಎಲ್ಲವೂ ಒಪ್ಪವಾಗಿದೆ ಎಂದು ಮನದಟ್ಟು ಮಾಡಿಕೊಂಡು ಬೀಗ ಹಾಕಿ, ಆ ದಿನದ ಕೆಲಸವನ್ನು ಮುಗಿಸಿದರು. ಮನೆಗೆ ಹೋಗುತ್ತಿದ್ದಾಗ ಅವರನ್ನು ತಪ್ಪಿತಸ್ಥ ಭಾವನೆ ಬಹಳವಾಗಿ ಕಾಡುತ್ತಿತ್ತು. ಹಾಗೆಯೇ ಅವರು ಮಕ್ಕಳಿಗೆ ಕೊಟ್ಟ ಮಾತನ್ನು ಮರೆತ ಕಾರಣಕ್ಕಾಗಿ ಖೇದಿಸುತ್ತಿದ್ದರು. ಮನೆ ತಲುಪಿದ ಮೇಲೆ ಮಕ್ಕಳು ಮನೆಯಲ್ಲಿ ಇಲ್ಲದನ್ನು ಕಂಡು ಆಶ್ಚರ್ಯಚಕಿತರಾದರು.

ಅವರ ಪತ್ನಿ ಒಬ್ಬರೆ ಕುಳಿತು, ಯಾವುದೋ ಮ್ಯಾಗಜಿನ್ ನನ್ನ ಓದುತ್ತಿದ್ದರು. ಮುಂಬರುವ ಸ್ಫೋಟಕ ವಾತಾವರಣದ ಅರಿವಿದ್ದ ಆ ಸ್ವಾಮಿ, ಮಕ್ಕಳನ್ನು ವಸ್ತುಪ್ರದರ್ಶನಕ್ಕೆ ಕರೆದೊಯ್ಯುವ ಮಾತು ತೆಗೆಯದೆ ಇರಬೇಕೆಂದು ನಿಶ್ಚಯಿಸಿದರು. ಅವರ ಪತ್ನಿಯೇ ಮೊದಲು ಮಾತನಾಡಿ, "ಕಾಫಿ ಕುಡಿಯುತ್ತೀರಾ ಅಥವಾ ಹಸಿವಾಗಿದ್ದರೆ ಊಟಕ್ಕೆ ಇಡಲೊ" ಎಂದು ಕೇಳಿದರು.

"ನೀನು ಕಾಫಿ ಕುಡಿಯುವುದಾದರೆ, ನಾನು ಸಹ ಕುಡಿಯುವೆ. ಆದರೆ ಮಕ್ಕಳೆಲ್ಲಿ" ಎಂದು ಕೇಳಿದರು.

"ಏಕೆ ನಿಮಗೆ ತಿಳಿದಿಲ್ಲವೆ? ನಿಮ್ಮ ಮ್ಯಾನೇಜರ್ರವರು ಸಂಜೆ 5.15 ಕ್ಕೆ ಬಂದು ಮಕ್ಕಳನ್ನು ವಸುಪ್ರದರ್ಶನಕ್ಕೆ ಕರೆದುಕೊಂಡು ಹೋದರು. ಎಂದು ಉತ್ತರಿಸಿದರು.

"ಆಫೀಸ್‌ನಲ್ಲಿ ನಡೆದಿದ್ದು ಇಷ್ಟು. ಸಂಜೆ 5.30ಕ್ಕೆ ಹೊರಡಲು ಅನುಮತಿ ಕೇಳಿದ್ದ ಈ ವ್ಯಕ್ತಿಯನ್ನು ಗಮನಿಸುತ್ತಿದ್ದ ಮೇಲಾಧಿಕಾರಿಗೆ ಈ ವ್ಯಕ್ತಿಯ ಮಗ್ನತೆ ನೋಡಿ ತಿಳಿಯಿತು. ಈ ವ್ಯಕ್ತಿ ತಮ್ಮ ಮಕ್ಕಳಿಗೆ ಕೊಟ್ಟಿರುವ ಮಾತನ್ನು ಮರೆತು ಕೆಲಸವನ್ನು ಮುಂದುವರೆಸುತ್ತಾರೆ. ಹೊರತು, ತಮ್ಮ ಕೆಲಸವನ್ನು ಬಿಟ್ಟು ಹೊರಡುವುದಿಲ್ಲ ಎಂದು. ಅದರಿಂದ ಮಕ್ಕಳಿಗೆ ನಿರಾಸೆಯಾಗುತ್ತದೆ. ಹಾಗಾಗಿ ಮೇಲಾಧಿಕಾರಿಯೇ ಸ್ವತಃ ಮಕ್ಕಳನ್ನು ಅಂತಹ ಒತ್ತಡದ ನಡುವೆಯೂ ವಸ್ತುಪ್ರದರ್ಶನಕ್ಕೆ ಕರೆದುಕೊಂಡು ಹೋದರು. ಮೇಲಾಧಿಕಾರಿಯ ಈ ಕಾರ್ಯ ಎಲ್ಲರಿಗೂ ತಿಳಿದ ಮೇಲೆ ಕೆಲಸಗಾರರು ಇನ್ನು ಹೆಚ್ಚು ಉತ್ಸುಕತೆಯಿಂದ ಹಾಗು ನಿಷ್ಠೆಯಿಂದ ಕೆಲಸ ಮಾಡಲು ಪ್ರಾರಂಭಿಸಿದರು".

"ಹಾಗಾದರೆ, ಸಂಟು ಮತ್ತು ಐಶೀ, ಈ ಕಥೆಯಲ್ಲಿಯ ಮೇಲಾಧಿಕಾರಿ ಯಾರು ಎಂದು ಊಹಿಸಬಲ್ಲಿರಾ? ಎಂದು ಕೇಳಿದನು ಲಕ್ಕಿ.

"ಅದು ಮತ್ತಾರಲ್ಲದೇ ನಮ್ಮ ದೇಶದ ಮಾಜಿ ರಾಷ್ಟ್ರಪತಿಗಳಾದ ನೀನು ಈ ಮುಂಚೆ ತಿಳಿಸಿದ ಅಬ್ದುಲ್ ಕಲಾಂರವರೆ ಎಂದು ಬಾಜಿ ಕಟ್ಟಬಲ್ಲೆ" ಎಂದಳು ಐಶೀ ಹೆಮ್ಮೆಯಿಂದ.

"ಹೌದು" ಎಂದುತ್ತರಿಸಿದ ಲಕ್ಕಿ. "ಅದು ಅಬ್ದುಲ್ ಕಲಾಂರವರು, ಮೊದಲನೇ ಕಥೆಯಲ್ಲಿ ಅವರು ತಂಡದ ಸದಸ್ಯರಾಗಿದ್ದರು. ಎರಡನೇ ಕಥೆಯಲ್ಲಿ ಅವರು ನಾಯಕ. ಒಬ್ಬ ಸಮರ್ಥ ನಾಯಕನಿಂದ ನಾವು ಅಪೇಕ್ಷಿಸಿರುವ ಸರ್ವಗುಣಗಳನ್ನು ಅತ್ಯುತ್ತಮವಾಗಿ ಪ್ರದರ್ಶಿಸಿರುವ ಏಕೈಕ ನಾಯಕನೆಂದರೆ, ಡಾ. ಅಬ್ದುಲ್ ಕಲಾಂ. ಅವರು ತಮ್ಮ ನಡತೆಯಿಂದ ಪ್ರತಿಯೊಬ್ಬರಿಗೂ ಸ್ಫೂರ್ತಿಯಾಗಿದ್ದರು".

"ಕೇಳಿ, ಕೇಳಿ" ಎಂದು ಹರುಷದಿಂದ ತಮ್ಮ ಸೊಂಡಿಲನ್ನು ವಂದನಾಪೂರ್ವಕವಾಗಿ ಎತ್ತಿ ಕೂಗಿದವು ಅವಳಿಗಳು.

"ಇವತ್ತಿನ ದಿನವನ್ನು ಇಲ್ಲಿಗೆ ಸಮಾಪ್ತಿಗೊಳಿಸಬೇಕು, ಲಕ್ಕಿ". "ನನಗನ್ನಿಸುತ್ತದೆ ಇಂದು ಡಾ. ಕಲಾಂರವರು ನನ್ನ ಕನಸ್ಸಿನಲ್ಲಿ ಬರುವ ಸಂಭವ ಇದೆ. ಅವರ ಈ ಕಥೆಗಳು ನನ್ನ ನೆನಪಿನಿಂದ ಮಾಸುವುದಿಲ್ಲ" ಎಂದಳು.

"ಅದು ಮನಸ್ಸಿನಲ್ಲಿ ಕೆತ್ತನೆಯಾಗಿದೆ ಐಶೀ, ನೆನಪಿನಿಂದ ಅಳಿಸಲು ಸಾಧ್ಯವಿಲ್ಲ" ಎಂದನು ಸಂಟು ಅವಳನ್ನು ಸರಿಪಡಿಸಿದ. ಲಕ್ಕಿ ಇಬ್ಬರಿಗೂ ವಂದಿಸಿ "ನಾಳೆ ನಿಮ್ಮ ವಿರಾಮದ ವೇಳೆಯಲ್ಲಿ ಸಿಗೋಣ. ಸುಖವಾಗಿ ನಿದ್ರಿಸಿ", ಎಂದು ಹೇಳಿ ನಿರ್ಗಮಿಸಿದನು.

"ನೀನು ಸಹ ಸುಖವಾಗಿ ನಿದ್ರಿಸು ಗೆಳೆಯ" ಎಂದು ಉತ್ತರಿಸಿದಳು, ಐಶೀ. ಅವಳು ಸಹ ಸಂಟು ನಂತೆ ನಾಳೆಗಾಗಿ ಕಾತುರದಿಂದ ಕಾಯುತ್ತಿದ್ದಳು.

ಮನನ ಮಾಡಲು ವಿಚಾರ

- ಉದ್ಯಮಿಯಾಗಿ ನೀವು ನಿಮ್ಮ ತಂಡದಲ್ಲಿ ಹುಡುಕುವ 3 ಮುಖ್ಯ ಗುಣಗಳು ಯಾವುವು?

- ನಾಯಕ ಮಾದರಿಯಂತೆ ಎಂಬ ಉಕ್ತಿ ನಿಮಗೆ ಅರ್ಥವಾಗಿದೆ ಎಂಬುದನ್ನು ಹೇಗೆ ಪ್ರದರ್ಶಿಸುವಿರಿ.

ನುಡಿದ ಮಾತು, ಕಳೆದ ಸಮಯ, ಬತ್ತಳಿಕೆಯಿಂದ ಬಿಟ್ಟ ಬಾಣವನ್ನ ಹಿಂತೆಗೆದುಕೊಳ್ಳಲಾಗುವುದಿಲ್ಲ

– ಒಂದು ಗಾದೆ

ಸಮಯ ಮತ್ತು ಸಂಬಂಧ

ಸಮಯ ಮತ್ತು ಸಂಬಂಧ

ಸಂಟು ಮತ್ತು ಐಶೀ ಕಾಡಿನೊಳಗೆ ನುಸುಳಿಕೊಂಡು ತಮ್ಮ ಗೆಳೆಯನನ್ನು ಭೇಟಿ ಮಾಡುವ ಮಾಮೂಲಿ ಜಾಗಕ್ಕೆ ಬಂದಾಗ ಲಕ್ಕಿ ಯಾರೊಂದಿಗೋ ಫೋನ್‌ನಲ್ಲಿ ಮಾತನಾಡುತ್ತಿದ್ದ. ಅದು ಮರಗಳ ನೆರಳಿನಿಂದ ತುಂಬಿದ ಜಾಗ. ಲಕ್ಕಿಯ ಪ್ರಕಾರ ಕಾಡಿನಲ್ಲಿ ದೂರವಾಣಿ ಕರೆ ಮಾಡಲು ಸೂಕ್ತವಾದ ಕೆಲವೇ ಕೆಲವು ಜಾಗಗಳಲ್ಲಿ ಇದೂ ಒಂದು.

ಗಜಗಳು ತಮ್ಮ ಗೆಳೆಯನನ್ನು ಸಮೀಪಿಸಿದಾಗ ಲಕ್ಕಿ ಮುಗುಳ್ನಕ್ಕು ಇನ್ನು ಎರಡು ನಿಮಿಷದಲ್ಲಿ ತನ್ನ ಕರೆಯನ್ನು ಮುಗಿಸುವೆ ಎಂದು ಸನ್ನೆ ಮಾಡಿದನು. ತನ್ನ ಮಾತಿನಂತೆ ಲಕ್ಕಿ ತನ್ನ ಕರೆಯನ್ನು ತ್ವರಿತವಾಗಿ ಮುಗಿಸಿ "ಕ್ಷಮಿಸಿ ಗೆಳೆಯರೆ, ಒಬ್ಬ ಹೂಡಿಕೆದಾರನೊಡನೆ ಮಾತನಾಡುತ್ತಿದ್ದೆ. ಸುಮಾರು ದಿನಗಳಿಂದ ನಾನು ಕಛೇರಿಯಲ್ಲಿ ಇಲ್ಲದೇ ಇರುವುದರಿಂದ, ಅವರೊಡನೆ ಕೆಲವು ವಿಷಯಗಳನ್ನು ಚರ್ಚಿಸಬೇಕಾಗಿತ್ತು. ನಿಮ್ಮ ದಿನ ಹೇಗಿತ್ತು?"

ಕೆಲ ಕ್ಷಣಗಳ ಮೂವರು ದೈನಂದಿನ ಸಮಾಚಾರಗಳ ವಿನಿಮಯ ಮಾಡಿಕೊಂಡ ಬಳಿಕೆ ಸಂಟು, "ಹಾಗಾದರೆ ಲಕ್ಕಿ, ಇಂದು ಯಾವ ವಿಷಯದ ಬಗ್ಗೆ ನೀನು ನಮಗೆ ಬೋಧಿಸುತ್ತೀಯಾ".

"ನಿಮಗೆ ಬೋಧನೆ? ನೀವು ನನಗಿಂತ ಬುದ್ಧಿವಂತರು" ಎಂದು ತನ್ನ ಭುಜ ಎಗರಿಸಿದನು. "ನನ್ನ ಹಿಂದಿನ ಕರೆಯಿಂದ ಪ್ರೇರಿತವಾದ ಒಂದು ವಿಷಯ ನನ್ನ ತಲೆಯಲ್ಲಿದೆ. ಅದಕ್ಕೆ ಮುಂಚೆ, ನಿಮ್ಮನ್ನು ಒಂದು ಪ್ರಶ್ನೆ ಕೇಳುತ್ತೇನೆ. ಎರಡು ತರಹದ ಸಂಬಂಧಗಳು ಯಾವುವು? ಇದನ್ನು ನೀವು ಸಮಯದ ದೃಷ್ಟಿಯಿಂದ ಆಲೋಚಿಸಿ ಹೇಳಬೇಕಾದರೆ ನಿಮ್ಮ ಉತ್ತರ ಏನು?"

"ಅದು ಸುಲಭ" ತನ್ನ ಸೋದರಿಯನ್ನು ಸೋಲಿಸಬೇಕೆಂದು ತತ್‌ಕ್ಷಣ ಉತ್ತರಿಸಿದನು. "ದೀರ್ಘಾವಧಿ ಸಂಬಂಧ ಮತ್ತು ಅಲ್ಪಾವಧಿ ಸಂಬಂಧ".

"ಹೂಂ ಇಂಟರ್ಸ್ಟಿಂಗ್" ಎಂದಷ್ಟೆ ಲಕ್ಕಿ ಉದ್ಗರಿಸಿದನು. "ನಿನ್ನ ಆಲೋಚನೆ ಏನು, ಐಶೀ"? "ನಾನು ಸಂಟುನ ಉತ್ತರಕ್ಕೆ ಸಮ್ಮತಿಸುತ್ತೇನೆ". ಎಂದು ಮೇಲ್ನೋಟಕ್ಕೆ ಉತ್ತರಿಸಿದರೂ ಅವಳಲ್ಲಿ ಅದನ್ನು ಒಪ್ಪಿಕೊಳ್ಳಲು ಒಂದು ರೀತಿಯ ನೋವು ಕಾಣಿಸುತ್ತಿತ್ತು. "ನನ್ನ ಬಹುತೇಕ ಸಂಬಂಧಗಳು ನನ್ನ ಹುಟ್ಟಿನಿಂದ ಇರುವಂತವು. ಉಳಿದವು ಅತಿ ಇತ್ತೀಚಿನವು. ನನ್ನ ಪುಣೆಯ

ಮಿತ್ರನಂತೆ ಇಲ್ಲಿ ಕೆಲಸ ಮಾಡಲು ಬಂದ ಅವನೊಡನೆ, ನನ್ನ ಬಾಂದವ್ಯ ಅತಿ ಶೀಘ್ರವಾಗಿ ಮೂಡಿತು". "ಬಹುತೇಕ ಸನ್ನಿವೇಶಗಳಲ್ಲಿ ಇದು ಸಹಜ" ಎಂದನು ಲಕ್ಕಿ.

"ನನ್ನ ಮೊದಲಿನ ಪ್ರಶ್ನೆಯನ್ನು ಬೇರೆ ದೃಷ್ಟಿಯಿಂದ ಕೇಳಬೇಕಾಗಿದ್ದಲ್ಲಿ ನಿಮ್ಮ ಉತ್ತರವೇನಾಗುತ್ತಿತ್ತು. ನನ್ನ ಉತ್ತರ ಇದಾಗಿದ್ದರೆ ನಿಮ್ಮ ಅಭಿಪ್ರಾಯವೇನಾಗುತ್ತಿತ್ತು. ಸಂಬಂಧಗಳು ಕೇವಲ ದೀರ್ಘಾವಧಿ ಸಂಬಂಧ ಅಥವಾ ಅತಿ ದೀರ್ಘಾವದಿ ಸಂಬಂಧವಾಗಲು ಮಾತ್ರ ಸಾಧ್ಯ. ಅಲ್ಪಾವಧಿ ಸಂಬಂಧ ಎಂಬುದು ಇಲ್ಲವೇ ಇಲ್ಲ. ಏಕೆಂದರೆ, ಅಂತಹವು ಕೇವಲ ವ್ಯವಹಾರ ಮಾತ್ರ, ಅದು ಸಂಬಂಧವಾಗಲು ಸಾಧ್ಯವಿಲ್ಲ".

ಲಕ್ಕಿಯ ಮಾತುಗಳನ್ನು ಆನೆಗಳು ಅರೆಕ್ಷಣ ಯೋಚಿಸಿ ನಂತರ ಐಶೀ, "ಇದು ಒಂದು ಆಸಕ್ತಿದಾಯಕ ದೃಷ್ಟಿಕೋನ. ನಾನು ಈ ನಿಟ್ಟಿನಲ್ಲಿ ಆಲೋಚನೆ ಮಾಡಿಯೇ ಇರಲಿಲ್ಲ. ಸಂಬಂಧಗಳನ್ನು ಈ ರೀತಿ ನೋಡಿ. ಈ ನಿಟ್ಟಿನಲ್ಲಿ ನಿನ್ನ ವಿಚಾರಲಹರಿ ಏನು ಎಂದು ಸ್ವಲ್ಪ ವಿವರವಾಗಿ ತಿಳಿಸುವೆಯ?"

"ಖಂಡಿತವಾಗಿ" ಎಂದ ಲಕ್ಕಿ, ತನ್ನ ಜಾಕೆಟ್‌ನ ಜೇಬಿನಿಂದ ಎರಡು ಬ್ರೆಡ್ ರೋಲನ್ನು ತೆಗೆದು ತನ್ನ ಮಿತ್ರದ್ವಯರಿಗೆ ಕೊಟ್ಟನು. ಬ್ರೆಡ್‌ನ್ನು ಗಬಕ್ಕೆಂದು ಬಾಯಿಗೆ ಹಾಕಿದನು ಸಂಟು. ತನ್ನ ಅಸಮ್ಮತಿಯನ್ನು ಸೂಚಿಸುವಂತೆ ತನ್ನ ಕಣ್ಣುಗಳನ್ನು ಆಡಿಸಿದಳು ಐಶೀ. ಲಕ್ಕಿಯ ಉಡುಗೊರೆಯನ್ನು ಸಂತೋಷದಿಂದ ಸ್ವೀಕರಿಸಿದ ಐಶೀ ತನ್ನ ಸೊಂಡಿಲಿನಲ್ಲಿಟ್ಟುಕೊಂಡು ನಂತರ ಬಾಯಿಗಿರಿಸಿದಳು.

"ನೀವಿಬ್ಬರು ಅದನ್ನು ತಿನ್ನುವ ವೇಳೆಯಲ್ಲಿ ನಾನು ನನ್ನ ಮಾತನ್ನು ಮುಂದುವರೆಸುತ್ತೇನೆ" ಎಂದು ನಗುತ್ತಾ ಹೇಳಿದನು ಲಕ್ಕಿ. "ನನ್ನ ಕಂಪನಿಗೆ ಹೂಡಿಕೆ ಹಾಗೂ ಸಹಾಯಕ್ಕಾಗಿ ಬರುವ ಯುವ ಉದ್ಯಮಿಗಳ ಸಮಸ್ಯೆಯನ್ನು ನಾನು ವಿವರಿಸುತ್ತೇನೆ. ಉದಾಹರಣೆಗೆ ಚಿಕ್ಕಂದಿನಿಂದ ಒಡನಾಟವಿರುವ ಐವರು ಗೆಳೆಯರನ್ನು ತೆಗೆದುಕೊಳ್ಳೋಣ. ಜೊತೆಯಲ್ಲಿ ಓದಿ ಬೆಳೆದಿರುವುದರಿಂದ ಅವರ ನಡುವೆ ಹೊಂದಾಣಿಕೆ ಇದೆ ಎಂದು ಭಾವಿಸಿ, ಒಂದು ಕಂಪನಿ ಕಟ್ಟಲು ಬೇಕಾಗಿರುವ ಅಡಿಪಾಯ ಅದು ಎಂದು ಭಾವಿಸಿ, ಸಂಬಂಧಗಳೊಂದಿಗೆ ಒಂದು ಒಳ್ಳೆ ತಂಡ ಕಟ್ಟಬಹುದು ಎಂದು ಕೊಳ್ಳುತ್ತಾರೆ".

"ಆದರೆ, ಇದು ಬಿಸಿನೆಸ್ ಮಾಡುವ ಅಥವಾ ಉದ್ಯಮ ಕಟ್ಟುವ ಕ್ಲಿಷ್ಟವಾದ ವಿಧಾನ. ಏಕೆಂದರೆ, ಎಲ್ಲಾ ಗೆಳೆಯರು ಒಪ್ಪುವ ಹಾಗೂ ಸರ್ವರಿಗೂ ಜ್ಞಾನ ಹಾಗೂ ನೈಪುಣ್ಯತೆ ಇರುವ ಒಂದು ವಿಷಯ ಹುಡುಕಿ ಅದರಲ್ಲಿ ಉದ್ಯಮ ಕಟ್ಟುವುದು ಅಸಾಧ್ಯವಾದ ಕೆಲಸ".

"ಹಾಗಾದರೆ, ಅದು ಸರಿಯಾದ ಮಾರ್ಗವಲ್ಲ ಎಂದರೆ, ಬೇಯಾವ ರೀತಿ ಇದೆ. ಲಕ್ಕಿ?" ಎಂದು ತನ್ನ ತಿಂಡಿಯನ್ನು ತಿಂದು ಮುಗಿಸಿದ್ದ ಸಂಟು ಕೇಳಿದನು.

"ನನ್ನ ಸಲಹೆ, ಮೊದಲು ವ್ಯವಹಾರ ಮಾಡಲು ವಿಷಯದ ಆಯ್ಕೆ ಮಾಡಬೇಕು ನಂತರ ಆ ವ್ಯವಹಾರದ ಅವಶ್ಯಕತೆ ಇರುವ ಮಂದಿಯ ತಂಡ ಕಟ್ಟಿರಿ. ತಂಡವನ್ನು ಮೊದಲು ಕಟ್ಟಿ, ಆ ತಂಡದ ಸದಸ್ಯರಿಗೆ ಹೊಂದುವಂತಹ ಬಿಸಿನೆಸ್ ಕಾನ್ಸೆಪ್ಟ್ ಹುಡುಕುವುದು ಎಂದೂ ಮಾಡಬಾರದು. ಹಲವು ಜನ ಮಾಡುವ ತಪ್ಪೆಂದರೆ ಇದು".

"ಐಶೀ, ನೀನು ಯಾವುದೋ ಯೋಚನೆಯಲ್ಲಿ ಕಳೆದು ಹೋಗಿರುವಂತೆ ಇದೆ, ನಿನ್ನ ಮನಸ್ಸಿನಲ್ಲಿ ಏನಿದೆ ಹೇಳು", ಎಂದು ಕೇಳುತ್ತಾನೆ ಲಕ್ಕಿ. ಆಗ ಐಶೀ, "ನೀನು ಎರಡು ತರಹದ ಸಂಬಂಧಗಳ ಬಗ್ಗೆ ಹೇಳಿದ್ದನ್ನೇ ನಾನು ಯೋಚಿಸುತ್ತಿರುವೆ. ನಾನು ಬುದ್ಧಿ ಹೀನಳಂತೆ ಕಾಣುವುದಕ್ಕೆ ಇಷ್ಟ ಇಲ್ಲ. ಆದರೆ ನೀನು ದೀರ್ಘಾವಧಿ ಸಂಬಂಧ ಹಾಗೂ ಅತಿ ದೀರ್ಘಾವಧಿ ಸಂಬಂಧ ಎಂದು ಹೇಳಿದ್ದು ಏಕೆಂದು ನನಗೆ ತಿಳಿಯಲಿಲ್ಲ" ಎನ್ನುತ್ತಾ ತನ್ನ ಅಣ್ಣನನ್ನು ಏನಾದರೂ ಹೇಳಲು ಆಹ್ವಾನಿಸುವಂತೆ ನೋಡಿದಳು.

ಲಕ್ಕಿ ತನ್ನ ಗೆಳತಿಯ ಕಿವಿಯನ್ನು ಸವರಿ "ಮೂರ್ಖ ಪ್ರಶ್ನೆ ಎಂಬುದು ನನ್ನ ಪುಸ್ತಕದಲ್ಲಿ ಇಲ್ಲವೇ ಇಲ್ಲ". "ಪ್ರಶ್ನೆಗಳನ್ನು ಕೇಳಿ. ಅದನ್ನು ಯಾವ ಅರ್ಥದಲ್ಲಿ ಕೇಳಿದೆ ಎಂದು ವಿವರಿಸುವುದು ನನಗೆ ಪ್ರಿಯಾವಾದ ಕೆಲಸ, ನಾನು ಖಂಡಿತವಾಗಿ ವಿವರಿಸುತ್ತೇನೆ".

"ಇದು ನನ್ನ ತತ್ವ ಹಾಗೂ ಇದನ್ನು ನನ್ನ ಉದ್ದಿಮೆಯಲ್ಲಿ ಅಳವಡಿಸಿಕೊಂಡು ಯಶಸ್ವಿಯಾಗಿದ್ದೇನೆ. ಯಶಸ್ಸಿಗೆ ಸಂಬಂಧಗಳು ಅತಿ ಮುಖ್ಯ ಹಾಗೂ ಅವು ಸಮಯವನ್ನು ಮೀರಿ ನಿಲ್ಲುತ್ತದೆ. ನನ್ನ ಮೊದಲನೆ ಹೂಡಿಕೆದಾರ, ನನ್ನ ಹಿಂದಿನ ಗ್ರಾಹಕರಾಗಿದ್ದರು. ಇತರೆ ಹೂಡಿಕೆದಾರರು ನನ್ನ ಹಿಂದಿನ ಕೆಲಸಗಳಲ್ಲಿ ಮೇಲಾಧಿಕಾರಿಗಳಾಗಿದ್ದರು. ಅದರಲ್ಲಿ ಕೆಲವರು, ನನ್ನ ಕಂಪನಿಯ ಬೋರ್ಡ್ ಆಫ್ ಡೈರೆಕ್ಟರ್ಸ್ ಕೂಡ. ನನ್ನ ಹಿಂದಿನ ಉದ್ಯೋಗಗಳಲ್ಲಿ ಸಹಾಯ ಮಾಡಿದ ಸಹೋದ್ಯೋಗಿಗಳ ಜೊತೆ ನಾನು ಇಂದಿಗೂ ಒಡನಾಟ ಇಟ್ಟುಕೊಂಡಿರುವೆ". ಎನ್ನುತ್ತಾ ಐಶೀ ಇನ್ನು ಗೊಂದಲಗೊಂಡಿರುವುದನ್ನು ಗಮನಿಸುತ್ತಾನೆ ಲಕ್ಕಿ.

"ಸರಿ, ಇನ್ನೊಂದು ರೀತಿಯಲ್ಲಿ ವಿವರಿಸುವೆ. ಈಗ ನಾವು ಮೂವರು ಒಂದು ವ್ಯವಹಾರ/ ಬಿಸಿನೆಸ್ ಮಾಡುತ್ತಿದ್ದೇವೆ ಎಂದೆನ್ನಿಕೊಳ್ಳಿ. ನೀನು ನನ್ನ ಕಂಪನಿಯ ಡೈರೆಕ್ಟರ್ ಹಾಗೂ ಸಂಟು, ನೀನು ನನ್ನ ಕಕ್ಷಿದಾರ. ನಾನು ಕೇವಲ ಎರಡು ರೀತಿಯ ಸಂಬಂಧಗಳಾದ ದೀರ್ಘಾವಧಿ ಹಾಗೂ ಅತಿ ದೀರ್ಘಾವಧಿ ಸಂಬಂಧ ಎಂದು ನಂಬಿರುವುದರಿಂದ, ನಾನು ಏನೇ ಮಾಡಿದರು, ಭವಿಷ್ಯದ ಮೇಲೆ ಕಣ್ಣಿಟ್ಟೇ ಮಾಡುವುದು. ಇನ್ನು ಹಲವು ವರ್ಷಗಳು ಕಳೆದರು ನಾವು ಜೊತೆಯಾಗಿ ಯಶಸ್ವಿಯಾಗಬೇಕು ಎಂಬ ಉದ್ದೇಶದಿಂದ ನಾನು ನಡೆದುಕೊಳ್ಳುತ್ತೇನೆ. ಈ ಸಂಬಂಧಕ್ಕೆ ಕುಂದು ಬರದಂತೆ ನಡೆದುಕೊಳ್ಳುತ್ತೇನೆ". ಎಂದು ತನ್ನ ದೀರ್ಘ ಮಾತು ಮುಗಿಸ್ತಾನೆ ಲಕ್ಕಿ.

"ಹೇ! ನನಗೆ ಈಗ ಅರ್ಥವಾಯಿತು" ಎಂದ ಐಶೀಯ ಮುಖ ಅರಳುತ್ತದೆ. ಅವಳು "ನಾನು ವಿವರಿಸಲೇ?" ಎಂದಾಗ ಲಕ್ಕಿ ತನ್ನ ತಲೆಯಾಡಿಸಿ "ಮುಂದುವರಿಸು" ಎನ್ನುತ್ತಾನೆ.

"ಇದನ್ನು ತಿರುಗಿಸಿ ಹೇಳಬೇಕಾದರೆ, ಈಗ ನಾವು ವ್ಯವಹಾರ ಎಂದು ಕರೆದರೆ ಈ ಅಲ್ಪಾವಧಿ ಸಂಬಂಧಗಳಿಗೆ ಗಮನಕೊಟ್ಟರೆ, ನಾನು ಮಾಡುವ ಆಯ್ಕಿಗಳು, ಇವತ್ತಲ್ಲ ನಾಳೆ ನಮ್ಮ ಸಂಬಂಧಗಳ ಮೇಲೆ ಪರಿಣಾಮ ಬೀರುತ್ತದೆ ಅಲ್ಲವೇ?".

ಐಶೀಗೆ ಮುಂದುವರೆಸುವಂತೆ ಕತ್ತಾಡಿಸಿದ ಲಕ್ಕಿ.

"ಅಂದರೆ ಸರಿಯಾದ ಮನಸ್ಥಿತಿ ಇಟ್ಟುಕೊಳ್ಳುವುದು ಎಂದು ನನಗನ್ನಿಸುತ್ತದೆ. ಸಂಟು, ನೀನು ಏನು ಹೇಳುತ್ತೀಯ".

ಸಂಟು ಕೂಡ ಧೀರ್ಘಾಲೋಚನೆಯಲ್ಲಿ ಮಗ್ನನಾಗಿದ್ದ. "ನೀನು ಹೇಳುತ್ತಿರುವುದು ಸಮಯ ಹಾಗೂ ಸಂಬಂಧಗಳ ನಡುವೆ ಸಂಪರ್ಕವಿದ್ದು, ಅದು ಇಂದು ಒಟ್ಟಿಗೆ ಕಳೆದಿರುವ ಸಮಯದ ಪ್ರಮಾಣಕ್ಕಿಂತ ಅದರಿಂದ ಮುಂದೆ ಸಿಕ್ಕುವ ಪ್ರಯೋಜನಗಳ ಗುಣಮಟ್ಟ ಮುಖ್ಯ ಎಂದು ಹೇಳುತ್ತಿರುವೆಯಾ?"

ಐಶೀ ಅತ್ಯಾಶ್ಚರ್ಯಗೊಂಡಳು. "ನೀನು ಹೇಳುತ್ತಿರುವುದು ನಾನು ಆಲೋಚಿಸಿರುವುದಕ್ಕಿಂತ ಆಳವಾದ ಅರ್ಥವಿರುವಂತಿದೆ" ಎಂದಳು. ಲಕ್ಕಿ ಕಡೆ ತಿರುಗಿ ನೋಡಿ "ನನ್ನ ಸಹೋದರನ ಮೇಲೆ ನೀನು ಉತ್ತಮವಾದ ಪ್ರಭಾವ ಬೀರಿದಂತಿದೆ" ಎಂದಳು.

"ನೀನು ಸಹ" ಎಂದನು ಲಕ್ಕಿ ನಗುತ್ತಾ. "ಆದರೆ, ಹೌದು, ಸಂಟು ಹೇಳಿದ್ದು ಸರಿ. ಒಂದು ನಾಣ್ಯದ ಎರಡು ಮುಖಗಳು ಸಮಯ ಹಾಗೂ ಸಂಬಂಧ. ನನ್ನ ಅನುಭವದಲ್ಲಿ ನನ್ನ ಬಳಿ ಬರುವ ಎಷ್ಟೋ ಯುವ ಉದ್ಯಮಿಗಳು, ಸಂಬಂಧಗಳಿಗೆ ಯಾವುದೇ ಗೌರವ ನೀಡದೆ, ಯಾವಾಗ ಬೇಕಾದರೂ ಸಂಬಂಧ ಒಡೆಯುವುದರಲ್ಲಿ, ಕೂಡಿಸುವುದರಲ್ಲಿ ತಪ್ಪಿಲ್ಲ ಎಂದು ಭಾವಿಸುತ್ತಾರೆ. ಇದು ವ್ಯವಹಾರದಲ್ಲಿ ಅಪಾಯಕಾರಿ ಹಾದಿ. ಯಾವಾಗ, ಯಾರು ಸಹೋದ್ಯೋಗಿ, ಮೇಲಾಧಿಕಾರಿಯಾಗುವ ಯಾವ ಪಾತ್ರ ವಹಿಸುತ್ತಾರೆ ಎಂದು ಯಾರಿಗೆ ತಿಳಿದಿರುತ್ತೆ? ಹಾಗಿರುವಾಗ, ಸಂಬಂಧಗಳನ್ನೇಕೆ ಹಾಳು ಮಾಡಿಕೊಳ್ಳಬೇಕು?. ಹಿಂದೆ ನಡೆದು ಬಂದಿರುವ ಹಾದಿಯಲ್ಲಿ ಮರಳಿ ಹೋಗುವುದು ಸಾಧ್ಯವಿಲ್ಲ. ಆದರೆ ಸಂಬಂಧಗಳು ಕೇವಲ ಧೀರ್ಘಾವಧಿಯವು ಎಂದು ನಂಬಿ ಯಾವುದೇ ಸಂಬಂಧವನ್ನು ಆರಂಭಿಸಿದರೆ, ನಿಮ್ಮ ಮನಸ್ಸು ಹಾಗೂ ನಡತೆಯ ಮೇಲೆ ಆ ನಂಬಿಕೆ ಪರಿಣಾಮ ಬೀರುತ್ತದೆ".

"ಏನೇ ಆಗಿರಲಿ, ಇದೆಲ್ಲಾ ಜನರನ್ನು ಗೌರವದಿಂದ ಕಾಣುವ ರೀತಿ ಅಲ್ಲವೇ? ಬರೀ ತೆಗೆದುಕೊಳ್ಳುವುದನ್ನು ನೋಡುವ ಬದಲು ಕೊಡುವುದರ ಕಡೆಗೂ ಗಮನ ಹರಿಸಬೇಕಲ್ಲವಾ?

ನಾವು ನಿನ್ನೆ ಚರ್ಚಿಸಿದ ರೀತಿಯಂತೆ. ಹೌದಲ್ಲವೆ ಲಕ್ಕಿ?" ಎಂದಾಗ "ಖಂಡಿತವಾಗಿ" ಎಂದುತ್ತರಿಸಿದ ಮಾನವ.

"ಬಹುತೇಕ ಸಮಯ, ನಾವು ನಮಗೆ ಅತಿಮುಖ್ಯವಾದ ಸಂಬಂಧಗಳನ್ನು ಕಡೆಗಣಿಸುತ್ತೇನೆ. ಏಕೆಂದರೆ, ನಾವು ಆ ಸಂಬಂಧವನ್ನು ಲಘುವಾಗಿ ತೆಗೆದುಕೊಂಡಿರುತ್ತೇವೆ. *'ಕಳೆದುಕೊಳ್ಳುವವರೆಗೆ, ಪಡೆದುಕೊಂಡಿದರ ಬೆಲೆ ಗೊತ್ತಾಗುವುದಿಲ್ಲ*. ಎಂಬ ಹಾಡಿನಂತೆ, ಇದು ವೈಯಕ್ತಿಕ ಹಾಗೂ ವ್ಯವಹಾರಿಕ ಸಂಬಂಧಗಳೆರಡರಲ್ಲೂ ನಿಜ" ಎಂದು ಸೇರಿಸಿದಳು ಐಶೀ.

"ಈಗ ಮತ್ತೊಂದು ಕಥೆ ಹೇಳುವ ಸಮಯ" ಎಂದ ಸಂಟು ತುಂಟತನದಿಂದ.

"ನೀನು ಇಷ್ಟಪಡುವ ಹಾಗಾದರೆ, ಇಗೋ, ನಾನು ಕಿಶೋರ್ ಬಿಯಾನಿಯ ಇಟ್ ಹ್ಯಾಪನ್ಡ್ ಇನ್ ಇಂಡಿಯಾ ಪುಸ್ತಕದಲ್ಲಿ ಓದಿದ ಕಥೆ ಇಲ್ಲಿದೆ. ಬಿಗ್ ಬಜಾರ್ನ್ನು ಸ್ಥಾಪಿಸಿದ ಭಾರತೀಯ ಉದ್ಯಮಿ ಮಾತ್ರ ಅಲ್ಲ, ಅವರಿಗೆ 2006ನೇ ಇಸವಿಯ ಅರ್ನ್ಸ್ಟ್ ಅಂಡ್ ಯಂಗ್ ಎಂಟ್ರಪ್ರೆನೂರ್ ಆಫ್ ದಿ ಇಯರ್ ಮತ್ತು ಸಿಎನ್ಬಿಸಿ ಫಸ್ಟ್ ಜನರೇಷನ್ ಅವಾರ್ಡ್ ಕೂಡ ಸಿಕ್ಕಿದೆ. ಅವರ ಪ್ಯಾಂಟಲೂನ್ ರೀಟೈಲ್ ಕಂಪನಿಯ ಇಂಟರ್ನ್ಯಾಷನಲ್ ರೀಟೈಲರ್ ಆಫ್ ಇಯರ್ 2007" ಪ್ರಶಸ್ತಿ ಪಡೆದಿದೆ. ಈ ಪ್ರಶಸ್ತಿ ಪ್ರಪಂಚದ ಅತಿ ದೊಡ್ಡ ಅಂತರಾಷ್ಟ್ರೀಯ ಚಿಲ್ಲರೆ ವ್ಯಾಪಾರದ ಸಂಘವಾದ ನ್ಯಾಷನಲ್ ರೀಟೈಲ್ ಫೌಂಡೇಷನ್ ಕೊಡುತ್ತದೆ."

"ಹಾಗಾದರೆ, ಅವರು ಆಲಸಿಯಂತೂ ಇಲ್ಲ" ಎಂದು ಸಂಟು ಕೀಟಲೆ ಮಾಡಿದ.

"ನೀನು ಅವರ ಪುಸ್ತಕವನ್ನು ಖಂಡಿತವಾಗಿ ಓದಬೇಕು", ಎಂದುತ್ತರಿಸಿದ ಲಕ್ಕಿ. "ಆ ಪುಸ್ತಕದಿಂದ ಉದ್ಯಮಿಗಳು ಕಲಿತು, ತಿಳಿದುಕೊಳ್ಳುವುದು ಬಹಳ ಇದೆ. ನಾನು ಅವರ ಪುಸ್ತಕವನ್ನು ಓದುವಾಗ, ಹಲವು ವಿಷಯಗಳ ಬಗ್ಗೆ ಅವಕ್ಕಾಗಿದ್ದೆ. ಅದರಲ್ಲಿ ಅವರು ತಮ್ಮ ಸಂಬಂಧಗಳನ್ನು ಸಂಬಾಳಿಸಿದ ಬಗ್ಗೆಯೂ ಒಂದು. ಅವರು ಒಬ್ಬ ಯುವ, ಮಹತ್ವಾಕಾಂಕ್ಷಿ ಉದ್ಯಮಿಯಾಗಿದ್ದಾಗಿನಿಂದ ಭಾರತದ ಒಂದು ಅತಿ ದೊಡ್ಡ ಹಾಗೂ ಶಕ್ತಿಯುತವಾದ ರಿಟೇಲ್ ಉದ್ಯಮಿಯಾದರೂ ಅವರ ಸಂಬಂಧಗಳು ಮುಂದುವರೆದವು".

"ಅವರ ತಮ್ಮ ಅನಿಲ್ ಬಿಯಾನಿ ಹಾಗೂ ಅವರ ಸ್ನೇಹಿತ ಅಭಯ್ ಕುಮಟ್ರವರೂ ಸೇರಿದಂತೆ ಹಲವು ಹತ್ತು ಜನರ ಕಥೆಗಳು ಪುಸ್ತಕದಲ್ಲಿದೆ. ಅಭಯ್ ಕುಮಟ ಕಿಶೋರ್ ಬಿಯಾನಿಯುವರ ದೀರ್ಘಕಾಲದ ಆತ್ಮೀಯ ಗೆಳೆಯ. ಅವರನ್ನು 1980ರಲ್ಲಿ ಭೇಟಿ ಮಾಡಿದ್ದರು. ಫ್ಯಾಷನ್ ಜಗತ್ತಿನ ಪಂಡಿತರ ಭವಿಷ್ಯವಾಣಿಯಿಂದ ಪ್ರೇರಿತವಾಗಿ ಪ್ಯಾಂಟ್ಗಳಿಗೆ ಸೂಕ್ತವಾದ ಜವಳಿಯ ಬಗ್ಗೆ ತಿಳಿದುಕೊಂಡು, ಕುಮಟರವರ ಕಛೇರಿಯಲ್ಲಿ ಹಾಜರಾಗಿ, ತಮ್ಮ ವಿನೂತನ ಬ್ರಾಂಡಿಂಗ್ ಐಡಿಯಾಗಳ ಬಗ್ಗೆ ಚರ್ಚಿಸುತ್ತಿದ್ದರು. ಅಷ್ಟೇ ಅಲ್ಲದೆ ಐಸಿಐಸಿಐ ವೆಂಚರ್ಸ್

ಚೀಫ್ ಇನ್ವೆಸ್ಟ್‌ಮೆಂಟ್ ಆಫೀಸರ್ ಆಗಿದ್ದ ನಿತಿನ್ ದೇಶಮುಖ್‌ರವರ ಕಥೆಯು ಇದೆ. ನಿತಿನ್ ದೇಶಮುಖ್‌ರವರು ಕಿಶೋರ್ ಬಿಯಾನಿಯವರನ್ನು ೧೯೯೯ ರಲ್ಲಿ ಭೇಟಿ ಮಾಡಿದ್ದರು. ಆಗ ವೆಂಚರ್ ಕ್ಯಾಪಿಟಲ್ ಫಂಡ್‌ಗಳು, ಪ್ಯಾಂಟಲೂನ್‌ನಲ್ಲಿ ಖಾಸಗಿ ಹೂಡಿಕೆಯನ್ನು ಪರಿಗಣಿಸುತ್ತಿದ್ದರು. ನಂತರ ನಿತಿನ್‌ರವರು ಪ್ಯಾಂಟಲೂನ್ ರೀಟೈಲ್‌ನ ಬೋರ್ಡ್ ಆಫ್ ಡೈರೆಕ್ಟರ್‌ಲ್ಲಿ ಒಬ್ಬರಾಗಿ, ಕಿಶೋರ್‌ರವರ ಪುಸ್ತಕಕ್ಕೆ ಹಲವು ಕೊಡುಗೆ ನೀಡಿದ್ದಾರೆ. ಆ ಪುಸ್ತಕವನ್ನು ಓದುವವರಿಗೆ ಸಿಗುವ ಮೌಲ್ಯದ ವತಿಯಿಂದ ಆ ಪುಸ್ತಕ ಹಲವು ಮರು ಮುದ್ರಣಗಳನ್ನು ಕಂಡಿದೆ. ಐಸಿಐಸಿಐ ವೆಂಚರ್ಸ್ ಹೂಡಿಕೆಗಳಿಗೆ ಅವರು ಕಾರಣಕರ್ತರಾಗಿದ್ದಾರೆ. ಯಶಸ್ವಿ ಉದ್ಯಮಿಗಳನ್ನು ಮೊಳಕೆಯಲ್ಲಿಯೇ ಗುರುತಿಸುವಲ್ಲಿ ನಿಪುಣರಾಗಿದ್ದರು. ರಾಘವ್ ಬಾಹ್ಲ್ (ಟಿವಿ18 ಫೌಂಡರ್) ಡಿಲಿಪ್ ಸಾಂಘ್ವಿ (ಸನ್ ಫಾರ್ಮ್), ಕಿರಣ್ ಮಜುಂದಾರ್ ಶಾ (ಬಯೋಕಾನ್) ಸಂಜೀವ್ ಬೆಕ್ತಂದಾನಿ (ನೌಕ್ರಿ ಡಾಟ್‌ಕಾಂ) ಮುಂತಾದವರನ್ನು ನಿತಿನ್‌ರವರು ಗುರುತಿಸಿ ಬೆಳಸಿದರು"

"ಬಿಯಾನಿಯವರ ಕಂಪನಿಯಲ್ಲಿ ಹಣ ಹೂಡಿಕೆ ಮಾಡುವುದು ಅಪಾಯಕಾರಿ ಎಂದು ಬಹುತೇಕ ಮಂದಿ ಹೇಳುತ್ತಿದ್ದ, ಆ ಸಮಯದಲ್ಲಿ, ದೇಶಮುಖ್‌ರವರು ಬಿಯಾನಿಯವರ ಸಾಮರ್ಥ್ಯದಲ್ಲಿ ನಂಬಿಕೆ ಇಟ್ಟುಕೊಂಡು ಹೂಡಿಕೆ ಮಾಡಿದುದರ ಬಗ್ಗೆ ಅವರೇ ಸ್ವತಃ ಮಾತನಾಡಿದ್ದನ್ನು ಕೇಳಿ.

"ನಾವು ಮುಖಾಮುಖಿ ಕೂತು, ಹಲವು ವಿಷಯಗಳ ಬಗ್ಗೆ ಚರ್ಚಿಸಿ ಕರಾರುಗಳ ಪಟ್ಟಿ ಮಾಡಿದೆವು. ಕಿಶೋರ್‌ಗೆ ಸಮಾಧಾನ ಇಲ್ಲದಿದ್ದರೂ ಬದಲಾಗುವ ಹಾಗೂ ಅಳವಡಿಸಿಕೊಳ್ಳುವ ಮನಸ್ಸು ಸದಾ ಇತ್ತು. ನಾನು ಒಪ್ಪಿಕೊಳ್ಳಲೇಬೇಕಾದ ಅಂಶವೆಂದರೆ ನಾನು ಕಿಶೋರ್ನ ಉದ್ಯಮಶೀಲತೆ ಮೇಲೆ ಪಂದ್ಯ ಕಟ್ಟಿದ್ದ ಹೊರತು, ಅದು ಕೇವಲ ಹೂಡಿಕೆಯ ಅವಕಾಶ ಎಂದಲ್ಲ".

"ಹಾಗಾದರೆ, ಅವರು ಸಂಬಂಧವನ್ನು ಧೀರ್ಘಾವಧಿಯ ದೃಷ್ಟಿಯಿಂದ ಅವಲೋಕಿಸುತ್ತಿದ್ದರು. ಅಲ್ಲವೇ?" ಎಂದಳು ಐಶೀ.

"ಖಂಡಿತವಾಗಿಯೂ ಹಾಗೆ ಅನ್ನಿಸುತ್ತದೆ". ಎಂದು ಹೇಳಿದ ಲಕ್ಕಿ ತನ್ನ ಮಾತನ್ನು ಮುಂದುವರಿಸಿದನು. "ನೀವು ಯಾರ ಜೊತೆ ಸಮಯ ಕಳೆಯುತ್ತೀರ ಎಂಬುದು ಅತಿ ಮುಖ್ಯ. ಯಾರು ಹಾಗೂ ಸಮಯ ತುಂಬಾ ನಿರ್ಣಾಯಕವಾದುದು. ನೀನು ಯಶಸ್ವಿಯಾಗಬೇಕಾದರೆ, ಸೂಕ್ತವಾದ ವ್ಯಕ್ತಿಗಳೊಂದಿಗೆ, ಬೆರೆಯುವುದು ಅತ್ಯವಶ್ಯಕ. ಏಕೆಂದರೆ ಯಶಸ್ಸು ಅಂಟುರೋಗದಂತೆ ನಿಮಗೂ ಹರಡುತ್ತದೆ. ಪರಿಣಾಮ ಸ್ಫೂರ್ತಿದಾಯಕವಾದುದು".

ಸಂಟು "ನಮ್ಮ ತಂದೆ ಈ ಮಾತನ್ನು ಹೇಳುತ್ತಿದ್ದರು" ಎಂದನು. "ನಿಮ್ಮ ಗೆಳೆಯರನ್ನು ತೋರಿಸಿ, ನಾನು ನಿಮ್ಮ ನಡತೆಯ ಬಗ್ಗೆ ತಿಳಿದುಕೊಳ್ಳುವೆ ಎನ್ನುತ್ತಿದ್ದರು. ಹಾಗಾದರೆ ಲಕ್ಕಿ, ಯಾರೊಡನೆ ಎಷ್ಟು ಸಮಯ ಕಳೆಯಬೇಕೆಂದು ಏನಾದರೂ ನಿಯಮವಿದೆಯಾ?"

"ಸೂಕ್ತವಾದ ಸಂಬಂಧಗಳ ಆಯ್ಕೆಗೆ ಅವಶ್ಯವಿರುವ ಕೆಲವನ್ನು ನೆನಪಿಸಿಕೊಳ್ಳಬಲ್ಲೆ ಆ ಅಂಶಗಳು ಇಲ್ಲಿವೆ:

- ಜನರ ಆಯ್ಕೆ - ನಾವು ಯಾರ ಜೊತೆ ಸಮಯ ಕಳೆಯುತ್ತೇವೆಯೋ ಅಂತಹ ಜನರ ಆಯ್ಕೆ ಅತಿ ಮುಖ್ಯವಾದ ಅಂಶ.

- ಪ್ರಾಮಾಣಿಕತೆ - ಸಂಬಂಧಗಳಲ್ಲಿ ನಮಗೆ ನಾವು ಪ್ರಾಮಾಣಿಕವಾಗಿ ನಡೆದುಕೊಳ್ಳಬೇಕು.

- ಬೇರೆಯವರು ಜೀವನದಲ್ಲಿ ಸಾಧಿಸಬೇಕೆಂದಿರುವುದನ್ನು ಶೀಘ್ರವಾಗಿ ಸಾಧಿಸಲು ಸಹಾಯ ಮಾಡುವುದರ ಮೂಲಕ ಅವರ ಜೀವನದಲ್ಲಿ ಕೆಲಸದಲ್ಲಿ ಮೌಲ್ಯತೆ ತರುವುದು.

- ಸದಾಕಾಲ "ವಿನ್ ವಿನ್" ಪರಿಸ್ಥಿತಿಯನ್ನು ನಿರ್ಮಿಸುವುದು. ಸಂಬಂಧಗಳಲ್ಲಿ ಕೇವಲ ತೆಗೆದುಕೊಳ್ಳುವುದು ಅಥವಾ ಕೊಡುವುದಾದರೆ ಸಂಬಂಧಗಳು ಧೀರ್ಘಕಾಲ ಉಳಿಯುವುದಿಲ್ಲ. ಸಂಬಂಧವು ಕೊಡು - ತಗೋ ಎರಡರಲ್ಲಿ ಸಮವಾಗಿರಬೇಕು".

ಲಕ್ಕಿಯ ಮಾತನ್ನು ತಡೆದ "ಸಂಟು ನನಗೆ ಗಿವ್ ಅಂಡ್ ಟೇಕ್‌ರ ಬದಲು ಗಿವ್ ಅಂಡ್ ಗೆಟ್ ಎಂದಾದರೆ ಇಷ್ಟವಾಗುತ್ತದೆ"ಎಂದ.

ಮುಂದುವರೆಸಿದ ಲಕ್ಕಿ.

"ಕೊನೆಯದಾಗಿ ಇವುಗಳನ್ನು ಸಾಧಿಸಲು ಅವಶ್ಯವಿರುವ ಕ್ರಮಗಳನ್ನು ತೆಗೆದುಕೊಳ್ಳುವುದು. ಕಾಲ ಮತ್ತು ಅಲೆ ಯಾರಿಗೂ ಕಾಯುವುದಿಲ್ಲ ಎಂಬ ಮಾತು ಈಗ ನನಗೆ ನೆನಪಾಗುತ್ತದೆ. ಒಳ್ಳೆ ಉದ್ದೇಶಗಳನ್ನಿಟ್ಟುಕೊಂಡು ಅದನ್ನು ಕಾರ್ಯಗತಗೊಳಿಸಲು ಯಾವುದೇ ಕ್ರಮ ತೆಗೆದುಕೊಳ್ಳದಿದ್ದರೆ, ಅಂತಹ ಉದ್ದೇಶಗಳ ಪ್ರಯೋಜನವಿಲ್ಲ. ನಾವು ಒಬ್ಬರಿಗೆ ಕೊಡಬಹುದಾದ ಅತ್ಯಂತ ದುಬಾರಿ ಹಾಗೂ ಮಹತ್ವವಾದ ಉಡುಗೊರೆ ಎಂದರೆ ನಮ್ಮ ಸಮಯ. ಏಕೆಂದರೆ ನಿಮ್ಮ ಜೀವನದಲ್ಲಿ ಹಿಂದಿರುಗಿಸದಂತಹ ಭಾಗವನ್ನು ಅವರೊಂದಿಗೆ ಹಂಚಿ ಕೊಳ್ಳುತ್ತಿದ್ದೀರಿ.

ಅಷ್ಟೆ ಅಲ್ಲದೆ, ಸಮಯ ಅತ್ಯಂತ ದುರ್ಲಭವಾದ ಸಂಪನ್ಮೂಲವು ಹೌದು, ಇಂದಿನ ಒತ್ತಡದ, ಸಮಯ ಅಭಾವದ ಪ್ರಪಂಚದಲ್ಲಿ ಸಮಯ ಮತ್ತು ಸಂಬಂಧಗಳನ್ನು ಸರಿಯಾಗಿ ನಿರ್ವಹಿಸುವುದು ನಮ್ಮೆಲ್ಲರಿಗೂ ಯಶಸ್ಸು ತರುತ್ತದೆ".

ಯಾರೊಂದಿಗೆ,
ಯಾವಾಗ,
ಎಷ್ಟು ಸಮಯ
ಕಳೆಯಬೇಕೆಂಬುದರ
ತಿಳುವಳಿಕೆ ಅವಶ್ಯಕ

ಮೂವರಲ್ಲಿ ಸದಾ ಉತ್ಸಾಹಿಯಾಗಿರುವ ಸಂಟುಗೆ ಇಂದು ತನ್ನ ಮನದಲ್ಲಿ ಉಳಿದಿದ್ದ ಒಂದು ಮಾತನ್ನು ಹೇಳಬೇಕಾಗಿತ್ತು. ಹಾಗಾಗಿ, "ಸಂಬಂಧ ನಮ್ಮ ಗುರಿಯಾದರೆ, ಸಮಯ ಅಲ್ಲಿಗೆ ತಲುಪಿಸುವ ವಾಹನ, ಹಾಗಾದರೆ ಡ್ರೈವಿಂಗ್ ಶುರು ಮಾಡಿ. ಪಯಣ ನಿಮ್ಮ ಬಹುಮಾನ" ಎಂದು ಕೂಗತೊಡಗಿದನು.

ತನ್ನ ಸೋದರನ ವಿವರಣೆಯಿಂದ ಸಂತೋಷಗೊಂಡ ಐಶೀ "ಇದು ಮೆಲಕು ಹಾಕುವಂತಹುದು" ಎಂದಳು.

"ಈ ಸಂತೋಷದ ಮಾತುಗಳೊಂದಿಗೆ ನನಗೆ ಹೊರಡಲು ಅನುಮತಿ ಕೊಟ್ಟರೆ, ಒಳ್ಳೆಯದು. ನನ್ನ ಕಂಪನಿಯ ಒಬ್ಬ ಪೂರೈಕೆದಾರ (ಸಪ್ಲೈಯರ್) ಜೊತೆಗೆ ನನ್ನ ಅತ್ಯಂತ ಚತುರ ವಿಮರ್ಶಕರು ಮತ್ತು ಬೆಂಬಲಿಗರು ಆಗಿರುವ ಒಬ್ಬ ಹಳೆಯ ಸ್ನೇಹಿತರನ್ನು ಕಾಣಲು ಹೋಗಬೇಕಾಗಿದೆ". ಎನ್ನುತ್ತಾ ನನ್ನ ಕಾರಿನ ಕೀಯನ್ನು ತಿರುಗಿಸುತ್ತಾ ತಾನು ಸಾಗಬೇಕಾಗಿರುವ ಹಾದಿಯನ್ನು ಮನದಲ್ಲೆ ನೆನೆದು, "ನಾಳೆ ಸಿಗೋಣ, ಗೆಳೆಯರೆ" ಎಂದು ಹೊರಟನು.

ಮನನ ಮಾಡಲು ವಿಚಾರ

- ನಿಮ್ಮ ಅತಿ ಮುಖ್ಯವಾದ ಸಂಬಂಧಗಳನ್ನು ವಿಂಗಡಿಸ ಬೇಕಾದರೆ ಹೇಗೆ ವಿಂಗಡಿಸುವಿರಿ? ಧೀರ್ಘಾವದಿ, ಅತಿ ಧೀರ್ಘಾವದಿ ಹಾಗೂ ಅಲ್ಪಾವದಿ ಎಂದೆವು?

- ಸಂಬಂಧಗಳಲ್ಲಿ ಅಲ್ಪಾವದಿ ಸಂಬಂಧಗಳು ಇಲ್ಲಾ, ಅಂತಹದೇನಿದ್ದರೋ ವ್ಯವಹಾರ ಎಂದು ನೀವು ನಂಬುವಿರಾ?

- ನಿಮ್ಮ ಮುಂದಿನ ಉದ್ಯಮಿ ಜೀವನದ ಮೇಲೆ ಪರಿಣಾಮ ಬೀರುವಂತಹ ಸೂಕ್ಷ್ಮವಾಗಿರುವ ಸಂಬಂಧಗಳಿಗಾಗಿ ನೀವು ಮುಂದಿನ ವಾರದಲ್ಲಿ, ತಿಂಗಳಲ್ಲಿ ಹಾಗೂ ವರ್ಷದಲ್ಲಿ ಎಷ್ಟು ಸಮಯವನ್ನು ಮೀಸಲಾಗಿಡುವಿರಿ?

ಜ್ಞಾನ ಸಂಪತ್ತಿನ ಮೂಲ. ಅದನ್ನು ಈಗಾಗಲೇ ತಿಳಿದಿರುವ
ಕೆಲಸದಲ್ಲಿ ಬಳಸಿದರೆ, ಜ್ಞಾನ ಉತ್ಪಾದಕತೆಯಾಗುತ್ತದೆ.
ಹೊಸ ಕಾರ್ಯಗಳಲ್ಲಿ ಬಳಸಿದಲ್ಲಿ ಅದು ನವೀಕರಣವಾಗುತ್ತದೆ.

– ಪೀಟರ್ ಡ್ರಕ್ಕರ್

ಜ್ಞಾನ ಮತ್ತು ಜ್ಞಾನದ ಅಳವಡಿಕೆ

ಜ್ಞಾನ ಮತ್ತು ಜ್ಞಾನದ ಅಳವಡಿಕೆ

"ನಿನ್ನ ವಿವೇಕ ಭರಿತ ಮಾತುಗಳನ್ನು ಮತ್ತು ವಿಧವಿಧವಾದ ಕಥೆಗಳನ್ನು ಕೇಳುತ್ತಿರುವುದಲ್ಲದೇ, ನೀನು ಹೇಳಿರುವ ಮಾತುಗಳನ್ನು ಹೇಗೆ ನಿಜಜೀವನದಲ್ಲಿ ಅಳವಡಿಸಿಕೊಳ್ಳುವುದು ಎಂದು ಯೋಚಿಸುತ್ತಿದ್ದೇನೆ." ಎಂದು ಮರುದಿನ ಮೂವರು ಗೆಳೆಯರು ಭೇಟಿಯಾದಾಗ ಸಂಟು ಹೇಳುತ್ತಾನೆ. ಮುಂಗಾರಿನ ಗಾಳಿ ಪೂರ್ವ ದಿಕ್ಕಿನಿಂದ ಬೀಸುತ್ತಿತ್ತು. ಮಳೆಯಲ್ಲಿ ಸಿಕ್ಕಿ ಹಾಕಿಕೊಳ್ಳುವ ಆತಂಕದಿಂದ ನದಿಯ ಹತ್ತಿರದಲ್ಲೇ ಇದ್ದ ಒಂದು ದೊಡ್ಡ ಶೆಡ್‍ನಲ್ಲಿ ಗೆಳೆಯರು ಸೇರಿದ್ದರು. ಫ್ಯಾಕ್ಟರಿಗೆ ಕಳಿಸಲು ಸಂಟು ಮತ್ತು ಐಶೀ ಕಾಡಿನಿಂದ ಮರದ ಕೊರಡುಗಳನ್ನು ತಂದು ಹಾಕುತ್ತಿದ್ದ ಶೆಡ್ ಅದು.

"ಇದನ್ನು ಕೇಳಿ ನನಗೆ ಸಂತೋಷವಾಯಿತು". ಎಂದ ಲಕ್ಕಿ. "ಇನ್ನು ಹೆಚ್ಚು ಹೇಳಿ" ಎಂದು ಗಜಢ್ಬಯರನ್ನು ಹುರಿದುಂಬಿಸುತ್ತಾನೆ. ಆಗ ನಾಚಿಕೆಯಿಂದ ಐಶೀ "ಸರಿ, ನಮಗೆ ಆಟವನ್ನು ಇಷ್ಟು ಬೇಗ ಬಿಟ್ಟು ಕೊಡಲು ಇಷ್ಟವಿಲ್ಲ. ಆದರೆ, ನನಗೆ ಒಂದು ಉಪಾಯ ಹೊಳೆದಿದೆ. ನಿಜವಾಗಿ ಅದು ಒಂದು ಕನಸು. ಸಂಟು ಮತ್ತು ನಾನು, ಈ ಬಗ್ಗೆ ತುಂಬಾ ಆಲೋಚಿಸಿದ್ದೇವೆ. ನಾವಿಬ್ಬರೂ, ತಂಡಕ್ಕೆ ಮೌಲ್ಯಭರಿತವಾದುದನ್ನು ತರಬಲ್ಲೆವು. ಏಕೆಂದರೆ, ಕೆಲವೊಂದು ವಿಷಯದಲ್ಲಿ ಸಂಟು ಮುಂದಾದರೆ ಇನ್ನು ಕೆಲವರಲ್ಲಿ, ನಾನು ಮುಂದಿರುವೆ" ಎನ್ನುತ್ತಾಳೆ.

"ನನ್ನ ಆಸಕ್ತಿ ಹೆಚ್ಚುತ್ತಿದೆ". "ನೀವು ಈ ಸೀಕ್ರೆಟ್‍ನ್ನು ನನಗೆ ತಿಳಿಸುವಿರಾ?" ಎಂದನು ಲಕ್ಕಿ.

"ಈಗಲೇ ತಿಳಿಸುವುದಿಲ್ಲ" ಎಂದು ಗೌರವಯುತವಾಗಿ ಉತ್ತರಿಸಿದ ಸಂಟು. "ಅದೇನೆಂದರೆ, ನಮ್ಮೆಲ್ಲರಿಗೂ ಜ್ಞಾನ ಇದೆ. ಆದರೆ, ಅದರ ಸರಿಯಾದ ಬಳಕೆ ತಿಳಿದಿಲ್ಲ. ಕೆಲಸ ಮಾಡಿಸಿಕೊಳ್ಳುವುದರಲ್ಲಿ ನಾನು ನಿಪುಣಾದರೆ, ಐಶೀ ನಮ್ಮ ಕುಟುಂಬದಲ್ಲಿ ಅತ್ಯಂತ ಕ್ರಿಯೇಟೀವ್. ಆದರೆ ಕ್ಷಮಿಸಬೇಕು. ಐಶೀ, ನಿನ್ನ ಈ ಕ್ರಿಯೇಟಿವ್ ಐಡಿಯಾಗಳು ಜೀವನದಲ್ಲಿ ಬಳಕೆಗೆ ಬರುವುದಿಲ್ಲ" ಎಂದನು.

ತನ್ನ ಸಹೋದರಿಯತ್ತ ಭಯದಿಂದ ನೋಡಿದನು ಸಂಟು, ಅವನನ್ನು ತನ್ನ ಭಾರವಾದ ಭುಜದಿಂದ ಸಲುಗೆಯಿಂದ ತಳ್ಳುತ್ತಾ, "ಇದನ್ನು ನಾನು ಒಪ್ಪುತ್ತೇನೆ" ಎಂದಳು.

"ಎಂದಿನಂತೆ" ಎಂದು ಚಪ್ಪಾಳೆ ತಟ್ಟುತ್ತಾ ಹೇಳಿದ ಲಕ್ಕಿ. "ನೀವಿಬ್ಬರು ಎಂದಿನಂತೆ ನಾನು ಮಾತನಾಡಬೇಕೆಂದಿರುವ ವಿಷಯವನ್ನೇ ಪ್ರಸ್ತಾಪಿಸಿದ್ದೀರ. ನಮ್ಮ ಇವತ್ತಿನ ಚರ್ಚಾ ವಿಷಯ ಆದ ಜ್ಞಾನದ ಬಳಕೆ ಮತ್ತು ಅಳವಡಿಕೆ. ನಾವು ಈಗ ಚರ್ಚೆ ಮಾಡಿದ ವಿಷಯದಿಂದ ನಿಮ್ಮ ಸಮಸ್ಯೆಯನ್ನು ಪರಿಹರಿಸಿ, ಮುನ್ನುಗ್ಗಬಹುದು. ನಿಮ್ಮ ಮಾತನ್ನು ಕೇಳಲು ಉತ್ಸುಕನಾಗಿದ್ದೇನೆ. ಆದರೆ, ನಿಮಗೆ ಸೂಕ್ತವೆನ್ನಿಸಿದಾಗ ಮಾತ್ರ".

"ನಮ್ಮ ಮಾತನ್ನು ಕೇಳುವ ಮೊದಲಿಗ ನೀನು" ಎಂದು ಹೇಳಿದಳು ಐಶೀ.

"ಹಲವು ವರ್ಷಗಳ ಹಿಂದೆ, ನನ್ನ ತಂದೆ ನನಗೆ ದಿನಪತ್ರಿಕೆ ಓದಲು ಹೇಳಿ ಅದರಲ್ಲಿ ಯಾವುದಾದರೂ ಒಂದು ಪ್ಯಾರಾಗ್ರಾಫ್‌ನಲ್ಲಿನ ಪದವನ್ನು ಎತ್ತಿಕೊಂಡು ಅದರ ಅರ್ಥವನ್ನು ಕೇಳುತ್ತಿದ್ದರು. ಬಹುತೇಕ ಸಲ, ನನಗೆ ಅರ್ಥಗೊತ್ತಿಲ್ಲದೇ, ಮಂಕಾಗಿ

ಜ್ಞಾನದ ಅಳವಡಿಕೆ
ಜ್ಞಾನದಷ್ಟೆ ಮುಖ್ಯ.

ಅವರನ್ನು ನೋಡುತ್ತಿದ್ದೆ. ಅವರು ತಾಳ್ಮೆಯಿಂದ ನನ್ನನ್ನು ಹತ್ತಿರ ಕರೆದುಕೊಂಡು ಆ ಪದದ ಅರ್ಥವನ್ನು ಹಲವು ಉದಾಹರಣೆಗಳೊಂದಿಗೆ ವಿವರಿಸಿ ಹೇಳುತ್ತಿದ್ದರು. ಹಾಗೂ ನನಗೆ ಆ ಪದದ ಅರ್ಥ ಸರಿಯಾಗಿ ಮನದಟ್ಟಾಗಿದೆಯೇ ಎಂದು ಖಾತ್ರಿ ಮಾಡಿಕೊಳ್ಳುತ್ತಿದ್ದರು. ಅವರು ಸ್ಪಷ್ಟವಾಗಿ ವಿವರಿಸುತ್ತಿದ್ದ ಕಾರಣ ಹಾಗೂ ಉದಾಹರಣೆಗಳನ್ನು ನೀಡುತ್ತಿದ್ದರಿಂದ ನನ್ನ ತಿಳುವಳಿಕೆಯನ್ನು ಬಹುಬೇಗ ಬಳಸುವಲ್ಲಿ ಯಶಸ್ವಿಯಾಗಿದ್ದೆ".

"ನೀನು ಮಾಡುವುದು ಅದೇ ಲಕ್ಕಿ. ಬಹುಶಃ ನಿನ್ನ ತಂದೆಯಿಂದ ನಿನಗೆ ಬಂದಿರುವ ಬಳುವಳಿ ಇರಬಹುದು" ಎಂದನು ಸಂಟು.

ಸಂಟು ಮಾತನ್ನು ಒಪ್ಪಿಕೊಂಡು ತಲೆಯನ್ನು ಬಾಗಿಸಿದ ಲಕ್ಕಿ, "ಆದರೆ, ನನ್ನ ತಂದೆ ಅಷ್ಟಕ್ಕೆ ಬಿಡುತ್ತಿರಲಿಲ್ಲ".

"ಮಗನೆ, ತಿಳುವಳಿಕೆಯಷ್ಟೆ ಉಪಯೋಗವಿಲ್ಲ. ತಿಳಿದಿರುವುದನ್ನು ಎಲ್ಲಿ ಹೇಗೆ ಉಪಯೋಗಿಸಿಕೊಳ್ಳಬೇಕೆಂಬುದು ಸಹ ತಿಳಿದಿರಬೇಕು ಎನ್ನುತ್ತಿದ್ದರು. ಅದಕ್ಕಾಗಿಯೇ ನನಗೆ ತಿಳಿಸಿದ ಹೊಸ ಪದವನ್ನು ಉಪಯೋಗಿಸಿ, ವಾಕ್ಯ ರಚನೆ ಮಾಡಲು ಹೇಳುತ್ತಿದ್ದರು. ನನ್ನ ಪದ ಬಳಕೆ ಸರಿಯಾಗಿದ್ದಲ್ಲಿ ಸಮಾಧಾನದಿಂದ ನನ್ನ ಜ್ಞಾನ ಹೆಚ್ಚಾಯಿತೆಂದೂ ಉದ್ಧರಿಸುತ್ತಿದ್ದರು".

"ಜ್ಞಾನ ಒಂದು ಶಕ್ತಿ ಎಂಬ ಉಕ್ತಿ ಇದೆ. ಆದರೆ, ಜ್ಞಾನದ ಬಳಕೆಯು ಸಹ ತಿಳಿದಿರಬೇಕು. ನನ್ನ ತಂದೆಯ ವಿವರಣೆ ಹಾಗೂ ತರಬೇತಿ ನನಗೆ ಪದಗಳನ್ನು ನೆನಪಿನಲ್ಲಿಡುವುದಲ್ಲದೆ, ಅದರ ಸೂಕ್ತವಾದ ಬಳಕೆಯು ತಿಳಿದಿತ್ತು. ಅದರ ಸೂಕ್ತ ಬಳಕೆ ಗೊತ್ತಿಲ್ಲದಿದ್ದರೆ ಅವುಗಳ

ಉಪಯೋಗವೇ ತಿಳಿಯುತ್ತಿರಲಿಲ್ಲ ಅಥವಾ ಅವುಗಳ ಬಳಕೆ ವಿರಳವಾಗುತ್ತಿತ್ತು. ಈ ಪದಗಳ ಬಳಕೆ ನಾನು ಒಳ್ಳೆ ಸಂಭಾಷಣೆಕಾರನಾಗಲು ಸಹಾಯ ಮಾಡಿದೆ. ಇದರಿಂದಾಗಿ ನನ್ನ ಹಲವು ಬಿಸಿನೆಸ್ ಪಾರ್ಟ್‌ನರ್ಸ್‌ರಲ್ಲಿ ನನ್ನ ಬಗ್ಗೆ ನಂಬಿಕೆ ಹಾಗೂ ವಿಶ್ವಾಸ ಹೆಚ್ಚು ಮಾಡುವಲ್ಲಿ ನಾನು ಯಶಸ್ವಿಯಾಗಿರುವೆ".

"ಹಾಗಾದರೆ, ಜ್ಞಾನದ ಬಳಕೆ ಜ್ಞಾನದಷ್ಟೆ ಮುಖ್ಯ ಎನ್ನುವುದು ನಿನ್ನ ಅಭಿಪ್ರಾಯ ಹೌದಾ?" ಎಂದು ಸಂಟು ಕೇಳಿದನು.

"ಹೌದು, ಅವು ಅವಳಿ ಜವಳಿ ಗಳಲ್ಲಿ ಆರನೇಯದು. ಅವುಗಳನ್ನು ಜೊತೆಯಲ್ಲಿ ಸೇರಿಸಬೇಕು. ಈ ಪ್ರಪಂಚಕ್ಕೆ ಉದ್ಯಮಿಗಳ ಅವಶ್ಯಕತೆ ಇರುವುದೆ ಅವರಿಗೆ ಜ್ಞಾನದ ಬಳಕೆ ತಿಳಿದಿರುವ ಕಾರಣ. ಇಲ್ಲವಾದರೆ, ಅವರು ಭೋದಕರಾಗಿರಲು ಸೂಕ್ತ. ಈಗ ಈ ಅಂಶಗಳು ನಿಮಗೆ ಹೇಗೆ ಅನ್ವಯವಾಗುತ್ತೆ ಎಂದು ನೋಡೋಣ. ಹಾ! ಸಂಟು, ಇದನ್ನು ಮನದಟ್ಟು ಮಾಡಲು, ನಾನು ಒಂದೆರಡು ಕಥೆಗಳನ್ನು ಹೇಳುವುದು ಮರೆಯುವುದಿಲ್ಲ. ಈ ಜೋಡಿ ತತ್ವಗಳು ನಿಮಗೆ ಹೇಗೆ ಅನ್ವಯವಾಗುತ್ತೆ?".

"ನಾನು ಹಲವು ಬುದ್ಧಿವಂತರನ್ನು, ನನ್ನ ಸಹೋದರಿಯನ್ನು ಒಳಗೊಂಡು ನೋಡಿದ್ದೆ. ಅವರು ಜ್ಞಾನ ಶ್ರೀಮಂತಿಕೆಯಿಂದ ಕೂಡಿರುವುದಲ್ಲದೆ, ಅದನ್ನು ಹಂಚಲು ಸಿದ್ಧರಾಗಿದ್ದು, ತಮ್ಮ ಜ್ಞಾನವನ್ನು ಜನಗಳಲ್ಲಿ ಹಂಚಿಕೊಳ್ಳುತ್ತಾರೆ. ಜ್ಞಾನವನ್ನು ಹಂಚಿಕೊಳ್ಳದೆ, ತಮ್ಮಲ್ಲಿಯೇ ಇಟ್ಟುಕೊಳ್ಳುವುದರಿಂದ ಏನು ಪ್ರಯೋಜನ? ನನ್ನ ಪ್ರಕಾರ, ಅದು ಅಪ್ರಯೋಜಕ. ನಾವು ತಿಳಿದು ಮತ್ತೊಬ್ಬರಿಗೆ ತಿಳಿಸುವುದೇ ಕಲಿಕೆಯ ಉದ್ದೇಶವಲ್ಲವೇ?" ಎಂದನು ಸಂಟು.

"ಖಂಡಿತವಾಗಿ" ಎಂದುತ್ತರಿಸಿದನು ಲಕ್ಕಿ.

"ಇದು ನಮ್ಮ ನಾಯಕತ್ವದ ಸಂಭಾಷಣೆಯನ್ನು ನೆನಪಿಸುತ್ತಿದೆ. ನಿಮ್ಮ ತಿಳುವಳಿಕೆ ಬಗ್ಗೆ ನಿಮಗೆ ಗೌರವವಿಲ್ಲದಿದ್ದರೆ, ಬೇರೆಯವರು ಸಹ ಗೌರವಿಸುವುದಿಲ್ಲ. ಜ್ಞಾನ ಮತ್ತು ಅದರ ತಿಳುವಳಿಕೆಯ ಮಹತ್ತ್ವವನ್ನು ಪಸರಿಸುವುದು ನಮ್ಮೆಲ್ಲರ ಆದ್ಯ ಕಾಳಜಿಯಾಗಿರಬೇಕು. ಅಂತಹ ಒಂದು ಉದಾಹರಣೆ ಎಂದರೆ, ಸರ್.ಎಂ.ವಿಶ್ವೇಶ್ವರಯ್ಯ".

"ಸರ್.ಎಂ.ವಿಶ್ವೇಶ್ವರಯ್ಯ ! ಅವರ ಹೆಸರು ಚಿರಪರಿಚಿತವಾಗಿದೆ. ಇದನ್ನು ಎಲ್ಲಿ ಕೇಳಿರುವೆ, ಏಶೀ?" ಎಂದು ಕೇಳಿದನು ಸಂಟು.

ತನ್ನ ಅಗಲವಾದ ಕಣ್ಣುಗಳನ್ನು ಅರಳುಸುತ್ತಾ "ಇತಿಹಾಸವನ್ನು ನೆನಪಿಸಿಕೊ ಆಣ್ಣ" ಎಂದಳು ಏಶೀ. ತನ್ನ ಸಹೋದರಿಯ ಮಾತಿಗೆ ಮಹತ್ತ ನೀಡದೆ. "ಹಾ! ಗೊತ್ತಾಯಿತು" ಎಂದ ಸಂಟು. "ಅಣೆಕಟ್ಟುಗಳನ್ನು ಕಟ್ಟಿದ ಮಹಾನುಭಾವ ಇವರಲ್ಲವೇ? ನಮ್ಮ ಮೈಸೂರಿನ

ಸಂಬಂಧಿಕರಿಂದ ಇವರ ಬಗ್ಗೆ ಹಲವು ಬಾರಿ ಕೇಳಿರುವೆ. ಇವರಿಗೆ ಭಾರತ ರತ್ನ ಗೌರವ ಸಿಕ್ಕಿರುವುದು. ಅಂದಿನ ದಿನಗಳಲ್ಲಿ ಆನೆಗಳಿಗೆ ಅರಮನೆಯಲ್ಲಿ ಮಹತ್ವದ ಜಾಗ ಇರುತ್ತಿತ್ತು".

"ಪರ್ವಾಗಿಲ್ಲವೇ ಸಂಟು, ನಿನಗೆ ಅವರ ಬಗ್ಗೆ ಈಗಾಗಲೇ ತಿಳಿದಿದೆ. ಬರಿ ಅಣೆಕಟ್ಟು ಕಟ್ಟಿರುವುದರಲ್ಲದೆ ಅದಕ್ಕಿಂತ ಹೆಚ್ಚಿನದು ಮಾಡಿದ್ದಾರೆ. ಅವರು ದೇಶದ ಅತ್ಯಂತ ಹೆಸರು ವಾಸಿಯಾದ ಇಂಜಿನಿಯರ್, ಪಂಡಿತ ಮತ್ತು ಸ್ಟೇಟ್ಸ್‌ಮನ್ – ರಾಜನೀತಿ ತಜ್ಞರಾಗಿದ್ದರು. ಇಂಗ್ಲೆಂಡಿನ ದೊರೆ ಜಾರ್ಜ್ ಎ ಇವರಿಗೆ 'ಸರ್' ಬಿರುದು ನೀಡಿ ಗೌರವಿಸಿದ್ದಾರೆ. ಅಂತಹ ಮಹತ್ವದ ಸಾಧನೆ ಅವರದು. ಪ್ರತಿವರ್ಷವೂ ಸೆಪ್ಟೆಂಬರ್ 15ರಂದು ಎಂಜಿನಿಯರ್ ಡೇ ಎಂದು ಆಚರಿಸುತ್ತೇವೆ. ಇದು ಅವರ ನೆನಪಿನಲ್ಲಿಯೇ. ದೇಶದ ಅತ್ಯುನ್ನತ ಎಂಜಿನಿಯರ್‌ಗಳಲ್ಲಿ ಸರ್ ಎಂ.ವಿ. ಅವರ ಹೆಸರು ಮೊದಲು. ಅವರ ಬಗ್ಗೆ ಇನ್ನು ಹೆಚ್ಚು ವಿಷಯಗಳನ್ನು ಹೇಳುವ ಮೊದಲು, ಅವರ ಮೂಲದ ಬಗ್ಗೆ ಹೇಳಲು ಇಚ್ಛಿಸುತ್ತೇವೆ. ಅತ್ಯಂತ ಬಡಕುಟುಂಬದಿಂದ ಬಂದಿದ್ದರು. ಅವರ ಧೃಡತೆ ಭಲದಿಂದ ಜ್ಞಾನದ ಹಸಿವು ಸದಾ ಕಾಲ ಹೆಚ್ಚಾಗುತ್ತಿತ್ತೇ ಹೊರತೂ, ಅವರ ಮನೆಯ ಕಷ್ಟದ ವಾತಾವರಣ, ಅವರ ಈ ಹಂಬಲವನ್ನು ಕಡಿಮೆ ಮಾಡಲಾಗಲಿಲ್ಲ. ತಮ್ಮ ವಿದ್ಯಾಭ್ಯಾಸ ಮುಂದುವರಿಸುವ ಸಲುವಾಗಿ ಬೀದಿ ದೀಪದ ಹಾಗೂ ಹಣತೆಯ ಬೆಳಕಿನಲ್ಲಿ ಓದಿ ಮುಂದೆ ಬಂದರು. ಅವರ ತಾಯಿಯು ಸಹ ಅವರ ಮಗನ ವ್ಯಾಸಂಗಕ್ಕೆ ತೊಂದರೆಯಾಗದಂತೆ ನೋಡಿಕೊಳ್ಳುತ್ತಿದ್ದರು. ಅವರ ಬುದ್ಧಿವಂತಿಕೆ ಜ್ಞಾನ ಹಾಗೂ ಅದರ ಸೂಕ್ತವಾದ ಬಳಕೆಯಿಂದ ಅವರ ಹೆಸರು ಉತ್ತುಂಗಕ್ಕೆ ಏರಲು ಸಾಧ್ಯವಾಯಿತು. ಮಾಡಲು ಸಾಧ್ಯವಿಲ್ಲ, ಕೇವಲ ಕಲ್ಪನೆ ಎಂದು ತಳ್ಳಿ ಹಾಕಿದಂತಹ ಪ್ರಾಜೆಕ್ಟ್ ಕೆಲಸಗಳನ್ನು ಕೈಗೆತ್ತಿಕೊಂಡು, ಪೂರ್ಣಗೊಳಿಸಿದ ಖ್ಯಾತಿ ಇವರದು. ಇವರು ತಮ್ಮ ನಿಷ್ಠೆ ಮತ್ತು ಪ್ರಾಮಾಣಿಕತೆಗೆ ಹೆಸರು ವಾಸಿಯಾಗಿದ್ದಾರೆ. ತಾವು ಮೈಸೂರಿನ ಆಸ್ಥಾನದಲ್ಲಿ ದಿವಾನ ಸ್ಥಾನವನ್ನು ಅಲಂಕರಿಸುವ ಮೊದಲು ತಮ್ಮ ಸಂಬಂಧಿಗಳನ್ನು ಭೋಜನ ಕೂಟಕ್ಕೆ ಆಹ್ವಾನ ನೀಡಿದರು. ನೆರೆದಿದ್ದವರಿಗೆಲ್ಲಾ, ಅವರು ದಿವಾನ ಸ್ಥಾನವನ್ನು ಒಪ್ಪಿಕೊಂಡ ಮೇಲೆ ಯಾರು ಯಾವುದೇ ಸಹಾಯ ಕೇಳದೇ ಇರುವುದಾದರೆ ಮಾತ್ರ ದಿವಾನ ಸ್ಥಾನವನ್ನು ಒಪ್ಪಿಕೊಳ್ಳುವುದಾಗಿ ಹೇಳಿದರು ಎಂದರು. ಇದು ಹಿಂದೆಂದು ಕೇಳದ ಉದಾಹರಣೆ". ಎಂದು ನಿಲ್ಲಿಸದನು ಲಕ್ಕಿ.

"ಇವರ ಬಗ್ಗೆ ತಿಳಿಸಿದ್ದಕ್ಕೆ ಧನ್ಯವಾದಗಳು, ಲಕ್ಕಿ ಜೀವನದಲ್ಲಿ ಇಂತಹದನ್ನು ಸಾಧಿಸುವುದಕ್ಕೆ ಇಷ್ಟೊಂದು ಕಷ್ಟಪಡಬೇಕಾಗಿತ್ತು ಎಂದು ತಿಳಿದಿರಲಿಲ್ಲ". ಎಂದನು ಸಂಟು.

ಲಕ್ಕಿ ತನ್ನ ಮಾತನ್ನು ಮುಂದುವರಿಸುತ್ತಾ "ಅವರ ಹಿರಿಮೆಯನ್ನು ವರ್ಣಿಸಲು ಅಸಾಧ್ಯ. ನಮ್ಮಲ್ಲಿನ

ನಮ್ಮ ಬೆಳವಣಿಗೆ
ಕುಂಟಿತಗೊಳ್ಳುವುದು
ನಮ್ಮ ದೂರದೃಷ್ಟಿಯ
ಕೊರತೆಯಿಂದ ಹೊರತು,
ನಮ್ಮ ಸಾಮರ್ಥ್ಯದಿಂದಲ್ಲ.

ಕೊರತೆಗಳು ನಮ್ಮ ಸಾಮರ್ಥ್ಯಗಳಿಂದಲ್ಲ. ನಮ್ಮ ಆಲೋಚನೆ ಅಥವಾ ದೃಷ್ಟಿಕೋನದಿಂದ ಎಂಬುದು ಇಲ್ಲಿ ನೆನಪಾಗುತ್ತದೆ. ಸರ್.ಎಂ.ವಿ. ಅವರಲ್ಲಿ ಸಾಮರ್ಥ್ಯದ ಅಥವಾ ದೂರದೃಷ್ಟಿಯ ಕೊರತೆ ಇರಲಿಲ್ಲ. ಅತ್ಯಂತ ಜಟಿಲವಾದ ನೀರಾವರಿ ವ್ಯವಸ್ಥೆಯನ್ನು ಡೆಕ್ಕನ್ ಪ್ರದೇಶದಲ್ಲಿ ನಿಯೋಜಿಸಿದರು. ಅವರೇ ಡಿಸೈನ್ ಮಾಡಿ ಪೇಟೆಂಟ್ ಪಡೆದಿದ್ದ ಆಟೋಮ್ಯಾಟಿಕ್ ಫ್ಲಡ್ ಗೇಟುಗಳನ್ನು 1903 ರಲ್ಲಿ ಮೊಟ್ಟ ಮೊದಲ ಬಾರಿಗೆ ಪುಣೆಯ ಖಡಕ್ವಾಸ್ಲಾ ರಿಸರ್ವಾಯರ್ನಲ್ಲಿ ಅಳವಡಿಸಿದರು. ಹೈದರಾಬಾದ್ ನಗರವನ್ನು ಪ್ರವಾಹದಿಂದ ಸಂರಕ್ಷಿಸುವಂತಹ ಯೋಜನೆಯನ್ನು ಮಾಡಿದ ಮೇಲೆ, ಸರ್.ಎಂ.ವಿ. ಯವರ ಹೆಸರು ಪ್ರಪಂಚದ್ಯಾಂತ ವ್ಯಾಪ್ತಿಯಾಯಿತು. ಕಡಲ ಕೊರೆತದಿಂದ ವಿಶಾಖಪಟ್ಟಣದ ಬಂದರನ್ನು ರಕ್ಷಿಸಿದ್ದು ಇವರು. ಕಾವೇರಿನದಿಗೆ ಕಟ್ಟಿದ ಕೆ.ಆರ್. ಎಸ್. ಅಣೆಕಟ್ಟು ನಿರ್ಮಾಣದ ಮೇಲ್ವಿಚಾರಣೆ ಇವರಾದಾಗಿತ್ತು. ಆಗಿನ ಕಾಲದಲ್ಲಿ ಏಷ್ಯಾ ಖಂಡದಲ್ಲಿ ಕೆ.ಆರ್.ಎಸ್. ಅಣೆಕಟ್ಟು ಅತ್ಯಂತ ದೊಡ್ಡ ಅಣೆಕಟ್ಟಾಗಿತ್ತು. ಹೀಗಾಗಿಯೇ ಇವರನ್ನು ನವ ಮೈಸೂರು ರಾಜ್ಯದ ಪಿತಾಮಹ ಎಂದು ಕರೆಯಲಾಗುತ್ತೆ. ಅವರ ಸಾಧನೆಗಳ ಪಟ್ಟಿ ಮಾಡುತ್ತ ಕುಳಿತರೆ, ನನ್ನ ಮಾತು ಇನ್ನೂ ಒಂದು ತಿಂಗಳಾದರೂ ಮುಗಿಯುವುದಿಲ್ಲ. ಈ ಉದಾಹರಣೆಯಿಂದ ನಾವು ತಿಳಿಯುವುದೇನೆಂದರೆ ಜ್ಞಾನವನ್ನು ಪಡೆಯುವುದು ಮಾತ್ರ ಅಲ್ಲ, ಅದನ್ನು ಜನಗಳ ಹಿತಕ್ಕಾಗಿ ಹೇಗೆ ಬಳಸಿಕೊಳ್ಳಬೇಕು ಎಂಬ ತಿಳುವಳಿಕೆಯೂ ಅತಿ ಮುಖ್ಯ ಎಂದು".

ಸಂಟು, "ಇವರ ಬಗ್ಗೆ ಇಷ್ಟೆಲ್ಲಾ ತಿಳಿದೇ ಇರಲಿಲ್ಲ. ನನ್ನ ಪಾಲಿಗೆ ಸರ್.ಎಂ.ವಿ. ಕೇವಲ ಜ್ಞಾನಿ ಅಲ್ಲ, ಅವರು ಒಬ್ಬ ಮಹಾನಾಯಕ. ನೀನೇನು ಹೇಳುತ್ತೀಯ ತಂಗಿ?"ಎಂದು ಐಶೀಯನ್ನು ಪ್ರಶ್ನಿಸುತ್ತಾನೆ.

"ಇಂತಹ ಯೋಗ್ಯಪುರುಷರ ಬುದ್ಧಿವಂತಿಕೆಯ ಬಗ್ಗೆ ನನ್ನಲ್ಲಿ ವಿಸ್ಮಯ ಮೂಡುತ್ತದೆ" ಎನ್ನುತ್ತಾಳೆ ಐಶೀ.

"ಹಾಗಾದರೆ, ಉದ್ಯಮಿಗಳಿಗೆ ಕೇವಲ ಐಡಿಯಾಗಳನ್ನು ಇಟ್ಟು ಕೊಳ್ಳುವುದಲ್ಲದೇ ಅದನ್ನು ಸೂಕ್ತವಾಗಿ ಅಳವಡಿಸಿಕೊಳ್ಳುವ ಜ್ಞಾನಕೂಡ ಹೊಂದಿರಬೇಕಲ್ಲವೇ?" ಎಂದಾಗ,

"ಅದಕ್ಕಿಂತ ಹೆಚ್ಚಿನದು ಸಂಟು" ಎಂದುತ್ತರಿಸಿದ ಅವನ ಗೆಳೆಯ ಲಕ್ಕಿ. "ಉದ್ಯಮಿಯ ಪಯಣದಲ್ಲಿ ಧೈರ್ಯ, ನಂಬಿಕೆ,

ಸೋಲು, ಎಚ್ಚರಿಕೆಯಿಂದ ಪುನರಾರಂಭಿಸಲು ಸಿಗುವ ಅವಕಾಶ.

ಶಕ್ತಿ ಹಾಗೂ ಉತ್ಸಾಹದ ಸರಿಯಾದ ಮಿಶ್ರಣವಿದ್ದರೆ, ಯಾವ ವಿಶ್ವವಿದ್ಯಾನಿಲಯವೂ ಕಲಿಸದ ಪಾಠವನ್ನು ಅದು ಕಲಿಸುತ್ತದೆ. ಒಬ್ಬ ಉದ್ಯಮಿಯ ಅನುಭವಗಳು ಅವನ ಜ್ಞಾನಾರ್ಜನೆಯನ್ನು ಹೆಚ್ಚಿಸುತ್ತದೆ. ಸೋಲೋ ಗೆಲವೋ ಉದ್ಯಮಿಗೆ ತನ್ನ ಅನುಭವಗಳಿಂದ ಲಾಭವೇ ಸರಿ.

ಅವನ ಬಿಸಿನೆಸ್ ಯಶಸ್ವಿ ಆದರೆ, ಅವನ ಜ್ಞಾನದ ಅಳವಡಿಕೆ ಸರಿಯಾಗಿದೆ, ಇಲ್ಲವಾದರೆ, ಆ ಅನುಭವದಿಂದ ಕಲಿತು, ಮುಂದಿನ ಭಾರಿಯ ಅಳವಡಿಕೆಯಲ್ಲಿ ಸರಿಮಾಡಿಕೊಂಡು, ಮುಂದಿನ ಬಾರಿ ಯಶಸ್ಸು ಸಾಧಿಸುವುದು. ನೀವು ಆಸಕ್ತಿಯಿಂದ ಕಲಿಯುವ ತಾಳ್ಮೆ ಹೊಂದಿದ್ದರೇ, ಸೋಲಿನಿಂದ ಕಲಿಯುವುದರಲ್ಲಿ ಸಂದೇಹವಿಲ್ಲ. ಅದಕ್ಕೆ ಹೇಳುವುದು "ಬುದ್ಧಿವಂತಿಕೆಯಿಂದ ಪುನಃ ಪ್ರಯತ್ನಿಸಲು ಸಿಗುವ ಅವಕಾಶವೇ ಸೋಲು".

"ಇಲ್ಲಿ ಮತ್ತೆ ನನಗೆ, ನನ್ನ ತಂದೆಯ ಒಗಟು ನೆನಪು ಬರುತ್ತದೆ. ಅದೆನೆಂದರೆ, ಬಳಸಿದಷ್ಟು ಹೆಚ್ಚಾಗುವುದು ಏನು? ಎಂದು ಕೇಳಿದಾಗ ನಾನು ತಲೆ ಕೆರೆದುಕೊಂಡು ಉತ್ತರ ಗೊತ್ತಿಲ್ಲದೆ ನಿಂತಿದ್ದಾಗ, ನನ್ನ ತಂದೆ "ಜ್ಞಾನ" ಎಂದು ತಿಳಿ ಹೇಳಿದ್ದರು. ಅವರ ಉತ್ತರ ಸರಿಯಾಗಿಯೇ ಇದೆ".

"ಇಂದು ನಾನು ಒಬ್ಬ ಉದ್ಯಮಿಯಾಗಿ ಅವರ ಆ ಉತ್ತರವನ್ನು ದೃಢವಾಗಿ ಒಪ್ಪುತ್ತೇನೆ". ಎಂದನು ಲಕ್ಕಿ. "ಈಗ ಇನ್ನೊಂದು ಕಥೆಯ ಸರದಿ. ಸಂಟು ಮತ್ತು ಐಶೀ, ನೀವು ಇನ್ನೊಂದು ಕಥೆಗೆ ಸಿದ್ಧರಾಗಿದ್ದೀರಾ?"

"ಹೂಂ" ಎಂದು ತಲೆಯಾಡಿಸಿದರು ಅವಳಿ ಗಜಗಳು.

"ಆಪಲ್ ಕಂಪನಿಯ ಸಿಇಒ ಸ್ಟೀವ್ ಜಾಬ್ಸ್‌ರವರು ಸ್ಟಾನ್‌ಫೋರ್ಡ್ ವಿಶ್ವವಿದ್ಯಾನಿಲಯದಲ್ಲಿ ಮಾಡಿದ ಭಾಷಣದ ತುಣಕನ್ನು ನಿಮ್ಮೊಂದಿಗೆ ಹಂಚಿಕೊಳ್ಳಲು ಇಚ್ಛಿಸುತ್ತೇನೆ. ಅದರಲ್ಲಿ ಜ್ಞಾನ ಮತ್ತು ಅದರ ಬಳಕೆಯ ವಿಶೇಷತೆ ವರ್ಣಿಸಲಾಗಿದೆ".

"ವಿಶ್ವವಿದ್ಯಾಲಯದ ಪದವೀಧರರಿಗೆ ಸ್ಟೀವ್, ತಾವು ವ್ಯಾಸಂಗದ ವೆಚ್ಚವನ್ನು ಭರಿಸಲಾಗದೇ ವಿದ್ಯಾಭ್ಯಾಸವನ್ನು ಅರ್ಧಕ್ಕೆ ನಿಲ್ಲಿಸಬೇಕಾದ ಸಂಗತಿಯನ್ನು ಹೇಳುತ್ತಿದ್ದರು. ಸ್ಟೀವ್ ಅವರ ತಂದೆ ತಾಯಿಯ ಉಳಿತಾಯವೆಲ್ಲಾ ಅವರ ವಿದ್ಯಾಭ್ಯಾಸಕ್ಕೆ ಬಳಕೆಯಾಗುತ್ತಿದ್ದರಿಂದ ಅವರು ವ್ಯಾಸಂಗವನ್ನು ಸ್ಥಗಿತಗೊಳಿಸಬೇಕಾಯಿತು. ಅಷ್ಟೇ ಅಲ್ಲದೇ, ಸ್ಟೀವ್ ಅವರಿಗೆ ವಿಶ್ವವಿದ್ಯಾನಿಲಯದ ಪಠ್ಯಗಳು ಉಪಯೋಗಕ್ಕೆ ಬರುವಂತಹವು ಎಂದನಿಸಲೇ ಇಲ್ಲ. ಅದಕ್ಕಾಗಿ ಅವರು, ಅವರಿಗೆ ಆಸಕ್ತಿ ಇದ್ದಂತಹ ಕೋರ್ಸ್ ಆದ ಕ್ಯಾಲಿಗ್ರಫಿಗೆ ನೊಂದಾಯಿಸಿಕೊಂಡರು. ರೀಡ್ ಕಾಲೇಜ್‌ನ ಪೋಸ್ಟರ್ ನೋಡಿ ಆಕರ್ಷಿತರಾದ ಸ್ಟೀವ್, ತಮ್ಮ ತರಬೇತಿಯನ್ನು ಅಲ್ಲಿ ಪಡೆಯಲು ನಿಶ್ಚಯಿಸಿದರು. ಸೆರಿಫ್ ಅಂಡ್ ಸ್ಯಾನ್‌ಸೆರಿಫ್ ಅಕ್ಷರ ಶೈಲಿಯ ಬಗ್ಗೆ ಕಲಿತರು. ಬರವಣಿಗೆಯ ಅಂದ ಹೆಚ್ಚಿಸುವ ಅಂಶಗಳನ್ನು ತಿಳಿದುಕೊಂಡರು. ಈ ಕಲೆ ಅವರಿಗೆ ಹರ್ಷ ತಂದುಕೊಟ್ಟಿತ್ತು. ವಿಜ್ಞಾನ ತಿಳಿ ಹೇಳದ, ಸೌಂದರ್ಯದ ಕಲೆ ಅವರು ಕಂಡುಕೊಂಡರು".

"ಆ ಕಲಿಕೆಯ ಸಮಯದಲ್ಲಿ ಅದು ಕೇವಲ ಮನರಂಜನೆಯಾಗಿತ್ತೆ ಹೊರತು, ಮುಂದೆ ಜೀವನದಲ್ಲಿ ಅದನ್ನು ಅಳವಡಿಸಿಕೊಳ್ಳ ಬಹುದೆಂಬ ಊಹೆ ಅವರಿಗಿರಲಿಲ್ಲ. ಹತ್ತು ವರ್ಷಗಳ

ನಂತರ ಮ್ಯಾಕಿಂತೋಷ್ ಕಂಪ್ಯೂಟರ್ ಅನ್ನು ಅವರ ತಂಡ ಡಿಸೈನ್ ಮಾಡಬೇಕಾದಾಗ ತಾವು ಕ್ಯಾಲಿಗ್ರಫಿ ಕೋಸ್೯ನ್ಲಿ ಕಲಿತಿದ್ದನ್ನು ಸ್ಟೀವ್ ನೆನಪು ಮಾಡಿಕೊಂಡರು. ಅದರ ಅಳವಡಿಕೆ, ಸ್ಟೀವ್‌ರವರ ವ್ಯವಹಾರವನ್ನು ಯಶಸ್ವಿ ಮಾಡಿದ ಅತ್ಯಾವಶ್ಯಕ ಅಂಶಗಳಲ್ಲಿ ಒಂದಾಯಿತು. ಸ್ಟೀವ್ ಅಂದು ಕ್ಯಾಲಿಗ್ರಫಿಯ ಕಲಾತ್ಮಕ ಗುಣಕ್ಕೆ ಮಾರು ಹೋಗದಿದ್ದರೆ, ಇಂದು ಕಂಪ್ಯೂಟರ್‌ಗಳಲ್ಲಿ ಹತ್ತು ಹಲವು ಮುಖಿಗಳಿರುವ ಫಾಂಟಗಳನ್ನು ನೋಡಲು ಸಾಧ್ಯವೇ ಇರಲಿಲ್ಲ. ಈ ಒಂದು ಕಾನ್ಸೆಪ್ಟ್ ಸ್ಟೀವ್‌ರವರ ಖ್ಯಾತಿಯನ್ನು ಹೆಚ್ಚಿಸಿದಲ್ಲದೆ, ಆಪಲ್ ಬ್ರಾಂಡ್ ಹೆಸರು ವಾಸಿಯಾಗಲು ಕಾರಣವಾಯಿತು. ಇದಾದ ನಂತರ, ಕಂಪನಿ ಹಲವು ಅತ್ಯುತ್ತಮ ಅಪ್ಲಿಕೇಷನ್ಸ್‌ಗಳನ್ನು ಡೆವೆಲಪ್ ಮಾಡಿದೆ ಹಾಗು ಮಾಡುತ್ತಿದೆ. ಮ್ಯಾಕ್ ಕಂಪ್ಯೂಟರ್ ನೋಡಲು ಅಂದವಾಗಿದ್ದು, ಅಡ್ವಾಸ್ಟ್ ಟೆಕ್ನಾಲಜಿಯನ್ನು ಒಳಗೊಂಡಿದೆ. ಕ್ಯಾಲಿಗ್ರಫಿಯಿಂದ ಸ್ಟೀವ್ ಕಲಿತ ತತ್ವವನ್ನು ಅಲ್ಲಗೆಳೆಯಲು ಸಾಧ್ಯವಿಲ್ಲ. ಇತಿಹಾಸದಿಂದಲೂ ಸಾಧ್ಯವಿಲ್ಲ. ಖ್ಯಾತಿಯ ಉತ್ತಂಗಕ್ಕೆ ಏರಿದಲ್ಲದೇ, ಕ್ರಾಂತಿಕಾರಿ ಆವಿಷ್ಕಾರ ಹಾಗೂ ದೂರದೃಷ್ಟಿ ಇರುವ ಉದ್ಯಮಿ ಎಂದು ಗುರುತಿಸಿಕೊಳ್ಳಲಾದರು. ಯಾರೇ ಆದರೂ ಅಸೂಯೆ ಪಡುವಂತಹ ಸಾಧನೆ, ಪುರಸ್ಕಾರಗಳು ಅವರ ಪಾಲಾದವು".

"ಇಂದು ನಾವು ಎಂತೆಂಥ ಮಹಾನುಭಾವರ ಹೆಸರು ಕೇಳುತ್ತಿದ್ದೇವೆ. ಮೊದಲು ಸರ್. ಎಂ.ವಿ., ಈಗ ಸ್ಟೀವ್ ಜಾಬ್ಸ್" ಎಂದುದ್ಗರಿಸಿದನು ಸಂಟು. "ನಾಲೆಡ್ಜ್ ಮ್ಯಾನೇಜ್‌ಮೆಂಟ್ ಎಂದರೆ ಇವೇ ಏನು?"

"ಇತ್ತೀಚಿನ ದಿನಗಳಲ್ಲಿ ನಾಲೆಡ್ಜ್ ಮ್ಯಾನೇಜ್‌ಮೆಂಟ್ ತುಂಬ ಪ್ರಚಲಿತದಲ್ಲಿದೆ. ಕಂಪನಿಗಳು, ತಮ್ಮ ಉದ್ಯೋಗಿಗಳ ಜ್ಞಾನಾರ್ಜನೆಗೆಂದೇ ಹಲವು ವಿಶೇಷ ಕಾರ್ಯಕ್ರಮವನ್ನು ರೂಪಿಸುತ್ತೇವೆ. ದೈನಂದಿನ ಚಟುವಟಿಕೆಗಳ ಮೂಲಕ ಕಲಿಯಲಾಗದಂತಹ ಸಂಗತಿಗಳು ಇಂತಹ ಪ್ರೋಗ್ರಾಮ್‌ಗಳಲ್ಲಿ ಕಲಿಯಲು ಅವಕಾಶವಿರುತ್ತದೆ. ಇವೆಲ್ಲದರ ಮಧ್ಯೆ, ನಾವು ಜ್ಞಾನದ ಬಳಕೆಯ ಬಗ್ಗೆಯು ಗಮನಕೊಡಬೇಕು. ಉದ್ಯಮಶೀಲತೆಯ ಒಂದು ಸಣ್ಣ ಎಳೆ ಸದಾ ಇರುತ್ತದೆ. ಅದನ್ನು ಸೂಕ್ತವಾದ ಸಮಯದಲ್ಲಿ ಜಾಗ್ರತಗೊಳಿಸಿ, ಅದಕ್ಕೆ ಬೇಕಾಗಿರುವ ಜ್ಞಾನವನ್ನು ಅಳವಡಿಸಿಕೊಂಡವರು ಯಶಸ್ವಿಯಾಗುತ್ತಾರೆ. ನಿಜ ಜೀವನದಲ್ಲಿ ಅದನ್ನು ಅಳವಡಿಕೆಯನ್ನು ತಿಳಿಯದೇ ಇರುವ ಹಲವು ಜನರನ್ನು ನಾನು ನೋಡಿದ್ದೇನೆ. ತಿಳುವಳಿಕೆಯನ್ನು ಬಳಸದೇ ಇಟ್ಟುಕೊಂಡಲ್ಲಿ, ಅದು ಯಾರಿಗೂ ಯಾವ ಪ್ರಯೋಜನವಿಲ್ಲ. ಜ್ಞಾನದ ಸರಿಯಾದ ಬಳಕೆಯಾದಲ್ಲಿಯೇ ಅದಕ್ಕೆ ಗೌರವ. ಜ್ಞಾನ ಮತ್ತು ಬಳಕೆ ಒಂದೇ ನಾಣ್ಯದ ಎರಡು ಮುಖಗಳಂತೆ, ಒಂದರಿಂದ ಇನ್ನೊಂದರ ಬೆಲೆ ಹೆಚ್ಚಾಗುತ್ತದೆ. ಇವುಗಳ ಸಂಗಮವೇ ಆವಿಷ್ಕಾರಕ್ಕೆ ನಾಂದಿ".

"ಜೀರ್ಣಿಸಿಕೊಳ್ಳಲು ಸಾಕಷ್ಟಿದೆ" ಎಂದಳು ಐಶೀ. "ಜ್ಞಾನ ಮತ್ತು ಬಳಕೆಯ ಸಂಬಂಧವನ್ನು ಬೇರೊಂದು ರೀತಿಯಲ್ಲಿ ವಿವರಿಸಲು ಸಾಧ್ಯವೇ? ನಾನು ಮತ್ತು ಸಂಟು ಚರ್ಚೆಸುತ್ತಿರುವ ಬಿಸಿನೆಸ್ ಐಡಿಯಾಗೆ ಇದು ನಿರ್ಣಾಯಕ ಅಂಶ ಎನ್ನಿಸುತ್ತದೆ".

ಲಕ್ಕಿ ಎದ್ದು ಹೊರಬರುವಂತೆ ತನ್ನ ಸ್ನೇಹಿತರಿಗೆ ಸನ್ನೆ ಮಾಡಿ ತಾನು ಹೊರ ನಡೆದನು. ವಾತಾವರಣ ಶಾಂತವಾಗಿತ್ತು. ಮಳೆ ಬರುವ ಮುನ್ಸೂಚನೆ ಇರಲಿಲ್ಲ. ಬಾಗಿ ಒಂದು ಕಡ್ಡಿಯನ್ನು ಎತ್ತುಕೊಂಡು "ಇಲ್ಲಿ ಖಾಲಿ ಜಾಗಕ್ಕೆ ಬನ್ನಿ" ಎಂದು ಕರೆದನು. ಸಂಟು ಮತ್ತು ಐಶೀ ಕೂಡ ಅವನೆಡೆಗೆ ನಡೆದರು. ತನ್ನ ಕೈಯಲ್ಲಿದ್ದ ಕಡ್ಡಿಯಿಂದ ಮಣ್ಣಿನಲ್ಲಿ ಒಂದು ಚೌಕವನ್ನು ರಚಿಸಿ, ಅದನ್ನು ನಾಲ್ಕು ಭಾಗಮಾಡಿದನು. "ನೀವು ಅವಳಿ ಜವಳಿ ಸೂತ್ರಗಳ ನಡುವಿನ ಸಂಬಂಧವನ್ನು ಇಲ್ಲಿ ತಿಳಿಯಬಹುದು" ಎಂದು ಹೇಳಿ, ಪ್ರತಿಯೊಂದು ಚೌಕದಲ್ಲೂ ಹೆಸರು ಬರೆಯುತ್ತಿದ್ದನು.

"ನಾನು ಯಾರನ್ನ ಬಿಗಿನರ್ಸ್ ಎಂದು ಕರೆಯುತ್ತಿರುವೆ?" ಎಂದು ಕೇಳಿದನು. ಉದ್ಯಮಶೀಲತೆಯ ಜ್ಞಾನ ಹಾಗೂ ಅದರ ಬಳಕೆಯ ಆಕ್ಸಿಸ್‌ನಲ್ಲಿ ಅತಿ ಕಡಿಮೆ ಇರುವವರು ಅಂದರೆ, ಅವರು ಉದ್ಯಮಿಯಾಗಲು ಇಲ್ಲಿ ಅರ್ಹರಲ್ಲದವರು" ಎಂದುತ್ತರಿಸಿದಳು ಐಶೀ.

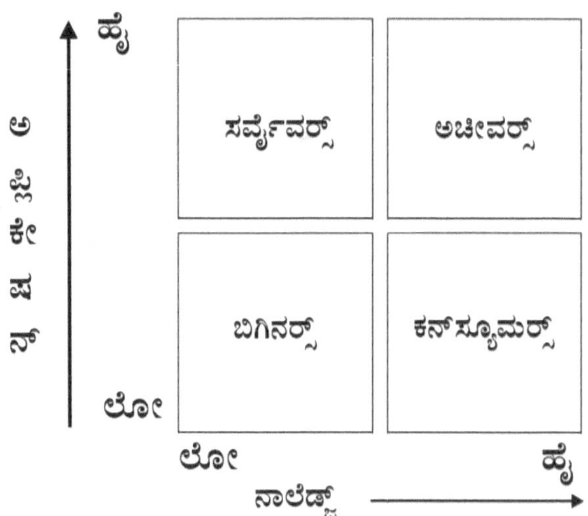

"ಸರಿಯಾಗಿದೆ, ಅನುಭವಿಗಳು ಹಾಗೂ ಕನ್ಸಲ್ಟೆಂಟ್‌ಗಳ ಸಹಾಯದಿಂದ ತರಬೇತಿ ಪಡೆದು, ದೃಢತೆ, ಮತ್ತು ಭಲದಿಂದ ಬಿಗಿನರ್ಸ್ ಸರ್ವ್ಯವರ್ಸ್ ಆಗಲು ಖಂಡಿತ ಸಾಧ್ಯ. ಆದರೆ ಅದೆಲ್ಲ ಅವರ ಭಲದ ಮೇಲೆ ಅವಲಂಬಿತವಾಗಿದೆ. ಆದರೆ, ಬಹಳಷ್ಟು ಬಾರಿ ಆ ಭಲ ಇರುವುದಿಲ್ಲ. ಅವರನ್ನು ನಾನು ಡಮ್ಮೀಸ್ ಅಂದರೆ ಯಾವುದಕ್ಕೂ ಪ್ರಯೋಜನವಿಲ್ಲದ ಅಪ್ರಯೋಜಕರು ಎಂದು ಕರೆಯುತ್ತೇನೆ" ಎಂದನು.

"ಮುಂದಿನದ್ದು ಗ್ರೂಪ್ ಕನ್ಸ್ಯೂಮರ್ಸ್, ಯಾರು ಅವರು?" ಎಂದು ಕೇಳಿದನು ಸಂಟು.

"ಕನ್ಸ್ಯೂಮರ್ಸ್ ಅಂದರೆ ಬಳಕೆದಾರರು, ಜ್ಞಾನವನ್ನು ಹೆಚ್ಚಾಗಿ ಉಪಯೋಗಿಸುವವರು. ಆದರೆ ಅದರ ಬಳಕೆ ಅತ್ಯಂತ ಕಡಿಮೆ ಮಾಡುವವರು. ಅಂತಹವರು ಉದ್ಯಮದ ಜೊತೆಯಲ್ಲೇ

ಇದ್ದರೂ ದೂರದೃಷ್ಟಿ ಇಲ್ಲದೆ ಅವಕಾಶ ವಂಚಿತರಾಗುವುದು, ನನ್ನ ಪ್ರಕಾರ ಅದು ಸ್ವಯಂಕೃತ ಅಪರಾದ".

"ಸರ್ವೈವರ್ಸ್ ಎಂದರೆ?" ಕೇಳಿದಳು ಐಶೀ. "ತಮಗೆ ಗೊತ್ತಿರುವುದೆಲ್ಲವನ್ನು ಬಳಕೆಗೆ ರೂಢಿಸಿಕೊಳ್ಳುವವರು. ಇವರನ್ನು ಸರ್ವೈವರ್ಸ್ ಎಂದೇ ಕರೆಯುತ್ತಾರೆ".

"ಇವರು, ನಿರಂತರವಾಗಿ ತಮ್ಮಲ್ಲಿರುವ ಜ್ಞಾನದ ಬಳಕೆಯನ್ನು ಅಳವಡಿಸಿಕೊಂಡಿದ್ದರೂ, ಅವರು ಟ್ರೆಂಡ್ ಸೆಟ್ಟರ್ಸ್ ಆಗಲು ಸಾಧ್ಯವಾಗುವುದು ಕೇವಲ ಅಚೀವರ್ಸ್ ಆದಾಗ ಮಾತ್ರ. ಇಂಕ್ರಿಮೆಂಟಲ್ ಗ್ರೋತ್ ಮೂಲಕ ಸರ್ವೈವರ್ಸ್ ಅಚೀವರ್ಸ್ ಆಗುವ ಸಾಧ್ಯತೆ ಹೆಚ್ಚಾಗಿದ್ದರು, ಅವರು ತಮ್ಮ ಜ್ಞಾನವ್ಯಾಪ್ತಿಯನ್ನು ವಿಸ್ತರಿಸದೇ ಇರುವ ಕಾರಣ, ಅವರು ಅಚೀವರ್ಸ್ ಜಾಗಕ್ಕೆ ಹೋಗಿಲ್ಲ".

"ಹಾಗಾದರೆ, ಅಚೀವರ್ಸ್ ಯಶಸ್ಸಿನ ನಿಜವಾದ ಮಾಪಕ? ಅವರು ಎರಡೂ ವಿಷಯಗಳಲ್ಲಿ ಹೆಚ್ಚು ಅಂಕ ಪಡೆದಿದ್ದಾರಾ?" ಎಂದು ಕೇಳಿದಳು ಐಶೀ.

"ಅಷ್ಟೇ ಅಲ್ಲ" ಎಂದು ಲಕ್ಕಿ. "ಅವರು ಇಂಕ್ರಿಮೆಂಟಲ್ ಗ್ರೋತ್ ಮಾತ್ರವಲ್ಲದೇ, ಅವರು ಬ್ರೇಕ್ ತ್ರೂ ರಿಸಲ್ಟ್ಸ್ ಅಂದರೆ ವಿಭಿನ್ನವಾದ ಯಶಸ್ಸನ್ನು ಪಡೆದಿರುತ್ತಾರೆ. ಅವರಿಗೆ ಜ್ಞಾನದ ಬಳಕೆ ವಿಸ್ತಾರಗೊಳಿಸುವ ಕಲೆ ತಿಳಿದಿರುತ್ತೆ. ಕ್ಯಾಲಿಗ್ರಫಿಯನ್ನು ಸ್ಟೀವ್ ಜಾಬ್ಸ್ ಅಳವಡಿಸಿಕೊಂಡ ಮಾದರಿಯಲ್ಲಿ ಎಂದು ತಿಳಿಯದ ಅಳವಡಿಕೆ ಕಂಡುಕೊಳ್ಳುವುದೇ ನಿಜವಾದ ಉದ್ಯಮಿಯ ಗುಣ ಹಾಗೂ ಅಂತಹವರು 4ನೇ ಸ್ಕ್ವೇರ್ ನಲ್ಲಿ ಇರಬೇಕಾದವರು".

ಎರಡು ಆನೆಗಳು ಮತ್ತೊಬ್ಬರ ಮುಖವನ್ನು ನೋಡಿಕೊಂಡವು. "ನಮಗೆ ಆಲೋಚಿಸಲು ಹಲವು ವಿಷಯಗಳನ್ನು ಕೊಟ್ಟಿರುವೆ". ಎಂದಳು ಐಶೀ.

"ಹಾಗಾದರೆ ನಿಮ್ಮ ಅನಿಸಿಕೆಯನ್ನು ಹಂಚಿಕೊಳ್ಳಲು ಸೂಕ್ತವಾದ ಸಮಯ ಯಾವುದು? ಅದನ್ನು ಕೇಳಲು ಕಾತುರದಿಂದ ಕಾಯುತ್ತಿರುವೆ. ಮುಖ್ಯವಾಗಿ ನೀವು ಅದನ್ನು ಅಳವಡಿಸಿಕೊಳ್ಳುವ ರೀತಿ ತಿಳಿದುಕೊಳ್ಳುವ ಕುತೂಹಲ" ಎಂದು ಹೇಳಿ ಲಕ್ಕಿ ಅಲ್ಲಿಂದ ಹೊರಟನು. ಹೊರಡುವ ಮುನ್ನ ತಮ್ಮ ಮುಂದಿನ ಭೇಟಿಯ ಪ್ಲಾನ್ ಚರ್ಚೆಸಿದರು.

ಮನನ ಮಾಡಲು ವಿಚಾರ

- ಜ್ಞಾನ ಮತ್ತು ಅದರ ಅಳವಡಿಕೆಯ ಚೌಕದ ಚಿತ್ರಣದಿಂದ ನೀವು ಯಾವ ಚೌಕದಲ್ಲಿದ್ದೀರ? ಅದಕ್ಕಿರುವ ಪುರಾವೆಗಳು ಯಾವುವು?

- ನೀವಿನ್ನು ಅಭ್ಯಾಸವಾಗಿ ಅಳವಡಿಸ ಬೇಕಾಗಿರುವ ವಿಷಯಗಳಾವುವು.

- ಮುಂದಿನ 24 ಘಂಟೆಗಳಲ್ಲಿ ನಿಮ್ಮಲ್ಲಿರುವ ಜ್ಞಾನವನ್ನು ಅಳವಡಿಸಿಕೊಳ್ಳಲು ನೀವು ತೆಗೆದುಕೊಳ್ಳುವ ಕ್ರಮವೇನು.

ನಮ್ಮ ಸಾಮರ್ಥ್ಯ ಹಾಗೂ ಅದರ ಬಳಕೆಯ ನಡುವಿನ ಅಂತರ,

ಪ್ರಪಂಚದ ಎಷ್ಟೋ ಸಮಸ್ಯೆಗಳನ್ನು ಪರಿಹರಿಸುವುದಕ್ಕೆ ಸಾಕು.

– ಮಹಾತ್ಮ ಗಾಂಧಿ

ವಿಭಿನ್ನವಾದುದನ್ನು ಮಾಡುವುದು ಮತ್ತು ವಿಭಿನ್ನವಾಗಿ ಮಾಡುವುದು

ವಿಭಿನ್ನವಾದುದನ್ನು ಮಾಡುವುದು ಮತ್ತು ವಿಭಿನ್ನವಾಗಿ ಮಾಡುವುದು

"ನಾವೆಲ್ಲ, ಈ ದಿನದ ಮಟ್ಟಿಗೆ ಹೊರಗೆ ಹೋಗೊಣವೇ?" ಎಂದು ಲಕ್ಕಿ ತನ್ನ ಗೆಳೆಯರನ್ನು ಮಾರನೇ ದಿನ ಭೇಟಿ ಮಾಡಿದಾಗ ಕೇಳಿದನು. "ಹೇಗಿದ್ದರು ಇವತ್ತು ರಜೆ ಇದೆ. ನಿಮಗೆ ಕೆಲಸವಿಲ್ಲ. ನಿಮ್ಮಿಬ್ಬರಲ್ಲಿ ಯಾರು ನನ್ನೊಡನೆ ಬರುವಿರಿ?"

"ಅತ್ಯಂತ ಸಂತೋಷದಿಂದ ಸಂಟು ಮತ್ತು ಐಶೀ "ನಾನು, ನಾನು" ಎಂದ ತಮ್ಮ ಸೊಂಡಿಲನ್ನು ಎತ್ತಿದವು.

"ಪ್ರಯಾಣ ಮಾಡುವುದು ನಮಗೆ ಅತ್ಯಂತ ಉಲ್ಲಾಸದಾಯಕ ಕೆಲಸ. ಸಂಚಾರ ಮಾಡುವುದರಿಂದ ಹಲವು ತರಹದ ಜನರನ್ನು ಭೇಟಿ ಮಾಡಲು ಅವಕಾಶ ಸಿಗುತ್ತದೆ". ಎಂದಳು ಐಶೀ.

ಐಶೀಯ ಮಾತನ್ನು ಒಪ್ಪಿದ ಲಕ್ಕಿ "ಯಾವುದೇ ಪ್ರಯಾಣದಲ್ಲಿ ನಾವು ಹೊರಡುವ ಸಮಯವನ್ನು ಕಾತುರದಿಂದ ಕಾಯುತ್ತಿರುತ್ತೇವೆ. ಹಾಗೂ ನಾವು ತಲುಪುವ ಜಾಗಕ್ಕಾಗಿ ಕಾಯುತ್ತಿರುತ್ತೇವೆ. ಆದರೆ, ಆ ಪ್ರಯಾಣದ ಸಮಯವೇ ಒಂದು ಅನುಭವ ಹಾಗೂ ಅದು ನಮಗೆ ಒಂದು ಉತ್ತಮವಾದ ಬಹುಮಾನ ನೀಡುತ್ತದೆ. ನನ್ನ ಪ್ರಕಾರ ಈ ಪ್ರಯಾಣ ಮರೆಯಲಾಗದು. ಏಕೆಂದರೆ ನಾನು ನಿಮ್ಮೊಡನೆ ಪ್ರಯಾಣ ಮಾಡುತ್ತಿರುವೆ. ಅಷ್ಟೆ ಅಲ್ಲ, ಈ ಪಯಣ ಮೋಜಿನಿಂದ ಸಹ ಕೂಡಿರುತ್ತದೆ ಎಂದು ಭಾವಿಸುತ್ತೇನೆ".

ಕಾಡಿನ ದಾರಿಯಲ್ಲಿ ಸ್ವಲ್ಪ ಮುಂದೆ ಸಾಗಿದ ನಂತರ ಲಕ್ಕಿ, "ಈ ಕಾಡಿನ ಪೊದೆಗಳ ನಡುವೆ ನಡೆಯುವುದು ಕಷ್ಟ. ನಾನು ನಿಮ್ಮ ಹಾಗೆ ಬೃಹದಾಕಾರವಾಗಿರಬೇಕಾಗಿತ್ತು" ಎಂದನು.

ತಕ್ಷಣ ಲಕ್ಕಿಯನ್ನು ತನ್ನ ಸೊಂಡಿಲಿನಲ್ಲಿ ಎತ್ತಿಕೊಂಡ ಸಂಟು "ನಿನ್ನನ್ನು ಹೀಗೆ ಎತ್ತಿಕೊಂಡು ಹೋಗುವುದಕ್ಕೆ ಯಾವುದೇ ತೊಂದರೆ ಇಲ್ಲ".

"ಹೋ... ಇದು ತುಂಬ ಚುರುಕಾದ ಕೆಲಸವಾಗಿತ್ತು. ಹೀಗೆ ಮೇಲೆ ಇರುವುದು ಖುಷಿ ನೀಡುತ್ತಿದೆ. ಚಲಿಸುವ ಪ್ರಪಂಚದ ಮೇಲೆ ನಾನಿರುವಂತೆ ಭಾಸವಾಗುತ್ತಿದೆ" ಎಂದನು ಲಕ್ಕಿ. ಸಂಟುನ ಮುಖ ಸಂತೋಷದಿಂದ ಅರಳಿತು. "ನನಗೆ ಅವಕಾಶ ತಪ್ಪಿ ಹೋಯಿತು" ಎಂದ ತನ್ನಲ್ಲೇ ಮಾತನಾಡಿಕೊಂಡಳು ಐಶೀ.

ಸ್ವಲ್ಪ ದೂರ ನಡೆದ ನಂತರ, ದೂರದಲ್ಲಿದ್ದ ನಾಲ್ಕು ಮಂದಿಯತ್ತ ಲಕ್ಕಿ ಕೈತೋರಿಸಿದನು. "ದಾರಿ ತಪ್ಪಿಸಿಕೊಂಡ ಯಾತ್ರಿಕರಂತೆ ಕಾಣಿಸುತ್ತಾರೆ" ಎಂದಳು ಐಶೀ. ತನ್ನ ತಂಗಿಯ ಮಾತಿಗೆ ಸಹಮತಿಸುತ್ತ ಸಂಟು ಹೇಳಿದ. "ಅವರು ಜಪಾನೀಯರೆನ್ನಿಸುತ್ತದೆ. ಇಲ್ಲಿ ಏನು ಮಾಡುತ್ತಿದ್ದಾರೆ?".

ಯಾತ್ರಿಕರನ್ನು ಬಹು ಬೇಗ ತಲುಪಬೇಕೆಂಬ ಉತ್ಸಾಹದಿಂದ ಗಜಗಳು ದಾಪುಗಾಲು ಹಾಕುತ್ತ ಯಾತ್ರಿಕರೆಡೆಗೆ ನಡೆದರು. ಯಾತ್ರಿಕರನ್ನು ಮಾತನಾಡಿಸಿದಾಗ ಅವರು ದಾರಿ ತಪ್ಪಿದಲ್ಲದೇ ಅವರ ಕಾರು ಕೈ ಕೊಟ್ಟಿರುವ ವಿಷಯ ತಿಳಿದುಕೊಂಡು ಅವರು ಈಗ ಹಳ್ಳಿಯ ಕಡೆ ಹೋಗುತಿದ್ದಾರೆ ಎಂದು ತಿಳಿದುಕೊಂಡ ಐಶೀ, ತಾನು ಅವರನ್ನು ತನ್ನ ಬೆನ್ನ ಮೇಲೆ ಕೂರಿಸಿಕೊಂಡು ಕರೆದುಕೊಂಡು ಹೋಗಬಹುದಾ? ಎಂದು ಕೇಳಿದಳು. ತಕ್ಷಣ, ಆ ಜಪಾನೀಯರು ಸಂತೊಷದಿಂದ ಒಪ್ಪಿ ಐಶೀಯ ಮೇಲೆ ಕುಳಿತುಕೊಂಡರು. ಹರ್ಷಿತಳಾದ ಐಶೀ ಸಂಟುವನ್ನು ಭೇಡಿಸಿದಳು. "ನೋಡು! ನನ್ನ ಮೇಲೆ ನಾಲ್ಕು ಜನ, ನಿನ್ನ ಬಳಿ ಕೇವಲ ಒಬ್ಬರು. ಪ್ರಾಸ್ಪೆರಿಟಿ-ಐಶ್ವರ್ಯ ನನ್ನ ಹೆಸರಿನಲ್ಲಿದೆ".

ಸಂಟು ಮತ್ತು ಲಕ್ಕಿ ಒಪ್ಪಿಕೊಂಡು ಕತ್ತು ಆಡಿಸಿದರು.

ಯಾತ್ರಿಕರನ್ನು ಅವರು ಉಳಿದಿದ್ದ ಕಾಟೇಜ್‌ಗೆ ತಲುಪಿಸುವುದು ಎಂದು ಮೂವರು ಮಾತನಾಡಿಕೊಂಡಿದ್ದರು. ಅಲ್ಲಿಂದಾದರೆ, ಯಾತ್ರಿಕರು ಅವರ ಕಾರನ್ನು ಕರೆ ತರಲು ಟೋಯಿಂಗ ಟ್ರಕ್ ಕರೆಸಬಹುದಾಗಿತ್ತು.

ಲಕ್ಕಿ ಅವನಿಗೆ ಅಲ್ಲಿಂದ ಹೊರ ಹೋಗುವ ದಾರಿ ಗೊತ್ತೆಂದು ಭಾವಿಸಿದ್ದ. ಅವರು ಹೊಸ ದಾರಿ ಹಿಡಿದು ಸಾಗಿದರು. "ಇದು ಬೇರೆ ದಾರಿಯಿಲ್ಲವೇ?" ಎಂದು ಕೇಳಿದಳು ಹೆದರಿದ ಐಶೀ. ಹೊಸ ಹೊಸ ಪ್ರಯೋಗ ಅನುಭವಗಳನ್ನು ಹಾಗೂ ಮನರಂಜನೆಯನ್ನು ಇಷ್ಟಪಡುವ ಸಂಟು "ಇರಲಿ ಬಿಡು ತಂಗಿ, ಅನುಭವ ವಿಭಿನ್ನವಾಗಿರುತ್ತೆ. ಇವತ್ತು ಯಾವುದಾದರು ವಿಭಿನ್ನವಾಗಿರುವ ಕೆಲಸ ಮಾಡೋಣ" ಎಂದನು. ತನ್ನ ತಲೆಯಾಡಿಸಿದ ಐಶೀ "ಇದನ್ನು ಕೇಳಿ ನನಗೆ ಒಂದೇ ತರಹ ಅನ್ನಿಸುವ ಆದರೆ ವಿರುದ್ಧಾರ್ಥವಿರುವ ಈ ಉಕ್ತಿಯ ನೆನಪು ಬರುತ್ತದೆ" ಎಂದಳು.

"ಯಾವುದು ಅದು?" ಎಂದು ಕೇಳಿದನು ಲಕ್ಕಿ.

"ನಾನು ಯಾವಾಗಲೂ ಈ ವಾಕ್ಯಗಳ ಬಗ್ಗೆ ಆಲೋಚಿಸುತ್ತಿರುವೆ". "ಡೂಯಿಂಗ್ ಡಿಫರೆಂಟ್ ತಿಂಗ್ಸ್, ಡೂಯಿಂಗ್ ತಿಂಗ್ಸ್ ಡಿಫರೆಂಟ್ಲಿ ಅಂದರೆ ವಿಭಿನ್ನವಾದುದನ್ನು ಮಾಡು ಹಾಗು ವಿಭಿನ್ನವಾಗಿ ಮಾಡು". ಲಕ್ಕಿ ಇದನ್ನು ಬುದ್ಧಿವಂತ ಪ್ರಶ್ನೆ ಎಂದು ಉದ್ಗರಿಸಿದ್ದನ್ನು ಕೇಳಿದ ಐಶೀಯ ಮುಖ ಅರಳಿತು. ಆದರೆ ಅವಳ ಆ ಪ್ರಸನ್ನತೆ ತುಂಬಾ ವೇಳೆ ಇರಲಿಲ್ಲ. ಈ ಎರಡರಲ್ಲಿ, ಯಾವುದು ಪ್ರಮುಖವಾದುದು ಎಂದು ಚರ್ಚಿಸಲಾರಂಭಿಸಿದಾಗ ಐಶೀಯ ಮುಖದ ಸಂತೋಷ ಇಳಿದು ಹೋಯಿತು.

ಈಗಾಗಲೇ, ಈ ಸಹೋದರ ಸಹೋದರಿಯ ಕೀಟಲೆ, ವಾದವಿವಾದಗಳ ಅಭ್ಯಾಸವಾಗಿದ್ದರಿಂದ ಇವರ ವಾದವನ್ನು ಕೇಳುತ್ತಾ, ಏನ್ನನ್ನು ಮಾತನಾಡದೇ ಸುಮ್ಮನಿದ್ದ. ಅವರು ವಾದ ಮಾಡುತ್ತಲೇ ವಿಷಯದ ಸಾಧಕ ಬಾಧಕಗಳನ್ನು ಹೊರ ಹಾಕುತ್ತಾರೆ. ಇಬ್ಬರು ಒಮ್ಮತಕ್ಕೆ ತಲುಪಲಾಗದೆ, ಕೊನೆಯಲ್ಲಿ, ಲಕ್ಕಿಯು ಕಡೆಗೆ ತಿರುಗಿ, ಈ ಪರಿಸ್ಥಿತಿಯನ್ನು ಬಗೆಹರಿಸಬೇಕೆಂದು ಕೇಳಿದರು.

ತನ್ನ ಗಂಟಲು ಸರಿಪಡಿಸಿಕೊಳ್ಳುತ್ತಾ "ಎರಡೂ ಮುಖ್ಯವಾದುದು" ಎಂದು ತನ್ನ ತೀರ್ಪನ್ನು ತಿಳಿಸಿದನು. "ಇವು ಸಹ, ಒಂದೇ ನಾಣ್ಯದ ಎರಡು ಮುಖಗಳಂತೆ, ಬೇರ್ಪಡಿಸಲಾಗದ ಅವಳಿಗಳಲ್ಲಿ ಮತ್ತೊಂದು ಅವಳಿ ಜವಳಿ" ಎಂದನು.

"ನಿಜವಾಗಲೂ?" ಎಂದು ಐಶೀ ತನ್ನ ಸೊಂಡಿಲನ್ನು ಮುಂದೆ ಚಾಚುತ್ತಾ ಕೇಳಿದಳು.

ಈ ಅವಳಿಗಳು ತಮ್ಮ ಮನಸ್ಸಿನಲ್ಲಿ ಸಂದೇಹಗಳನ್ನು ಮರೆಮಾಡಿಕೊಳ್ಳುವುದಕ್ಕೆ ಎಡೆ

> ಎಲ್ಲರು ಅಲ್ಲಿರುವ
> ಕಲ್ಲು ಬಂಡೆಗಳನ್ನು
> ನೋಡಿದರೆ, ಈತ
> ಆ ಬಂಡೆಗಳನ್ನು
> ತೆಗೆದು ರೆಸಾರ್ಟ್ ಮಾಡಿದ.
> ಇದು ನಿಜವಾದ
> ಉದ್ಯಮಿಯ ಕೆಲಸ

ಮಾಡಿಕೊಡದೆ ತನ್ನ ಮಾತನ್ನು ಮುಂದುವರಿಸಿದ "ನಿಮಗೆ ಗೊತ್ತಿರುವ ಹಾಗೆ, ನಾನೊಬ್ಬ ಉದ್ಯಮಿ. ನಾನು ಸದಾ, ವಿಭಿನ್ನವಾದುದನ್ನು ಮತ್ತು ವಿಭಿನ್ನವಾಗಿ ಕೆಲಸವನ್ನು ಮಾಡುವ ರೀತಿಗಾಗಿ ಹುಡುಕಾಡುತ್ತಿರುತ್ತೀನಿ. ನನ್ನ ಅನುಭವದ ಕಥೆಯನ್ನು ಹೇಳುವುದಕ್ಕಿಂತ, ಬೇರೆಯ ಉದ್ಯಮಿಗಳನ್ನು ಮೆಲುಕು ಹಾಕೋಣ".

ಸಂಟುನ ತಲೆಯ ಸವರಿ "ನನಗೆ ಗೊತ್ತು ಸಂಟು, ನಾನು ಹೇಳುವ ಕಥೆಯಿಂದ ಸಂತೋಷವಾಗುತ್ತೆ ಎಂದು ನನ್ನ ಮಾತುಗಳನ್ನು ಎರಡು ಕಥೆಗಳ ಸಹಾಯದಿಂದ ವಿವರಿಸುವೆ".

"ನನ್ನ ಮೊದಲನೆ ಕಥೆ ಮಲೇಷ್ಯಾಕ್ಕೆ ಬಂದ ಒಬ್ಬ ಚೈನಾ ದೇಶದ ವ್ಯಕ್ತಿಯ ಕಥೆ. ಮಲೇಷ್ಯಾಗೆ ಬಂದು ನೆಲೆಸಿದ ಈ ವ್ಯಕ್ತಿ ಚಿಕ್ಕದಾಗಿ ಮರಗೆಲಸವನ್ನು ಆರಂಭಿಸಿ, ಅಲ್ಲಿಯ ಮಲಯಾ ಭಾಷೆಯನ್ನು ಕಲಿತುಕೊಂಡನು. ಬೇರೆಯವರೆಲ್ಲಾ ಅಲ್ಲಿನ ಬೃಹತ್ ಬಂಡೆಗಳನ್ನು ನೋಡುತ್ತಿದ್ದರೆ, ಈತ ಅವುಗಳನ್ನೆಲ್ಲಾ ತೆಗೆದು ಒಂದು ರೆಸಾರ್ಟ್ ಕಟ್ಟಿದನು".

ಐಶೀಯ ಮೇಲೆ ಕುಳಿತಿದ್ದ ಒಬ್ಬ ಪ್ರವಾಸಿಗ "ನೀವು ಯಾವುದರ ಬಗ್ಗೆ ಹೇಳುತಿದ್ದೀರ ಎಂದು ನನಗೆ ತಿಳಿದಿದೆ. ಜೆಂಟಿಂಗ್ ಐಲ್ಯಾಂಡ್ಸ್ ಅಲ್ಲವೇ? ನಾವು ಕೂಡ ಈ ಕಥೆಯನ್ನು ಕೇಳಲು ಉತ್ಸುಕರಾಗಿದ್ದೇವೆ? ನಾವು ಅಲ್ಲಿಗೆ ಹೋಗಿದ್ದೇವೆ" ಎಂದನು.

ತನ್ನ ಸಮ್ಮತಿಯನ್ನು ಸೂಚಿಸಿ, ಮುಗುಳ್ನಕ್ಕ ಲಕ್ಕಿ "ಹೌದು, ಆ ವ್ಯಕ್ತಿಯ ಹೆಸರು ಲಿಮ್ ಗೋ ಟಾಂಗ್, ಬಹುತೇಕ ಮಲ್ಲೇಷ್ಯನರು ಜೆಂಟಿಂಗ್ ಹೈ ಲ್ಯಾಂಡ್ ರೆಸಾರ್ಟ್‌ನ ಹೆಸರೊಂದಿಗೆ ಈ ವ್ಯಕ್ತಿಯನ್ನು ಗುರುತಿಸುತ್ತಾರೆ. ಈ ರೆಸಾರ್ಟ್ ನಿರ್ಮೀಸುವುದಕ್ಕಾಗಿ ಪಡಬೇಕಾಗಿದ್ದ ಶ್ರಮ ಹಾಗೂ ಅದಕ್ಕಾಗಿ ಸಂಗ್ರಹಿಸಬೇಕಾದ ಹಣ ಹಾಗೂ ಸಂಪನ್ಮೂಲಗಳ ಅಂದಾಜು ಸಹ ಎಷ್ಟೋ ಜನಕ್ಕೆ ಇಲ್ಲ. ಅದೊಂದು ಬೃಹತ್ ಕೆಲಸವಾಗಿತ್ತು".

ಮತ್ತೊಂದು ಅವಳಿಯ ಬಗ್ಗೆ ತಿಳಿದುಕೊಳ್ಳಲು ಸಿಕ್ಕ ಅವಕಾಶದಿಂದ ಉತ್ಸಾಹದಿಂದ ಕಾಡಿನೊಳಗೆ ನಡೆಯುತ್ತಿದ್ದ ಸಂಟು ಮತ್ತು ಐಶೀ ತಮ್ಮ ಕಿವಿ ನೆವರಿಸಿಕೊಂಡು ಕೇಳಲಾರಂಭಿಸಿದರು. ಪಕ್ಕದಲ್ಲಿದ್ದ ಪ್ರವಾಸಿಗರು ಸಹ ತನ್ನ ಮಾತು ಕೇಳಲು ಕಾಯುತ್ತಿದ್ದಾರೆ ಎಂದು ಲಕ್ಕಿಗೆ ಖಾತರಿಯಾಯಿತು.

"ಒಂದು ಪ್ರಸಿದ್ಧವಾದ ರೆಸಾರ್ಟ್‌ನ ಹೈಡ್ರೋ ಎಲೆಕ್ಟ್ರಿಕ್ ಪವರ್ ಪ್ರಾಜೆಕ್ಟ್‌ನಲ್ಲಿ ಕೆಲಸ ಮಾಡುತ್ತಿರುವಾಗ ಲಿಮ್‌ಗೆ ಈ ಉಪಾಯ ಹೊಳೆಯಿತು. ದಟ್ಟವಾದ ದಂಡಕಾರಣ್ಯದ ಮಧ್ಯದಲ್ಲಿದ್ದ ಒಂದು ಬೆಟ್ಟವನ್ನು ಉನ್ನತಮಟ್ಟದ ರೆಸಾರ್ಟ್ ಆಗಿ ಮಾರ್ಪಾಡುಮಾಡುವುದು ಒಂದು ಅಸಾಧ್ಯವಾದ ಕಾಯಕವೇ ಸರಿ. ಆದರೆ, ಲಿಮ್‌ಗೆ ಎಂದೂ ಹಾಗೆ

ಉತ್ಸಾಹ ಹಾಗೂ ಸ್ಫೂರ್ತಿಯಿಂದ ಕೂಡಿದ ಯುವಜನತೆ ಕೈ ಜೋಡಿಸಿದರೆ, ಅನಿಮಿಯಿತ ಗೆಲುವು ನಿಶ್ಚಿತ.

ಅನ್ನಿಸಲಿಲ್ಲ. ಈ ಕ್ಲಿಷ್ಟಕರ ಕೆಲಸವನ್ನು ಒಂದು ತಾಂತ್ರಿಕ ಹಾಗೂ ಕಟ್ಟಡ ನಿರ್ಮಾಣ ತಂತ್ರಜ್ಞಾನ ತಂಡ ಎತ್ತಿಕೊಂಡಿತು. ಈ ನಿರ್ಮಾಣ ಕಾರ್ಯ 4 ವರ್ಷದಾಗಿತ್ತು. ನಿರ್ಮಾಣ ಕಾರ್ಯಕ್ಕೆ ಯಾವುದೇ ಅಡೆ ತಡೆ ಬರದಂತೆ ಸರಾಗವಾಗಿ ನಡೆಯಲು ಅನುಕೂಲವಾಗುವಂತೆ ಮಾಡಲು, ಲಿಮ್ ತನ್ನಲ್ಲಿದ್ದ ಎಲ್ಲಾ ಹಣ, ಐಶ್ವರ್ಯಗಳನ್ನು ಇದಕ್ಕಾಗಿ ಮುದುಪಾಗಿಟ್ಟಿದ್ದನು. ಅಷ್ಟೇ ಅಲ್ಲದೇ, ತನ್ನ ಕುಟುಂಬದ ಸಂಪನ್ಮೂಲಗಳನ್ನು ಸಹ ತನ್ನ ಕನಸಿನ ರೆಸಾರ್ಟ್ ಕಟ್ಟಲು

ಮೀಸಲಾಗಿರಿಸಿದ್ದನು. ಒಬ್ಬ ಖಾಸಗಿ ವ್ಯಕ್ತಿ ಇಷ್ಟೆಲ್ಲಾ ಶ್ರಮವಹಿಸಿ, ಸಂಪನ್ಮೂಲಗಳನ್ನು ಒಗ್ಗೂಡಿಸಿ ಮಲೇಷ್ಯಾದ ಜನರಿಗಾಗಿ ಪರ್ವತದಲ್ಲಿ ರೆಸಾರ್ಟ್ ನಿರ್ಮಿಸುತ್ತಿದ್ದನ್ನು ನೋಡಿ ಅಂದಿನ ಪ್ರಧಾನಮಂತ್ರಿ ಅತ್ಯಂತ ಪ್ರಸನ್ನರಾಗಿ, ಗೇಮಿಂಗ್ ಲೈಸನ್ಸ್ ಅನ್ನು ನೀಡಲು ಆದೇಶವಿತ್ತರು. 1971 ರಲ್ಲಿ ಜೆಂಟಿಂಗ್ ಹೈಲ್ಯಾಂಡ್‌ನ ಮೊದಲ ಹೋಟೆಲ್ ಯಶಸ್ವಿಯಾಗಿ ಪೂರ್ಣಗೊಳಿಸಿ ಹಾಗೂ ಆ ಹೋಟೆಲ್‌ನ್ನು ಹೈಲ್ಯಾಂಡ್ಸ್ ಹೋಟೆಲ್ ಎಂದು ನಾಮಕರಣ ಮಾಡಲಾಗಿತ್ತು. ಇಂದು ಅದರ ಹೆಸರು ಥೀಮ್ಸ್ ಪಾರ್ಕ್ ಹೋಟೆಲ್ ಎಂದು ಮರು ನಾಮಕರಣ ಮಾಡಲಾಗಿದೆ. ಇದು ಒಂದು ಕಾಲದಲ್ಲಿ ಕಾರ್ಪೆಂಟರ್ ಆಗಿ ಕೆಲಸ ಮಾಡುತ್ತಿದ್ದವ ವಿಭಿನ್ನವಾಗಿರುವಂತಹದು ಏನಾದರೂ ಮಾಡಬೇಕು ಎಂಬ ಮಹತ್ವಾಕಾಂಕ್ಷೆ ಇಟ್ಟುಕೊಂಡು ದೃಢ ನಿರ್ಧಾರ ಮಾಡಿ, ತನ್ನ ಕನಸನ್ನು ಆಲೋಚನೆಯನ್ನು ಕಾರ್ಯಗತಗೊಳಿಸಿದ ಕಥೆ".

ಅವನು ಕಥೆ ಮುಗಿಸಿದ ಕ್ಷಣ 4 ಜಪಾನಿನ ಯಾತ್ರಿಕರು ಕರತಾಡನದೊಂದಿಗೆ ತಮ್ಮ ಪ್ರಶಂಸೆ ವ್ಯಕ್ತಿಪಡಿಸಿದರು. ಅವರಲ್ಲಿ ಒಬ್ಬ, ಸಂಟುನ ಮೇಲೆ ಕುಳಿತಿದ್ದ ಲಕ್ಕಿಯ ಫೋಟೋ ತೆಗೆದುಕೊಳ್ಳಲಾರಂಭಿಸಿದನು. ಈ ಗಜಗಳು ಏನಾದರೂ ಹೇಳುವ ಮೊದಲೆ ಯಾತ್ರಿಕರ ತಂಡದ ನಾಯಕ, ಲಕ್ಕಿ ಎರಡನೇ ಕಥೆ ಹೇಳುವಂತೆ ಕಾಡಲಾರಂಭಿಸಿದನು. "ವಿಭಿನ್ನವಾಗಿ ಕೆಲಸ ಮಾಡಿದ ಇನ್ನೊಂದು ಕಥೆ ಯಾವುದು?" ಎಂದು ಕೇಳಿದನು.

ತಾನು ಕುಳಿತಿರುವ ಭಂಗಿಯನ್ನು ಸರಿಪಡಿಸಿಕೊಂಡು ಆರಾಮಾಗಿ ಕುಳಿತುಕೊಳ್ಳುತ್ತಾ ತನ್ನ ದಣಿದ ಗಂಟಲನ್ನು ನೀರಿನಿಂದ ನೆನಸಿಕೊಂಡು, ತನ್ನ ಮಾತನ್ನು ಮುಂದುವರಿಸಿದನು.

"ನನ್ನ ಮುಂದಿನ ಕಥೆ ಹಿಂದಿನ ಕಥೆಯಂತೆ, ನಮ್ಮೆಲ್ಲರಿಗೂ ಪರಿಚಿತವಾಗಿರುವ ಒಬ್ಬ ವ್ಯಕ್ತಿಯ ಬಗ್ಗೆ. ಈ ಕಥೆ ಸಂಗೀತ ಕ್ಷೇತ್ರದಲ್ಲಿ ಒಂದು ಕ್ರಾಂತಿ ಮಾಡಿದ ಒಂದು ವಸ್ತುವಿನ ಬಗ್ಗೆ. ನಂತರ ಆ ವಸ್ತು ಮನೆ ಮಾತಾದ ಕಥೆ. ಊಹೆ ಮಾಡಿ? ಏನು?"

ಕುತೂಹಲದಿಂದ "ಆಪಲ್‌ನ ಐಪಾಡ್" ಎಂದು ಕೂಗಿ ಹೇಳಿದನು, ಸಂಟು. ತಪ್ಪು ಎನ್ನುವಂತೆ ಕತ್ತನ್ನು ತೂಗಿದನು ಲಕ್ಕಿ. ಪ್ರವಾಸಿಗರಲ್ಲಿ ಒಬ್ಬ ನಗುತ್ತಾ "ಅಫ್‌ಕೋರ್ಸ್ ಸೋನಿ" ಎಂದನು.

"ಸರಿಯಾದ ಉತ್ತರ ಸೋನಿ" ಎಂದನು ಲಕ್ಕಿ. "ಇಂದು, ಅದು ಸೋನಿ ಕಾರ್ಪೋರೇಷನ್ ಎಂದು ಪ್ರಸಿದ್ಧಿಯಾಗಿದೆ. ಈ ಕಥೆ, ಪ್ರಪಂಚದ ಎರಡನೇ ಮಹಾಯುದ್ಧದನಂತರ ಪಾಳು ಬಿದ್ದಿದ್ದ ಜಪಾನ್‌ನಲ್ಲಿ ಪ್ರಾರಂಭವಾಯಿತು. ಒಂದು ಪಾಳು ಬಿದ್ದಿದ್ದ ಹಳೆಯ ಗೋದಾಮಿನಲ್ಲಿ 19000 ಯೆನ್‌ನೊಂದಿಗೆ ಮಸಾರು ಇಬುಕಾ ಮತ್ತು ಅಕಿಯೋ ಮೊರಿಟಾ ಈ ಸಂಸ್ಥೆಯನ್ನು 20 ಇಂಜಿನಿಯರ್ ರೊಂದಿಗೆ ಸ್ಥಾಪಿಸಿದರು. ಸ್ಥಾಪನೆಯಾದಾಗ ಈ ಇಂಜಿನಿಯರ್ ಗಳನ್ನು ಹೇಗೆ

ಬಳಸಿಕೊಳ್ಳಬೇಕು, ಹೇಗೆ ಆರಂಭಿಸಬೇಕು ಎಂಬುದೂ ಸಹ ತಿಳಿದ್ದಿರಲಿಲ್ಲ. ಆದರೆ ಒಂದು ಗುರಿ ಮಾತ್ರ ನಿಶ್ಚಯವಾಗಿತ್ತು. ಕಮ್ಯೂನಿಕೇಷನ್ ಎಕ್ಯೂಪ್ಮೆಂಟ್ ಅಂದರೆ ಸಂಪರ್ಕ ಸಾಧನಗಳ ಉತ್ಪಾದನೆಯ ಜ್ಞಾನ ಹಾಗೂ ಅನುಭವವನ್ನು ಉಪಯೋಗಿಸಿ ಕೊಂಡು ಏನಾದರೂ ದೊಡ್ಡದಾದುದನ್ನು ಜೀವನದಲ್ಲಿ ಸಾಧಿಸಬೇಕು ಎಂಬುದು. ಅವರ ಕಂಪನಿಯ ಹೆಸರು ಜಪಾನೀಯ ಭಾಷೆಯಲ್ಲಿದ್ದು, ಉಚ್ಚರಿಸಲು ಕ್ಲಿಷ್ಟಕರವಾದುದಾಗಿತ್ತು. ಹಾಗಾಗಿ, ಅವರು ತಮ್ಮ ನಂಬಿಕೆಗೆ ಹೊಂದಿಕೊಳ್ಳುವಂತಹ ಹೆಸರನ್ನು ಕೊಟ್ಟರು. ಸೋನಿ ಎಂಬ ಹೆಸರಿನಲ್ಲಿ ಎರಡು ವಿಷಯಗಳ ಸೇರಿತ್ತು. ಮೊದಲನೆಯದು, ಲ್ಯಾಟಿನ್ ಪದ, ಸೋನಸ್ ಎಂದರೆ ಸೌಂಡ್ ಹಾಗೂ ಸೋನು ಪದಗಳ ಮೂಲಪದ. ಎರಡನೆಯದು, ಸೊನ್ನಿ ಬಾಯ್ ಎಂದರೆ ಲವಲವಿಕೆಯಿಂದ ಕೂಡಿದ ಯುವಕನನ್ನು ವರ್ಣಿಸುವ ಪದ. ಉತ್ಸಾಹ ಮತ್ತು ಲವಲವಿಕೆಯಿಂದ ಕೂಡಿದ ಯುವಕರ ತಂಡದಿಂದ ಆರಂಭವಾದ ಕಂಪನಿಗೆ ಇದು ಹೇಳಿ ಮಾಡಿಸಿದ ಹೆಸರಾಗಿತ್ತು".

"ಹಲವು ವರ್ಷಗಳ ನಂತರ, ವಿಷಮ ಪರಿಸ್ಥಿತಿಯಲ್ಲೂ ಸಹ ಈ ಇಬ್ಬರು ಸಂಸ್ಥಾಪಕರು ತಮ್ಮ ಉತ್ಸಾಹ ಹಾಗೂ ತಂತ್ರಜ್ಞಾನಕ್ಕೆ ಇರುವ ಪ್ರಾಧಾನ್ಯತೆಯನ್ನು ಬಿಡದೆ ತೋರಿಸುತ್ತಿದ್ದ ರೀತಿ ಸ್ಫೂರ್ತಿದಾಯಕವಾಗಿತ್ತು. ಮ್ಯಾಗ್ನೆಟಿಕ್ ಟೇಪ್‌ಗಳ ಮೇಲೆ ಶಬ್ದವನ್ನು ರೆಕಾರ್ಡ್ ಮಾಡುತ್ತಿದ್ದರು. ವಿಭಿನ್ನವಾದುದನ್ನು ಮಾಡಬೇಕು ಎಂಬ ಹಂಬಲದಿಂದ ಸ್ಥಾಪಿಸಿದ ಸಂಸ್ಥೆಯ ಮುಖ್ಯವಾದ ಮೈಲಿಗಲ್ಲು ಇದಾಯಿತು".

ನಿಟ್ಟುಸಿರನ್ನು ಬಿಡುತ್ತಾ, ಸಂಟು "ವಾವ್! ಇದು ದೀರ್ಘವಾದ ಕಥೆ" ಎಂದನು. ತಾನು ಇನ್ನ ಕಥೆ ಮುಗಿಸಿಲ್ಲ ಎನ್ನುತ್ತಾ ಲಕ್ಕಿ ತನ್ನ ಕಥೆಯನ್ನು ಮುಂದುವರೆಸಿದನು.

"ಹಲವು ನೋಬಲ್ ಪ್ರಶಸ್ತಿ ಪುರಸ್ಕೃತರನ್ನು ಹೊರತಂದ ಬೆಲ್ ಲ್ಯಾಬ್ಸ್, (ಎಟಿ & ಟಿ) ಸಂಸ್ಥೆಯೂ ಟ್ರಾನ್ಸಿಸ್ಟರ್ ಗಳನ್ನು ಕಂಡು ಹಿಡಿದ್ದಿತ್ತು. ಟ್ರಾನ್ಸಿಸ್ಟರ್ ಗಳು ವಾಕ್ಯೂಮ್ ಟ್ಯೂಬ್ಸ್ ಅಥವಾ ವಾಕ್ಯೂಮ್ ವಾಲ್ಸ್ ಗಳ ಬದಲಾಗಿ ಉಪಯೋಗಿಸಬಹುದು ಎಂದು ನಂಬಲಾಗಿತ್ತು. ಆದರೆ, ಈ ಆವಿಷ್ಕರವನ್ನಾಗಲೀ ಅಥವಾ ಟ್ರಾನ್ಸಿಸ್ಟರ್ ಗಳನ್ನಾಗಲಿ ಮಾಧ್ಯಮದವರು ನಿರ್ಲಕ್ಷಿಸಿದರು. ಯಾವುದೇ ರೀತಿಯ ಪ್ರಚಾರವನ್ನು ಕೊಡಲಿಲ್ಲ ಹಾಗೂ ಈ ಟ್ರಾನ್ಸಿಸ್ಟರ್ ಅಂದಿನ ಮಾರುಕಟ್ಟೆಯ ಪರಿಸ್ಥಿತಿಗೆ ಉಚಿತವಾದುದ್ದಲ್ಲ ಎಂದು ಹೇಳಲಾಯಿತು. ಆ ಸಮಯಕ್ಕೆ ಟ್ರಾನ್ಸಿಸ್ಟರ್ ಗಳು ಮಿಲ್ಟಿಯಲ್ಲಿ ಬಳಕೆಯಲ್ಲಿ ಇದ್ದರೂ ಸಹ, ಈ ರೀತಿಯ ತೀರ್ಮಾನಕ್ಕೆ ಬರಲಾಯಿತು.

ಈ ಟ್ರಾನ್ಸಿಸ್ಟರ್ ಬಗ್ಗೆ ಮಾಧ್ಯಮಗಳಲ್ಲಿ ಓದಿದ ಅಕಿಯೋ ಅಮೇರಿಕಾಗೆ ಹೋಗಿ ಬೆಲ್ ಲ್ಯಾಬ್ಸ್‌ರವರಿಂದ ಟ್ರಾನ್ಸಿಸ್ಟರ್ ತಯಾರಿಸಲು ಹೊಸ ಪರವಾನಗಿಯನ್ನು ತೆಗೆದುಕೊಂಡನು.

ಈ ಪರವಾನಗಿ ಅವನಿಗೆ ಕಡಿಮೆ ಬೆಲೆಯಲ್ಲಿ ಲಭ್ಯವಾಯಿತು. ಎರಡು ವರ್ಷಗಳ ನಂತರ, ಸೋನಿ ಕಂಪನಿ ರೇಡಿಯೋ ಮಾರುಕಟ್ಟೆಯನ್ನೆ ಬದಲಾಯಿಸಿತು.

1957 ರಲ್ಲಿ ಬಂದ ಟ್ರಾನ್ಸಿಸ್ಟರ್ ರೇಡಿಯೋಗಳು ಹಿಂದಿನ ಟೇಬಲ್ ಮಾಡಲ್ ವಾಲ್ಟ್ ರೇಡಿಯೋಗಳಿಗಿಂತ ಹಗುರವಾಗಿದ್ದು, ಬೆಲೆ ಕೂಡ ಕಡಿಮೆಯಾಗಿತ್ತಲ್ಲದೆ, ಟ್ರಾನ್ಸಿಸ್ಟರ್ ರೇಡಿಯೋಗಳು ಎತ್ತಿಕೊಂಡು ಓಡಾಡುವಂತಹದಾಗಿತ್ತು. ಇಂತಹ ಲಾಭಗಳು ಇರುವ ಟ್ರಾನ್ಸಿಸ್ಟರ್ ರೇಡಿಯೋ ಸೋನಿ ಬ್ರಾಂಡ್‌ನಡಿ ಬಿಡುಗಡೆ ಮಾಡಲಾಯಿತು. ಈ ರೇಡಿಯೋಗಳು ಅಮೇರಿಕೆಯ ಮಾರುಕಟ್ಟೆಯನ್ನು ಚಂಡಮಾರುತದಂತೆ ಆವರಿಸಿ, ಪ್ರಪಂಚದ ಮಾರುಕಟ್ಟೆಯಲ್ಲಿ ಏಕಸ್ವಾಮ್ಯತೆಯನ್ನು ಸಾಧಿಸಿತು. ಅಕಿಯೋ ಒಬ್ಬ ಚಾಣಾಕ್ಷ ಬಿಸಿನೆಸ್ ಮ್ಯಾನ್ ಆಗಿದ್ದ. ಅವಕಾಶ ಕಂಡೊಡನೆ ಚುರುಕಾಗಿ ಹೆಜ್ಜೆ ಇಟ್ಟು, ವಿದೇಶಿ ಮಾರುಕಟ್ಟೆಯಲ್ಲಿ ಟ್ರಾನ್ಸಿಸ್ಟರ್ ಗಳ ಸಮೂಹ ಉತ್ಪಾದನೆಯ ಮೇಲೆ ಹಿಡಿತ ಸಾಧಿಸಿದನು.

ಅಕಿಯೋಗೆ ತನ್ನ ವಿಮಾನಯಾನದ ಸಮಯದಲ್ಲಿ ಒಪೇರಾಗಳನ್ನು ಕೇಳುವ ಅಭ್ಯಾಸವಿತ್ತು. ತನ್ನ ಸಂಸ್ಥೆಯಲ್ಲಿದ್ದ ಇಂಜಿನಿಯರ್ ಒಬ್ಬರಿಗೆ ತನ್ನ ಒಪೇರಾಗಳನ್ನು ಕೇಳಲು ಒಂದು ಸೌಂಡ್ ರೆಕಾರ್ಡ್ ಹಾಗೂ ಇನ್‌ಬಿಲ್ಟ್ ಸ್ಪೀಕರ್ ಇರುವ ಸಾಧನ ಡಿಸೈನ್ ಮಾಡಲು ಹೇಳಿದನು. ಇದು ಮುಂದೆ ಏನಾಯಿತು ಅಂತ ನಿಮಗೆ ಗೊತ್ತೆ?"

"ದಿ ಸೋನಿ ವಾಕ್‌ಮನ್" ಎಂದು ಒಮ್ಮತದಿಂದ ಕೂಗಿತು ಗುಂಪು. ಸಂತೋಷದಿಂದ ನಗುತ್ತಾ ಲಕ್ಕಿ ಹೇಳಿದ. "ಹೌದು, ವಾಕ್‌ಮನ್ ಅನ್ನು ಜಪಾನಿನ ಮಾರುಕಟ್ಟೆಯಲ್ಲಿ ಅಷ್ಟೆಯಲ್ಲದೆ, ಪ್ರಪಂಚಾದ್ಯಂತ ಸೋನಿ ಕಂಪನಿಯನ್ನು ಮುಂಚೂಣಿಗೆ ತಳ್ಳಿತಲ್ಲದೆ, ಹಿಂದೆಂದು ಕಾಣದ ಯಶಸ್ಸನ್ನು ತಂದುಕೊಟ್ಟಿತು. ಬೆಲ್ ಕಂಪನಿಯಿಂದ ಖರೀದಿಸಿದ ಟ್ರಾನ್ಸಿಸ್ಟರ್ ಲೈಸೆನ್ಸ್ ವಾಕ್‌ಮನ್ ಮಾಡಲು ಪ್ರೇರಣೆಯಾಯಿತು. ಸೋನಿ ಕಂಪನಿ ವಿಭಿನ್ನವಾಗಿ ಕೆಲಸ ಮಾಡಿ, ತನ್ನ ಕ್ಷೇತ್ರದಲ್ಲಿ ಮುಂದಾಳಾಗಿರಲು ಸಾಧ್ಯವಾಯಿತು. ನನ್ನ ಈ ಮಾತನ್ನು ಮುಗಿಸುವ ಮುಂಚೆ ನಾನು ಸಂಟುನನ್ನು ಅಭಿನಂದಿಸಲು ಇಚ್ಛಿಸುತ್ತೇನೆ. ಸೋನಿಯ ವಾಕ್‌ಮಾನ್ ಆಧಾರದ ಮೇಲೆ, ಅಭಿವೃದ್ಧಿ ಮಾಡಿದ ಐ ಪಾಡ್ ಕೂಡ ಒಂದು ಅವಿಷ್ಕಾರಿ ಉಪಕರಣ. ಇದರ ಮೂಲಕ ಆಪಲ್ ತಾನು ಕೂಡ ವಿಭಿನ್ನವಾದುದನ್ನು ಮಾಡಬಹುದು ಎಂದು ಸಾರಿತು. ಐ ಪಾಡ್‌ನ ಮುಂದುವರಿದ ಭಾಗ ಇಂದಿನ ಐ ಪ್ಯಾಡ್. ಈ ರೀತಿಯ ಅವಿಷ್ಕಾರಿ ಉಪಕರಣಗಳು ಬಳಕೆದಾರರಿಗೆ ಉತ್ತಮವಾದ, ಅನುಕೂಲವಾದ ಅನುಭವ ನೀಡುವುದರಿಂದಲೇ ಆಪಲ್ ಸಂಸ್ಥೆ ಇಂದು ಮಾರುಕಟೆಯಲ್ಲಿ ಆಧಿನಾಯಕನಾಗಲು ಸಾಧ್ಯವಾಯಿತು. ಹಾಗೆಯೆ, ಸ್ಟೀವ್ ಜಾಬ್ಸ್‌ನನ್ನು ಆವಿಷ್ಕಾರದ ನಾಯಕ ಎಂದು ಜನ ಗುರುತಿಸುತ್ತಾರೆ. ಅವರು, ವಿಭಿನ್ನವಾಗಿ ಮಾಡುವುದಲ್ಲೇ ವಿಭಿನ್ನವಾಗಿ ಆಲೋಚನೆ ಮಾಡುವುದಕ್ಕೆ ಉದಾಹರಣೆ. ಹಾಗಾಗಿಯೇ ಅವರನ್ನು ಈಗಿನ ದಿನಗಳಲ್ಲಿ ನಾವು ಕಂಡ ಅತ್ಯುತ್ತಮ ಉದ್ಯಮಿ ಎಂದು ಹೇಳಿರುವುದು ಸರಿಯಾಗಿದೆ" ಎನ್ನುತ್ತಾನೆ ಲಕ್ಕಿ.

ಅಷ್ಟು ಹೊತ್ತಿಗೆ ಅವರೆಲ್ಲ ಪ್ರವಾಸಿಧಾಮದ ಬಳಿ ಬಂದು ತಲುಪಿದರು. ತಾವು ಬಂದು ತಲುಪಿದರ ಸೂಚನೆಯಂತೆ ಸಂಟು ತನ್ನ ಸೊಂಡಿಲನ್ನು ಎತ್ತಿ ಸದ್ದು ಮಾಡಿದನು.

ಏಶೀಯ ಮೇಲಿಂದ ಇಳಿದ ಜಪಾನೀಯ ಪ್ರವಾಸಿಗರು, ಅರಿಗಾತೋ (ಧನ್ಯವಾದ) ಎಂದು ಹೇಳಿ ಲಕ್ಕಿ, ಸಂಟು ಮತ್ತು ಏಶೀಯ ಮುಂದೆ ಬಾಗಿ ನಮಸ್ಕರಿಸಿದರು. ಅವರು ತಮ್ಮ ಕಾಟೇಜ್ನ್ನು ತಲುಪುವುದರೊಳಗೆ ಗುಂಪಿನಲ್ಲಿದ್ದ ಒಬ್ಬ ಪುರುಷ ಓಡಿ ಬಂದು, ಲಕ್ಕಿಯ ಕೈ ಕುಲುಕಿ ತಪ್ಪೊಪ್ಪಿಕೊಂಡು, "ನಾನು ಎಂದೂ ವಿಭಿನ್ನವಾದ ಕ್ರಿಯೆಗಳನ್ನು ಮಾಡುವುದರಲ್ಲಿ ನಂಬಿಕೆಯೇ ಇಟ್ಟಿರಲಿಲ್ಲ. ಆದರೆ, ನೀವು ಕಥೆ ಹೇಳಿದ ರೀತಿ ಹಾಗೂ ಕೊಟ್ಟ ಉದಾಹರಣೆಗಳು ನನ್ನ ಆಲೋಚನೆಯನ್ನೇ ಬದಲಾಯಿಸಿತು. ಸಾಧ್ಯವಾದರೆ ಇದರ ಬಗ್ಗೆ ನನಗೆ ಹೆಚ್ಚು ಬರೆದು ತಿಳಿಸಿ, ನನಗೆ ಉಪಯೋಗವಾಗುತ್ತದೆ. ನಮ್ಮ ಭಾರತೀಯ ಉಡುಗೊರೆ ಮತ್ತು ಇತರ ಸಾಮಗ್ರಿಗಳೊಂದಿಗೆ ನಿಮ್ಮ ಕಥೆಗಳನ್ನು ಸಹ ತೆಗೆದುಕೊಂಡು ಹೋಗುತ್ತೇನೆ" ಎಂದನು.

ಏಶೀ ಕೂಡ ತನ್ನ ಪ್ರಶಂಸೆಯನ್ನು ತಿಳಿಸುತ್ತಾ "ಥ್ಯಾಂಕ್ಯೂ ಸಂಟು, ಆರಂಭದಲ್ಲಿ ನನಗೂ ಇದರಲ್ಲಿ ನಂಬಿಕೆ ಇರಲಿಲ್ಲ. ಆದರೆ ಈಗ ವಿಭಿನ್ನವಾಗಿ ಮಾಡುವುದು ಹಾಗೂ ವಿಭಿನ್ನವಾದುದನ್ನು ಮಾಡುವುದು, ಒಂದೇ ನಾಣ್ಯದ ಎರಡು ಮುಖಗಳು ಎಂದನ್ನಿಸುತ್ತದೆ".

ತುಂಬಾ ಹೊತ್ತು ಸುಮ್ಮನಿರಲಾಗದ ಸಂಟು ಓಡಿ ಬಂದು "ನಾನು ಇದರ ಸಾರಾಂಶ ಹೇಳುತ್ತೇನೆ". ಎಂದನು. "ಉದ್ಯಮಿಗಳು ಹಿಂಬಾಲಕರಲ್ಲ, ಅವರು ಟ್ರೆಂಡ್ ಸೆಟ್ಟರ್ಸ್. ತಮ್ಮದೇ ಆದ ದಾರಿ ನಿರ್ಮಿಸುವವರು, ವಿಭಿನ್ನವಾದುದನ್ನು ಮಾಡುತ್ತಾರೆ. ಅವರು ವಿರಳವಾಗಿ ಆರಿಸಿದ ದಾರಿಯನ್ನು ತಮ್ಮದಾಗಿಸಿಕೊಳ್ಳುತ್ತಾರೆ. ಬಹಳ ಸಲ ಯಾರು ನಡೆದಾಡಿರದ ದಾರಿಯನ್ನು ಆರಿಸಿಕೊಳ್ಳುತ್ತಾರೆ. ನಮ್ಮ ಇಂದಿನ ಪಯಣದಂತೆ, ಇದು ನಾಯಕತ್ವದ ಗುಣಲಕ್ಷಣ ಕೂಡ. ವಿಭಿನ್ನವಾದುದನ್ನು ಮಾಡುವುದು. ಆವಿಷ್ಕಾರಕ್ಕೆ ವಿನೂತನಕ್ಕೆ ಎಡೆ ಮಾಡಿಕೊಡುವುದು. ಅಂದರೆ ಪ್ರಗತಿಪರ ಆವಿಷ್ಕಾರ. ಅದೇ ರೀತಿ ವಿಭಿನ್ನವಾಗಿ ಮಾಡುವುದು ಕೂಡ ಮುಖ್ಯ. ಏಕೆಂದರೆ, ಅದು ಕಾರ್ಯದಕ್ಷತೆಯನ್ನು ಹೆಚ್ಚಿಸುತ್ತದೆ. ಅಂದರೆ, ಉತ್ತಮವಾದ ಫಲಿತಾಂಶವನ್ನು ನೀಡುತ್ತದೆ. ಅಂದರೆ ಅದು ಇಂಕ್ರಿಮೆಂಟಲ್ ಇನ್ನೋವೇಷನ್ ಅಂದರೆ ಹೆಚ್ಚುವರಿ ಆವಿಷ್ಕಾರ".

ಮುಗುಳ್ನಗುತ್ತಾ ಲಕ್ಕಿ "ವಿಭಿನ್ನವಾದುದನ್ನು ಮಾಡುವುದರಿಂದ ಉದ್ಯಮಿಗೆ ಒಂದು ಉತ್ತಮ ಆರಂಭಸಿಗುತ್ತದೆ. ಅದನ್ನು ಮುಂದುವರಿಸಿಕೊಂಡು, ನಾಯಕತ್ವವನ್ನು ವಹಿಸಿ ವಿಭಿನ್ನವಾಗಿ ಮಾಡುವುದನ್ನು ಅಳವಡಿಸಿಕೊಳ್ಳಬೇಕು. ಇದು ಕೇವಲ ಉದ್ಯಮಿಗಳಿಗೆ ಮಾತ್ರ ಸೀಮಿತವಲ್ಲ. ಎಲ್ಲರಿಗೂ ಅನ್ವಯವಾಗುತ್ತೆ. ಎವೆರಿ ಒನ್ ಕ್ಯಾನ್ ಅಂಡ್ ಶುಡ್ ಡೂ ದಿಸ್".

ತನ್ನ ಕಾಲನ್ನು ಜೋರಾಗಿ ಹೊದ್ದು "ಯೆಸ್, ಐ ಕ್ಯಾನ್" ಎಂದು ಕೂಗಿದನು ಸಂಟು. "ಹೌದು ನಾವು ಮಾಡಬಲ್ಲೆವು" ಎಂದು ಜೊತೆಗೂಡಿದಳು ಐಶೀ. "ಈಗ ನಾವು ಹೊರಡೋಣ. ಕತ್ತಲೆಯಾಗುತ್ತಿದೆ. ಅಮ್ಮ ಗಾಬರಿಗೊಂಡಾಳು. ಈ ದಿನ ಸಾಹಸ ಭರಿತವಾದ ದಿನವಾಗಿತ್ತು.

"ನೀವು ನಿಮ್ಮ ತಾಯಿಗೆ ಇಂದಿನ ಪ್ರಯಾಣದ ಬಗ್ಗೆ ತಿಳಿಸಿಲ್ಲವೇ" ಎಂದು ಕೇಳಿದ ಲಕ್ಕಿ ಕಾಳಜಿಯಿಂದ. ಲಕ್ಕಿಯ ಖಡಕ್ ಧ್ವನಿಯನ್ನು ಕೇಳಿ ಹೆದರಿದ ಸಂಟು, ತಮ್ಮನ್ನು ಸಮರ್ಥಿಸಿಕೊಳ್ಳುತ್ತಾ "ನಾವು ಇಷ್ಟು ತಡವಾಗುತ್ತೆ ಎಂದು ಎಣಿಸಿರಲಿಲ್ಲ" ಎಂದನು.

"ಕೆಲವೊಂದು ವಿಷಯಗಳು ಎಂದು ಬದಲಾಗಬಾರದು. ಅದರಲ್ಲಿ ನಮ್ಮ ಪ್ರೀತಿಪಾತ್ರರಾದವರಿಗೆ ನಮ್ಮ ಓಡಾಟಗಳ ಬಗ್ಗೆ ತಿಳಿಸುವುದು ಕೂಡ ಒಂದು" ಎಂದುತ್ತರಿಸಿದನು.

ಇದರೊಂದಿಗೆ ಮೂವರು ತಮ್ಮ ತಮ್ಮ ಮನೆಗಳ ಕಡೆಗೆ ನಡೆದರು.

ಮನನ ಮಾಡಲು ವಿಚಾರ

- ನೀವು ನಿಮ್ಮ ಜೀವನದಲ್ಲಿ ವಿಭಿನ್ನವಾಗಿ ಮಾಡಿದ ಯಾವುದಾರೊಂದು ಪ್ರಸಂಗವನ್ನು ನೆನಪು ಮಾಡಿಕೊಳ್ಳಿ ಹಾಗೂ ಅದರ ಅಂತಿಮ ಫಲಿತಾಂಶ ಏನು?

- ಈಗ, ನೀವು ನಿಮಗೆ ಸಂಪೂರ್ಣವಾಗಿ ಹೊಸದೆನ್ನಿಸುವಂತಹ ಕೆಲಸವನ್ನು ಮಾಡಿದ್ದೀರಿ? ಅದರ ಫಲಿತಾಂಶವೇನು?

- ವಿಭಿನ್ನವಾದುದನ್ನು ಮಾಡುವುದು ಹಾಗೂ ವಿಭಿನ್ನವಾಗಿ ಮಾಡುವುದು ಯಶಸ್ವಿ ವ್ಯಕ್ತಿಗಳ ಅವಶ್ಯ ಗುಣಗಳೆಂದು ನೀವು ನಂಬುತ್ತೀರಾ? ಇವೆರಡಕ್ಕೂ ನೀವು ಯಾವ ಉದಾಹರಣೆಯನ್ನು ನೀಡುತ್ತೀರಾ?

ಪರಿಶ್ರಮ ಹಾಗೂ ಚತುರತೆಯ
ಸಂಯೋಜನೆಯೇ ಪರಿಣಾಮಕಾರಿತ್ವ ಕಾರ್ಯ

– ರಾಬರ್ಟ್ ಹಾಫ್

ಪರಿಶ್ರಮ ಮತ್ತು ಚತುರತೆ ಕಷ್ಟಕರವಾದ ಕೆಲಸ ಹಾಗೂ ಚಾಣಾಕ್ಷತನದ ಕೆಲಸ

ಪರಿಶ್ರಮ ಮತ್ತು ಚತುರತೆ

ಪರಿಶ್ರಮ ಮತ್ತು ಚತುರತೆ

ಅದೊಂದು ದೀರ್ಘವಾದ ದಿನವಾಗಿತ್ತು. ಹಾಗೂ ಗಜಮರಿಗಳು ಬಹಳ ದಣಿದಿದ್ದವು. "ಅಬ್ಬಾ! ತುಂಬಾ ಕೆಲಸ ಕೆಲವೊಮ್ಮೆ ಈ ಕೆಲಸಕ್ಕೆ ಕೊನೆಯೇ ಇರುವುದಿಲ್ಲ". ಎಂದು ಬೇಸರದಿಂದ ಹೇಳಿದ ಸಂಟು.

"ನಿಜ, ಇದಕ್ಕೆ ಕೊನೆಯೇ ಇಲ್ಲ. ಆದಕ್ಕೆ, ನಾವು ಈ ಸಂವಾದವನ್ನು ಮಾಡುತ್ತಿದ್ದೇವೆ" ಎಂದಳು, ಐಶೀ.

"ಅಂದರೆ, ಲಕ್ಕಿಗೆ ಹೇಳಬಾರದು ಎಂದಿರುವ ಸಂಭಾಷಣೆಯೇ" ಎಂದನು ಸಂಟು "ಶ್!, ಲಕ್ಕಿ ಬರುತ್ತಿರುವನು. ಬೇರೆ ಏನಾದರೂ ಮಾತನ್ನು ಆಡು" ಎಂದಳು ಐಶೀ.

"ಏನು! ಪರಿಶ್ರಮಕ್ಕೆ ಪರ್ಯಾಯವೇ ಇಲ್ಲ. ಇದನ್ನು ನಾವು ಹಲವು ಸಲ ಕೇಳಿದ್ದೇವೆ. ನಮ್ಮ ತಂದೆ ತಾಯಿಯಿಂದ ಬಂಧು ಮಿತ್ರರಿಂದ, ಗುರುಗಳಿಂದ ಮತ್ತು ಈಗ ಪ್ರಪಂಚದಲ್ಲಿ ಉಳಿದ ಎಲ್ಲರಿಂದ ಕೂಡ, ಯಶಸ್ಸಿಗೆ ಸುಲಭವಾದ ದಾರಿಯಲ್ಲ. ಕೇವಲ ಪರಿಶ್ರಮದಿಂದ ಮಾತ್ರ ಯಶಸ್ಸು ಲಭ್ಯ. ಇದು ಸರಿಯಾದ ಮಾರ್ಗ ಹಾಗೂ ನಿರಾಶೆ ಮೂಡಿಸುವಂತಹುದು ಕೂಡ" ಎಂದು ಹೇಳುತ್ತಾ, ಕುಳಿತುಕೊಂಡನು ಸಂಟು ಹಾಗೂ ತನ್ನ ಮೈ ಕೈ ನೋವಿನ ಬಗ್ಗೆ ಚಿಂತಿಸಬಾರದೆಂದು ಕೊಂಡನು.

"ಹಾಗಾದರೆ, ನಿಪುಣತೆ, ಚತುರತೆಯಿಂದ ಮಾಡುವ ಕೆಲಸ ಹೇಗೆ?" ಎನ್ನುತ್ತಾ ಬಳಿ ಬಂದ ಲಕ್ಕಿ. ಹಿಂದಿನ ವಾರದಲ್ಲಿ ಹಲವು ಬಾರಿ ಗೆಳೆಯರು ಇದೇ ಜಾಗದಲ್ಲಿ ಭೇಟಿ ಮಾಡಿದ್ದರು.

"ನೀನು ಏನು ಹೇಳುತ್ತಿರುವೆಯೋ ನನಗೆ ತಿಳಿಯದು" ಎಂದನು ಸಂಟು "ನನ್ನ ಸಹೋದರಿಗೆ ಗೊತ್ತಿರಬಹುದು" ಎಂದನು ಗರ್ವದಿಂದ. "ನಮಗೆ ತಿಳಿದಿರುವುದು ಕೇವಲ ಪರಿಶ್ರಮ ಹಾಗೂ ಕಠಿಣ ಕೆಲಸ ಅಷ್ಟೆ".

"ಹಾಗಾದರೆ, ಚತುರತೆಯನ್ನು ನಾನು ನಿಮಗೆ ಹೇಗೆ ತಿಳಿಸಲಿ?" ಎಂದು ತನಗೆ ತಾನೇ ಹೇಳಿಕೊಳ್ಳುತ್ತಾ ತನ್ನ ವಸ್ತುಗಳನ್ನು ಅಲ್ಲಿದ್ದ ಮರದ ದಿಮ್ಮಿಗಳ ಮೇಲೆ ಇಡುತ್ತಾ, ತಾನು ಕುಳಿತುಕೊಳ್ಳಲು ಸ್ವಚ್ಛವಾಗಿರುವ ಜಾಗಕ್ಕೆ ಹುಡುಕತೊಡಗಿದನು. ಪ್ರಶಸ್ತವಾದ ಜಾಗ ಹುಡುಕಿ ಕುಳಿತ ನಂತರ, "ಸ್ಮಾರ್ಟ್ ವರ್ಕ್ ಅಂದರೆ, ಶಕ್ತಿಗಿಂತ ಯುಕ್ತಿಯಿಂದ ಕೆಲಸ ಮಾಡುವುದು. ಕುಳಿತ ನಂತರ ಐಶೀಗೆ ಇದು ಗೊತ್ತು ಮತ್ತು ಆಕೆ ಅದನ್ನು ಪ್ರತಿ ದಿನ ಪಾಲಿಸುತ್ತಾಳೆ" ಎನ್ನುತ್ತಾನೆ.

ಆದರೆ, ಐಶೀ ಇದಕ್ಕೆ ಸಮ್ಮತಿಸಿದಂತೆ ಕಾಣಿಸಲಿಲ್ಲ. "ಪರಿಶ್ರಮ, ದೇಹದಣಿಸಿ ಮಾಡುವ ಕೂಲಿಕಾರರಿಗಾದರೆ, ನಿಪುಣತೆ ಚತುರತನ ಇವೆಲ್ಲ, ವಿದ್ಯಾವಂತರಿಗೆ ಮಾತ್ರ. ಇಂದಿನ ದಿನಗಳಲ್ಲಿ ಜನರ ಆಲೋಚನೆ ಖಂಡಿತ ಈ ಹಾದಿಯಲ್ಲಿದೆ. ಹಾಗಾಗಿಯೇ, ಚತುರತೆಯ ಮೇಲು. ಆದರೆ, ಇದು ವ್ಯವಹಾರದಲ್ಲಿ ಯಾವುದೇ ಪರಿಣಾಮ ಬೀರುವುದಿಲ್ಲ. ಏಕೆಂದರೆ, ಪರಿಶ್ರಮದಿಂದ ದಿಮ್ಮಿಗಳನ್ನು ಕಾಡಿನಿಂದ ನದಿಗೆ ಸಾಗಿಸುವುದು ಬಿಟ್ಟರೆ, ನಾವು ಬೇರೇನೂ ಮಾಡಲು ಆಗುವುದಿಲ್ಲ. ನಾನು ತಪ್ಪು ಹೇಳಿದರೆ ತಿದ್ದಬೇಕು" ಎಂದಳು.

"ಎಲ್ಲಾ ಕಡೆಯೂ ಇದೆ ಸಂಗತಿ, ಐಶೀ" ಎಂದು ವಿಶ್ವಾಸ ಮೂಡಿಸುವ ಧ್ವನಿಯಲ್ಲಿ ಹೇಳಿದನು ಲಕ್ಕಿ. "ನನಗೆ ಇದು ವ್ಯಂಗ್ಯಭರಿತ ಉದ್ಗಾರ ಎನ್ನಿಸುತ್ತದೆ. ಕಾರ್ಮಿಕವರ್ಗಕ್ಕೆ ಕೇವಲ ನಿಪುಣತೆಯಿಂದ ಯಶಸ್ಸು ಸಾಧ್ಯವೆಂಬುದನ್ನು ತಿಳಿಸಿಕೊಡುಬೇಕು. ಆದರೆ, ಚತುರತೆಯನ್ನು ಬೆಳೆಸಿಕೊಳ್ಳುವುದಕ್ಕೆ ಅತಿ ಕಡಿಮೆ ಅವಕಾಶ ಮಾಡಿಕೊಡಲಾಗುತ್ತ, ಸಿ.ಇ.ಓ. ಆಗಿರುವ ಗೆಳೆಯರೊಬ್ಬರು ಇತ್ತೀಚೆಗೆ ತಮ್ಮ ಗೊಡವೆಯನ್ನು ಹೇಳಿಕೊಳ್ಳುತ್ತಿದ್ದರು. ಕೆಲಸ ಮಾಡುವ ವಿಧಾನಕ್ಕೆ ಒತ್ತು ಕೊಟ್ಟಾಗ, ಮುಖ್ಯಗುರಿ ಹಿಂದುಳಿದು ಬಿಡುತ್ತದೆ. ಕೆಲಸದಲ್ಲಿ ದಕ್ಷತೆ ಮಾತ್ರವಲ್ಲ, ಸರಿಯಾದ ಕೆಲಸವನ್ನು ಮಾಡುವುದರಲ್ಲಿ ದಕ್ಷತೆ ಇರುವುದು ಸಹ ಅಗತ್ಯ".

"ಆದರೆ, ನಾನು ನಿಮ್ಮಗಳ ಮಾತು ಕೇಳಲು ಇಚ್ಛಿಸುತ್ತೇನೆ. ನೀವು ಮಾಡುವ ಕೆಲಸವನ್ನು ಯಾವುದೇ ರೀತಿಯಲ್ಲಿ ಕೆಳಮಟ್ಟದ್ದು ಎಂದು ಹೇಳುವ ಉದ್ದೇಶ ನನಗಿಲ್ಲ. ಆದರೆ, ನಿಮ್ಮ ಕೆಲಸ ಬಹಳವಾಗಿ ಪರಿಶ್ರಮದಿಂದ ಕೂಡಿದ್ದಾಗಿದೆಯೇ ಹೊರತು ನಿಪುಣತೆಯಿಂದಲ್ಲ ಏನಂತೀರೀ?"

ತನ್ನ ಜಾಗದಲ್ಲಿ ಕೂರಲಾಗದೆ ಕುಣೆಯುತ್ತಿದ್ದ ಸಂಟುವನ್ನು ನೋಡಿದ ಲಕ್ಕಿಗೆ, ಸಂಟು ಏನೋ ಹೇಳಬೇಕೆಂದಿದ್ದಾನೆ ಎಂದನ್ನಿಸಿ "ಸಂಟು, ನೀನೇನೋ ಹೇಳಬೇಕೆಂದಿರುವೆ. ಅಲ್ಲವೇ?" ಎಂದು ಕೇಳಿದನು. ತಕ್ಷಣ ಐಶೀ ಸಂಟುವನ್ನು ಕಿರುಗಣ್ಣಿನಲ್ಲಿ ತೀಕ್ಷ್ಣವಾಗಿ ನೋಡಲಾರಂಭಿಸಿದಳು. ಸಂಟು ಏನನ್ನು ಮಾತನಾಡದೆ ಅಲುಗಾಡದೇ ಕುಳಿತನು.

ಇದನ್ನು ಗಮನಿಸಿದ ಲಕ್ಕಿ, "ಸರಿ, ನಿಮ್ಮಿಬ್ಬರ ನಡುವೆ ಏನೋ ಗುಸುಗುಸು ನಡೆಯುತ್ತಿದೆ ಹಾಗೂ ನೀವು ನನ್ನೊಡನೆ ಹಂಚಿಕೊಳ್ಳಲು ಇಚ್ಛಿಸುತ್ತಿಲ್ಲ. ನಿಮ್ಮಿಬ್ಬರ ಸೀಕ್ರೇಟ್ ಇರಬೇಕು. ಪರ್ವಾಗಿಲ್ಲ, ನಾನು ಏನು ತಿಳಿದುಕೊಳ್ಳುವುದಿಲ್ಲ. ಸೂಕ್ತ ಸಮಯ ಬಂದಾಗ ನೀವೇ ತಿಳಿಸುತ್ತೀರ".

ವಿಷಯ ಬದಲಾವಣೆ ಮಾಡಲು ತವಕದಿಂದ ಕಾಯುತ್ತಿದ್ದ ಐಶೀ "ಲಕ್ಕಿ ಪರಿಶ್ರಮ ಹಾಗೂ ನಿಪುಣತೆ ಬಗ್ಗೆ ನಮ್ಮ ಸಂಭಾಷಣೆ ಮುಂದುವರಿಸೋಣವೇ? ಇದು ನಮ್ಮ ಇಂದಿನ ಬೇರ್ಪಡಿಸಲಾಗದ ಅವಳಿ ಅಲ್ಲವೇ?"

"ಹೌದು, ಐಶೀ ನೀನು ಹೇಳುತ್ತಿರುವುದು ಸರಿಯಾಗಿದೆ. ಪರಿಶ್ರಮ ಎಂದರೆ ನಿರ್ದಿಷ್ಟವಾದುದು. ಅರ್ಥದಲ್ಲಿ ಹಾಗು ಗ್ರಹಿಕೆಯಲ್ಲೂ ಸಹ. ಆದರೆ, ಚತುರತೆ ಹಾಗಲ್ಲ. ಅದು ಸನ್ನಿವೇಶದ ಮೇಲೆ ಆಧಾರಿತವಾಗಿರುತ್ತದೆ. ಎಂದಿನಂತೆ ಇದನ್ನು ನಾನು ಉದಾಹರಣೆಯೊಂದಿಗೆ ವಿವರಿಸುವೆ. ನಾಗರೀಕತೆ ಆರಂಭಕ್ಕೂ ಮುನ್ನ ಮನುಷ್ಯ ಕುಲ ಆರಂಭವಾದಾಗ, ಪ್ರಾರಂಭದಲ್ಲಿ ತಮ್ಮ ಸಾಮಾನು ಸರಂಜಾಮನ್ನು ಜನ ತಮ್ಮ ತಲೆಯ ಮೇಲೆ ಎತ್ತಿಕೊಂಡು ಓಡಾಡುತ್ತಿದ್ದರು. ಈಗಲು ಸಹ ನಾವು ಇದನ್ನು ನಮ್ಮ ಹಳ್ಳಿಗಳಲ್ಲಿ ಹಾಗೂ ಕೆಲವೊಮ್ಮೆ ನಗರ ಪ್ರದೇಶದಲ್ಲಿ ನೋಡುತ್ತೆವೆ. ಆದರೆ, ಅಂತರಾಷ್ಟ್ರೀಯ ಮಟ್ಟದಲ್ಲಿ ಏನಾಗುತ್ತಿದೆ ಎಂದು ಯೋಚಿಸಿ ನೋಡೋಣ. ಉದಾಹರಣೆಗೆ, ವಿಮಾನ ನಿಲ್ದಾಣದಲ್ಲಿ ಸಾಮಾನನ್ನು ಹೇಗೆ ಸಾಗಿಸುತ್ತೆವೆ?"

"ಸೂಟ್‌ಕೇಸಲ್ಲಿ" ಎಂದುತ್ತರಿಸಿದಳು ಐಶೀ.

ಅವಳ ಉತ್ತರವನ್ನು ಒಪ್ಪಿಕೊಂಡು ಕತ್ತಾಡಿಸಿದ ಲಕ್ಕಿ "ಈ ಸಣ್ಣ ಸೂಟ್‌ಕೇಸಿನಲ್ಲಿ ಎಂತಹ ಆವಿಷ್ಕಾರವಾಗಿದೆ ಎಂಬುದನ್ನು ಅರ್ಥ ಮಾಡಿಕೊಳ್ಳೋಣ. ಆರಂಭದಲ್ಲಿ, ಸೂಟ್‌ಕೇಸನ್ನು ಸಾಗಿಸುವಲ್ಲಿ ಪರಿಶ್ರಮವಿತ್ತು. ತಮ್ಮ ವಸ್ತುಗಳನ್ನು ಸೂಟ್‌ಕೇಸಿನಲ್ಲಿ ಹಾಕಿ, ಸೂಟ್‌ಕೇಸನ್ನು ಎತ್ತಿಕೊಂಡು ಹೋಗಬೇಕಾಗಿತ್ತು. ನಿಮ್ಮ ವಿಷಯದಲ್ಲಾದರೆ, ನಿಮ್ಮ ಸೊಂಡಿಲಿನಲ್ಲಿ ಎತ್ತಿಕೊಂಡು ಹೋಗಬೇಕು. ಇದರಿಂದ ಸೂಟ್‌ಕೇಸ್ ಸಾಗಿಸುವುದು ಕಷ್ಟವಾಗಿತ್ತು. ಅದಕ್ಕಾಗಿ ಕೂಲಿಯವರು ಇರುತ್ತಿದ್ದರು. ಹಿಂದೆ ಮೆಸಪೊಟೋಮಿಯಾ ಎಂದು ಕರೆಯಲಾಗುತ್ತಿದ್ದ ಇರಾನಿನಲ್ಲಿ 5500 ವರ್ಷಗಳ ಹಿಂದೆ, ಮೊದಲನೇ ಚಕ್ರವನ್ನು ಕಂಡು ಹಿಡಿಯಲಾಯಿತು. ಕೆಲವು ಪುರಾತತ್ವ ಶಾಸ್ತ್ರಜ್ಞರು ಚಕ್ರವನ್ನು 10,000 ವರ್ಷಗಳ ಹಿಂದೆ ಏಶಿಯನ್ನರು ಕಂಡು ಹಿಡಿದಿದ್ದು ಎಂದು ಸಹ ಹೇಳುತ್ತಾರೆ. ಚಕ್ರವನ್ನು ಅಷ್ಟು ಹಿಂದೆ ಅವಿಷ್ಕರಿಸಿದ್ದರು. ಸೂಟ್‌ಕೇಸಿಗೆ ಆಳವಡಿಸುವ ಆಲೋಚನೆ ಮೂಡಿದ್ದೆ ಇತ್ತೀಚೆಗೆ. ಎಂತಹ ವಿಪರ್ಯಾಸ ಅಲ್ಲವೇ? ಇಂತಹ ರೋಲಿಂಗ್ ಸೂಟ್ ಕೇಸ್‌ನ ಬಗ್ಗೆ ಹಲವು ಚಿಕ್ಕ ಕಥೆಗಳಿವೆ ಕೇಳುತ್ತೀರಾ?

"ಹೂಂ" ಎಂದು ಒಪ್ಪಿದರು ಸಂಟು ಮತ್ತು ಐಶೀ.

"ಅದಕ್ಕಿಂತ ಮುಂಚೆ ರೋಲಿಂಗ್ ಸೂಟ್‌ಕೇಸನ್ನು ಎಂದಿನಿಂದ ನೋಡಲು ಪ್ರಾರಂಭಿಸಿದ್ದೀರಾ ಗೊತ್ತಾ?". ಸ್ವಲ್ಪ ಸಮಯ ಆಲೋಚಿಸಿದವು. ಆನೆಗಳು, "1970ರ ಆರಂಭದಲ್ಲಿ" ಎಂದು ಐಶೀ ಮಾತನಾಡಿದಳು.

"ಶಹಬಾಷ್!" ಎಂದನು ಲಕ್ಕಿ. ಸೂಟ್‌ಕೇಸ್‌ಗಳನ್ನು ತಯಾರು ಮಾಡುತ್ತಿದ್ದ ಕಂಪನಿಯ ಮೂಲಕ ಬರ್ನಾರ್ಡ್ ಡಿ ಸ್ಯಾಡೋ ರವರಿಗೆ ಸೂಟ್‌ಕೇಸಿಗೆ ಚಕ್ರ ಅಳವಡಿಸಿದ ಆಲೋಚನೆ ಮೂಡಿದ ವರ್ಷ. ನಮ್ಮಂತೆ, ಅವರು ಸಹ, ಭಾರವಾದ ತಮ್ಮ ಲಗೇಜನ್ನು ಏರ್ ಪೋರ್ಟ್‌ನಿಂದ ಇನ್ನೊಂದು ಏರ್‌ಪೋರ್ಟ್‌ಗೆ ಎತ್ತೊಯ್ಯುತ್ತಿದ್ದರು. ಇಂತಹ ಒಂದು ಸಮಯದಲ್ಲಿ, ಅವರಿಗೆ ಚಕ್ರವನ್ನು ಅಳವಡಿಸುವ ಆಲೋಚನೆ ಮೂಡಿತು".

"ಈ ಆಲೋಚನೆಯನ್ನು ಹೊತ್ತು ತಮ್ಮ ಫ್ಯಾಕ್ಟರಿಗೆ ಹೋದ ಸ್ಯಾಡೋರವರು ಚಕ್ರವನ್ನು ಅಳವಡಿಸುವ ಪ್ರಯತ್ನ ಮಾಡಿದರು. ಎರಡು ತಿಂಗಳ ನಂತರ ರೋಲಿಂಗ್ ಲಗೇಜ್‌ನ ಅಮೇರಿಕ ಪೇಟೆಂಟ್ (ಪೇಟೆಂಟ್ ನಂ.3653474) ಸ್ಯಾಡೋ ರವರಿಗೆ ಲಭಿಸಿತು. ಆದರೆ, ಇದಕ್ಕೆ ಪ್ರಚಾರ ಸಿಕ್ಕಿದ್ದು, ಮೇಸಿ ಕಂಪನಿ ಲಗೇಜ್ ಬ್ಯಾಗ್‌ಗಳನ್ನು ಖರೀದಿಸಲು ಒಪ್ಪಿಕೊಂಡು "ಸರಾಗವಾಗಿ ಜಾರುವ ಸೂಟ್‌ಕೇಸ್", "ಸೂಟ್‌ಕೇಸ್ ಗ್ಲೈಡ್ಸ್" ಎಂದು ಜಾಹಿರಾತು ಹೊರಡಿಸಿದ ನಂತರವೇ, ಈ ಲಗ್ಗೇಜ್ ಸೂಟ್‌ಕೇಸ್‌ಗೆ ಹೆಚ್ಚು ಪ್ರಕಾರ ಸಿಕ್ಕಿತ್ತು. ಇದು ಬ್ರೇಕ್ ಥ್ರೂ ಇನ್ನೋವೇಷನ್.

ಇದರೊಂದಿಗೆ ಹಲವು ಇನ್‌ಕ್ರಿಮೆಂಟಲ್ ಇನ್ನೋವೇಷನ್ ಕೂಡ ನಡೆದಿವೆ. ಉದಾಹರಣೆಗೆ, ನಾಲ್ಕು ಚಕ್ರಗಳನ್ನು ಎರಡು ಚಕ್ರಗಳಿಗೆ ಇಳಿಸುವ ಆಲೋಚನೆ, ನಾರ್ಥ್‌ವೆಸ್ಟ್ ಏರ್‌ಲೈನ್‌ನ ಪೈಲಟ್‌ರಾದ ರಾಬರ್ಟ್ ಪ್ಲೀತ್ ಎಂಬುವವರಿಗೆ ಹೊಳೆಯಿತು. ಇದರಿಂದ ಮೇಲೆ ಎಳೆಯಬಹುದಾದ ಪುಲೌಟ್ ಹ್ಯಾಂಡಲ್‌ಗಳ ಬಳಕೆಯಿಂದ ದ್ವಿಚಕ್ರಗಳುಳ್ಳ ಲಗ್ಗೇಜ್‌ನ್ನು ಎತ್ತೊಯ್ಯಬಹುದು. ಇಂತಹ ಹ್ಯಾಂಡಲ್ ಸೂಟ್‌ಕೇಸ್‌ಗಳು ಗಗನಸಖಿಯರು, ಪೈಲಟ್‌ರವರು ಹೆಚ್ಚು ಉಪಯೋಗಿಸಿ, ಜನಪ್ರಿಯಗೊಂಡ ನಂತರ ಪ್ರತಿಯೊಬ್ಬರು ಬಳಸಲು ಇಚ್ಛಿಸಿದರು. ಇಂದು ಇದು ಎಲ್ಲಾ ಕಡೆ, ಎಲ್ಲಾರು ಉಪಯೋಗಿಸುತ್ತಿದ್ದಾರೆ. ಪ್ಲಾಥ್‌ರವರು ತಮ್ಮ ಏರ್‌ಲೈನ್ಸ್ ಬಿಸಿನೆಸ್ಸ್ ನಂತರ ಟ್ರಾವಲ್ ಪ್ರೋ ಎಂಬ ಕಂಪನಿಯನ್ನು ಸ್ಥಾಪಿಸಿದರು. ಟ್ರಾವಲ್ ಪ್ರೋ ಕಂಪನಿಯನ್ನ 1992ನೇ ಇಸವಿಯ ಉತ್ಕೃಷ್ಟ 500 ಕಂಪನಿಗಳ ಲಿಸ್ಟ್‌ನಲ್ಲಿ ಸೇರಿಸಲಾಗಿತ್ತು. ಅಂತಹ ಗೌರವ ಪ್ಲಾಥ್‌ರವರದಾಗಿತ್ತು. ಆದರೆ, ಸಾವಿರಾರು ವರ್ಷಗಳ ಕಾಲದಿಂದ ಬಳಕೆಯಲ್ಲಿದ್ದ ಚಕ್ರವನ್ನು ಅಳವಡಿಸಿಕೊಳ್ಳುವಂತಹ ಆಲೋಚನೆ ಮಾಡಿದ್ದೆ, 20ನೇ ಶತಮಾನದಲ್ಲಿ. ಆಶ್ಚರ್ಯ ಅನ್ನಿಸ್ತಿದ್ಯಾ?".

"ಹೌದು" ಎಂದನು ಸಂಟು, "ಹಾಗಾದರೆ, ಸ್ಯಾಡೋರವರ ಐಡಿಯಾ ಅನ್ನು ಅಳವಡಿಸಿಕೊಳ್ಳುವುದಕ್ಕೆ ಇಷ್ಟು ಸಮಯ ಹಿಡಿದಿದ್ದಾದರೂ ಏಕೆ?" ಎಂದು ಕೇಳಿದನು ಸಂಟು.

"ಅತ್ಯಂತ ಸ್ವಾರಸ್ಯಕರವಾದ ಪ್ರಶ್ನೆ, ಸಂಟು. ಈ ಪ್ರಶ್ನೆ, ನಮ್ಮ ಇಂದಿನ ಚರ್ಚಾ ವಿಷಯಕ್ಕೆ ನೇರವಾಗಿ ಸಂಬಂಧಿಸಿದ್ದು. ನಾವು ಕಷ್ಟಪಟ್ಟು ಕೆಲಸ ಮಾಡುವುದರಲ್ಲಿ ಎಷ್ಟು ಮಗ್ನರಾಗಿರುತ್ತೇವೆ ಎಂದರೆ, ನಾವು ಮಾಡುತ್ತಿರುವ ಕೆಲಸವನ್ನು ಬಿಟ್ಟು ಸುಲಭವಾದ ದಾರಿಯ ಸಾಧ್ಯತೆಯನ್ನು

ನೋಡುವುದು ಕೂಡ ಕಷ್ಟ. ಗಂಡಸರು ರೋಲಿಂಗ್ ಸೂಟ್‌ಕೇಸ್‌ಗಳನ್ನು ಎತ್ತೊಯ್ಯುವುದು. ಅವರ ಘನತೆಗೆ ಕುಂದು ತರುವಂತಹುದು ಎಂದು ಭಾವಿಸಿದ್ದರು. ಇದು, ರೋಲಿಂಗ್ ಸೂಟ್‌ಕೇಸ್‌ಗಳು ಜನಪ್ರಿಯಗೊಳ್ಳಲು ತಡವಾದ ಕಾರಣಗಳಲ್ಲಿ ಒಂದು ಕಾರಣ. ಗಂಡಸರು ಕಷ್ಟ ಪಡುವುದರಲ್ಲೇ ಸಂತೋಷ ಪಡುತ್ತಿದ್ದರು".

"ಬಹಳ ಜನ ಭಾವಿಸುವಂತೆ, ನೀವೂ ಕೂಡ ಪರಿಶ್ರಮ ಅಥವಾ ಕಷ್ಟಪಟ್ಟು ಕೆಲಸ ಮಾಡುವುದು ಮುಖ್ಯವಲ್ಲ ಎಂದು ಅಂದು ಕೊಳ್ಳಬೇಡಿ. ಪರಿಶ್ರಮಕ್ಕೆ ಪರ್ಯಾಯವಾದುದು ಯಾವುದು ಇಲ್ಲ. ಇಲ್ಲಿ ಮೈಕಲಾಂಜಿಲೊ ಹೇಳಿದ ಮಾತನ್ನು ನಿಮಗೆ ನೆನಪು ಮಾಡಲು ಇಚ್ಛಿಸುತ್ತೇನೆ. 'ನಾನು ಪಾಂಡಿತ್ಯವನ್ನು ಪಡೆಯಲು ಪಟ್ಟ ಪರಿಶ್ರಮವನ್ನು ತಿಳಿದರೆ, ನನ್ನ ಪಾಂಡಿತ್ಯವೇನು ಹೆಚ್ಚಿನದಲ್ಲ ಎಂದು ತಿಳಿಯುತ್ತದೆ'.

ಈಗ, ನಾವು ಉದ್ಯಮಿಗಳತ್ತ ಒಂದು ದೃಷ್ಟಿ ಹಾಯಿಸೋಣ. ಅವರು ದಿನಕ್ಕೆ 18 ಘಂಟೆಗಳಿಗಿಂತ ಹೆಚ್ಚು ಸಮಯ ಕೆಲಸ ಮಾಡುತ್ತಾರೆ. ಪ್ರತಿಯೊಂದು ಕೆಲಸವು ಸಮಯಕ್ಕೆ ಸರಿಯಾಗಿ ನಡೆಯುತ್ತಿದೆ ಎಂದು ಅವರು ಖಾತರಿ ಮಾಡಿಕೊಳ್ಳಬೇಕು. ಆದರ ಜೊತೆಗೆ ಅವರು ತಮ್ಮ ಕೆಲಸವನ್ನು ಸುಲಭವಾಗಿ ಹಾಗೂ ಶೀಘ್ರವಾಗಿ ಮಾಡುವ ವಿಧಾನವನ್ನು ಸಹ ಯೋಚಿಸಬೇಕು. ಚತುರತೆಯ ಅವಶ್ಯಕತೆ ಉಪಯೋಗವಾಗುವುದು ಇಂತಹದೇ ವಿಷಯದಲ್ಲಿ. ನಾನು ಹೇಳಿದ್ದು ನಿಮಗೆ ಮನದಟ್ಟಾಗಿದೆ ಎಂದು ಖಚಿತಪಡಿಸಿ ಕೊಳ್ಳಬೇಕು. ನಿಮ್ಮಲ್ಲಿ ಒಬ್ಬರು ಇದರ ಸಾರಾಂಶ ತಿಳಿಸಿದರೆ, ನನಗೆ ಖಾತ್ರಿಯಗುತ್ತದೆ. ಐಶೀ ನೀನು ಹೇಳುವೆಯಾ?.

"ಖಂಡಿತವಾಗಿ, ಲಕ್ಕಿ. ಪರಿಶ್ರಮವೆಂದರೆ, ಶ್ರಮ. ಶ್ರಮದ ಪ್ರತಿಫಲವೇ ಚತುರತೆ, ಮುಖ್ಯವಾಗಿ ನಾವು ತಲುಪಬೇಕಾಗಿರುವ ಗುರಿಗಳು ಅದನ್ನು ಸಾಧಿಸಲು ಬೇಕಾಗಿರುವ ಮಾರ್ಗೋಪಾಯಗಳು ಹಾಗೂ ಅಂತಹ ಮಾರ್ಗೋಪಾಯದ ಪ್ರಭಾವ. ಹಾಗಾಗಿ, ಪರಿಶ್ರಮ ಹಾಗೂ ಚತುರತೆ ಎರಡು ಅತ್ಯಾವಶ್ಯ ಮತ್ತು ಇವು ಯಾವುದೇ ಕಾರ್ಯದ ದಕ್ಷತೆ ಹಾಗೂ ಉದ್ದೇಶವನ್ನು ಸಾಧಿಸಲು ಸಹಾಯ ಮಾಡುತ್ತದೆ".

ಸಂಟು ತನ್ನ ತಾತ್ವಿಕ ಶೈಲಿಯಲ್ಲಿ "ಉಕ್ಕನ್ನು ಗಟ್ಟಿ ಮಾಡಲು ಬೆಂಕಿಯಲ್ಲಿ ಕಾಯಿಸಬೇಕು. ಹಾಗೆಯೇ ಪರಿಶ್ರಮ ಕೂಡ. ಪರಿಶ್ರಮ ಮತ್ತು ಚತುರತೆ ಜೊತೆ ಸೇರಿದಾಗಲೇ ಗೆಲುವು ಸಾಧ್ಯ".

ಐಶೀ ತನ್ನ ಅಣ್ಣನ ಮಾತನ್ನು ಒಪ್ಪಿ, "ಸರಿಯಾಗಿ ಹೇಳಿದೆ ಅಣ್ಣ. ತಮ್ಮ ಪರಿಶ್ರಮ ಮತ್ತು ಚತುರತೆಯನ್ನು ದಿನನಿತ್ಯದಲ್ಲಿ ನೋಡುವ ಮತ್ತೊಂದು ಉದಾಹರಣೆ ಇಲ್ಲಿದೆ".

"ನಾನು ಒಂದು ದಿನ, ಇಬ್ಬರು ಕಟ್ಟಿಗೆ ಕಡಿಯುವವರನ್ನು ನೋಡಿದೆ. ಅವರಿಬ್ಬರಲ್ಲಿ ಯಾರು ಹೆಚ್ಚು ಕಟ್ಟಿಗೆ ಕಡಿಯುತ್ತಾರೆ ಎಂಬ ಸ್ಪರ್ಧೆ ಏರ್ಪಾಡಾಗಿತ್ತು. ಇಬ್ಬರು ಕಟ್ಟುಮಸ್ತಾದ

ಆಳುಗಳು ತಮ್ಮ ಗುರಿ ಸಾಧಿಸಲೇಬೇಕೆಂಬ ಛಲ ಹಾಗೂ ಬಹುಮಾನ ಪಡೆಯಬೇಕೆಂಬ ಹಂಬಲದಿಂದ ಇದ್ದರು. ಇಬ್ಬರು ಕಷ್ಟಪಡುತ್ತಾ, ತಮ್ಮ ಹಾದಿಯಲ್ಲಿ ಬಂದ ಪ್ರತಿಯೊಂದು ಮರವನ್ನು ಕಡಿಯುತ್ತಿದ್ದರು. ಇಬ್ಬರು ಕೂಡ ಸಮವಾದ ಅಂಕಗಳಲ್ಲಿ ಮುಂದುವರಿಯುತ್ತಿದ್ದರು. ಅವರಲ್ಲಿ ಒಬ್ಬನನ್ನು ರಂಜಿತ್ ಎಂದು ಕರೆಯೋಣ. ರಂಜಿತ ಕಷ್ಟಪಟ್ಟು ದಿನಪೂರ್ತಿ ಮರಗಳನ್ನು ಕಡಿದನು. ಇನ್ನೊಬ್ಬ ಸಂಜಯ್ ಒಂದು ಘಂಟೆ ವಿಶ್ರಾಂತಿ ಪಡೆದು ಆರಾಮಾವಾಗಿ ತನ್ನ ಕೆಲಸ ಮುಗಿಸಿದನು. ಕೊನೆಯಲ್ಲಿ ಗೆದ್ದವನು ಸಂಜಯ್. ರಂಜಿತನಿಗೆ ತನ್ನ ಕಠಿಣ ಶ್ರಮ ತನಗೆ ಫಲ ಕೊಡಲಿಲ್ಲವೆಂದು ಅತ್ಯಂತ ಬೇಸರವಾಗುತ್ತಾನೆ. ತನ್ನ ಗೆಳೆಯನಾದ ಸಂಜಯನಿಗೆ ಹೇಳುತ್ತಾನೆ. "ದಿನ ಪೂರ್ತಿ ಶ್ರಮ ಪಟ್ಟು ಊಟ ಮಾಡದೇ ನಾನು ಕೆಲಸ ಮಾಡಿದೆ ನಿನಗಿಂತ ಹೆಚ್ಚು ಶ್ರಮ ನನ್ನದಾಗಿತ್ತು. ಆದರೆ ನಾನು ಸೋತೆ, ಹೇಗೆ? ಅದಕ್ಕೆ ಸಂಜಯ್ ಉತ್ತರಿಸಿದ. ನನ್ನ ವಿಶ್ರಾಂತಿ ಸಮಯದಲ್ಲಿ ನಾನು ನನ್ನ ಕತ್ತಿಯನ್ನು ಮಸೆದು ಹರಿತವಾಗಿ ಮಾಡಿಕೊಳ್ಳುತ್ತಿದ್ದೆ ಅಷ್ಟೆ"ಎಂದನು.

ಐಶೀಯ ಕಥೆ ಮುಗಿದೊಡನೆ, ಲಕ್ಕಿ ಮತ್ತು ಸಂಟು ಸಂಭ್ರಮದಿಂದ ಚಪ್ಪಾಳೆ ತಟ್ಟುತ್ತಾರೆ. "ಅತಿ ಸರಳವಾದ ಉದಾಹರಣೆಯಾದರೂ, ತುಂಬ ಅರ್ಥಗರ್ಭಿತವಾದುದು, ಐಶೀ. ಇಬ್ಬರು ಶ್ರಮಪಟ್ಟರಾದರೂ ಸಂಜಯ್ ತನ್ನ ಕತ್ತಿಯನ್ನು ಹರಿತವಾಗಿಸಿದುದು ಚತುರತನದ ಪ್ರದರ್ಶನ".

ನಾನು ವಿರಮಿಸುತ್ತಿದ್ದ ಸಮಯದಲ್ಲಿ ನನ್ನ ಕೊಡಲಿಯನ್ನು ಮೊನಚಾಗಿಸುತ್ತಿದ್ದೆ.

"ಆದರೆ", ಎಂದು ಮಾತನ್ನಾರಾಂಬಿಸಿದನು ಸಂಟು "ಇಂದಿನ ದಿನಗಳಲ್ಲಿ ಜನರು ಎಷ್ಟು ಬ್ಯುಸಿಯಾಗಿದ್ದಾರೆ ಎಂದು ನಾವು ಕೇಳಿದ್ದೇವೆ. ಎಲ್ಲರಿಗೂ ಇರುವುದು 24 ಗಂಟೆಗಳೇ. ಆದರೇ ವಿಭಿನ್ನತೆ ಇರುವುದು ನಾವು ದಿನದ 24 ಘಂಟೆಯಲ್ಲಿ ಹೇಗೆ ನಮ್ಮ ಆದ್ಯತೆಗನುಸಾರ ಕೆಲಸಗಳನ್ನು ಮಾಡುತ್ತೇವೆ ಎಂದು ಮಾತ್ರ".

ಲಕ್ಕಿ, ತನ್ನ ಗಜ ಸ್ನೇಹಿತರ ಈ ಸಂಭಾಷಣೆಯನ್ನು ಆನಂದಿಸುತ್ತಿದ್ದ. ಹಿಂದಿನ ವಾರದಂತೆ ಅವರ ಸಂಭಾಷಣೆ ಏಕಪಕ್ಷೀಯವಾಗದೆ, ಬದಲಾಗಿರುವದನ್ನು ಗಮನಿಸಿದ. ಅತ್ಯಂತ ಕಡಿಮೆ ಸಮಯದಲ್ಲಿ ಅವರಲ್ಲಿ ಮೂಡಿರುವ ಬದಲಾವಣೆಯನ್ನು ಗಮನಿಸಿ ಪುಳಕಿತಗೊಳ್ಳುತ್ತಾನೆ.

ಐಶೀ ತನ್ನ ಮಾತನ್ನು ಪುನರಾರಂಭಿಸಿದಳು "ದೃಢ ವಿಶ್ವಾಸದಿಂದ ಹಾಗೂ ಛಲದಿಂದ ತಲುಪಬೇಕಾದ ಗುರಿಗಾಗಿ ಕೆಲಸ ಮಾಡಿದ್ದಲ್ಲಿ ಶ್ರಮ ಎಂದೂ ಕಠಿಣವೆನ್ನಿಸುವುದಿಲ್ಲ ಎಂಬ ಮಾತಿದೆ. ಇಷ್ಟಕ್ಕೆ ವಿರುದ್ಧವಾದುದು ಕೆಲಸಕ್ಕಿಂತಲು ಜೀವನೋಪಾಯವಾದಾಗ ಅದು ಅತ್ಯಂತ ಕಠಿಣ ಹಾಗೂ ಬೇಸರದಾಯಕವಾಗಿರುತ್ತದೆ. ನಮ್ಮ ಗುರಿ ಸಾಧಿಸುವುದಕ್ಕೆ ಬೇಕಾಗಿರುವುದಕ್ಕೆ ಪ್ರಾಮುಖ್ಯತೆ ಕೊಟ್ಟು, ಅದನ್ನು ಸಾಧಿಸಲು ಬೇಕಾದ ಮಾರ್ಗಗಳನ್ನು ಕಂಡು ಹಿಡಿದುಕೊಳ್ಳುವುದೇ ಚತುರತನ. ಇದಕ್ಕೆ ಇನ್ನೊಂದು ಉದಾಹರಣೆ ಇಲ್ಲಿದೆ".

"ನಮ್ಮ ಇಲ್ಲಿಯ ಶಾಲೆಯಲ್ಲಿನ ಟೀಚರ್ ಒಬ್ಬರು ನೀಡಿದ ಉದಾಹರಣೆ ಇದೆ. ಟೀಚರ್ ರವರ ಕೈಯಲ್ಲಿ ಕಲ್ಲುಗಳಿಂದ ತುಂಬಿದ ಹೂಜಿ ಒಂದಿತ್ತು. ವಿದ್ಯಾರ್ಥಿಗಳನ್ನು ಹೂಜಿ ತುಂಬಿದೆಯೋ ಎಂದು ಕೇಳಿದರು. ಕ್ಲಾಸಿನಲ್ಲಿದ್ದ ಪ್ರತಿಯೊಬ್ಬರು "ಹೌದು" ಎಂದು ಕೂಗಿದರು. ಟೀಚರ್ ಕೆಲವು ಸಣ್ಣ ಸಣ್ಣ ಕಲ್ಲುಗಳನ್ನು ಆರಿಸಿ ಹೂಜಿಗೆ ಹಾಕಿದರು. ಆ ಹೂಜಿಯಲ್ಲಿದ್ದ ಕಲ್ಲುಗಳ ನಡುವಿನ ಜಾಗವನ್ನು ಈ ಸಣ್ಣ ಕಲ್ಲುಗಳು ತುಂಬಿದವು. ಈಗ ಮತ್ತೆ ಕ್ಲಾಸನ್ನು ಉದ್ದೇಶಿಸಿ, "ಈಗ ತುಂಬಿದೆಯೇ?" ಎಂದು ಪ್ರಶ್ನಿಸಿದರು. ಮತ್ತೆ ಎಲ್ಲರೂ "ಹೌದು" ಎಂದುತ್ತರಿಸಿದರು. ಈ ಸಲ ಟೀಚರ್ ಒಂದು ಪ್ಯಾಕೆಟ್ ಮರಳನ್ನು ತೆಗೆದುಕೊಂಡು ಹೂಜಿಯೊಳಗೆ ಸುರಿದರು. ಕಲ್ಲು ಹಾಗೂ ಸಣ್ಣ ಕಲ್ಲಿನ ನಡುವಿನ ಜಾಗದಲ್ಲಿ ಮರಳು ಹೋಗಿ ಸೇರಿಕೊಂಡಿತು. ಪುನಃ ಕ್ಲಾಸ್‌ನಲ್ಲಿದ್ದವರನ್ನು ಉದ್ದೇಶಿಸಿ, ಈಗ ಅವರು ಹೂಜಿ ತುಂಬಿದೆ ಎಂದು ನಂಬುತ್ತಾರೆಯೋ ಎಂದು ಕೇಳಿದರು. ಈ ಬಾರಿ ವಿದ್ಯಾರ್ಥಿಗಳು ಹೌದು ಎಂದು ಉತ್ತರಿಸಲು ಹಿಂಜರಿದರು. ಟೀಚರ್ ಈಗ ಒಂದು ನೀರಿನ ಬಾಟಲಿಯನ್ನು ತೆಗೆದುಕೊಂಡು ಹೂಜಿಯೊಳಗೆ ಹಾಕಿದರು. ಇಡೀ ಬಾಟಲಿಯ ನೀರು ಹೂಜಿಯೊಳಗೆ ಹಿಡಿಸಿತು. ಇದರಿಂದ ನೀವು ಏನನ್ನು ಕಲಿತು ಕೊಂಡಿರೀ? ಎಂದು ವಿದ್ಯಾರ್ಥಿಗಳನ್ನು ಕೇಳಿದರು".

"ನಾನು ಉತ್ತರಿಸುವೆ" ಎಂದು ನನ್ನ ಸೊಂಡಿಲನ್ನಾಡಿಸಿದ ಸಂಟು. "ಇದರಲ್ಲಿನ ಸಂದೇಶ ಅತ್ಯಂತ ಸ್ಪಷ್ಟವಾಗಿದೆ. ಹೂಜಿಯೊಳಗಿದ್ದ ದಪ್ಪ ಕಲ್ಲುಗಳು ಮತ್ತು ನಮಗೆ ಅತ್ಯಂತ ಪ್ರಮುಖವಾದ ಅಂಶಗಳು ಮತ್ತು ಅವುಗಳನ್ನು ಮೊದಲು ಪೂರ್ಣಗೊಳಿಸಬೇಕು. ಅವುಗಳು ನಾವು ಮಾಡಲೇಬೇಕಾದಂತಹ ಕೆಲಸಗಳು. ಅದನ್ನು ಮಾಡಿ ಮುಗಿಸಿದ ನಂತರ ಸಮಯ ಮಿಕ್ಕಲ್ಲಿ ಇನ್ನುಳಿದ ಕೆಲಸಗಳನ್ನು ಮಾಡಬಹುದು. ಆದರೆ ಹೂಜಿಯನ್ನು ಮೊದಲು ಬೇಡವಾದಂತಹ ನೀರಿನಿಂದ ತುಂಬಿದಾದಲ್ಲಿ, ಬೇರೆ ಯಾವುದಕ್ಕೂ ಅವಕಾಶವಿರುತ್ತಿರಲಿಲ್ಲ. ಹಾಗೆಯೇ ಜೀವನ

ಪರಿಶ್ರಮವೇ ಯಶಸ್ಸಿನ ಹಾದಿ, ಚತುರತೆಯೂ ಕೂಡ. ಆದರೆ ಕೇವಲ ಚತುರತೆ ಯಶಸ್ಸನ್ನು ತಂದುಕೊಡುವುದಿಲ್ಲ.

ಕೂಡ, ಬೇಡವಾದುದನ್ನು ಮೊದಲು ಮಾಡಿದಲ್ಲಿ, ಅವಶ್ಯವಿರುವ ಕೆಲಸಕ್ಕೆ ಅವಕಾಶವೇ ಇರುವುದಿಲ್ಲ. ಆದರೆ ನೀರು ಅತ್ಯಂತ ಅವಶ್ಯ" ಎಂದು ಹೇಳಿದನು.

ಲಕ್ಕಿ "ಆದ್ಯತೆಯೇ ಮೂಲ ತತ್ವ" ಎಂದು ಹೇಳಿದನು. "ಪ್ರಯಾರಿಟೈಸೇಷನ್ ಈಸ್ ದಿ ಪ್ರಿನ್ಸಿಪಲ್".

ತನ್ನ ಗೆಳೆಯರು ಸಮಾಧಾನಕರವಾದ ತೀರ್ಮಾನಕ್ಕೆ ಬಂದಿರುವುದನ್ನು ಕಂಡು ಹರ್ಷಗೊಂಡ ಐಶೀ. "ಕಠಿಣಶ್ರಮ ಪರಿಶ್ರಮದಿಂದ ಖಂಡಿತ ಗೆಲುವು ಸಾಧ್ಯ. ಹಾಗೆಯೇ ಚತುರ ತನವೂ ಸಹ. ಶಕ್ತಿ ಮತ್ತು ಯುಕ್ತಿ ಎರಡೂ ಇದ್ದಲ್ಲೀಯೇ ಗೆಲುವು. ಇವು

ಒಂದೇ ನಾಣ್ಯದ ಎರಡು ಮುಖಗಳಂತೆ, ಬೇರ್ಪಡಿಸಲಾಗದ ಅವಳಿಗಳು. ಅದ್ವೈತ ಇವೆರಡನ್ನು ಒಂದಾಗಿಸೋ ಸಾಧನ"

"ಮೊದಲ ಕೆಲಸ, ಮೊದಲು. ಇದು ಕೆಲಸ ಮಾಡುವ ವಿಧಾನ" ಎಂದನು, ಸಂಟು. "ಅಬ್ಬಾ! ಈಗ ನೀನು ಮಾತನಾಡುವುದರಲ್ಲಿ ಸ್ವಲ್ಪ ಬುದ್ಧಿವಂತಿಕೆ ಹಾಗೂ ಅರ್ಥವಿದೆ" ಎಂದಳು ಐಶೀ. ಇದನ್ನು ಒಪ್ಪದ ಸಂಟು, "ನನ್ನ ಕಾಲೆಳೆಯುವುದನ್ನು ಬಿಡು. ಕಾರಣವಿಲ್ಲದೇ ಹಾಗೆ ಕಾಲೆಳೆಯುವುದು ಸರಿಯಲ್ಲ" ಎಂದನು.

ತನ್ನ ಅಣ್ಣನ ಬಳಿ ಬಂದ ಐಶೀ, "ಸಂಟು, ನನ್ನನ್ನು ತಪ್ಪಾಗಿ ತಿಳಿಯಬೇಡ. ನಾನು ಹೇಳಿದ್ದು ತಮಾಷೆಗಾಗಿ. ನೀನು ಬುದ್ಧಿವಂತ. ಹಾ! ಕೆಲವೊಮ್ಮೆ ಮೂರ್ಖತನ ಪ್ರದರ್ಶಿಸಿದರೂ, ಅದನ್ನು ಕಡೆಗಣಿಸುತ್ತೇನೆ. ಏನಂತೀಯ ಲಕ್ಕಿ?".

"ಸಂಟು, ನಿನ್ನಷ್ಟೆ ಬುದ್ಧಿವಂತ, ಐಶೀ" ಎಂದನು ಲಕ್ಕಿ.

ಸಂತೋಷದಿಂದ ಘೀಳಿಟ್ಟ ಸಂಟು. ಸಂಟುನ ಘೀಳಿನ ಶಬ್ದ ಗರ್ಜನೆಗೆ ಸುತ್ತಮುತ್ತಲಿನ ಪೊದೆಗಳೆಲ್ಲಾ ವಂದನೆಗಳು ಎಂದು ಹೇಳುವಂತಾಯಿತು.

ಎದ್ದು ನಿಂತು ಕಾಲನ್ನು ಚಾಚಿದ ಲಕ್ಕಿ "ಇವತ್ತಿನ ಚರ್ಚೆಯಿಂದ ನನಗೆ ಸಂತೂಷವಾಗಿದೆ. ಮನೆಗೆ ಹೋಗಿ ವಿಶ್ರಮಿಸೋಣ. ವಾರಾಂತ್ಯದಲ್ಲಿ ಮತ್ತೆ ಸಿಗೋಣ" ಎಂದು ಹೇಳಿದನು. ಸಂಟು ಮತ್ತು ಐಶೀ ಕೂಡ ಇದಕ್ಕೆ ಒಪ್ಪಿದರು. ಅವರು ಅನೇಕ ವಿಷಯಗಳನ್ನು ಚರ್ಚಿಸುವುದು ಬಾಕಿಯಿದ್ದು, ಚರ್ಚಿಸಿದನಂತರವೇ, ಅವರ ಸೀಕ್ರೇಟ್‌ಅನ್ನು ತಮ್ಮ ಗೆಳೆಯನಿಗೆ ತಿಳಿಸಲು ಸಾಧ್ಯವಾಗಿತ್ತು.

ಮನನ ಮಾಡಲು ವಿಚಾರ

- ನಿಮ್ಮ ಇತ್ತೀಚಿನ ದಿನವೊಂದನ್ನು ನೆನಪುಮಾಡಿಕೊಳ್ಳಿ, ಅದರಲ್ಲಿ ಎಷ್ಟು ಪರಿಶ್ರಮ ಭರಿತ ಕೆಲಸ ಹಾಗೂ ಎಷ್ಟು ಚತುರತೆಯಿಂದ ಕೂಡಿದ ಕೆಲಸವಾಗಿತ್ತು.

- ನಿಮ್ಮ ಪರಿಶ್ರಮವನ್ನು ಕಡಿಮೆ ಮಾಡಿಕೊಳ್ಳಲು ಹಾಗೂ ಆದ್ಯತೆಯೊಂದಿಗೆ ಕೆಲಸ ಮಾಡಲು ಯಾವ ಕ್ರಮವನ್ನು ತೆಗೆದುಕೊಳ್ಳುವಿರಿ.

- ನಮ್ಮ ಇಂದಿನ ಅವಳಿ ಜವಳಿಸೂತ್ರದ ನಿಯಮವನ್ನು ಪುನರ್ಮನನ ಮಾಡುವಂತಹ ಯಾವ ಕ್ರಮವನ್ನು ಮುಂದಿನ 24 ಘಂಟೆಗಳಲ್ಲಿ ತೆಗೆದುಕೊಳ್ಳುವಿರಿ.

ಮಾಡಲೇಬಾರದಂತಹ ಕಾರ್ಯವನ್ನು ಪರಿಣಾಮಕಾರಿಯಾಗಿ
ಮಾಡುವುದಕ್ಕಿಂತ ನಿಷ್ಪ್ರಯೋಜನವಾದುದು ಮತ್ತೊಂದಿಲ್ಲ

– ಪೀಟರ್ ಡ್ರಕ್ಕರ್

ದಕ್ಷತೆ ಮತ್ತು ಪರಿಣಾಮಕಾರಿತ್ವ

ದಕ್ಷತೆ ಮತ್ತು ಪರಿಣಾಮಕಾರಿತ್ವ

ವಾರಂತ್ಯದ ಬಿಡುವಿನ ನಂತರ ಮತ್ತೆ ವಾರದ ಮೊದಲ ದಿನವಾಗಿತ್ತು. ಸಂಟು ಮತ್ತು ಐಶೀ ಬರುವಷ್ಟರಲ್ಲಿ ಲಕ್ಕಿ ತನ್ನ ಪುಸ್ತಕವನ್ನು ತೆಗೆದು ಅವರಿಗಾಗಿ ಕಾಯುತ್ತಾ ಕುಳಿತಿದ್ದನು.

ಅವರು ಬಂದೊಡನೆ ಸ್ವಾರಸ್ಯಕರವಾದ ಹಾಗೂ ಪರಸ್ಪರ ಚರ್ಚೆಗೆ ಅವಕಾಶವಿರುವ ಒಂದು ಆಸಕ್ತಿದಾಯಕ ಚರ್ಚೆ ಶುರು ಮಾಡಲು ಲಕ್ಕಿ ಕಾಯುತ್ತಿದ್ದ. "ಈ ದಿನ ನಾನು ನಿಮ್ಮೊಡನೆ ದಕ್ಷತೆ ಹಾಗೂ ಪರಿಣಾಮಕಾರಿತ್ವಗಳ ನಡುವೆ ಇರುವ ಸಂಬಂಧವನ್ನು ಚರ್ಚಿಸುತ್ತೇನೆ. ಇಂದಿನ ಅವಳಿ ಜವಳಿ ಗಳು ದಕ್ಷತೆ ಹಾಗೂ ಪರಿಣಾಮಕಾರಿತ್ವ. ಹಾಗಾದರೆ, ದಕ್ಷತೆ ಎಂದರೆ ಏನು?" ಎಂದು ಶುರು ಮಾಡಿದನು.

ತನ್ನ ಭುಜವನ್ನು ಎಗರಿಸಿ "ಅದು ತುಂಬಾ ಸುಲಭ, ಲಕ್ಕಿ. ದಕ್ಷತೆ "ಎಫಿಡಿಯನ್ಸಿ = ಔಟ್‌ಪುಟ್ ಓವರ್ ಇನ್‌ಪುಟ್ ಅದೊಂದು ಸೂತ್ರ ಅಷ್ಟೆ". ಎಂದನು ಸಂಟು.

ಐಶೀ ಬಾಯಿ ಹಾಕಿ "ನಾವು ಒಂದೊಂದು ವಿಷಯವನ್ನು ಚರ್ಚಿಸುವ ಮುನ್ನ, ದಕ್ಷತೆ ಮತ್ತು ಪರಿಣಾಮಕಾರಿತ್ವಗಳು ಒಂದೇ ಅರ್ಥವುಳ್ಳ ಪದಗಳೇ ಎಂದು ತಿಳಿದುಕೊಳ್ಳಬೇಕಾಗಿದೆ".

ತನ್ನ ಕೈಲಿದ್ದ ರಿಸರ್ಚ್ ನೋಟನ್ನು ತಿರುವು ಹಾಕುತ್ತ ಲಕ್ಕಿ "ನಿಮಗೆ ಗೊತ್ತೇ? ದಕ್ಷತೆ ಹಾಗೂ ಪರಿಣಾಮಕಾರಿತ್ವಗಳು ಕೈಗಾರಿಕೆ (ಇಂಡಸ್ಟ್ರಿ)ಗಳಲ್ಲಿ ಬಳಸುತ್ತಿದ್ದ ಪದಗಳಾಗಿದ್ದವು. ಆಧುನೀಕರಣ ಹಾಗೂ ಸ್ವಯಂಚಾಲಿಕತೆಗಳ ಪರಿಣಾಮದಿಂದ ಈ ಪದಗಳು ಹೆಚ್ಚು ಚಾಲ್ತಿಯಲ್ಲಿದೆ. ಮ್ಯಾನೇಜ್‌ಮೆಂಟ್ ಸಿದ್ಧಾಂತಕಾರರಾದ ಫ್ರೆಡರಿಕ್ ವಿನ್‌ಸ್ಲೋ ಟೇಲರ್ ಮತ್ತು ಫ್ರಾಂಕ್ & ಲಿಲಿಯನ್ ಗಿಲ್‌ಬ್ರೆತ್‌ರವರು ಕಾರ್ಮಿಕರ ದಕ್ಷತೆ ಹೆಚ್ಚಿಸಲು ಟೈಮ್ ಅಂಡ್ ಮೋಷನ್ (ಸಮಯ ಮತ್ತು ಚಾಲನೆ) ಎಂಬ ಸಿದ್ಧಾಂತವನ್ನು ರೂಪಿಸಿದರು. ಈ ಕೆಲಸವನ್ನು ನಾವು ಎಷ್ಟು ಬೇಗ ಮಾಡಬಲ್ಲೆವು? ಎಂಬ ಮೂಲಭೂತವಾದ ಪ್ರಶ್ನೆಯಿಂದ ಆರಂಭಿಸಿ ಕಾರ್ಮಿಕರ ಶ್ರಮದ ಪ್ರಮಾಣವನ್ನು ಕಡಿಮೆ ಮಾಡುವ ಪ್ರಯತ್ನವಾಯಿತು. ಇಂತಹ ಪ್ರಯತ್ನದಲ್ಲಿಯೇ "ಸ್ಟ್ರೀಮ್‌ಲೈನ್ಡ್ ಪ್ರೋಸೆಸ್ (ಸರಳೀಕರಿಸಿದ ವಿಧಾನ) ಮತ್ತು ಎಫಿಡಿಯನ್ಸಿ ಎಕ್ಸ್‌ಪರ್ಟ್" (ದಕ್ಷತೆಯ ತಜ್ಞ) ಎಂಬ ಪದಗಳ ಬಳಕೆ ಚಾಲ್ತಿಯಾದವು.

ಆಗ ಸಮಯ ಮತ್ತು ಚಾಲನೆ ಮೇಲೆ ಹೆಚ್ಚು ಒತ್ತುಕೊಡಲಾಗಿತ್ತು. ಪರಿಣಾಮಕಾರಿತ್ವ ಪದ ಜನಪ್ರಿಯಗೊಂಡಿದ್ದು ಅಮೇರಿಕೆಯಲ್ಲಿ, ೧೯೮೦ರಲ್ಲಿ. ಅಮೇರಿಕನ್ನರು, ಜಪಾನೀಯ ಕಾರು ಹಾಗೂ ಎಲೆಕ್ಟ್ರಾನಿಕ್ಸ್ ವಸ್ತುಗಳು ಉತ್ತಮ ಗುಣಮಟ್ಟವು ಹಾಗು ಮೌಲ್ಯ ಹೊಂದಿರುವಂತಹವು, ಗ್ರಾಹಕರನ್ನು ಸಂತೃಪ್ತಗೊಳಿಸಿ ಉತ್ಪನ್ನಗಳ ಮೂಲಕ ಮೌಲ್ಯವನ್ನು ನಿರ್ಮಿಸುವುದೇ ಪರಿಣಾಮಕಾರಿತ್ವ ಎಂದು ನಂಬಿದ್ದರು".

"ನನ್ನ ಮೊದಲಿನ ಪ್ರಶ್ನೆ ಮತ್ತೆ ಬರುತ್ತದೆ" ಎಂದಳು ಐಶೀ. "ದಕ್ಷತೆ ಹಾಗೂ ಪರಿಣಾಮಕಾರಿತ್ವ ಎಂದರೆ ಏನು? ಅರ್ಥ ಒಂದೇ ಎನ್ನಿಸುತ್ತದೆ".

ತನ್ನ ಪಾಕೆಟ್ ಡಿಕ್ಷನರಿಯನ್ನು ತೆಗೆದು, ಲಕ್ಕಿ ಓದತೊಡಗಿದನು. "ದಕ್ಷತೆ ಎಂದರೆ- ಅತಿ ಕಡಿಮೆ ಶ್ರಮ ಹಾಗೂ ಸಮಯದಲ್ಲಿ ಕೆಲಸವನ್ನು ಅಥವಾ ಗುರಿಯನ್ನು ಸಾಧಿಸುವ ಚಾಕಚಕ್ಯತೆ ಹಾಗೂ ನಿರ್ವಾಹಣಾ ಸಾಮರ್ಥ್ಯ". ಪರಿಣಾಮಕಾರಿತ್ವ ಪದವನ್ನು ಹುಡುಕಿ ಅದರ ಅರ್ಥವನ್ನು ಓದಿದ. "ಆಳವಾದ ಪ್ರಭಾವ ಬೀರುವುದು".

ಲಕ್ಕಿ ಮುಂದುವರಿಸುತ್ತಾ "ಕೆಲವರು, ದಕ್ಷತೆ ವೇಗ ಮತ್ತು ವೆಚ್ಚದ ಮಾಪನ ಎಂದು ಹೇಳುವ ಪ್ರತೀತಿ ಇದೆ. ದಕ್ಷತೆಯೆಂದರೆ ಕೆಲಸ ಮಾಡಲು ಬೇಕಾಗಿರುವವರನ್ನು ತಕ್ಷಣಕ್ಕೇ ಕರೆಸುವುದು. ಇದು ನಂತರ ಕಡಿಮೆ ವೆಚ್ಚದಲ್ಲಿ ಸೂಕ್ತ ವ್ಯಕ್ತಿಯನ್ನು ಕರೆಸುವುದಕ್ಕಿಂತ ಮುಖ್ಯವಾದುದು. ಪರಿಣಾಮಕಾರಿತ್ವ ಎಂದರೆ ಗುಣಮಟ್ಟ ಹಾಗೂ ಒಳ್ಳೆತನ. ಅದು ದಕ್ಷತೆಗೆ ವಿರುದ್ಧವಾದುದು. ಸೂಕ್ತವಾದ ವ್ಯಕ್ತಿಯನ್ನು ವಿಳಂಬವಾಗಿಯಾದರು ನೇಮಿಸುವುದು ಮುಖ್ಯ. ಸರಿ ಹೊಂದದ ವ್ಯಕ್ತಿಯನ್ನು ನೇಮಿಸುವುದಕ್ಕಿಂತ ಇದು ಅವಶ್ಯ".

"ದಿನಬಳಕೆಯಲ್ಲಿ ಈ ಎರಡು ಪದಗಳು ಜೊತೆ ಜೊತೆಯಾಗಿ ಬಳಸುತ್ತಾರೆ. ಜನರಿಗೆ ಇವುಗಳಲ್ಲಿರುವ ವ್ಯತ್ಯಾಸ ತಿಳಿದಿದೆಯೇ ಎಂಬ ಅನುಮಾನ ನನಗೆ. ಉಪಯೋಗ ಹಾಗೂ ಬಳಕೆಯಲ್ಲಿ ಒಂದೇ ತರಹ ಅನ್ನಿಸಿದರು, ಅವು ಬೇರೆ ಬೇರೆ". ಎಂದಳು ಐಶೀ".

"ಮುಖ್ಯವಾದ ಪ್ರಶ್ನೆ ಎಂದರೆ ನಮ್ಮ ಫೋಕಸ್ ಅಥವಾ ಗಮನ, ದಕ್ಷತೆ ಮತ್ತು ಪರಿಣಾಮಕಾರಿತ್ವದ ಮೇಲೆ ಇರಬೇಕು ಎಂದು. ಇವೆರಡು ಜೊತೆ ಜೊತೆಯಲ್ಲಿ ಪರಸ್ಪರ ಹೊಂದಾಣಿಕೆ ಇರುವವು. ಕೆಲಸ ಬೇಗನೆ ಆಗಬೇಕೋ? ಸರಿಯಾಗಿ ಆಗಬೇಕೋ? ಎಂಬ ಪ್ರಶ್ನೆ ಇರಬಹುದು, ಆದರೆ ಎರಡೂ ಅತಿ ಮುಖ್ಯ" ಎಂದು ಹೇಳಿದನು ಲಕ್ಕಿ.

"ಗೆಳೆಯರೆ, ಪೀಟರ್ ಡ್ರಕ್ಕರ್ ಇದನ್ನ ಅತ್ಯಂತ ಸರಳವಾಗಿ ಉತ್ತಮವಾದ ಪದಗಳಲ್ಲಿ ಹೇಳಿದ್ದಾನೆ. ದಕ್ಷತೆ ಎಂದರೆ ಸರಿಯಾಗಿ ಕೆಲಸ ಮಾಡುವುದು. ಪರಿಣಾಮಕಾರಿತ್ವ ಎಂದರೆ ಸೂಕ್ತವಾದ ಕೆಲಸವನ್ನು ಮಾಡುವುದು". ಪ್ರತಿಯೊಬ್ಬರೂ ದಕ್ಷತೆಯನ್ನು ಹೊಂದಿರಬೇಕ.

ಅದಕ್ಕೆ ಪರ್ಯಾಯವಾದುದು ಇಲ್ಲ. ಆದರೇ ಅವರವರ ಕೆಲಸವನ್ನು ಸೂಕ್ತವಾಗಿ ಮಾಡುವುದು ಅವಶ್ಯಕ. ಪರಿಣಾಮಕಾರಿತ್ವವೇ ನಾಯಕ".

"ಅದನ್ನು ದಯವಿಟ್ಟು ವಿವರಿಸು" ಎಂದು ಕೇಳಿದನು ಸಂಟು.

"ಖಂಡಿತವಾಗಿ ವಿವರಿಸುವೆ" ಎಂದನು ಲಕ್ಕಿ "ಇದನ್ನು ನಾನು ಒಂದು ಕ್ರೀಡಾಕ್ಷೇತ್ರದ ಉದಾಹರಣೆಯೊಂದಿಗೆ ವಿವರಿಸುವೆ. ಫುಟ್ಬಾಲ್‌ನಲ್ಲಿ ಪ್ರತಿಯೊಬ್ಬ ಆಟಗಾರನು ದಕ್ಷತೆ ಉಳ್ಳವನಾಗಿರಬೇಕಾಗುತ್ತದೆ. ಯಾವ ಆಟಗಾರ, ಯಾವ ಸ್ಥಾನದಲ್ಲಿ ಆಡಬೇಕು ಎಂದು ನಾಯಕ ನಿರ್ಧರಿಸುತ್ತಾನೆ. ಇದು ಪರಿಣಾಮಕಾರಿತ್ವ. ಎದುರಾಳಿಯ ದುರ್ಬಲತೆ ಹಾಗು ತನ್ನ ತಂಡದ ಬಲವನ್ನು ತಿಳಿದುಕೊಂಡು ನಾಯಕ ತನ್ನ ತಂತ್ರವನ್ನು ರೂಪಿಸುತ್ತಾನೆ. ತಂಡದ ನಾಯಕನ ಪಾತ್ರದ ಪ್ರಾಮುಖ್ಯತೆ, ಅವನು ದಕ್ಷತೆ ಮತ್ತು ಪರಿಣಾಮಕಾರಿತ್ವವನ್ನು ಹೇಗೆ ನಿಭಾಯಿಸುತ್ತಾನೆ, ಎಂಬುದರ ಮೇಲೆ ನಿರ್ಧರಿತವಾಗಿದೆ".

ಸಂತೋಷದಿಂದ ಕುಣಿಯುತ್ತಾ ಸಂಟು "ಮ್ಯಾನೇಜ್‌ಮೆಂಟ್ ವಿಷಯದಲ್ಲಿ ಪೀಟರ್ ಡ್ರಕ್ಕರ್ ನ ಮಾತುಗಳು ನನಗೆ ಬಹಳ ಪ್ರಿಯವಾದುದು. ಒಂದು ಸಂಸ್ಥೆಯಲ್ಲಿ ಪ್ರತಿಯೊಂದು ಹಂತದಲ್ಲೂ ಪ್ರತಿಭಾವಂತರನ್ನು ಹೊಂದಿರಬೇಕು. ಒಬ್ಬ ಅತ್ಯಂತ ಪ್ರತಿಭಾವಂತ ನಾಯಕನಿಂದ ಇಡೀ ಸಂಸ್ಥೆ ನಡೆಯುವುದು ಎಂದಿಗೂ ಸಾಧ್ಯವಿಲ್ಲ. ಎಂಬ ಡ್ರಕ್ಕರ್ ಥಿಯರಿ ಇಲ್ಲಿ ಸೂಕ್ತವಾದುದು".

ಲಕ್ಕಿಯ ಸಮೀಪ ತೆರಳಿ ಅವನಲ್ಲಿದ್ದ ಪುಸ್ತಕದಿಂದ ಐಶೀ ಓದಲಾರಂಭಿಸಿದಳು. "ಒಂದು ಸಂಸ್ಥೆ ಅಥವಾ ವ್ಯಕ್ತಿಯ ದಕ್ಷತೆಯನ್ನು ಅವರು ತಮ್ಮಲ್ಲಿರುವ ಜನರನ್ನೂ ಸಂಪನ್ಮೂಲಗಳನ್ನು ಎಷ್ಟು ಪರಿಣಾಮಕಾರಿಯಾಗಿ ಬಳಸುತ್ತಾರೆ ಎಂಬುದರಿಂದ ತಿಳಿಯಬಹುದು. ಕಡಿಮೆ ಸಂಪನ್ಮೂಲಗಳನ್ನು ನಿಯೋಜಿಸಿ, ಸರಿಯಾದ ರೀತಿಯಲ್ಲಿ ಬಳಸಿಕೊಂಡು ಅತ್ಯುತ್ತಮ ಉತ್ಪನ್ನ ಪಡೆಯುವುದು ದಕ್ಷತೆ ಮತ್ತು ಸೂಕ್ತವಾದ ಕೆಲಸವನ್ನು ಮಾಡುವುದೇ ಪರಿಣಾಮಕಾರಿ. ನಿರಂತರವಾಗಿ ಉತ್ಪನ್ನವನ್ನು ಪರಿಶೀಲಿಸಿ, ಅದು ಬಯಸಿದ ರೀತಿಯ ಉತ್ಪನ್ನತೆ ನಿರ್ಣಯಿಸುವುದೇ ಪರಿಣಾಮಕಾರಿತ್ವ. ದಕ್ಷತೆ ಮತ್ತು ಪರಿಣಾಮಕಾರಿತ್ವಗಳನ್ನು ಸೂಕ್ತವಾಗಿ ಅಳವಡಿಸಿಕೊಂಡಿರುವ ಸಂಸ್ಥೆಗಳು ಯಶಸ್ವಿಯಾಗಿವೆ".

ತನ್ನ ಅಂಗೈಗಳನ್ನು ಸವರುತ್ತಾ, ಉತ್ಸಾಹದಿಂದ ಲಕ್ಕಿ "ಸರಿ! ನೀವಿಬ್ಬರು ಈ ಮೂಲ ಸಿದ್ಧಾಂತಗಳನ್ನು ತತ್ವಗಳನ್ನು ಅರ್ಥ ಮಾಡಿ ಕೊಂಡಿದ್ದೀರ. ಈಗ ಈ ತತ್ವಗಳನ್ನು ಹೇಗೆ ಅಳವಡಿಸಿಕೊಳ್ಳಬೇಕೆಂದು ನೋಡೋಣ. ನಾವು ಜ್ಞಾನ ಮತ್ತು ಅದರ ಬಳಕೆಯನ್ನು ಚರ್ಚಿಸುವಾಗ ನೀವು ಹೇಳಿದ್ದು ನೆನಪಿದೆಯಾ? ಸಿದ್ಧಾಂತ ಅಥವಾ ತತ್ವ ಅರ್ಥ ಮಾಡಿಕೊಂಡಿದ್ದನ್ನು ಬಳಕೆಗೆ ತರುವುದು ಮುಖ್ಯ ಎಂದು".

"ನಾವು ಈ ಸಿದ್ದಾಂತವು ೮೦ರ ದಶಕದಲ್ಲಿ ಅಜಾತಶತ್ರುವಿನಂತೆ ಇದ್ದು, ಅದ್ಭುತವಾದ ಯಶಸ್ಸನ್ನು ಸಾಧಿಸಿದ ಕೋಕೋ ಕೋಲ ಕಂಪನಿಯ ಉದಾಹರಣೆಯೊಂದಿಗೆ ಅರ್ಥ ಮಾಡಿಕೊಳ್ಳೋಣ. 1985ರಲ್ಲಿ ಕಂಪನಿಯ ವಿಚಾರವಂತರೆಲ್ಲಾ ಸೇರಿ, ಕೋಲಾದ ರುಚಿಯನ್ನು ಬದಲಿಸಬೇಕೆಂದು ನಿರ್ಧರಿಸಿದರು. ಅಮೇರಿಕನ್ನರಲ್ಲಿ ಆರೋಗ್ಯದ ಬಗ್ಗೆ ಕಾಳಜಿ ಹೆಚ್ಚಾಗಿದ್ದ ಕಾರಣ, ಆರೋಗ್ಯ ಪೂರಕವಾದ ಕೋಲವೊಂದು ಹೊರತರಬೇಕೆನ್ನುವುದು ಕಂಪನಿಯ ವಿಚಾರವಾಗಿತ್ತು. ಅಂತಹ ಹೊಸ ರುಚಿಯ ಕೋಲವನ್ನು "ಡಯಟ್ ಕೋಲಾ" ಎಂದು ನಾಮಕರಣ ಮಾಡಿದರು. ಈ ಹೊಸ ಪ್ರಯೋಗದಲ್ಲಿ ಸುಮಾರು 4 ಮಿಲಿಯನ್ ಡಾಲರ್ ಹಣವನ್ನು ವ್ಯಯಿಸಿ ಹೊಸ ಸೂತ್ರದೊಂದಿಗೆ, ಹೊಸ ರುಚಿ ಇರುವ ಕೋಲವನ್ನು ಮಾರುಕಟ್ಟಿಗೆ ಬಿಡುಗಡೆ ಮಾಡಿದರು. ಕಂಪನಿ ಪ್ರಾರಂಭವಾದಾಗಿನಿಂದ ಮೊದಲ ಬಾರಿ ರುಚಿಯನ್ನು ಬದಲಾಯಿಸಲಾಗಿತ್ತು. ಕಂಪನಿಯ ದಕ್ಷತೆಯನ್ನು ಇಲ್ಲಿ ಮೆಚ್ಚಬೇಕು. ತನ್ನ ಹಿಂದಿನ ಪಾನೀಯದ ಬದಲಾಗಿ ಹೊಸ ಪಾನೀಯವನ್ನು ಅಭೂತ ಪೂರ್ವವಾಗಿ ಮಾರಾಟ ಮಾಡಿ ಮಾರುಕಟ್ಟೆಯಲ್ಲಿ ಯಶಸ್ವಿಯಾಗಿ ಬಿಡುಗಡೆ ಮಾಡಿದರು. ಕಂಪನಿಯ ಈ ನಿಲುವು ಚತುರತೆಯಿಂದ ಕೂಡಿದ್ದು ಹೊಗಳಿಕೆಗೆ ಪಾತ್ರವಾಗಿದ್ದರೂ, ಕಂಪನಿಗೆ ಇದು ನಿರೀಕ್ಷಿತ ಗೆಲುವು ತಂದುಕೊಡಲಿಲ್ಲ. ಹಾಗೆ ನೋಡಿದರೆ, ಇದು ಒಂದು ದುರಂತವೇ ಆಗಿತ್ತು. ಕಂಪನಿಯ ಇತಿಹಾಸದಲ್ಲಿ, ಇದು ಒಂದು ಅತ್ಯಂತ ದುಬಾರಿ ತಪ್ಪಾಗಿತ್ತು. ಹೊಸ ರುಚಿಯ ಉತ್ಪನ್ನವನ್ನು ಮಾರುಕಟ್ಟೆಗೆ ತಂದ ಒಂದೇ ವಾರದಲ್ಲಿ, ಕಂಪನಿಯ ಗ್ರಾಹಕರ ದೂರು ಕೇಂದ್ರಕ್ಕೆ ಬರುವ ದೂರುಗಳ ಸುರಿಮಳೆಯಾಯಿತು. ಕರೆ ಮಾಡುವ ಗ್ರಾಹಕರು ಕೋಲದ ರುಚಿ ಬದಲಾದ ಕಾರಣ ಕೋಪಗೊಂಡಿದ್ದರು ಹಾಗೂ ಇನ್ನು ಮುಂದೆ ಅವರ ಮೆಚ್ಚಿನ ಕೋಲ ಸಿಗುವುದಿಲ್ಲ ಎಂಬ ಸುದ್ದಿ ಕೇಳಿ ನೊಂದಿದ್ದರು. ಕೆಲವರು, ತಾವು ಪೆಪ್ಸಿಗೆ ಮಾರು ಹೋಗುವುದಾಗಿ ಹೇಳಿದರು. ಆರು ವಾರಗಳಲ್ಲಿ, ಗ್ರಾಹಕ ಕರೆ ಕೇಂದ್ರದಲ್ಲಿ ದಿನಕ್ಕೆ 6 ಸಾವಿರ ಕರೆಗಳು ಬರಲಾರಂಭಿಸಿದವು. ಅಷ್ಟೆ ಅಲ್ಲ ಕಂಪನಿಗೆ ದೂರು ಪತ್ರಗಳು ಬರಲಾದವು. 40 ಸಾವಿರಕ್ಕಿಂತ ಹೆಚ್ಚಿನ ಪತ್ರಗಳು ಬಂದವು. ಪ್ರತಿಯೊಂದಕ್ಕೂ ಕಂಪನಿ ಉತ್ತರಿಸಲಾಗದೆ, ಪ್ರತಿಯೊಬ್ಬ ದೂರು ನೀಡಿದ ಗ್ರಾಹಕನಿಗೆ ಕಂಪನಿಯ ಹೊಸ ಉತ್ಪನ್ನದ ಕೂಪನ್ ಕೊಡಲಾಯಿತು. ಕೋಕೋ ಕೋಲ ಕಂಪನಿ ಹೊಸ ರುಚಿಯ ಪಾನೀಯವನ್ನು ತಯಾರಿಸುತ್ತಿರುವುದನ್ನು ಕೇಳಿ ಪೆಪ್ಸಿ ಕಂಪನಿಯ ಸಿ.ಇ.ಓ ರೋಜರ್ ಎನ್ರಿಕೊ ಪೆಪ್ಸಿ ಪಾನೀಯ ಕೋಕಕೋಲಾಗಿಂತ ರುಚಿಯಾಗಿರುವುದರಿಂದ, ಕೋಕೋ ಕೋಲ ತನ್ನ ಪಾನೀಯದ ರುಚಿ ಬದಲಾಯಿಸುತ್ತಿದೆ ಎಂದು ಹಲವು ಪ್ರಮುಖ ಪತ್ರಿಕೆಗಳಿಗೆ ಲಿಖಿತ ಹೇಳಿಕೆ ನೀಡಿದರು. ಇದು ಪೆಪ್ಸಿಯ ಗೆಲುವು ಎಂದು ಜಗತ್ತಿಗೆ ಸಾರಲು ಪೆಪ್ಸಿ ಈ ರೀತಿ ಮಾಡಿತು".

ತನ್ನ ಮಾತನ್ನು ನಿಲಿಸಿ, ಲಕ್ಕಿ ಆನೆಗಳ ಕಣ್ಣುಗಳನ್ನು ನೇರವಾಗಿ ನೋಡಿದನು.

"ಈ ಸಂದರ್ಭವನ್ನು ನಮ್ಮ ಇಂದಿನ ಬೇಗ್‌ಡಿಸಲಾಗದ ಅವಳಿಗಳ ಬೆಳಕಿನಲ್ಲಿ ನೋಡೋಣ. ಕೋಕೋ ಕೋಲ ಕಂಪನಿಯ ವ್ಯವಸ್ಥಿತ ಮಾರುಕಟ್ಟೆ ಜಾಲದಿಂದ, ಉತ್ತಮವಾದ ತಂತ್ರವನ್ನು ನಿಯೋಜಿಸಿದ್ದರೂ ಇದೊಂದು ದುರಂತವಾಯಿತು. ಕಂಪನಿಯ ಬೆಳವಣಿಗೆಗಾಗಿ ಡಯಟ್ ಕೋಕ್‌ನ್ನು ದಕ್ಷತೆಯಿಂದ ಬಿಡುಗಡೆ ಮಾಡಿದ್ದರು. ಅದು ಯಶಸ್ಸು ಕಾಣಲಿಲ್ಲ. ಇಂತಹ ಒಂದು ಕಹಿ ಸೋಲಿನ ನಂತರ. ಕಂಪನಿಯ ಅಧಿಕಾರಿಗಳು ಹಿಂದಿನ ಕೋಕ ಕೋಲವನ್ನು ಮಾರುಕಟ್ಟೆಯಿಂದ ತೆಗೆದಿದ್ದು ಅತ್ಯಂತ ದೊಡ್ಡ ತಪ್ಪು ಎಂದು ಒಪ್ಪಿಕೊಂಡು, ಪುನಃ ಹಳೆಯ ಕೋಲವನ್ನು ಡಯಟ್ ಕೋಕ್ ನೊಂದಿಗೆ ಮಾರುಕಟ್ಟೆಗೆ ಬಿಡುಗಡೆ ಮಾಡಿದರು. ಇದರ ಪರಿಣಾಮವಾಗಿ, ಕಂಪನಿಯ ಗ್ರಾಹಕ ಕರೆ ಕೇಂದ್ರಕ್ಕೆ ದಿನವೊಂದಕ್ಕೆ 18,000 ಕೃತಜ್ಞಪೂರ್ವಕ ಕರೆಗಳು ಬರಲಾರಂಭಿಸಿದವು. ಒಬ್ಬ ಗ್ರಾಹಕ ಕಳೆದುಕೊಂಡಿದ್ದ ಗೆಳೆಯನನ್ನು ಪಡೆದಷ್ಟು ಸಂತಸವಾಯಿತು ಎಂದು ಭಾವುಕನಾಗಿ ಕರೆ ಮಾಡಿದ್ದನು. ಕಂಪನಿಯ ಶೇರುಗಳ ಬೆಲೆ, ಹಿಂದಿನ 12 ವರ್ಷಗಳಲ್ಲಿ ಇಲ್ಲದ ಎತ್ತರಕ್ಕೆ ಏರಿತು. ಈ ಘಟನೆ 'ಕೋಲವಾರ್' ಎಂದೆ ಪ್ರಸಿದ್ಧಿಯಾಯಿತು. ತನ್ನ ಸ್ಥಾನ ಗೌರವವನ್ನು ಮತ್ತೆ ಪಡೆಯಲು ಕೊಕೋ ಕೋಲಾ ಕಂಪನಿ ತನ್ನ ದಕ್ಷತೆ ಹಾಗೂ ಪರಿಣಾಮಕಾರಿತ್ವವನ್ನು ಪ್ರದರ್ಶಿಸಿ, ಎರಡನ್ನು ಅಳವಡಿಸಿಕೊಳ್ಳಬೇಕಾಯಿತು".

"ಎಂದಿನಂತೆ ನಿನ್ನ ದೃಷ್ಟಾಂತಗಳು ರೋಮಾಂಚನಕಾರಿಯಾಗಿರುತ್ತವೆ. ನಿನ್ನಲ್ಲಿರುವ ಉತ್ತಮಕಥೆಗಳು, ನಮಗೆ ನೀನು ಹೇಳುವ ವಿಷಯಗಳನ್ನು ಅರ್ಥ ಮಾಡಿಕೊಳ್ಳಲು ಉಪಯುಕ್ತವಾಗಿದೆ" ಎಂದನು ಸಂಟು.

"ಥ್ಯಾಂಕ್ಸ್ ಸಂಟು, ಈ ದಿನದ ಸಂಭಾಷಣೆಯನ್ನು ಮುಕ್ತಾಯಗೊಳಿಸುವ ಮೊದಲು ಇನ್ನೊಂದು ಉದಾಹರಣೆ ಇಲ್ಲಿದೆ. ನಮ್ಮ "ಟು ಡೂ" ಪಟ್ಟಿಗೆ ಸಂಬಂಧಿಸಿದ್ದು, ಪೋಸ್ಟ್ ಇಟ್ ನೋಟ್"

"ನಿಮ್ಮ ಬಾಸ್‌ರನ್ನು ಭೇಟಿ ಮಾಡಲು ಹೋಗಿದ್ದಾಗ, ಅವರ ಕಾರ್ಯದರ್ಶಿ ಯವರೊಡನೆ ಮಾತನಾಡುತ್ತಿದ್ದೆ. ಆಗ ತಾನು ಮಾಡಬೇಕಾಗಿದ್ದ ಕೆಲಸಗಳನ್ನೆಲ್ಲಾ ಪಟ್ಟಿ ಮಾಡಿ, ಪೋಸ್ಟ್ ಇಟ್ ಗಳಲ್ಲಿ ಬರೆದು ತನ್ನ ಕಂಪ್ಯೂಟರ್ಸ್ ಸ್ಕ್ರೀನ್ ಮೇಲೆ ಅಂಟಿಸಿದ್ದರು. ಇದು ಅವರು ಯಾವುದೇ ಕೆಲಸವನ್ನು ಮರೆಯದೆ ಪೂರ್ಣಗೊಳಿಸಲು ತಮ್ಮ ದಕ್ಷತೆಯನ್ನು ಹೆಚ್ಚಿಸಲು ಎಂದು".

"ಹೌದು ನಾನು ಅದನ್ನು ಗಮನಿಸಿದ್ದೇನೆ" ಎಂದಳು ಐಶೀ "ಮಧ್ಯೆ ಬಂದು ಬಾಯಿ ಹಾಕಿದಕ್ಕೆ ಕ್ಷಮೆ ಇರಲಿ, ಲಕ್ಕಿ. ನಿನ್ನ ಮಾತು ಸರಿ. ಆದರೆ, ಶ್ರೀಮತಿ ಪಾಟೀಲ್‌ರವರ ಟು ಡೂ ಲಿಸ್ಟ್ ಎಲ್ಲಾ ಕಡೆ ಹರಡಿದೆ. ಅವರ ಕಂಪ್ಯೂಟರ್ ಸ್ಕ್ರೀನ್ ಗೋಡೆ, ಟೇಬಲ್‌ನ ತುದಿಯಲ್ಲಿ, ಎಲ್ಲೆಡೆ. ನಮ್ಮ ಬಾಸ್ ಹೇಳುವಂತೆ, ಮಿಸ್ಸೆಸ್ ಪಟೇಲ್‌ರವರು ಅತ್ಯಂತ ದಕ್ಷ ಮಹಿಳೆ. ಆದರೆ ಅವರು ತಮ್ಮ ಪೋಸ್ ಇಟ್‌ಗಳನ್ನು ಆದ್ಯತೆ ಅನುಸಾರ ಜೋಡಿಸಿಕೊಳ್ಳುವುದಿಲ್ಲ. ಹಾಗಾಗಿ ಎಲ್ಲೆಡೆ ಹರಡಿವೆ".

"ಹಾಗಾಗಿ ಅವರು ಮಾಡಬೇಕಾಗಿರುವ ಕೆಲಸ ಹಾಗೆ ಉಳಿದಿರುತ್ತೆ. ಪೋಸ್ಟ್ ಇಟ್ ಸ್ಟಿಕರ್ ಗಳಲ್ಲಿ ಅವರು ದಕ್ಷರಂತೆ ಕಂಡರೂ ಅವರ ದಿನದ ಉತ್ಪನ್ನತೆ ಹೆಚ್ಚಾಗುವುದಿಲ್ಲ". ಎಂದನು ಸಂಟು.

"ಈ ಪೋಸ್ಟ್ ಇಟ್‌ಗಳ ಇತಿಹಾಸ ಇಲ್ಲಿದೆ. ಬಹುಶಃ ನಿಮಗೆ ಇಷ್ಟವಾಗಬಹುದು". ಎಂದನು ಲಕ್ಕಿ. ನಿಮಗೆಲ್ಲಾ ಗೊತ್ತಿರುವಂತೆ ಈ ಸ್ಟೇಷನರಿ ಐಟಂ ಹಿಂದೆ, ಸುಲಭವಾಗಿ ಅಂಟಿಸಲು ಸಾಧ್ಯವಾಗಲಿ ಎಂದು ಅಂಟಿನ ಒಂದು ಚಿಕ್ಕಪಟ್ಟಿ ಇದೆ. ಆವಿಷ್ಕಾರಕ್ಕೆ ಹೆಸರು ವಾಸಿಯಾದ 3ಎಂ ಕಂಪನಿ ಈ ಅಂಟಿನ ಪಟ್ಟಿಯನ್ನು ತಯಾರಿಸುತ್ತಿದೆ. 3ಎಂ ಕಂಪನಿ ಈ ತರಹದ ಹಲವು ವಸ್ತುಗಳನ್ನು ತಯಾರಿಸುತ್ತದೆ. ಈ ಪೋಸ್ಟ್ ಇಟ್‌ನ್ನು 3ಎಂ ಸಂಸ್ಥೆ 1977 ರಲ್ಲಿ ಬಿಡುಗಡೆ ಮಾಡಿತ್ತು. ಆದರೆ, ಈ ತರಹ ಸ್ಟಿಕರ್ ಗಳ ಇರುವಿಕೆಯ ತಿಳಿಯದೆ ಜನರು, ಪೋಸ್ಟ್ ಇಟ್‌ನ್ನು ಅದರ ಪ್ರಯೋಜನಗಳನ್ನು ಅರಿತುಕೊಳ್ಳಲು ವಿಫಲರಾದರು. ಹಾಗಾಗಿ 3ಎಂ ನ ಈ ಕಾರ್ಯ ಯಶಸ್ವಿಯಾಗಲಿಲ್ಲ. ಒಂದುವರ್ಷದನಂತರ, ಕಂಪನಿಪೋಸ್ಟ್ ಇಟ್‌ಗಳನ್ನು ಬೊಮ್ಸೆ ಇಡಾಹೋ ಮುಂತಾದ ಪ್ರದೇಶದಲ್ಲಿ ಫ್ರೀ ಸ್ಯಾಂಪಲ್ ಮಾಡಿ ಹಂಚಿತು. ಉಚಿತವಾಗಿ ಸ್ಯಾಂಪಲ್ ಪಡೆದ ಶೇಕಡ ೯೦% ರಷ್ಟು ಜನ ತಾವು ಪೋಸ್ಟ್ ಇಟ್‌ಗಳನ್ನು ಕೊಂಡುಕೊಳ್ಳುವುದಾಗಿ ತಿಳಿಸಿದರು. ಫ್ರೀ ಸ್ಯಾಂಪಲ್‌ಗಳನ್ನು 1980ರಲ್ಲಿ ಹಂಚಿದ್ದು ಎಷ್ಟು ಸಲ ಪರಿಣಾಮಕಾರಿಯಾಗಿತ್ತೆಂದರೆ, 1981ರಲ್ಲಿ ಪೋಸ್ಟ್ ಇಟ್‌ನ್ನು ಅಮೇರಿಕಾದ್ಯಂತ ಬಿಡುಗಡೆ ಮಾಡಲಾಯಿತು. ನಂತರ ಕೆನಡ, ಯೂರೋಪ್‌ಗಳಲ್ಲಿ ಇದರ ಮಾರಾಟವಾಯಿತು. ಫ್ರೀ ಸ್ಯಾಂಪಲ್ ಹಂಚುವ ಉಪಾಯ ಹಾಗೂ ಹಂಚಿದ ಪ್ರದೇಶಗಳು ಅತ್ಯಂತ ಪ್ರಭಾವಕಾರಿ ಹಾಗೂ ಉಪಯುಕ್ತವೂ ಆಗಿತ್ತು. ಇದರಿಂದಲೇ ಪ್ರಪಂಚಾದ್ಯಂತ ಪೋಸ್ಟ್ ಇಟ್‌ಗಳು ಸರ್ವವ್ಯಾಪಿಯಾಗಿ ಮನೆಯಲ್ಲಾಗಲಿ, ಆಫೀಸ್‌ಗಳಲ್ಲಾಗಲಿ ಉಪಯೋಗವಾಗುತ್ತದೆ. ದಕ್ಷತೆ ಮತ್ತು ಪರಿಣಾಮಕಾರಿತ್ವದ ಬಗ್ಗೆ ಆಳವಾಗಿ ತಿಳಿದ ನಂತರ, ನನ್ನ ಅಭಿಪ್ರಾಯದಲ್ಲಿ ದಕ್ಷತೆ ಎಂದರೆ ಸೂಕ್ತವಾದುದನ್ನು ಮಾಡುವುದಾದರೆ, ಪರಿಣಾಮಕಾರತ್ವ ಆವಿಷ್ಕಾರಕ್ಕೆ ಬೇಕಾಗಿದ್ದು, ಸೂಕ್ತವಾದ ಸಮಯ ತೆಗೆದುಕೊಂಡು ಗುರಿ ಸಾಧಿಸುವುದು. ಇವೆರಡು ಬೇರ್ಪಡಿಸಲಾಗದ ಸೂತ್ರಗಳು. ಇವೆರಡರಲ್ಲಿ ಯಾವುದರ ಜೊತೆಗೂ ಕಾಂಪ್ರಮೈಸ್ ಮಾಡುವ ಹಾಗಿಲ್ಲ. ಎರಡೂ ಸರಿಪ್ರಮಾಣದಲ್ಲಿ ಅಳವಡಿಸಿಕೊಳ್ಳಬೇಕು. ನಮ್ಮ ಇತರ ಅವಳಿಗಳಂತೆ ಇವು ಒಂದೇ ಮುಖದ ಎರಡು ನಾಣ್ಯಗಳು ನನ್ನ ಉದ್ಯಮ ಅನುಭವದಲ್ಲಿ ತಿಳಿದುಕೊಂಡಿರುವ ಅಂಶವೆಂದರೆ, ಎಕ್ಸಲೆನ್ಸ್ ಈಸ್ ಈಕ್ವಲ್ ಟು ಎಫೆಕ್ಟಿವ್‌ನೆಸ್ ಮಲ್ಟಿಪ್ಲೈಡ್ ಬೈ ಎಫಿಷಿಯನ್ಸಿ ಅಂದರೆ ಪರಿಣಾಕಾರಿತ್ವವನ್ನು ದಕ್ಷತೆಯೊಂದಿಗೆ ಗುಣಿಸಿದಾಗಲೇ ಶ್ರೇಷ್ಠತೆ ಸಾಧಿಸಲು ಸಾಧ್ಯ." ಎಂದು ತನ್ನ ಮಾತು ನಿಲ್ಲಿಸುತ್ತಾನೆ ಲಕ್ಕಿ.

"ಇದೊಂದು ಉತ್ತಮವಾದ ಸ್ವಾರಸ್ಯಕರವಾದ ವಿಷಯವಾಗಿತ್ತು. ಉದಾಹರಣೆಗಳೊಂದಿಗೆ ನಿನ್ನ ತತ್ವಗಳನ್ನು ಸೇರಿಸಿ ವಿವರಿಸುವ ಶೈಲಿ ಅತ್ಯಂತ ಪರಿಣಾಮಕಾರಿಯಾಗಿದೆ. ನೀನು

ತಿಳಿಸಿಕೊಡುತ್ತಿರುವ ತತ್ವಗಳನ್ನು ನಾನು ಅರ್ಥಮಾಡಿಕೊಳ್ಳುವುದಷ್ಟೆ ಅಲ್ಲದೆ ಅವುಗಳನ್ನು ಹೇಗೆ ಅಳವಡಿಸಿಕೊಳ್ಳಬೇಕು ಎಂಬುದನ್ನು ತಿಳಿಯುತ್ತಿದ್ದೇವೆ. ಇದು ಕೂಡ ನಿನ್ನ ಬೇರ್ಪಡಿಸಲಾಗದ ಅವಳಿಗಳಲ್ಲಿ ಒಂದು. ಈ ಸಿದ್ಧಾಂತವನ್ನು ನಾನು ಮಿಸಸ್. ಪಟೇಲ್ ರವರಿಗೆ ತಿಳಿಸಬೇಕೆಂದು ಉತ್ಸಾಹದಿಂದ ಇದ್ದೇನೆ. ಅವರೂ ಇದರಿಂದ ಪ್ರಯೋಜನ ಪಡೆಯಲಿ ಎಂದು" ಎಂದಳು ಇಶೀ.

ಊಟಕ್ಕೆ ಹೋಗಬೇಕೆಂದು ಕಾತುರ ಹಾಗೂ ಸಂತಸದಿಂದ ಇದ್ದ ಸಂಟು. "ದಕ್ಷತೆಯಿಂದರೆ ಸೂಕ್ತವಾಗಿ ಅಥವಾ ಸರಿಯಾಗಿ ಕೆಲಸ ಮಾಡುವುದು, ಪರಿಣಾಮಕಾರಿತ್ವವೆಂದರೆ, ಸರಿಯಾದ ಕೆಲಸವನ್ನು ಮಾಡುವುದು. ಯಶಸ್ಸು ಬರುವುದು, ಸರಿಯಾದ ಕೆಲಸವನ್ನು ಸರಿಯಾದ ಸಮಯದಲ್ಲಿ ಮಾಡುವುದರಿಂದ ಮಾತ್ರ ಎಂದನು" ಎನ್ನುತ್ತಾನೆ.

"ಪರ್ಫೆಕ್ಟ್, ಸಂಟು" ಎಂದು ಶಹಬ್ಬಾಸ್‌ಗಿರಿಕೊಡ್ತಾನೆ ಲಕ್ಕಿ.

"ಇದನ್ನ ನಾನು ನಿನಗೆ ತಿಳಿಸಲೇಬೇಕು, ಲಕ್ಕಿ ನಿನ್ನ ಅನುಭವ ಹಾಗೂ ವಿದ್ಯಾಭ್ಯಾಸದಿಂದ ನಮಗೆ ಜ್ಞಾನೋದಯವಾಗುತ್ತಿದೆ. ಇದು ಪ್ರಶಂಸನೀಯ. ಧನ್ಯವಾದಗಳನ್ನು ತಿಳಿಸಲು ಪದಗಳೇ ಇಲ್ಲ". ಎನ್ನುತ್ತಾಳೆ ಭಾವೋದ್ವೇಗಗೊಂಡ ಇಶೀ. ಅವಳಿಗೆ ಲಕ್ಕಿಯೊಂದಿಗೆ ಕಳೆಯಲು ಹೆಚ್ಚು ಸಮಯ ಸಿಕ್ಕಿಲ್ಲ ಎಂದು ತಿಳಿದು ದುಃಖಪಡುತ್ತಾಳೆ.

ಇಶೀಯ ಸೊಂಡಿಲನ್ನು ಅಪ್ಪಿಕೊಂಡ ಲಕ್ಕಿ "ಸ್ನೇಹಿತರ ನಡುವೆ ಇಂತಹ ಸಂಪ್ರದಾಯವಿರಬಾರದು. ಇದು ಪರಸ್ಪರ ಕಲಿವಿಕೆ ಅವಕಾಶ. ನಾನು ಸಹ ಈ ಅನುಭವದಲ್ಲಿ ಎಷ್ಟೋ ವಿಚಾರಗಳನ್ನು ಕಲಿತಿರುವೆ" ಎಂದನು.

"ನಿಜವಾದ ಗುರುವಿನ ಮಾತಿದು, ನಮ್ಮ ಮುಂದಿನ ವಿಷಯ ಯಾವುದು?" ಎಂದು ಕೇಳಿದಳು ಇಶೀ.

"ಇಂದಿಗೆ ಇಷ್ಟು ಸಾಕು ಮುಂದಿನದು ಆಲೋಚಿಸಬೇಕು. ಈಗ ವಿಶ್ರಾಂತಿಯ ಸಮಯ. ದಕ್ಷತೆ ಹಾಗೂ ಪರಿಣಾಮಕಾರಿಯಾಗಿರ ಬೇಕೆಂದರೆ ವಿಶ್ರಾಂತಿ ಅಗತ್ಯ" ಎಂದುತ್ತರಿಸಿದನು ಲಕ್ಕಿ. ಪುನಃ ಭೇಟಿ ಮಾಡೋಣ ಎಂದು ಗೆಳೆಯರು ಒಬ್ಬರನೊಬ್ಬರು ಬೀಳ್ಕೊಟ್ಟರು.

ಮನನ ಮಾಡಲು ವಿಚಾರ

- ನೀವು ದಕ್ಷತೆಯಿಂದ ಕೆಲಸ ಮಾಡಿದ ಪ್ರಸಂಗವೊಂದನ್ನು ನೆನಪು ಮಾಡಿಕೊಳ್ಳಿ, ಆ ಕೆಲಸದಲ್ಲಿ ನೀವು ಪರಿಣಾಮಕಾರಿಯಾಗಿದ್ದಾರಾ? ಅಂತಹ ಪ್ರಸಂಗದಿಂದ ನೀವು ಕಲಿತ ವಿಚಾರವೇನು?

- ನಿಮ್ಮ ವೃತ್ತಿ ಬದುಕನ್ನು ದಕ್ಷತೆ ಮತ್ತು ಪರಿಣಾಮಕಾರಿತ್ವಗಳನ್ನು ಹೇಗೆ ಅಳವಡಿಸಿಕೊಂಡಿದ್ದೀರಾ? ಅವುಗಳ ಸಮಪಾಲು ಇದೆಯೇ?

- ನಿಮ್ಮ ಗುರಿಯನ್ನು ಸಾಧಿಸಲು ದಕ್ಷತೆ ಹಾಗೂ ಪರಿಣಾಮಕಾರಿತ್ವವನ್ನು ಹೆಚ್ಚು ಮಾಡಿಕೊಳ್ಳುವಂತಹ ಯಾವ ಕ್ರಮವನ್ನು ಮುಂದಿನ 24 ಘಂಟೆಗಳಲ್ಲಿ ತೆಗೆದುಕೊಳ್ಳುವಿರಿ..

ಆಲೋಚನೆ ಹಾಗೂ ಅಡಚಣೆ ಎರಡೂ ನಿಮ್ಮಲ್ಲೇ ಅಡಗಿದೆ

– ತಾವಸ್ ಕಾರ್ಲೆಲ್

ಆಲೋಚನೆ ಮತ್ತು ಕಾರ್ಯಾನುಷ್ಠಾನ

ಆಲೋಚನೆ ಮತ್ತು ಕಾರ್ಯಾನುಷ್ಠಾನ

ಮಾರನೆಯ ದಿನ ಗೆಳೆಯರು ಭೇಟಿ ಮಾಡಿದಾಗ "ಲಕ್ಕಿ, ನಿನಗೆ ನಾವು ಹೇಳಲೇಬೇಕಾದ ವಿಷಯವೊಂದಿದೆ" ಎಂದು ಮಾತು ಪ್ರಾರಂಭ ಮಾಡಿದಳು ಐಶೀ. "ಸಂಟು ಮತ್ತು ನಾನು ಕೇವಲ ಕಷ್ಟಪಡುವ ಕಾರ್ಮಿಕರಾಗದೆ ಚತುರತೆಯಿಂದ ಕೂಡಿದ ಉದ್ಯಮಿಗಳಾಗಬೇಕೆಂದಿದ್ದೇವೆ. ಅಫ್ಕೋರ್ಸ್, ಉದ್ಯಮಿಗಳಾಗಿ ಪರಿಶ್ರಮ ಪಡುತ್ತೇವೆ. ಈಗ ನಮಗೆ ದಕ್ಷತೆ ಹಾಗೂ ಪರಿಣಾಮಕಾರಿತ್ವದ ಮಹತ್ವವೂ ತಿಳಿದಿದೆ. ನೀನು ಧಾರಾಳವಾಗಿ ನಿನ್ನ ಜ್ಞಾನವನ್ನು ನಮ್ಮೊಂದಿಗೆ ಹಂಚಿಕೊಂಡಿರುವೆ. ನಮಗೆ ತಿಳಿದಿರುವ ಈ ಜ್ಞಾನವನ್ನು ಉದ್ಯಮದಲ್ಲಿ ಅಳವಡಿಸಿಕೊಳ್ಳಲು ಉತ್ಸುಕರಾಗಿದ್ದೇವೆ". ಎಂದಳು, ಐಶೀ.

"ವ್ಹಾವ್!" ಎಂದು ಉದ್ಗರಿಸಿದನು, ಲಕ್ಕಿ. "ನನ್ನ ಲೆಕ್ಚರ್ ಗಳು ನಿಮ್ಮ ಮೇಲೆ ಈ ತರಹದ ಸಕಾರಾತ್ಮಕ ಪ್ರಭಾವ ಬೀರಿದೆ ಎಂದು ಕೇಳಿ ನಾನು ಧನ್ಯನಾದೆ. ನೀವು ನಿಮ್ಮ ಬದುಕನ್ನು ಬದಲಾಯಿಸಿಕೊಳ್ಳುವಷ್ಟು ಪ್ರಭಾವ ಬೀರಿರುವುದು ಅತ್ಯಂತ ಸಂತಸದ ಸುದ್ದಿ. ನಿಮ್ಮಿಬ್ಬರಲ್ಲಿ ನಾನು ತಿಳಿದಿರುವ ಮಟ್ಟಕ್ಕೆ ಬೇರ್ಪಡಿಸಲಾಗದ ಪ್ರತಿಭೆ ಇದ್ದು, ನೀವಿಬ್ಬರು ಆರಂಭಿಸುವ ಉದ್ಯಮದಲ್ಲಿ ಯಶಸ್ವಿಯಾಗಿರುವುದರಲ್ಲಿ ಸಂದೇಹವಿಲ್ಲ. ನನ್ನಿಂದ ಬಚ್ಚಿಟ್ಟ ರಹಸ್ಯ ಇದೇನಾ? ಏನೋ ಗುಸು ಗುಸು ನಡೆಯುತ್ತಿದೆ ಎಂದು ಗೊತ್ತಿತ್ತು. ಆದರೆ, ವಿಷಯವೇನೆಂದು ತಿಳಿದಿರಲಿಲ್ಲ".

"ಇದನ್ನು ಮುಂಚಿತವಾಗಿ, ತಿಳಿಸದಿದ್ದಕ್ಕೆ ಕ್ಷಮೆ ಇರಲಿ". ಎಂದು ಕೇಳಿದನು ಸಂಟು. "ನಿನ್ನ ಪಾಠಗಳ ಉಪಯೋಗ ಪಡೆದು, ನಮ್ಮ ಆಲೋಚನೆಗಳಿಗೆ ಒಂದು ರೂಪ ಕೊಟ್ಟನಂತರ ನಿನ್ನೊಡನೆ ಚರ್ಚಿಸಬೇಕೆಂದು ಕೊಂಡಿದ್ದೆವು. ಹಾಗೂ ಅದನ್ನು ನಾವು ಮಾಡುವ ಉದ್ಯಮದಲ್ಲಿ ಆಳವಡಿಸಿಕೊಳ್ಳಬೇಕು ಎಂದಿದ್ದೇವೆ".

"ಇವತ್ತು ಮತ್ತೆ ನೀವು, ನಾನು ಚರ್ಚಿಸಬೇಕೆಂದಿರುವ ಬೇರ್ಪಡಿಸಲಾಗದ ಅವಳಿಯ ಸುಳಿವು ಕೊಟ್ಟಿದ್ದೀರ. ನಾವು ಹೀಗೇಕೆ ಮಾಡಬಾರದು. ಇಂದಿನ ನಮ್ಮ ತತ್ವವನ್ನು ನಿಮ್ಮ ಈ ಆಲೋಚನೆಯೊಂದಿಗೆ ಸೇರಿಸೋಣ. ಇಬ್ಬರಿಗೂ ಅನುಕೂಲವಾದ ಜಯದ ಸಂದರ್ಭವಾಗುತ್ತದೆ".

"ಉತ್ತಮ ಅಭಿಪ್ರಾಯ. ಹಾಗಾದರೆ ಇಂದು ಯಾವ ವಿಷಯದ ಬಗ್ಗೆ ಚರ್ಚಿಸುತ್ತಿರುವೆ?" ಎಂದು ಕೇಳಿದ ಸಂಟು. "ನಿಮಗೆ ಇಷ್ಟವಾದಲ್ಲಿ ಆಲೋಚನೆ ಹಾಗೂ ಅನುಷ್ಠಾನ ಇದರ ಬಗ್ಗೆ".

ಆಳವಾದ ಆಲೋಚನೆಯಲ್ಲಿ ಮಗ್ನಳಾದಂತೆ ಕಂಡಳು ಐಶೀ. ಅದನ್ನು ಗಮನಿಸಿದ ಲಕ್ಕಿ, "ಐಶೀ ನಿನ್ನ ತಲೆಯಲ್ಲಿ ಯಾವ ಆಲೋಚನೆ ಇದೆ, ಹೇಳು ಗೆಳತಿ" ಎಂದು ಕೇಳಿದನು.

"ಖ್ಯಾತ ಸಂಗೀತ ರಚನೆಕಾರ ಯನ್ನಿಯ ಸಾಲುಗಳನ್ನು ಮೆಲಕು ಹಾಕುತ್ತಿರುವೆ. 'ಕಾಲದಿಂದ ಮನುಕುಲಕ್ಕೆ ಏನೇ ಒಳಿತಾಗಿದ್ದರೆ ಅದರ ಆರಂಭ ಒಂದು ಆಲೋಚನೆಯಿಂದ'. ಎಂತಹ ಸಾಲುಗಳಲ್ಲವೇ? ಪ್ರತಿಯೊಂದು ಆಲೋಚನೆಯು ಒಂದು ಸಣ್ಣ ವಿಚಾರವಾಗಿ ಆರಂಭವಾಗುತ್ತದೆ. ಕೆಲವೊಮ್ಮೆ ಆಲೋಚನೆಗಳನ್ನು ಕೇವಲ ಕಲ್ಪನೆ ಎಂದು ಕರೆಯುವುದು ಉಂಟು. ಕಲ್ಪನೆ ಕೇವಲ ಆಶಾದಾಯಕ ವಿಚಾರವಾಗಿರುತ್ತದೆ. ಆದರೆ, ಆಲೋಚನೆಯೂ ವಿಚಾರವನ್ನು ಅಳವಡಿಸಿ ಕೊಳ್ಳುವುದಾಗಿರುತ್ತದೆ. ಅದರಿಂದ ಉಪಯೋಗವಾಗುವಂತಹದಾಗಿರುತ್ತದೆ. ಆಲೋಚನೆಗೆ ಸಿಗುವ ಪ್ರತಿಕ್ರಿಯೆ ಕ್ರಿಯಾಶೀಲತೆ ಹಾಗೂ ಸ್ಪರ್ಧೆಯನ್ನು ಮೂಡಿಸುತ್ತದೆ". ಎಂದು ಹೇಳುತ್ತ ಒಂದು ಚೊಕ್ಕವಾದ ಅನುಕೂಲವಾದ ಸ್ಥಳವನ್ನು ಆರಿಸಿ ಕುಳಿತ ಐಶೀ ಒಂದು ಸಣ್ಣ ನಿಟ್ಟುಸಿರು ಬಿಟ್ಟಳು.

"ಎಲ್ಲಾ ಉನ್ನತ ಆಲೋಚನೆಗಳು ವಿಚಾರದಿಂದ ಮೂಡಿವೆ ಎಂದು ನಮ್ಮ ವಿಚಾರಗಳ ಶಕ್ತಿಯೇ ನನಗೆ ತಿಳಿದಿರಲಿಲ್ಲ. ತಂಗಿ, ನಾನು ಸದಾ ಕಾಲ ವಿಚಾರ ಮಾಡುತ್ತಿರುತ್ತೇನೆ. ಆದರೆ, ಏಕೆ ಯಾವುದೇ ರೀತಿ ರಚನಾತ್ಮಕವಾದುದು ಏನೂ ಆಗಿಲ್ಲ?" ಎಂದು ಕೇಳುತ್ತಾನೆ ಸಂಟು.

"ಬಹುಶಃ ನೀನು ನಿನ್ನ ವಿಚಾರಗಳನ್ನು ಮುಂದುವರಿಸಿ ಅವುಗಳನ್ನು ಕಾರ್ಯರೂಪಕ್ಕೆ ತರುವುದಿಲ್ಲ". ಎಂದುತ್ತರಿಸಿದನು ಲಕ್ಕಿ. "ಹಿಂದುಸ್ತಾನ್ ಲೀವರ್ ಸಂಸ್ಥೆಯ ಧ್ಯೇಯ ತಿಳಿಸುವ ಈ ಪ್ರಕಟಣೆ ನೋಡಿ ನಾನು ಬೆರಗಾಗಿದ್ದೇನೆ. ಅತ್ಯಂತ ಸಂಕ್ಷಿಪ್ತವಾಗಿ ಗ್ರಾಹಕರ ನಿರೀಕ್ಷೆ ಹಾಗೂ ಅದನ್ನು ಪೂರ್ಣಗೊಳಿಸಲು ಅವರು ತೆಗೆದುಕೊಂಡಿರುವ ಶ್ರಮವನ್ನು ಈ ಸಾಲುಗಳಲ್ಲಿ ಹೇಳಲಾಗಿದೆ. 'ಜನರ ಪ್ರತಿನಿತ್ಯದ ಅಗತ್ಯಗಳನ್ನು ಹಾಗೂ ನಿರೀಕ್ಷೆಗಳನ್ನು ಮುಂಚಿತವಾಗಿ ಗ್ರಹಿಸಿ, ಅದಕ್ಕೆ ಪೂರಕವಾದ ಉತ್ಪನ್ನ ಮತ್ತು ಸೇವೆಗಳ ಮೂಲಕ ರಚನಾತ್ಮಕವಾಗಿ ಸ್ಪಂದಿಸಿ ನಮ್ಮ ಗ್ರಾಹಕರ ಜೀವನಶೈಲಿಯಲ್ಲಿ ಶ್ರೇಷ್ಠತೆ ತರುವುದು".

"ಇಲ್ಲಿ ಗಮನವಿಡಬೇಕಾದ ಅಂಶವೆಂದರೆ, ಆಲೋಚನೆ ಒಳ್ಳೆಯದೇ ಆದರೂ, ಅದರ ಅನುಷ್ಠಾನ ಮುಖ್ಯ. ಉತ್ತಮ ಆಲೋಚನೆ ಉತ್ತಮ ಪ್ರಾರಂಭಕ್ಕೆ ಅನುವು ಮಾಡಿಕೊಡುತ್ತದೆ. ಆದರೆ ಯಶಸ್ಸು ಸಿಗುವುದು, ಕೇವಲ ಸರಿಯಾದ ಅನುಷ್ಠಾನದಿಂದ ಮಾತ್ರ. ಉದ್ಯಮಿಯ ಯಶಸ್ಸಿಗೆ ಅತ್ಯಂತ ಅವಶ್ಯವಿರುವ ಅಂಶವೆಂದರೆ ಅವರ ಬಿಸಿನೆಸ್ ಐಡಿಯಾದ ಸರಿಯಾದ ಅನುಷ್ಠಾನ".

"ಹಾಗಾದರೆ, ನೀನು ಹೇಳುವುದು ನಾನು ನನ್ನ ಆಲೋಚನೆಗಳನ್ನು ಅನುಷ್ಠಾನಕ್ಕೆ ತರುವಲ್ಲಿ ಎಡವುತ್ತಿರುವೆ, ಎಂದೆ?" ಕೇಳಿದೆನು ಸಂಟು. "ನನ್ನ ಆಲೋಚನೆಗಳು ಕೆಲವೊಮ್ಮೆ

ಮೂರ್ಖತನದಿಂದ ಕೂಡಿದ್ದೆನಿಸುತ್ತದೆ. ಅಂತಹ ಆಲೋಚನೆಗಳನ್ನು ಅನುಷ್ಠಾನಿಸಿ ಮೂರ್ಖ ಎಂದು ಕರೆಸಿಕೊಳ್ಳುವುದಕ್ಕಿಂತ ಸುಮ್ಮನೆ ಇರುವುದು ವಾಸಿಯಲ್ಲವೆ?" ಎಂದನು. ಎಲ್ಲರೂ ಗೊಳ್ ಎಂದು ನಕ್ಕರು.

"ಖಂಡಿತವಾಗಿಯೂ, ಅಣ್ಣ ನೀನು ಮೂರ್ಖ ಎಂದು ನಮಗೆಲ್ಲ ತಿಳಿದಿದ್ದರೂ ನೀನು ಸಾಬೀತುಪಡಿಸಬೇಕು" ಎಂದು ರೇಗಿಸಿದಳು ಐಶೀ. ಅವಮಾನಿತನಾದ ಸಂಟುನ ಮುಖ ಚಿಕ್ಕದಾಯಿತು ಹಾಗೂ ತನ್ನ ಮುಖವನ್ನು ಬೇರೆಡೆಗೆ ತಿರುಗಿಸಿ ಕುಳಿತನು.

ಲಕ್ಕಿ ಮಧ್ಯೆ ಪ್ರವೇಶಿಸಿ "ಅದು ತಪ್ಪು ಐಶೀ. ಸಂಟುಗೆ ನೋವಾಗಿದೆ" ಎಂದನು. ತನ್ನ ಸಹೋದರನನ್ನು ಒಲಿಸಿಕೊಳ್ಳುವ ಪ್ರಯತ್ನ ಮಾಡಿದಳು ಐಶೀ. "ಹೇ ! ನನ್ನದು ತಪ್ಪಾಯಿತು, ಮಹರಾಯ. ನಾನು ನಿನ್ನ ಕಾಳೆಳೆಯುತ್ತಿದ್ದೆ. ತಮಾಷೆಗಾಗಿ ಮಾತ್ರ, ಯೋಜನೆಯನ್ನು ಕಾರ್ಯಗತಗೊಳಿಸುವ ಚಾಕಚಾಕ್ಯತೆ ಇರುವುದು ನಿನಗೆ ತಾನೆ? ಲಕ್ಕಿಯ ಭಾಷೆಯಲ್ಲಿ ಹೇಳಬೇಕಾದರೆ, ನಾನು ಕೇವಲ ಕನಸು ಕಾಣುವೆ. ನೀನು ಅದನ್ನು ಕಾರ್ಯಗತಗೊಳಿಸುವೆ".

"ಹೌದು" ಎಂದು ಸಂತಸಗೊಂಡ ಸಂಟು. "ಈಗ ನಾವು ಲಕ್ಕಿಯ ಇಂದಿನ ವಿಷಯವಾದ ಆಲೋಚನೆ ಹಾಗೂ ಅದರ ಅನುಷ್ಠಾನದ ವಿಷಯಕ್ಕೆ ಹೋಗೋಣ. ನಮ್ಮನ್ನು ಯಶಸ್ವಿ ಉದ್ಯಮಿಗಳನ್ನಾಗಿ ಮಾಡುವ ಐಡಿಯ ನಿನ್ನ ಬಳಿ ಇರುವುದರಿಂದ ಅದನ್ನು ಕಾರ್ಯಾನುಷ್ಠಾನಕ್ಕೆ ತರಲು ಮಾಡಬೇಕಾಗಿರುವುದನ್ನೆಲ್ಲ ನಾನು ತಿಳಿದುಕೊಳ್ಳಬೇಕಾಗಿದೆ".

"ಹಾಗಾದರೆ, ಇದನ್ನು ಕೇಳಿ" ಎಂದನು ಲಕ್ಕಿ. "ಇದರಲ್ಲಿ ಐದು ಭಾಗವಿದೆ. 1) ಸಮಸ್ಯೆ 2) ಆಲೋಚನೆ ಅಥವಾ ಐಡಿಯಾ 3) ಅನುಷ್ಠಾನ 4) ಫಲಿತಾಂಶ ಹಾಗೂ 5) ತೀರ್ಮಾನ".

"ಇಲ್ಲೆ, ಹತ್ತಿರದಲ್ಲಿರುವ ಒಂದು ಕಂಪನಿಯಲ್ಲಿ ಪ್ರತಿದಿನ ತಡವಾಗಿ ಬರುತ್ತಿದ್ದ ಕಾರ್ಮಿಕರನ್ನು ಸಮಯಕ್ಕೆ ಸರಿಯಾಗಿ ಬರುವಂತೆ ಒಲಿಸುವುದು ಸಮಸ್ಯೆಯಾಗಿತ್ತು. ಕಂಪನಿಯ ವ್ಯವಸ್ಥಾಪಕ ಮಂಡಳಿ ಒಂದು ಆಲೋಚನೆ ಮಾಡಿತು. ತಡವಾಗಿ ಬರುವವರು ರಿಸೆಪ್ಷನ್ ಏರಿಯಾದಲ್ಲಿಟ್ಟಿರುವ ಡಬ್ಬಿಯಲ್ಲಿ ಇಂತಿಷ್ಟು ಹಣವನ್ನು ಜುಲ್ಮಾನೆ ಎಂದು ಹಾಕಬೇಕೆಂದು ಹೊಸ ನಿಯಮ ಮಾಡಿದರು. ನಿಯಮದ ಹಿಂದಿನ ಉದ್ದೇಶವೆಂದರೆ, ತಡವಾಗಿ ಬರುವ ಕಾರ್ಮಿಕರಲ್ಲಿ ತಮ್ಮಿಂದ ಆಗುತ್ತಿರುವ ಸಮಸ್ಯೆಯ ಅರಿವು ಹಾಗೂ ಅವರ ತಪ್ಪಿನ ಅರಿವು ಮೂಡಿಸುವುದು ಎಂದು. ವರ್ಷದ ಕೊನೆಯಲ್ಲಿ ಹೀಗೆ ಸಂಗ್ರಹವಾದ ಹಣವನ್ನು ದಾನ ಮಾಡುವುದೆಂತಿತ್ತು. ವ್ಯವಸ್ಥಾಪಕ ಮಂಡಳಿಯೇನೋ ತನ್ನ ಆಲೋಚನೆಯಿಂದ ಆನಂದವಾಗಿತ್ತು. ಆದರೆ ಇದರ ಅನುಷ್ಠಾನವಾದಾಗ ಏನಾಯಿತು ಎಂದು ತಿಳಿಯೋಣ".

"ಕೆಲವು ತಿಂಗಳ ನಂತರ ತಿಳಿದು ಬಂದ ವಿಷಯವೆಂದರೆ, ಸರಿಯಾದ ಸಮಯಕ್ಕೆ ಬರುತ್ತಿದ್ದ ಕಾರ್ಮಿಕರೂ ಸಹ ತಡವಾಗಿ ಬರಲಾರಂಭಿಸಿದರು ಹಾಗೂ ಬಂದದ್ದಕ್ಕೆ ತೆತ್ತ

ಬೇಕಾದ ದಂಡವನ್ನು ತಪ್ಪದೆ ಪೆಟ್ಟಿಗೆಯೊಳಗೆ ಹಾಕುತ್ತಿದ್ದರು. ಸಮಸ್ಯೆ ಬಗೆಹರಿಯುವ ಬದಲು ದೊಡ್ಡದಾಯಿತು".

"ಇಲ್ಲಿ ಮ್ಯಾನೇಜ್‌ಮೆಂಟ್‌ನ ಆಲೋಚನೆ ತಪ್ಪಾ? ಅಥವಾ ಅದನ್ನ ಅನುಷ್ಠಾನಕ್ಕೆ ತರುವಲ್ಲಿ ಎಡವಟ್ಟಾಯಿತಾ? ಅತ್ಯಂತ ಪರಿಣಾಮಕಾರಿಯಾದ ಉಪಾಯ ಸರಿಯಾಗಿ ಅನುಷ್ಠಾನಗೊಳ್ಳದೆ ವಿಫಲವಾಯಿತು".

"ಆಲೋಚನೆ ಹಾಗೂ ಅದರ ಅನುಷ್ಠಾನ ಒಂದೇ ನಾಣ್ಯದ ಎರಡು ಮುಖಗಳಂತೆ. ಎರಡು ಗುಣಗಳು ಒಂದಕ್ಕೊಂದು ಪ್ರೇರಕ ಹಾಗೂ ಬೇರ್ಪಡಿಸಲಾಗದವು. ಸರಿಯಾಗಿ ಅನುಷ್ಠಾನಗೊಳ್ಳದ ಆಲೋಚನೆಯ ಸೋಲು ಖಚಿತ ಹಾಗೆಯೇ ಅನುಷ್ಠಾನಗೊಳ್ಳಲು ಅನರ್ಹವಾದ ಆಲೋಚನೆಯು ಅಪ್ರಯೋಜನಕಾರಿ".

"ಆಲೋಚನೆ ಇರುವುದೇ? ಅದನ್ನು ಊರ್ಜೀತಗೊಳಿಸಿ ಅನುಷ್ಠಾನಕ್ಕೆ ತನ್ನಿ" ಎಂದು ಚತುರತನದ ಮಾತನಾಡಿದಳು ಐಶೀ.

ತನ್ನ ಮಾತನ್ನು ಮುಂದುವರೆಸಿದನು ಲಕ್ಕಿ, "ದಿ ಫಾರ್ಚೂನ್ ಅಟ್ ದಿ ಬಾಟಂ ಆಪ್ ದಿ ಪಿರಮಿಡ್ : ಎರಡಿಕೇಟಿಂಗ್ ಪಾವರ್ಟಿ ಥ್ರೂ ಪ್ರಾಫಿಟ್" ಎಂಬ ಪುಸ್ತಕದ ಲೇಖಕ ಹಾಗೂ ಕೋರ್ ಕಂಪಿಟೆನ್ಸಿ ಎಂಬ ಪದವನ್ನು ಸೃಷ್ಟಿಸಿದ ಮ್ಯಾನೇಜ್‌ಮೆಂಟ್ ಗುರುಗಳಾದ ಸಿ.ಕೆ. ಪ್ರಹ್ಲಾದರವರ ವಾದವನ್ನು ಇಲ್ಲಿ ತಿಳಿಸಬೇಕು.

> ಪಿರಮಿಡ್‌ನ ತಳದಲ್ಲಿರುವ ವ್ಯಕ್ತಿಗಳನ್ನು "ಗ್ರಾಹಕರೆಂದು" ಗುರುತಿಸಿ ಮನ್ನಣೆ ನೀಡುವುದೇ ಲಾಭದಾಯಕ.

ಹಿಂದಿನ ಸಾಂಪ್ರದಾಯಿಕ 'ಕಂಪನಿ-ಕೇಂದ್ರಿತ' ತತ್ವದಿಂದ ಉತ್ಪನ್ನಗಳ ಆವಿಷ್ಕಾರಕ್ಕೆ ದಾರಿ ಮಾಡಿಕೊಡುವ ಶೈಲಿ ಹಾಗೂ ಕಂಪನಿಗಳು ತಮ್ಮ ಗ್ರಾಹಕರೊಡನೆ ಸೇರಿ ಉತ್ಪನ್ನಗಳ ಸಹರಚನೆಗೆ ಸಹಾಯಕಾರಿಯಾಗಿದೆ. ಈ ಒಂದು ಮಹತ್ತ್ವಕಾರಿ ಸಲಹೆಯಿಂದ, ಹಿಂದುಸ್ಥಾನ್ ಲಿವರ್ ಲಿಮಿಟೆಡ್ ಸಂಸ್ಥೆಯು ಗ್ರಾಹಕನ ಕೊಳ್ಳುವ ಸಾಮರ್ಥ್ಯವನ್ನು ಅರ್ಥ ಮಾಡಿಕೊಂಡು ಸೋಪು, ಶ್ಯಾಂಪು ಹಾಗೂ ಟೂತ್‌ಪೇಸ್ಟ್ ಅಂತಹ ಪದಾರ್ಥಗಳ ಮಾರುಕಟ್ಟೆಯಲ್ಲಿ ಕ್ರಾಂತಿಕಾರಿ ಬೆಳವಣಿಗೆ ತರುವಲ್ಲಿ ಜಯಶೀಲವಾಯಿತು. ಕೇವಲ ಉಳ್ಳವರಿಗೆ, ಶ್ರೀಮಂತರಿಗೆ ಮೀಸಲು ಎಂದು ಭಾವಿಸಲಾಗಿದ್ದ ಶ್ಯಾಂಪೂ ಅಂತಹ ಉತ್ಪನ್ನಗಳನ್ನು, ಚಿಕ್ಕ ಚಿಕ್ಕ ಸ್ಯಾಷೆಗಳನ್ನು ಒಂದು ರೂಪಾಯಿ, ಎರಡು ರೂಪಾಯಿಗೆ ಮಾರಲಾಯಿತು. ಇದರಿಂದ ಬಡವ ಸಹ ಶ್ಯಾಂಪುಗಳನ್ನು ಕೊಳ್ಳುವಂತಾಯಿತು".

"ಅಂದರೆ ಸಿ.ಕೆ. ಪ್ರಹ್ಲಾದ್ ರವರ ಆಲೋಚನೆಯನ್ನು ಅಚ್ಚುಕಟ್ಟಾಗಿ ನಿಯೋಜನೆಗೆ ತಂದ ಹೆಚ್.ಎಲ್.ಎಲ್. ಸಂಸ್ಥೆ ಪಿರಾಮಿಡ್ ತಳದಲ್ಲಿದ್ದ ಗ್ರಾಹಕರ ಸಾಮರ್ಥ್ಯವನ್ನು ಅರಿತು

ಅವರ ಅಗತ್ಯವನ್ನು ಪೂರೈಸಿ, ಇಂತಹ ಪಿರಾಮಿಡ್‌ನ ಕೆಳಮಟ್ಟದಲ್ಲಿದ್ದ ಗ್ರಾಹಕರನ್ನು ಮರೆತಿದ್ದ ಮಾರುಕಟ್ಟೆಯಲ್ಲಿ ಲಾಭ ಮಾಡಿಕೊಂಡಿದೆ. ಇದು ಗ್ರಾಹಕ ಹಾಗೂ ಕಂಪನಿ ಇಬ್ಬರಿಗೂ ಸಹ ಗೆಲುವು ತಂದು ಕೊಟ್ಟಂತಹ ವಿನ್ – ವಿನ್ ಸಿಚುಯೇಷನ್ ಅಲ್ಲವೇ?" ಎಂದು ಟಿಪ್ಪಣಿ ಮಾಡಿದ ಸಂಟು.

"ಇದು ಸ್ವಾರಸ್ಯಕರವಾಗಿದೆ. ಸಿ.ಕೆ. ಪ್ರಹ್ಲಾದ್‌ರವರ ಈ ಥಿಯರಿ ನನಗೆ ಪ್ರಿಯವಾದುದು. ಪಿರಾಮಿಡ್‌ನ ತಳದಲ್ಲಿರುವ ಗ್ರಾಹಕರಿಂದ ಲಾಭ ಮಾಡಿದ್ದಾರೆ. ಇಂತಹ ಉದಾಹರಣೆಗಳು ಮತ್ತಷ್ಟು ಇದೆಯಾ? ಈಗ ನಾನು ಅರಿತುಕೊಂಡಿದ್ದೇನೆಂದರೆ ಅತ್ಯಂತ ಶ್ರೇಷ್ಠವಾದ ಆಲೋಚನೆಯು ಸರಿಯಾದ ಅನುಷ್ಠಾನವಿಲ್ಲದೆ ವಿಫಲವಾಗುತ್ತದೆ ಎಂದು" ಎನ್ನುತ್ತಾ ಥಂಬ್ಸ್ ಅಪ್ ಹೇಳುವ ರೀತಿ ತನ್ನ ಸೊಂಡಿಲನ್ನು ಎತ್ತಿದ್ದಳು ಐಶೀ.

ಲಕ್ಕಿ ಪ್ರಶಂಸನಾತ್ಮಕವಾಗಿ ತಲೆದೂಗಿ, "ಹಾಗಾದರೆ, ಕೋಕೋ ಕೋಲ ಸಂಸ್ಥೆಯ ಬಾಟಲಿಂಗ್ ವಿಷಯವನ್ನು ತಿಳಿಸಿ ಇಂದಿನ ಸಂವಾದವನ್ನು ಮುಗಿಸುವೆ. ಆಲೋಚನೆ ಹಾಗೂ ಅನುಷ್ಠಾನದ ವಿಷಯದಲ್ಲಿ, ಇದು ಒಂದು ಐತಿಹಾಸಿಕ ಉದಾಹರಣೆ"

"ಕೋಕೋ ಕೋಲದ ಮೊದಲ ಆವಿಷ್ಕಾರವಾದಾಗ ಅದೊಂದು ಔಷಧಿಯಾಗಿತ್ತು. ಒಂದು ಗ್ಲಾಸ್‌ನ್ನು ಐದು ಸೆಂಟ್‌ಗೆ ಮಾರಲಾಗುತ್ತಿತ್ತು. ಇದನ್ನು ಕಂಡು ಹಿಡಿದವನು ಒಬ್ಬ ಫಾರ್ಮಸಿಸ್ಟ್, ಝ್ಯೂನ್ ಪೇಂಬೆರ್ಟ್ನ್. ಆದರೆ ಡಾಕ್ ಎಂಬ ಅಡ್ಡ ಹೆಸರಿನಿಂದ ಅವನು ಖ್ಯಾತನಾಗಿದ್ದ. ಆ ಔಷಧಿಯನ್ನು ನೀರಿನೊಂದಿಗೆ ಬೆರೆಸಿ ಅಮೇರಿಕಾದ ಸೋಡಾ ಫೌಂಟೈನ್‌ಗಳಲ್ಲಿ ಮಾರಲಾಗುತ್ತಿತ್ತು. ಫಾರ್ಮಸಿಗೆ ಬಂದಿದ್ದ ಒಬ್ಬ ಗ್ರಾಹಕ ಒಮ್ಮೆ ತಲೆನೋವು ಎಂದು ಕೋಕೋ ಕೋಲ ಸಿರಪ್‌ನ್ನು ಕೊಂಡು, ಅದನ್ನು ನೀರಿನೊಂದಿಗೆ ಮಿಶ್ರಣ ಮಾಡಿಕೊಡಲು ಕೇಳಿದನು. ನೀರಿನ ಕೊಳಾಯಿ ದೂರದಲ್ಲಿದ್ದ ಕಾರಣ, ಸೋಡಾ ಫೌಂಟೈನ್‌ನಲ್ಲಿದ್ದ ವ್ಯಕ್ತಿ ಕಾರ್ಬೋರೇಟೆಡ್ ನೀರನ್ನು ಬಳಸಲು ಹೇಳಿದ. ಕಾರ್ಬೋನೇಟೆಡ್ ನೀರಿನೊಂದಿಗೆ ಮಿಶ್ರಣ ಮಾಡಿದ ಕೋಲಾದ ರುಚಿ, ಕೊಳಾಯಿ ನೀರಿನೊಂದಿಗೆ ಮಿಶ್ರಣ ಮಾಡಿದಕ್ಕಿಂತ ರುಚಿಯಾಗಿತ್ತು.

ಕೋಕಾ ಕೋಲಾದ ಮೊದಲ ಗ್ಲಾಸ್ ತಯಾರಾಗಿದ್ದು ಮೇ 8, 1886 ಅಮೇರಿಕಾದ ಜಾಕೋಬ್ ಫಾರ್ಮಸಿಯಲ್ಲಿ. ಇದು ಅಟ್ಲಾಂಟದ ಜಾರ್ಜಿಯದಲಿತ್ತು. ಡಾ|| ಜಾನ್ ಸ್ಮಿತ್ ಪೆಂಬರ್ಟನ್ ತಯಾರಿಸಿದ್ದ ಸಿರಪ್‌ನ ಜೊತೆಗೆ ಕಾರ್ಬೋನೇಟೆಡ್ ನೀರನ್ನು ಮಿಶ್ರಣ ಮಾಡಿ ಕೋಕ ಕೋಲ ತಯಾರಿಸಿದ ಒಂದು ಗ್ಲಾಸ್ ಕೋಲಾಗೆ ಐದು ಸೆಂಟ್ ಬೆಲೆ. ಈ ಪಾನೀಯವನ್ನು ಆರೋಗ್ಯಕರ ಟಾನಿಕ್ ಎಂದು ಜಾಹೀರಾತು ಮಾಡಿ ಜಾನ್ ಮಾರಲಾರಂಬಿಸಿದನು. ಆಗಿನ ಕಾರ್ಬೋನೇಟೆಡ್ ನೀರಿನಲ್ಲಿ ಹಲವು ಆರೋಗ್ಯಕರ ಅಂಶಗಳಿದ್ದವು".

ಪೆಂಬರ್ಟನ್‌ನ ಲೆಕ್ಕಿಗ ಫ್ರ್ಯಾನ್ಸ್ ರಾಬರ್ಟ್‌ಸ್‌ನ್ ಶಾಶ್ವತವಾಗಿ ಎಂದೆಂದಿಗೂ ಸಲ್ಲುವಂತಹ ಲೋಗೋ ಹಾಗೂ ಹೆಸರನ್ನು ಸೂಚಿಸಿದನು. ಒಂದು ವಿಭಿನ್ನವಾದ

ಶೈಲಿಯಲ್ಲಿ ಹೆಸರನ್ನು ಬರೆದನು. ಹಾಗೂ ಅದು ಕಂಪನಿಯ ಲೋಗೋ ಆಯಿತು. ಹಾಗೆಯೇ ಇಂದಿಗೂ ಪ್ರಪಂಚಾದ್ಯಂತ ಬಾಟಲ್, ಕ್ಯಾನ್, ಟ್ರಕ್ ಹಾಗೂ ರಸ್ತೆಗಳ ಮೇಲೆ ಆ ಲೋಗೋ ನೋಡಬಹುದು. ಕೋಕ ಕೋಲ ಹಲವು ಉತ್ಪನ್ನಗಳನ್ನು ಪರಿಚಯಿಸಿದ್ದರೂ, ಲೋಗೊ ಬದಲಾಗಿಲ್ಲ. ನಿಮಗೆ ನಿನ್ನೆ ಹೇಳಿದ ಡಯಟ್ ಕೋಕ್‌ನ ಕಥೆ ನೆನಪಿದೆಯಾ? ಸುಮಾರು 120 ವರ್ಷಗಳಾದರೂ ಲೋಗೊ ಹಾಗೆ ಇದೆ. ಇದರಿಂದ ಕೋಕಕೋಲ ಒಂದು ಮುಖ್ಯವಾದ ಬ್ರ್ಯಾಂಡ್‌ಗಳಲ್ಲಿ ಒಂದಾಗಿದೆ. ಇದು ಹಲವು ವರ್ಷಗಳ ಪರಿಶ್ರಮದ ಫಲ. ಒಂದೇ ರಾತ್ರಿಯಲ್ಲಿ ಆದದ್ದಲ್ಲ. ಪೆಂಬರ್ಟನ್, ಮೊದಲಿಗೆ ತನ್ನ ಊರಿನಲ್ಲಿ ಕೆಲವೇ ಕೆಲವು ಗ್ಲಾಸ್ ಕೋಕಕೋಲ ಟಾನಿಕ್ ಮಾರಾಟ ಮಾಡುತ್ತಿದ್ದ.

1887 ರಲ್ಲಿ ಕಂಪನಿಯು ಮೊದಲ ಬಾರಿಗೆ ಗ್ರಾಹಕರನ್ನು ಆಕರ್ಷಿಸಲು, ಫ್ರೀ ಕೂಪನ್‌ಗಳನ್ನು ಹಂಚತೊಡಗಿತು. ಕೆಲವು ವರ್ಷಗಳ ನಂತರ ಜೋಸೆಫ್ ಬಿಡನ್‌ಹಾರ್ಮ್ ಎಂಬ ಕ್ಯಾಂಡಿ ತಯಾರಕ, ಕೋಕಕೋಲವನ್ನು ಬಾಟಲಿನಲ್ಲಿ ಹಾಕಿದನು. ಇದಾದ ನಂತರ ಕೋಕಕೋಲ ಪಾನೀಯ ಸೋಡ ಫೌಂಟೈನ್‌ಗೆ ತಲುಪಲಾಗದಂತವರಿಗೂ ಸಹ ತಲುಪಲಾಯಿತು. ಕೋಲ ಪಾನೀಯವನ್ನು ಬಾಟಲ್‌ನಲ್ಲಿ ಹಾಕಿ ಮಾರಾಟ ಮಾಡಿದ್ದೆ, ಅದರ ಗೆಲುವಿಗೆ ಕಾರಣವಾಯಿತು. 19ನೇ ಶತಮಾನದ ಕೊನೆಯಲ್ಲಿ ಕಂಪನಿಯು ಜಾಗತಿಕ ಮಟ್ಟದಲ್ಲಿ ಬಾಟಲಿಂಗ್ ಮಾಡುವ ಜಾಲವನ್ನು ಸ್ಥಾಪನೆ ಮಾಡಿತು. 1900 ರಲ್ಲಿ ಕಂಪನಿಯ ವಹಿವಾಟು 4000% ಹೆಚ್ಚಾಗಿತ್ತು ಹಾಗೂ ಈ ಬೆಳವಣಿಗೆ ಮುಂದುವರೆದಿತ್ತು. 1919 ರಲ್ಲಿ ಯೂರೋಪ್ ಹಾಗೂ ಏಷ್ಯಾ ಖಂಡಗಳಲ್ಲಿ ಬಾಟಲಿಂಗ್ ಘಟಕಗಳನ್ನು ಸ್ಥಾಪಿಸಿತ್ತು. 1920 ರಷ್ಟರಲ್ಲಿ, ಸಾವಿರಕ್ಕೂ ಹೆಚ್ಚು ಘಟಕಗಳು ಅಮೇರಿಕಾದಲ್ಲಿ ಸ್ಥಾಪನೆಯಾಗಿತ್ತು".

"ಅದ್ಭುತ ಅಲ್ಲವೇ?" ಎಂದು ಉತ್ಸಾಹದಿಂದ ಕೇಳಿದಳು, ಐಶೀ. "ಆಲೋಚನೆ ಹಾಗೂ ಅದರ ಅನುಷ್ಠಾನಕ್ಕೆ ಇರುವ ಎಲ್ಲಾ ಮಜಲುಗಳನ್ನು ಈ ಕಥೆ ಹೊಂದಿದೆ. ಯಾರು ಪ್ರಯತ್ನ ಪೂರ್ವಕವಾಗಿ ಮಾಡದಿದ್ದರೂ ಅದು ತಾನು ತಾನಾಗಿಯೇ ಮೂಡಿದೆ".

"ಹೌದು" ಎಂದುತ್ತರಿಸಿದ ಲಕ್ಕಿ. "1888 ರಲ್ಲಿ ನಿಧನರಾದ ಜಾನ್ ಪೆಂಬರ್ಟನ್‌ರ ಸಹಾಯವಿಲ್ಲದೆ ಕೋಕಕೋಲ ರಾಷ್ಟ್ರೀಯ ಹಾಗೂ ಅಂತರರಾಷ್ಟ್ರೀಯ ಮಟ್ಟದಲ್ಲಿ ಯಶಸ್ವಿಯಾಗಿದೆ. ಆಲೋಚನೆ ಕೇವಲ ಆರಂಭ ಮಾತ್ರ. ಅನುಷ್ಠಾನವೂ ಒಳಗೊಂಡ ಆವಿಷ್ಕಾರವೇ ಆಲೋಚನೆಗೆ ಒಂದು ಸಕಾರಾತ್ಮಕ ಅಂತ್ಯ ನೀಡುವುದು".

ತನ್ನ ಗೆಳೆಯರತ್ತ ಕಣ್ಣಾಯಿಸಿದ ಲಕ್ಕಿ "ಈ ದೃಷ್ಟಾಂತಗಳು ನಿಮಗೆ ಇನ್ನೂ ಹೆಚ್ಚು ತಿಳಿಯಲು ಅವಕಾಶ ಮಾಡಿಕೊಟ್ಟಿರಬೇಕಲ್ಲವೇ? ಈಗ ನೀವು ಏನು ಮಾಡಬೇಕೆಂದು ಆಲೋಚನೆ ಮಾಡಿದ್ದೀರ ತಿಳಿಸಿ" ಎಂದು ಕೇಳಿದನು.

"ನಮ್ಮಿಬ್ಬರನ್ನು ಕೆಲವು ಕ್ಷಣಗಳು ಬಿಡುವು ಮಾಡಬೇಕು" ಎಂದು ಕೇಳಿಕೊಂಡು ಐಶೀ ತನ್ನ ಅಣ್ಣನನ್ನು ಬದಿಗೆ ಕರೆದೊಯ್ದಳು. ಕುತೂಹಲ ಹಾಗೂ ಸಂತಸದಿಂದ ಲಕ್ಕಿ ಆನೆಗಳತ್ತ ನೋಡಿದ ತಾವು ನಿಂತಲ್ಲೇ ಏನೋ ಗಹನವಾದುದನ್ನು ಚರ್ಚಿಸುತ್ತಿದ್ದವು. ಹತ್ತು ನಿಮಿಷಗಳ ಸೆಣಸಾಟದ ನಂತರ ಐಶೀ ಬಂದಳು. ಹಾಗೂ ಸಂಟು ಅವಳನ್ನು ಹಿಂಬಾಲಿಸಿದ.

"ನಿನಗೆ ತಿಳಿಸದೆ ಇರುವಂತಹುದು ಯಾವುದೂ ಇಲ್ಲ. ನಿಜವಾಗಿ ಹೇಳಬೇಕೆಂದರೆ ನಿನ್ನ ಪಾಠಗಳು ಅತ್ಯಂತ ಪ್ರಭಾವಕಾರಿ ಹಾಗೂ ಸ್ಫೂರ್ತಿದಾಯಕವೂ ಆಗಿವೆ. ನಿನ್ನನ್ನು ಬಿಟ್ಟು ಸಂಭಾಷಣೆ ಮಾಡಿದಕ್ಕೆ ಕ್ಷಮೆ ಇರಲಿ" ಎಂದು ಗಂಭೀರವಾದ ಧ್ವನಿಯಲ್ಲಿ ಮಾತನಾಡಿದಳು ಐಶೀ.

"ನಾವು ಆಲೋಚನೆ ಮಾಡಿರುವುದು ಹೀಗಿದೆ". ಎಂದು ಮಧ್ಯೆ ಬಾಯಿ ಹಾಕಿದನು ಸಂಟು. ಐಶೀ ಇದರಿಂದ ಅಸಂತುಷ್ಟಗೊಂಡಳು. "ಸದ್ಯಕ್ಕೆ ಇದು ರಹಸ್ಯವಾಗಿರುತ್ತದೆ, ಹಾಗೂ ನಾವು ಯಾರ ಸಹಾಯವನ್ನು ಪಡೆಯುವುದಿಲ್ಲ. ಅಫ್ಕೋರ್ಸ್, ನಿನ್ನ ಬುದ್ಧಿವಂತಿಕೆ ಹಾಗೂ ಸಲಹೆ ಖಂಡಿತಬೇಕು. ಹಾಗೂ ನಿನ್ನಿಂದ ತಿಳಿದಿದ್ದನ್ನು ಅಳವಡಿಸಿಕೊಳ್ಳುವುದು ಮುಂದುವರೆಸುತ್ತೇನೆ"

ತನ್ನ ಅಣ್ಣನನ್ನು ಬದಿಗೆ ತಳ್ಳಿ ಮಾತನಾಡಲು ಆರಂಭಿಸಿದಳು. "ನಿನ್ನ ಅತ್ಯಂತ ಬಿಡುವಿಲ್ಲದ ಸಮಯದಲ್ಲೂ ನಮಗಾಗಿ ಸಮಯ ಮಾಡಿಕೊಂಡು, ನಾವು ಯಶಸ್ವಿ ಉದ್ಯಮಿಗಳಾಗಲು ಬೇಕಾಗಿರುವ ಎಲ್ಲಾ ಪಾಠಗಳನ್ನು ನೀನು ಮಾಡುತ್ತಿರುವೆ. ನಿನ್ನ ಈ ಪಾಠಗಳನ್ನು ಅಳವಡಿಸಿಕೊಂಡು ನಾವು ಜಯಸಾಧಿಸಿದರೆ ಅತ್ಯಂತ ಸಂತಸ-ದಾಯಕವಾಗಿರುತ್ತದೆ. ನಿನಗೆ ಹೇಗೆ ಧನ್ಯವಾದ ಹೇಳುವುದು ತಿಳಿದಿಲ್ಲ".

"ಚುಟುಕಾಗಿ ಹೇಳಬೇಕಾದಲ್ಲಿ ನಾವು ಈ ಚಟುವಟಿಕೆಯನ್ನು ಸ್ವಂತವಾಗಿ ಮಾಡಲು ಇಚ್ಛಿಸುತ್ತೇವೆ" ಎಂದು ಮಾತು ಪ್ರಾರಂಭಿಸಿದನು ಸಂಟು. "ನಮ್ಮ ತಂದೆ ತಾಯಿ ಹೇಳಿರುವಂತ ಸೋಲು ಎಂಬುದು ಯಾವುದು ಇಲ್ಲ. ನಾವು ಕಲಿತ ಪಾಠವನ್ನು ವಿಭಿನ್ನವಾಗಿ, ಸೂಕ್ತವಾಗಿ ಅಳವಡಿಸಿಕೊಳ್ಳುವುದು ಮುಖ್ಯ". ಲಕ್ಕಿ ಜೋರಾಗಿ ನಗಲಾರಂಭಿಸಿದನ್ನು ಕಂಡು ಚಕಿತಗೊಂಡ ಗಜಮರಿಗಳು ಎರಡು ಹೆಜ್ಜೆ ಹಿಂದೆ ಸರಿದು ಅವನನ್ನು ನೋಡಲಾರಂಭಿಸಿದವು.

"ನೀವಿಬ್ಬರು ನನ್ನ ಅತ್ಯಂತ ಗೌರವಾನ್ವಿತ ಹಾಗೂ ವಿನಮ್ರ ವಿದ್ಯಾರ್ಥಿಗಳು, ನಿಮ್ಮ ಪ್ಲಾನ್ ಬಗ್ಗೆ ನನ್ನ ಮೆಚ್ಚುಗೆ ಇದೆ. ಇದರ ಬಗ್ಗೆ ಇನ್ನು ಮುಂದೆ ಏನೂ ಮಾತನಾಡಬೇಡಿ. ಇಲ್ಲವಾದರೆ ನಿಮ್ಮ ಪ್ಲಾನ್‌ನನ್ನು ನಿಮಗೆ ತಿಳಿಯದೇ ನನ್ನ ಮುಂದೆ ಬಿಚ್ಚಿಡುವಿರಿ. ನಿಮ್ಮ ಐಡಿಯಾವನ್ನು ಅನುಷ್ಠಾನಕ್ಕೆ ತರುವಲ್ಲಿ ನನ್ನಿಂದ ಚಿಕ್ಕದಾದ ಸಹಾಯವಾಗಿದ್ದಲ್ಲಿ ಅದು ನನಗೆ ಅತ್ಯಂತ ಲಾಭದಾಯಕ".

"ಒಂದೇ ಒಂದು ಕೊನೆ ಮಾತಿನೊಂದಿಗೆ ನಿಮ್ಮನ್ನು ಇಂದು ಬೀಳ್ಕೊಡುತ್ತೇನೆ. ಇದನ್ನು ನೀವು ಇನ್‌ಸೈಡರ್ ಸೀಕ್ರೇಟ್ ಎಂದು ಪರಿಗಣಿಸಬಹುದು. ಇದು ನನ್ನ ಅನುಭವದಿಂದ ತಿಳಿದದ್ದು. ಹಾಗೂ ಕೇವಲ ಕೆಲವೇ ಉದ್ಯಮಿಗಳಿಗೆ ಕೇಳುವ ಅವಕಾಶವಿರುತ್ತದೆ. ಅದರಿಂದ ಅವರಲ್ಲಿ ಹೂಡಿಕೆಗಳ ಅವಕಾಶ ಸಹ ಕಡಿಮೆ ಇರುತ್ತದೆ". "ಏನದು?" ಎಂದು ಒಕ್ಕೊರಲಿನಲ್ಲಿ ಕೇಳಿದವು ಆನೆಗಳು.

"ಹೂಡಿಕೆದಾರರ ವಿಷಯ ಬಂದಾಗ ಹಲವು ಉದ್ಯಮಿಗಳು, ಹೂಡಿಕೆದಾರರು ಆಲೋಚನೆ ಹಾಗೂ ಅನುಷ್ಠಾನಕ್ಕೆ ೯೦:೧೦ ಪ್ರಮಾಣದಲ್ಲಿ ಪ್ರಾಮುಖ್ಯತೆ ಕೊಡುತ್ತಾರೆ ಎಂದು ನಂಬಿರುತ್ತಾರೆ. ಆದರೆ, ವಾಸ್ತವ್ಯದಲ್ಲಿ ನಾವು ಹೂಡಿಕೆದಾರರು, ಐಡಿಯಾಗೆ 10% ಮಾತ್ರ ಪ್ರಾಮುಖ್ಯತೆ ಕೊಟ್ಟು ಉಳಿದೆಲ್ಲಾ ಈ ಐಡಿಯಾವನ್ನು ಅನುಷ್ಠಾನಗೊಳಿಸುವ ಉದ್ಯಮಿಯ ಸಾಮರ್ಥ್ಯಕ್ಕೆ ಗಮನಕೊಟ್ಟು ಈ ಹೂಡಿಕೆಯಲ್ಲಿ ಹಣ ತೊಡಗಿಸಬೇಕೋ ಇಲ್ಲವೋ ಎಂದು ನಿರ್ಧರಿಸುತ್ತೇವೆ. ಇಷ್ಟೆ ನನ್ನ ಮಾತು" ಎಂದನು.

"ಈ ಮಾಹಿತಿ ನಿಮಗೆ ಮುಂಬರುವ ದಿನಗಳಲ್ಲಿ ಸಹಾಯಕವಾಗಿರುತ್ತದೆ ಎಂದು ಭಾವಿಸುತ್ತೇನೆ. ಈಗ ಸದ್ಯಕ್ಕೆ ನೀವು ಹೊರಡಿ, ನನಗೆ ತುಂಬಾ ಹಸಿವಾಗಿದ್ದು ನಾನು ಊಟಕ್ಕಾಗಿ ಹಾತೊರೆಯುತ್ತಿರುವೆ".

ಮೂವರು ಗೆಳೆಯರು ಒಬ್ಬರನ್ನೊಬ್ಬರು ತಬ್ಬಿಕೊಂಡು ತಮಗಾಗಿ ಕಾಯುತ್ತಿರುವ ಸ್ವಾದಿಷ್ಟವಾದ ಭೋಜನವನ್ನು ನೆನೆಯುತ್ತಾ ಮನೆ ಕಡೆ ತೆರಳಿದರು.

ಮನನ ಮಾಡಲು ವಿಚಾರ

- ಆಲೋಚನೆ ಹಾಗೂ ಅನುಷ್ಠಾನ ಎರಡೂ ಸರಿಯಾಗಿದ್ದ ಯಾವ ಸನ್ನಿವೇಶ ನಿಮಗೆ ನೆನಪು ಬರುತ್ತದೆ. ಆಲೋಚನೆ ಸರಿಯಾಗಿದ್ದು ಅನುಷ್ಠಾನ ಮುಗ್ಗರಿಸಿದ ಉದಾಹರಣೆಯ ಇದೆಯೇ? ಹಾಗೆಯೇ ಅನುಷ್ಠಾನ ಅಚ್ಚುಕಟ್ಟಾಗಿದ್ದು, ಅನುಷ್ಠಾನ ಯೋಗ್ಯವಲ್ಲದ ಆಲೋಚನೆಯಾಗಿದ್ದ ಉದಾಹರಣೆ ಇದೆಯೇ?

- ನೀವು ಅತ್ಯಂತ ಉತ್ಸಾಹಕಾರರಾಗಿರುವಂತಹ ಆಲೋಚನೆ ಯಾವುದು? ಅದು ಯಾವ ಸಮಸ್ಯೆಯನ್ನು ಪರಿಹರಿಸುತ್ತದೆ.

- ನಿಮ್ಮ ಆಲೋಚನೆಯನ್ನು ಅನುಷ್ಠಾನಕ್ಕೆ ತರುವುದಕ್ಕಾಗಿ, ಮುಂದಿನ 24 ಘಂಟೆಗಳಲ್ಲಿ ಯಾವ ಕ್ರಮವನ್ನು ತೆಗೆದುಕೊಳ್ಳುವಿರಿ.

ಪ್ರತಿಕೂಲತೆ ಪ್ರಾಮಾಣಿಕತೆಯನ್ನು ಪರೀಕ್ಷಿಸಿದರೆ,
ಸಮೃದ್ಧಿ ಶಿಸ್ತನ್ನು ಪರೀಕ್ಷಿಸುತ್ತದೆ.

– ಕಾಲ್‌ಕ್ಲೈನ್

ಪ್ರಾಮಾಣಿಕತೆ ಮತ್ತು ಸಮೃದ್ದತೆ

ಪ್ರಾಮಾಣಿಕತೆ ಮತ್ತು ಸಮೃದ್ಧತೆ

"ಹಾಯ್ ಲಕ್ಕಿ !"

ತನ್ನ ಕಡೆ ಓಡಿ ಬರುತ್ತಿದ್ದ ಸಂಟು ಮತ್ತು ಇಶೀಯ ಕಡೆಗೆ ತಿರುಗಿ ನೋಡಿದ ಲಕ್ಕಿ. "ನಿಮಗೆ ನನ್ನ ಮೆಸೆಜ್ ಸಿಕ್ಕಿದೆ ಎಂದು ಭಾವಿಸುತ್ತೇನೆ" ಎಂದ. "ಹೌದು ಲಕ್ಕಿ" ಎಂದಳು ಇಶೀ ತನ್ನ ಉಸಿರನ್ನು ಎಳೆದುಕೊಳ್ಳುತ್ತಾ "ನಿನ್ನನ್ನು ನಾವು ಮಿಸ್ ಮಾಡಿಕೊಂಡ್ವಿ" ಎಂದಳು ಇಶೀ.

ಮುಗುಳ್ನಗುತ್ತಾ ಪಕ್ಕಕ್ಕೆ ಸರಿದು ನಿಂತನು ಲಕ್ಕಿ. ಅವನ ಕಾರಿನ ಹಿಂದಿನ ಸೀಟ್‌ನಿಂದ ಒಬ್ಬರು ವೃದ್ಧ ಮಹಿಳೆ ಇಳಿದರು. "ಮೊದಲು ನನ್ನ ತಾಯಿಯನ್ನು ನಿಮಗೆ ಪರಿಚಯಿಸುತ್ತೇನೆ"

ತಮ್ಮ ಸೊಂಡಿಲನ್ನು ಎತ್ತಿ ಗೌರವಪೂರ್ವಕವಾಗಿ ವಂದಿಸಿದರು ಸಂಟು ಮತ್ತು ಇಶೀ. "ತಾಯಿ ಹಾಗೂ ಮಗನನ್ನು ಒಟ್ಟಿಗೆ ನೋಡಲು ಸಂತೋಷವಾಗುತ್ತದೆ" ಎಂದನು ಸಂಟು. ಲಕ್ಕಿ ಮತ್ತು ಅವನ ತಾಯಿ ಮಧ್ಯಾಹ್ನದ ವಾಕ್‌ಗೆ ಹೋಗುತ್ತಿರುವವರು ಎಂದು ಸಂಟುಗೆ ತಿಳಿಯಿತು.

"ಮನೆಯಲ್ಲಿ ದಿನಸಿ ಖಾಲಿಯಾಗಿದ್ದು ನಾವು ದಿನಸಿಕೊಳ್ಳಲು ಹೋಗುತ್ತಿದ್ದೆವೆ" ಎಂದರು ಲಕ್ಕಿಯ ತಾಯಿ. "ನಿಮ್ಮ ಬಗ್ಗೆ ತುಂಬಾ ಕೇಳಿದ್ದೇನೆ. ಇಂದು ರಾತ್ರಿ ನಮ್ಮ ಮನೆಗೆ ಊಟಕ್ಕೆ ಬನ್ನಿ" ಎಂದು ಆಹ್ವಾನಿಸಿದರು ಆ ಮಹಿಳೆ.

"ಖಂಡಿತವಾಗಿ", ಎಂದಳು ಇಶೀ.

ನಾಲ್ವರು, ತಾವು ಭೇಟಿ ಮಾಡುವ ಸಮಯ ಹಾಗೂ ಇನ್ನಿತರ ವಿವರಗಳನ್ನು ಚರ್ಚಿಸಿ, ಇನ್ನು ಕೆಲವು ಘಂಟೆಗಳ ನಂತರ ಪುನಃ ಭೇಟಿ ಮಾಡುವುದು ಎಂದು ಮಾತನಾಡಿಕೊಂಡು ಬೀಳ್ಕೊಂಡರು.

ರಾತ್ರಿ ಸಂಟು ಹಾಗೂ ಇಶೀ ಸರಿಯಾದ ಸಮಯಕ್ಕೆ ಲಕ್ಕಿಯ ಮನೆ ತಲುಪಿದರು. ಲಕ್ಕಿಯ ತಾಯಿ ಸ್ವಾದಿಷ್ಟ್ವಾದ ಭೋಜನ ತಯಾರಿಸಿದ್ದರು. ಸಂಟು ತನ್ನ ಹಸಿವನ್ನು ಹೆಚ್ಚಾಗಿ ಇರಿಸಲು, ಸಂಜೆ ಏನನ್ನೂ ತಿಂದಿರಲಿಲ್ಲ. ಊಟದ ನಂತರ ನಾಲ್ವರು ವರಾಂಡದಲ್ಲಿ ಕುಳಿತು, ತಂಪಾದ ಸಂಜೆಯನ್ನು ಆಹ್ಲಾದಿಸಿದರು.

ಇವತ್ತು ಯಾವುದೇ ಚರ್ಚೆ ಇರುವುದಿಲ್ಲ ಎಂದು ಮಾತು ಪ್ರಾರಂಭಿಸಿದನು ಸಂಟು. ಅದಕ್ಕೆ ಅವನ ತಂಗಿ "ಇವತ್ತಾದರೂ ಸುಮ್ಮನಿರಬಾರದೇ?" ಎಂದಳು.

"ಏಕೆ ಹಾಗೆ ಭಾವಿಸುತ್ತಿದ್ದೀರಿ? ಈ ದಿನ ಅತ್ಯಂತ ಮುಖ್ಯವಾದ ಪ್ರಧಾನವಾದ ಹನ್ನೊಂದನೇ ಅವಳಿಯನ್ನು ಚರ್ಚೆಸಬೇಕೆಂದಿದ್ದೇನೆ. ಈ ಅವಳಿ ಸೂತ್ರವನ್ನು ಚರ್ಚೆಸಲು ಇದಕ್ಕಿಂತ ಉತ್ತಮವಾದ ಸನ್ನಿವೇಶ ಬರಲಾರದು. ಈ ಅವಳಿ ಸೂತ್ರಕ್ಕೆ ಸ್ಪೂರ್ತಿಯೇ ನನ್ನ ತಂದೆ ತಾಯಿ. ನನ್ನ ಇಂದಿನ ಯಶಸ್ಸಿಗೆ ಕಾರಣರಾದವರು ನನ್ನ ಮಾತಾಪಿತೃಗಳು. ಅವರಿಗೆ ನಾನು ಎಂದು ಚಿರ ಋಣಿ. ನನ್ನ ಸ್ವಂತ ಅನುಭವಗಳಿಂದ ಕಲಿತಿರುವುದರ ಜೊತೆಗೆ, ನನ್ನ ಬಾಲ್ಯದಲ್ಲಿ ನನ್ನ ತಂದೆ ತಾಯಿ ನನ್ನಲಿ ನೆಟ್ಟ ನೈತಿಕ ಮೌಲ್ಯಗಳು ನಾನು ನಿರಂತರವಾದ ಯಶಸ್ಸನ್ನು ನೋಡಲು ಸಾಧ್ಯವಾಗಿದೆ. ಇವತ್ತು ನಾನು ಸಮೃದ್ಧನಾಗಿದ್ದರೆ ಅದಕ್ಕೆ ಕಾರಣ ನನ್ನ ತಂದೆ ತಾಯಿ ನನಗೆ ಕಲಿಸಿದ "ಪ್ರಾಮಾಣಿಕತೆ". ಜೀವನದಲ್ಲಿ ಎಂದೂ ನಿಷ್ಠೆ ಹಾಗೂ ಪ್ರಾಮಾಣಿಕತೆಯನ್ನು ಬಿಟ್ಟು ನಡೆಯಬಾರದು ಎಂದು ನನ್ನ ತಂದೆ ತಾಯಿ ತಿಳಿ ಹೇಳಿದ್ದರು".

ಅದನ್ನು ಹೇಳುತ್ತಾ ಲಕ್ಕಿ ತನ್ನ ತಾಯಿಯ ಕೈಯನ್ನು ಹಿಡಿದು ಭಾವುಕನಾಗಿ ಅವರತ್ತ ನೋಡಿದನು. ಆಕೆ ಸಂತೋಷದಿಂದ ಬೀಗುತ್ತಿದ್ದರು.

"ಖಂಡಿತವಾಗಿ ನಿನ್ನ ತಾಯಿ ಗೌರವಾನ್ವಿತರು" ಎಂದಳು ಐಶೀ. "ಅದನ್ನು ನಾವು ಈಗಾಗಲೇ ನೋಡಿದ್ದೇವಿ. ಹಾಗಾದರೆ ಇಂದಿನ ಬೇರ್ಪಡಿಸಲಾಗದ ಅವಳಿ ನಿಷ್ಠೆ ಪ್ರಾಮಾಣಿಕತೆ ಹಾಗೂ ಏಳಿಗೆ ಎಂದು ಹೇಳಬಹುದೆ?"

"ನಿಖರವಾಗಿ" ಎಂದನು ಲಕ್ಕಿ. ತನ್ನ ತಾಯಿ ಕಡೆ ತಿರುಗಿ "ನಾನು ಹೇಳಿರಲಿಲ್ಲವೆ? ಇವರು ತುಂಬಾ ಬುದ್ಧಿವಂತರು ಅಂತಾ?"

ಈಗ ನಾಚಿಕೊಳ್ಳುವುದು ಸಂಟು ಮತ್ತು ಐಶೀಯ ಸರದಿ. ತನ್ನ ಆರಾಮ ಕುರ್ಚೆಯಲ್ಲಿ ಕುಳಿತ ಲಕ್ಕಿ ತನ್ನ ಮಾತನ್ನು ಆರಂಭಿಸಿದನು.

"ಪ್ರಾಮಾಣಿಕತೆಯ ಪಾಠವನ್ನು ನನಗೆ ಕಲಿಸಿದ್ದು ನನ್ನ ತಾಯಿ. ನಾನು ಚಿಕ್ಕವನಾಗಿದ್ದಾಗ, ಅಮ್ಮ ನನಗೆ ಯಾವಾಗಲೂ ಸತ್ಯವನ್ನೇ ಹೇಳಬೇಕೆಂದು ತಾಕೀತು ಮಾಡುತ್ತಿದ್ದರು. ನಾನು ಇಷ್ಟು ಅಚ್ಚುಕಟ್ಟಾಗಿ ಕಥೆ ಹೇಳುವುದನ್ನು ಎಲ್ಲಿಂದ ಕಲಿತೆ ಎಂದು ನೀವು ಆಲೋಚಿಸುತ್ತಿದ್ದರೆ, ಅದು ನನಗೆ ನನ್ನ ತಾಯಿಯಿಂದ ಬಂದ ಬಳುವಳಿ. ಅವರು ನನಗಿಂತ ಅತ್ಯಂತ ಉತ್ತಮವಾದ ಶೈಲಿಯಲ್ಲಿ ಕಥೆ ಹೇಳುತ್ತಾರೆ. ಯಾವುದೇ ಒಂದು ವಿಷಯವನ್ನು ಮನಮುಟ್ಟುವಂತೆ ಹೇಳಬೇಕಾದರೆ, ಅವರು ಒಂದು ಕಥೆಯ ಸನ್ನಿವೇಶ. ಉದಾಹರಣೆಯೊಂದಿಗೆಯೇ ವಿವರಿಸುತ್ತಿದ್ದು. ಅವರು ಹೇಳಿದ ಕಥೆಗಳಲ್ಲಿ ನನಗೆ ಅತ್ಯಂತ ಪ್ರಿಯವಾದ ಕಥೆಯೆಂದರೆ ಸತ್ಯಹರಿಶ್ಚಂದ್ರ ಸತ್ಯ ಹಾಗೂ ನಿಷ್ಠೆಗೆ ಹೆಸರುವಾಸಿಯಾಗಿದ್ದ ರಾಜ ಹರಿಶ್ಚಂದ್ರ".

"ಹಾಗಾದರೆ ನಿನ್ನ ತಾಯಿಯವರಿಂದಲೇ, ನಾವು ರಾಜ ಸತ್ಯಹರಿಶ್ಚಂದ್ರನ ಕಥೆಯನ್ನು ಕೇಳುವ ಭಾಗ್ಯ ನಮಗೆ ಸಿಗುವುದೇ?" ಎಂದು ಕೇಳಿದನು ಸಂಟು.

ಅದಕ್ಕೆ ಒಪ್ಪಿ ಲಕ್ಕಿಯ ತಾಯಿ ನನ್ನ ಕಥೆಯನ್ನು ಆರಂಭಿಸಿದರು.

"ಹರಿಶ್ಚಂದ್ರ ಸೂರ್ಯವಂಶದ ದೊರೆ. ಅವನಲ್ಲಿ ಎರಡು ಅಪರೂಪವಾದ ಗುಣಗಳಿದ್ದವು. ಮೊದಲನೆಯದು, ಅವನು ಎಂದೂ ತಾನು ಕೊಟ್ಟ ಮಾತನ್ನು ತಪ್ಪಿ ನಡೆದವನಲ್ಲ. ಎರಡನೆಯದು, ಅವನು ಎಂದು ಹುಸಿಯನ್ನು ನುಡಿದವನಲ್ಲ. ಅವನ ಜೀವನದಲ್ಲಿ ಈ ಗುಣಗಳ ಪರೀಕ್ಷೆ ಬಹಳ ಸಲ ಆಗಿದ್ದು, ಅದು ಅವನನ್ನು ತನ್ನ ಕುಟುಂಬದಿಂದ ದೂರ ಮಾಡಿ, ಅತ್ಯಂತ ಕಷ್ಟದ ಸನ್ನಿವೇಶಗಳನ್ನು ಎದುರಿಸುವಂತೆ ಮಾಡಿತು. ಎಂತಹ ಕಠಿಣ ಸಮಯ ಬಂದರೂ ಅವನು ತನ್ನ ಆದರ್ಶಗಳನ್ನು ಬಿಟ್ಟು ನಡೆಯಲಿಲ್ಲ ಹಾಗೂ ದೃಢವಾಗಿ ಅವುಗಳನ್ನು ಪಾಲಿಸಿದನು. ಒಮ್ಮೆ, ಮಹರ್ಷಿ ವಿಶ್ವಾಮಿತ್ರ ರಾಜ ಹರಿಶ್ಚಂದ್ರನಿಗೆ, ಅವನು ಹಿಂದೆ ಮಾಡಿದ್ದ ಪ್ರಮಾಣವನ್ನು ನೆನಪು ಮಾಡುತ್ತಾನೆ. ರಾಜಹರಿಶ್ಚಂದ್ರ ಮಹರ್ಷಿ ವಿಶ್ವಾಮಿತ್ರಾನಿಗೆ ತನ್ನ ಸಂಪೂರ್ಣ ರಾಜ್ಯವನ್ನು ದಾನ ಮಾಡುವುದಾಗಿ ಮಾತು ಕೊಟ್ಟಿರುತ್ತಾನೆ. ರಾಜ ಎಷ್ಟು ಗುಣವಂತನೆಂದರೆ ವಿಶ್ವಾಮಿತ್ರ ಕೇಳಿದೊಡನೆ, ತನ್ನ ರಾಜ್ಯವನ್ನು ದಾನ ಮಾಡಿ ನಿಂತ ನಿಂತಲ್ಲೇ ರಾಜ್ಯವನ್ನು ಬಿಟ್ಟು ಅವನ ಹೆಂಡತಿ ಹಾಗೂ ಮಗನೊಂದಿಗೆ ಉಟ್ಟ ಬಟ್ಟೆಯಲ್ಲಿ ದೂರದ ವಾರಣಾಸಿಗೆ ತೆರಳುತ್ತಾನೆ. ವಿಶ್ವಾಮಿತ್ರನ ಆಡಳಿತದಿಂದ ಹೊರಗೆ ಇದ್ದ ಏಕೈಕ ಪ್ರದೇಶವೆಂದರೆ, ವಾರಣಾಸಿ. ಆದರೆ ಖುಷಿ ಇಷ್ಟಕ್ಕೆ ಬಿಡದೆ, ದಾನದ ಜೊತೆಗೆ ದಕ್ಷಿಣ ಕೊಡಬೇಕು ಎಂದು ಆಜ್ಞಾಪಿಸುತ್ತಾನೆ. ರಾಜ್ಯವನ್ನು ದಾನ ಮಾಡಿ ಬರಿಗೈಯಲಿದ್ದ ರಾಜ, ದಕ್ಷಿಣ ಕೊಡಲು ತನ್ನ ಹೆಂಡತಿ ಹಾಗೂ ಮಗನನ್ನು ಮಾರಬೇಕಾಗುತ್ತದೆ. ತನ್ನ ಪತ್ನಿ ಹಾಗೂ ಪುತ್ರನನ್ನು ಗೃಹಸ್ಥ ಬ್ರಾಹ್ಮಣನಿಗೆ ಮಾರಿದನು. ಆದರೆ, ಆ ಮಾರಾಟದಿಂದ ಸಂಗ್ರಹವಾಗಿದ್ದ ಹಣ ದಕ್ಷಿಣ ಕೊಡಲು ಸಾಕಾಗುವುದಿಲ್ಲ. ಆಗ ರಾಜ ಮಸಣ ಕಾಯುವ ಕಾವಲುಗಾರನಿಗೆ ತನ್ನನ್ನೇ ಮಾರಿಕೊಳ್ಳುತ್ತಾನೆ. ಮಸಣದಲ್ಲಿ ದೇಹಗಳನ್ನು ದಹನ ಮಾಡಲು ಬರುವವರ ಬಳಿ ತೆರಿಗೆಯನ್ನು ಸಂಗ್ರಹಿಸುವ ಕೆಲಸ ರಾಜನದಾಗಿರುತ್ತದೆ. ರಾಜ ಅವನ ಪತ್ನಿ ಹಾಗೂ ಪುತ್ರರು ತೀವ್ರವಾದ ಕಠಿಣತೆಯನ್ನು ಅನುಭವಿಸಬೇಕಾಗುತ್ತದೆ. ರಾಜ ಹರಿಶ್ಚಂದ್ರ ಕಾವಲುಗಾರನ ಸಹಾಯಕನಾಗಿ ಕೆಲಸ ಮಾಡಿದರೆ, ಅವನ ಹೆಂಡತಿ ಹಾಗೂ ಮಗ ಬ್ರಾಹ್ಮಣನ ಮನೆಯ ಕೆಲಸಗಾರರಾಗುತ್ತಾರೆ".

"ಒಂದು ದಿನ ತನ್ನ ಯಜಮಾನನ ಪೂಜೆಗಾಗಿ ಹೂ ಕಿತ್ತುಕೊಂಡು ಬರಲು ತೋಟಕ್ಕೆ ಹೋಗಿದ್ದ ರಾಜನ ಮಗನಿಗೆ ಹಾವು ಕಡಿದು ತಕ್ಷಣವೇ ಮರಣ ಹೊಂದುತ್ತಾನೆ. ಇಂತಹ ದುಃಖದಲ್ಲಿ ಅವನ ಪತ್ನಿಯೊಡನೆ ಯಾರು ಇಲ್ಲದೇ, ಏಕಾಂಗಿಯಾಗಿ ಮಗನ ಶವವನ್ನು ಸಂಸ್ಕಾರ ಮಾಡಲು ಶವವನ್ನು ಸ್ಮಶಾನಕ್ಕೆ, ತೆಗೆದುಕೊಂಡು ಹೋಗುತ್ತಾಳೆ. ಸಂಸ್ಕಾರಕ್ಕೆ ತೆತ್ತಬೇಕಾದ ತೆರಿಗೆಯನ್ನು ಕೊಡಲಾಗದಂತಹ ಕಡುಬಡತನದಲ್ಲಿರುತ್ತಾಳೆ, ಆಕೆ. ಹರಿಶ್ಚಂದ್ರ

ತನ್ನ ಹೆಂಡತಿ ಹಾಗೂ ಮಗನನ್ನು ಮೊದಲಿಗೆ ಗುರುತಿಸಲು ಸಾಧ್ಯವಾಗುವುದಿಲ್ಲ, ಅವಳು ತೆರಿಗೆ ಕಟ್ಟಲು ಹಣ ಇಲ್ಲ ಎಂದಾಗ, ಹರಿಶ್ಚಂದ್ರ ಅವಳಿಗೆ ತನ್ನ ಮಾಂಗಲ್ಯವನ್ನು ಮಾರಿ ಹಣ ತಂದು ಕೊಡುವಂತೆ ಹೇಳುತ್ತಾನೆ. ಆಗ ಅವನ ಹೆಂಡತಿಗೆ ಆತ ತನ್ನ ಪತಿಯಿಂದು ತಿಳಿಯಿತು. ಏಕೆಂದರೆ, ಕೇವಲ ಪತಿ ಮಾತ್ರ ಒಬ್ಬ ಹೆಂಗಸಿನ ಮಾಂಗಲ್ಯವನ್ನು ನೋಡಲು ಸಾಧ್ಯ ಎಂದು ಆಕೆಗೆ ಗೊತ್ತಿತ್ತು".

"ಆಗ ಹರಿಶ್ಚಂದ್ರನಿಗೆ ತನ್ನ ಹೆಂಡತಿಯ ಗುರುತುಸಿಗುತ್ತದೆ. ಅವಳ ದಯನೀಯ ಪರಿಸ್ಥಿತಿಯನ್ನು ಕಂಡು ಮರುಗುತ್ತಾನೆ. ತನ್ನಿಂದಲೇ ಆಕೆಗೆ ಈ ಪರಿಸ್ಥತಿ ಬಂದಿದೆ ಎನ್ನುವುದು ಅವನಿಗೆ ನೋವು ತರುತ್ತದೆ. ಅವನು ಕರ್ತವ್ಯ ಬದ್ಧನಾಗಿ ತೆರಿಗೆಯಿಲ್ಲದೇ ಯಾವುದೇ ಸಂಸ್ಕಾರವನ್ನು ಮಾಡಲು ಅವಕಾಶ ಕೊಡುವಂತಿಲ್ಲ. ಆಗ ಅವನು ಹೆಂಡತಿಗೆ, ಅವಳು ಇಂತಹ ಪರಿಸ್ಥಿತಿಯಲ್ಲಿ ಅವನೊಡನೆ ಇರುವಳೋ ಎಂದು ಕೇಳಿದನು. ವಿಧೇಯ ಪತ್ನಿ ಹಾಗೂ ಪತಿವ್ರತೆಯಾದ ಅವಳು ತಕ್ಷಣವೇ ಒಪ್ಪುತ್ತಾಳೆ. ಅವಳ ಬಳಿ ಇದ್ದದ್ದು ಕೇವಲ ತೊಟ್ಟಿದ್ದ ಸೀರೆ ಮಾತ್ರ. ಅದರಲ್ಲಿ ಅರ್ಧವನ್ನು ತನ್ನ ಮಗನ ಶವವನ್ನು ಮುಚ್ಚಲು ಹರಿಯಲಾಗಿತ್ತು. ಹರಿಶ್ಚಂದ್ರ ಅವಳಿಗೆ ಉಳಿದ ಇನ್ನರ್ಧ ಭಾಗವನ್ನು ತೆರಿಗೆಯಾಗಿ ಒಪ್ಪಿಸಿದರೆ ಸಂಸ್ಕಾರವನ್ನು ಪೂರ್ಣಗೊಳಿಸಬಹುದು ಎಂದು ತಿಳಿಸಿದಾಗ. ಆಕೆ ಅದಕ್ಕೆ ಒಪ್ಪಿ ಅವಳ ಸೀರೆಯನ್ನು ತೆಗೆಯಲು ಮುಂದಾದಾಗ, ಪವಾಡ ನಡೆಯುತ್ತದೆ. ದೇವತೆಗಳು ಹಾಗೂ ವಿಶ್ವಾಮಿತ್ರ ಮಹರ್ಷಿಗಳು ಪ್ರತ್ಯಕ್ಷರಾಗಿ, ಹರಿಶ್ಚಂದ್ರನ ದೃಢತೆ ಹಾಗೂ ತನ್ನ ಮಾತನ್ನು ಉಳಿಸಿಕೊಳ್ಳಲು ಮಾಡಿದ ಅವಿರತ ಶ್ರಮವನ್ನು ಹೊಗಳುತ್ತಾರೆ ಮತ್ತು ಅವನ ಸತ್ತ ಮಗನಿಗೆ ಪುನಃ ಜೀವದಾನ ಮಾಡಿ, ಪತ್ನಿ ಸಮೇತ ಸ್ವರ್ಗವಾಸಿಗಳಾಗುವಂತೆ ಆಶೀರ್ವದಿಸುತ್ತಾರೆ".

"ಅತ್ಯಂತ ಅದ್ಭುತವಾಗಿತ್ತು ಮತ್ತು ನೀವು ಇದನ್ನು ಅಷ್ಟೆ ಅದ್ಭುತವಾಗಿ ಕಥೆ ಹೇಳಿದಿರಿ" ಎನ್ನುತ್ತಾಳೆ ಐಶೀ.

ವಿನಯದಿಂದ "ವಂದನೆಗಳು" ಎಂದರು ಲಕ್ಕಿಯ ಅಮ್ಮ.

"ಅಮ್ಮ, ನಿಮಗೆ ಗೊತ್ತೇ! ಮಹಾತ್ಮಗಾಂಧೀಜಿ ಕೂಡ ಹರಿಶ್ಚಂದ್ರನ ಕಥೆಯಿಂದ ಪ್ರಭಾವಿತರಾಗಿದ್ದರು. ಅವರು ಬಾಲ್ಯದಲ್ಲಿ ವೀಕ್ಷಿಸಿದ ಹರಿಶ್ಚಂದ್ರ ನಾಟಕದಲ್ಲಿ ಅವನ ಸತ್ಯಪಾಲನೆಯನ್ನು ನೋಡಿ ತಿಳಿದುಕೊಂಡಿದ್ದರು. ಅವರು "ಸತ್ಯಮೇವಜಯತೆ" ಎಂದು ಸ್ವಾತಂತ್ರ್ಯಹೋರಾಟದ ಸಮಯದಲ್ಲಿ ಹೇಳಿದ್ದು ಈ ಕಥೆಯ ಪ್ರಭಾವದಿಂದಲೇ" ಎಂದು ಲಕ್ಕಿ ಕೇಳಿದ.

ಅವನ ತಾಯಿ ಗೊತ್ತು ಎಂದು ಉತ್ತರಿಸುತ್ತಾರೆ.

"ಸತ್ಯಮೇವಜಯತೆ"

"ಹಿಂದೊಮ್ಮೆ ನೀನು ನಿನ್ನ ತಂದೆಯ ದಿನಸಿ ಅಂಗಡಿಯ ಬಗ್ಗೆ ಹೇಳಿದ್ದೆ. ಹಾಗೂ ಅವರು ಪ್ರಾಮಾಣಿಕತೆಗೆ ಬದ್ಧರಾಗಿದ್ದರು ಎಂದು ಹೇಳಿದ್ದೆ. ಅದು ಹೇಗೆ ಎಂದು ತಿಳಿಸುವೆಯಾ?" ಎಂದು ಐಶೀ ಕೇಳಿದಳು.

"ಹೌದು, ನನ್ನ ತಂದೆ ಕೂಡ ಶಿಸ್ತು ಹಾಗೂ ನೈತಿಕತೆಯ ವ್ಯಕ್ತಿಯಾಗಿದ್ದರು. ತಮ್ಮ ಜೀವನದ ಮೌಲ್ಯಗಳನ್ನು ಎಂದೂ ವ್ಯವಹಾರದಲ್ಲಿ ಬಿಟ್ಟುಕೊಟ್ಟಿರಲಿಲ್ಲ. ಪ್ರಾಮಾಣಿಕತೆ ಹಾಗೂ ಸಮೃದ್ಧತೆಯ ಉದಾಹರಣೆ ಆಗಿದ್ದರು ನನ್ನ ತಂದೆ. ಅವರೊಡನೆ ಅಂಗಡಿಯಲ್ಲಿ ಕೆಲಸ ಮಾಡಿದ ಅನುಭವವನ್ನು ನಿಮ್ಮೊಡನೆ ಹಂಚಿಕೊಳ್ಳಲೇ?" ಎಂದಾಗ "ದಯಮಾಡಿ" ಎಂದು ಸಂಟು ಮತ್ತು ಐಶೀ ಒಟ್ಟಿಗೆ ನುಡಿದರು.

"ನಾನು ಚಿಕ್ಕ ಹುಡುಗನಾಗಿದ್ದಾಗಲೇ ನಮ್ಮ ಅಂಗಡಿಯಲ್ಲಿ ದಿನಸಿಕೊಳ್ಳುವ ಗ್ರಾಹಕರಿಗೆ ಸಾಮಾನು ಅಳತೆ ಮಾಡಿ ಎತ್ತೋಯ್ಯುವಲ್ಲಿ ಸಹಾಯ ಮಾಡಬೇಕೆಂದು ಹೇಳಿಕೊಡಲಾಗಿತ್ತು. ನನ್ನ ತಂದೆ ಎರಡು ವಿಚಾರದಲ್ಲಿ ಅತ್ಯಂತ ಎಚ್ಚರ ವಹಿಸುತ್ತಿದ್ದರು. ಒಂದು ದಿನಸಿಯ ಗುಣಮಟ್ಟ ಹಾಗೂ ಮತ್ತೊಂದು ಅಳತೆ. ನಾನು ನಿರ್ಲಕ್ಷ್ಯದಿಂದ ಕೆಲವೊಮ್ಮೆ ಅಳತೆ ಮಾಡುವಲ್ಲಿ ಹೆಚ್ಚು ಕಡಿಮೆ ಮಾಡಿ ಗಮನ ಕೊಡದಿದ್ದರೆ ನನ್ನ ತಂದೆ ನನ್ನನ್ನು ತರಾಟೆಗೆ ತೆಗೆದುಕೊಳ್ಳುತ್ತಿದ್ದರು. ತಕ್ಕಡಿ ಇರುವುದು ಎರಡೇ ಸ್ಥಳಗಳಲ್ಲಿ. ಒಂದು ನ್ಯಾಯಾಲಯದಲ್ಲಾದರೆ, ಮತ್ತೊಂದು ನಾವು ಅಳತೆ ಮಾಡುವ ನಮ್ಮ ಅಂಗಡಿಯಲ್ಲಿ. ದೇವರು ಎಂದೂ ಅಪ್ರಾಮಾಣಿಕತೆಯನ್ನು ಒಪ್ಪುವುದಿಲ್ಲ. ನೀನು ಉದ್ದೇಶ ಪೂರ್ವಕವಾಗಿ ಅಳತೆಯಲ್ಲಿ ಕಡಿಮೆ ಮಾಡಿಲ್ಲ ಎಂದು ನನಗೆ ತಿಳಿದಿದೆ. ಆದರೆ ಗ್ರಾಹಕರಿಗೆ ತಿಳಿದಿಲ್ಲ. ಅವರು ಅದನ್ನು ವಂಚನೆಯೆಂದು ತಿಳಿಯುತ್ತಾರೆ. ವಂಚನೆ ಮಾಡುವವರು ಎಂದೂ ಉದ್ಧಾರವಾಗುವುದಿಲ್ಲ. ಪ್ರಾಮಾಣಿಕತೆಯು, ಸರ್ವಕಾಲಿಕ ಮೌಲ್ಯ, ಅಳತೆಯ ತಕ್ಕಡಿ ಸಮವಾಗಿರಬೇಕು. ಹೇಗೆ ತೀರ್ಮಾನ ನ್ಯಾಯಬದ್ಧವಾಗಿರಬೇಕೋ ಹಾಗೆಯೇ ನಮ್ಮ ವ್ಯವಹಾರ ಕೂಡ.

ಪ್ರಾಮಾಣಿಕತೆಗೆ ಇರುವ ಬೆಲೆ ಹಣಕ್ಕಿಲ್ಲ. ಯಾವುದೇ ಕಾರಣಕ್ಕೂ ನನ್ನ ಹೆಸರಿಗೆ ಮಸಿ ಬಳಸಿಕೊಳ್ಳಲು ನಾನು ಸಿದ್ಧನಿಲ್ಲ. ನಮ್ಮ ನಿಷ್ಠೆಯನ್ನು ಮೆಚ್ಚಿದ ಕಾರಣ ಸುತ್ತಮುತ್ತಲಿನ ಜನ ನಮ್ಮ ಅಂಗಡಿಯನ್ನು ಬಿಟ್ಟು ಬೇರೆಡೆ ಹೋಗುವುದಿಲ್ಲ. ವ್ಯವಹಾರದಲ್ಲಿ ಹೇಗೆ ನಡೆದುಕೊಳ್ಳುತ್ತೀರೋ ಅದು ನಿಮ್ಮ ಗುಣವನ್ನು ತಿಳಿಸುತ್ತದೆ. ಮತ್ತು ಅವರು ನನಗೆ ನೆನಪು ಮಾಡಿದ ಉಕ್ತಿ ಎಂದರೆ ಪರಿಶುದ್ಧವಾದ ಆತ್ಮಸಾಕ್ಷಿಗಿಂತ ಮಿಗಿಲಾದುದು ಯಾವುದೂ ಇಲ್ಲ".

"ಪರಿಶುದ್ಧವಾದ ಆತ್ಮಸಾಕ್ಷಿಗಿಂತ ಮಿಗಿಲಾದುದು ಯಾವುದೂ ಇಲ್ಲ, ಇದು ನನಗೆ ಬಹಳವಾಗಿ ಹಿಡಿಸಿದೆ. ಸಾರಿ, ನೀನು ಏನೋ ಹೇಳುತಿದ್ದೆ. ನಿನ್ನನ್ನು ತಡೆಯುವ ಉದ್ದೇಶ ನನಗಿರಲಿಲ್ಲ. ಆದರೆ! ಈ ವಾಕ್ಯ ತುಂಬಾ ಅರ್ಥಪೂರ್ಣವಾಗಿದೆ" ಎಂದಳು ಐಶೀ.

"ಇದು ಹೇಗೆ ಉದ್ಯಮಿಗೆ ಸಂಬಂಧಿಸಿದೆ ಎಂದು ನೀವು ಚಿಂತಿಸುತ್ತಿರ ಬೇಕಿಲ್ಲವೇ?" ಎಂದು ಕೇಳಿದ ಲಕ್ಕಿ. "ಹಾಗೇನಿಲ್ಲ, ನೀನು ಹೇಳಿದ್ದನೆಲ್ಲಾ ಕೇಳಿದ ಮೇಲೆ ಮಾತು ಸ್ಪಷ್ಟ. ಉದ್ಯಮದಲ್ಲಾಗಲೀ, ಜೀವನದಲ್ಲಾಗಲೀ ಪ್ರಾಮಾಣಿಕತೆ ಹಾಗೂ ನಿಷ್ಠೆ ಇಲ್ಲದೆ, ಯಶಸ್ಸು ಹಾಗೂ ಏಳಿಗೆಯನ್ನು ಪಡೆಯಲು ಸಾಧ್ಯವಿಲ್ಲ. ಯಾರಾದರೂ ಉದ್ಯಮಿಗೆ ಸಂಬಂಧಿಸಿದ ಉದಾಹರಣೆ ಇದ್ದರೆ ತಿಳಿಸುವೆಯಾ? ಎಂದನು.

"ಅದಕ್ಕಿಂತ ಮುಂಚೆ, ನೀನು ಪ್ರಾಮಾಣಿಕತೆ ಅಥವಾ ನಿಷ್ಠೆ ಎಂದರೆ ಏನು ತಿಳಿಸುವೆಯಾ? ಇದನ್ನು ನಾವು ಸರಿಯಾಗಿ ಅರ್ಥ ಮಾಡಿಕೊಂಡರೆ ನೀನು ಹೇಳುವ ಕಥೆಗಳು ಸಹ ಅರ್ಥವಾಗುತ್ತದೆ" ಎಂದಳು ಐಶೀ.

"ನಾನು ಹೇಳಬೇಕೆಂದಿರುವ ಕಥೆ ನಿಮ್ಮಿಬ್ಬರಿಗೂ ಉತ್ತರವಾಗುತ್ತದೆ" ಎಂದು ತನ್ನ ಕಥೆಯನ್ನು ಆರಂಭಿಸಿದನು ಲಕ್ಕಿ. "ಒಬ್ಬ ಯಶಸ್ವಿ ಹಾಗೂ ಯುವ ಉದ್ಯಮಿ ಇದ್ದ. ಅವನು ಒಬ್ಬ ದೊಡ್ಡ ಗ್ರಾಹಕನನ್ನು ಪಡೆದುಕೊಂಡಿದ್ದ. ಹಾಗೂ ಆ ಗ್ರಾಹಕ ಅವನ ಸೇವೆಗಾಗಿ ದೊಡ್ಡ ಮೊತ್ತದ ಹಣವನ್ನು ಕೊಡುತ್ತಿದ್ದರು. ಒಂದು ದಿನ ಆ ಗ್ರಾಹಕ ಈ ಉದ್ಯಮಿಗೆ ಕರೆ ಮಾಡಿ ಒಂದು ಹೊಸದಾದ ತಂತ್ರಜ್ಞಾನವುಳ್ಳ ಪ್ರಾಜೆಕ್ಟ್ ಮಾಡಲು ಸಾಧ್ಯವೇ ಎಂದು ಕೇಳಿದರು. ಉದ್ಯಮಿಯು ಇಲ್ಲಿ ಯೋಚಿಸಿ ನಿರ್ಧರಿಸಬೇಕಾಗಿತ್ತು. ಗ್ರಾಹಕರಿಗೆ ನಿರ್ಧಾರವನ್ನು ತಿಳಿಸಬೇಕಾಗಿತ್ತು. ಆದರೆ ಅವನು ಈ ವ್ಯವಹಾರದಲ್ಲಿ ಹೊಸಬನಾಗಿದ್ದ. ಇನ್ನು ಹೆಚ್ಚು ಅರಿವು ಇರಲಿಲ್ಲ".

"ಹಾಗಾದರೆ, ಅವನು ಏನು ಮಾಡಿದ?" ಎಂದು ಸಂಟು ಕೇಳಿದನು.

"ಅವನಿಗಿದ್ದ ಆಯ್ಕೆಗಳನ್ನು ನಾವು ನೋಡೋಣ. ನನಗೆ ಎಲ್ಲಾ ಗೊತ್ತಿದೆ, ಎಂದು ಹೇಳಿ ಯಾವುದಾದರೊಂದು ಕೇಸ್ ಸ್ಟಡೀ ಮಾಡಿ ಕೊಡಬಹುದು. ಆದರೆ ಅದು ಸುಳ್ಳಾಗಿರುತ್ತಿತ್ತು. ಎರಡನೇಯದು ಕ್ಲೆಂಟ್‌ಗೆ ನಿಜ ತಿಳಿಸುವುದು. ನನಗೆ ನೇರವಾದ ಅನುಭವವಿಲ್ಲ. ಆದರೆ, ಅವನು ಮತ್ತು ಅವನ ತಂಡ ಹೊಸ ಟೆಕ್ನಾಲಜಿಗಳನ್ನು ಕಲಿಯುವುದರಲ್ಲಿ ಆಸಕ್ತಿ ಹೊಂದಿದ್ದು, ಈ ಪ್ರಾಜೆಕ್ಟ್ ಮಾಡಬಲ್ಲೆವು ಎಂದು ಹೇಳುವುದು. ಆ ಯುವ ಉದ್ಯಮಿ ಎರಡನೆಯದನ್ನು ಆಯ್ಕೆ ಮಾಡಿದನು. ಹಾಗೂ ಅವನು ಈ ಟೆಕ್ನಾಲಜಿಯಲ್ಲಿ ಮೊದಲ ಬಾರಿಗೆ ಕೆಲಸ ಮಾಡುತ್ತಿರುವುದರಿಂದ ಗ್ರಾಹಕನಿಗೆ ಸಮಾಧಾನಕರವಾದ ಫಲಿತಾಂಶ ಸಿಗದಿದ್ದಲ್ಲಿ ಮಾಡಿದ ಕೆಲಸಕ್ಕೆ ನೀಡಬೇಕಾಗಿರುವ ಹಣವನ್ನು ಪಾವತಿಸುವುದು ಬೇಡ. ನಾವು ನಮ್ಮ ಕೆಲಸದಲ್ಲಿ ಯಶಸ್ವಿಯಾದರೆ, ನೀವು ಪಾವತಿ ಮಾಡಿ ಸೋತರೆ, ಅದರ ನಷ್ಟವನ್ನು ನಾವು ಭರಿಸುತ್ತೇವೆ ಎಂದು ತಿಳಿಸಿದನು".

"ವಾವ್! ಅದಕ್ಕೆ ನಿಜವಾದ ಗುಂಡಿಗೆ ಬೇಕು" ಎಂದನು ಸಂಟು. "ಅಷ್ಟೆ ಅಲ್ಲ, ಅದು ನೇರವಾದ ನಡೆಯಾಗಿತ್ತು" ಎಂದಳು ಐಶೀ. "ಏನಾಯಿತು ಮಗನೇ? ಅವರು ಹೇಗೆ ಕಾರ್ಯವನ್ನು ಮುಗಿಸಿದರು?" ಎಂದು ಲಕ್ಕಿಯ ತಾಯಿ ಕೇಳಿದರು.

"ಆದರೆ ಕ್ಲೈಂಟ್ ನಿರೀಕ್ಷೆಯನ್ನು ಮೀರಿದ ಗುಣಮಟ್ಟದ ಕೆಲಸವನ್ನು ಮಾಡಿದರು" ಎಂದು ಲಕ್ಕಿ ಹೆಮ್ಮೆಯಿಂದ ಹೇಳಿದನು. "ಆ ಉದ್ಯಮಿ ನೀನೆ ಅಲ್ಲವೇ ಲಕ್ಕಿ? ಎಂದು ಸಂತಸದಿಂದ ಕೇಳಿದವು ಆನೆಗಳು.

ಅದನ್ನು ಅಲ್ಲಗೆಳೆಯದೆ, ಲಕ್ಕಿ ಗ್ರಾಹಕ ಅತ್ಯಂತ ಸಂತುಷ್ಟವಾಗಿ ಅವನ ಮೇಲೆ ಸಂಪೂರ್ಣ ಭರವಸೆ ಇರಿಸಿದರು ಎಂದು ತಿಳಿಸಿದನು.

ಅವರುಗಳ ನಗು ನಿಂತನಂತರ ಲಕ್ಕಿಯು, "ಐಶೀ, ನೀನು ಪ್ರಾಮಾಣಿಕತೆ ಎಂದರೆ ಏನು ಎಂದು ಕೇಳಿದೆ. ನನ್ನ ಪ್ರಕಾರ ಅದು ಸರಳವಾಗಿ ಹೇಳಬೇಕೆಂದರೆ, ಹೇಳಿದ್ದನ್ನು ಮಾಡುವುದು ಮತ್ತು ಏನು ಮಾಡಬಲ್ಲೆ ಎಂಬುದನ್ನು ಸ್ಪಷ್ಟ ಹಾಗೂ ಮುಕ್ತವಾದ ಪದಗಳಲ್ಲಿ ತಿಳಿಸುವುದು ಅಷ್ಟೆ".

ಹೇಳಿದ್ದನ್ನು ಮಾಡು
ಮಾಡುವುದನ್ನು ಹೇಳು

ಲಕ್ಕಿ ಒಳಗೆ ಎದ್ದು ಹೋಗಿ ಮರಳಿದಾಗ ಕೈಯಲ್ಲಿ ಒಂದು ಖಾಲಿ ಹಾಳೆಯನ್ನು ತಂದ, ಅದರಲ್ಲಿ ನಾಲ್ಕು ವಿಚಾರಗಳನ್ನು ಬರೆಯಲು ಪ್ರಾರಂಭಿಸಿದನು.

ಯಶಸ್ಸು ಮತ್ತು ಏಳಿಗೆಗೆ ಇರುವ ದಾರಿ ಯಾವುವು ಎಂದು ಕೇಳಿದ. "ನನ್ನ ಸಹೋದ್ಯೋಗಿಗಾಗಿ ಹಿಂದೊಮ್ಮೆ ಈ ಚಿತ್ರವನ್ನು ನಾನು ಬಿಡಿಸಿದ್ದೆ. ಈ ವ್ಯಕ್ತಿ ತನ್ನ ಗ್ರಾಹಕರೊಬ್ಬರಿಗೆ ತಿಂಗಳ ಕೊನೆಯೊಳಗೆ ಕೆಲವೊಂದನ್ನು ಕೆಲಸವನ್ನು ಮುಕ್ತಾಯಗೊಳಿಸುವೆ ಎಂದು ಮಾತುಕೊಟ್ಟಿದ್ದರು. ಅವರಿಗೆ ಅದು ಸಾಧ್ಯವಾಗದಿದ್ದರೆ, ಅವರ ಕೈ ಮೀರಿದ್ದ ಸಂದರ್ಭಗಳು ಒದಗಿಬಂದು ತಮ್ಮ ಮಾತನ್ನು ಉಳಿಸಿಕೊಳ್ಳದಿದ್ದರೆ ಹೇಗೆಂದು ನಾನು ಕೇಳಿದೆ. ಅವರು ತಮ್ಮ ಕೆಲಸವನ್ನು ಪೂರ್ಣಗೊಳಿಸುವುದು ಸಾಧ್ಯವಾಗುವುದಿಲ್ಲ ಎನ್ನುವಂತೆ ಕಾಣುತ್ತಿತ್ತು. ಅವರು ಅಂತಹ ಸಂದರ್ಭದಲ್ಲಿ ಏನು ಮಾಡುತ್ತಾರೆ ಎಂಬ ಕುತೂಹಲ ನನಗೆ. ತಮ್ಮ ಸಮಸ್ಯೆಯನ್ನು ಮೊದಲೇ ಗ್ರಾಹಕರಿಗೆ ತಿಳಿಸುತ್ತಾರೋ ಅಥವಾ ಕೊನೆಗಳಿಗೆಯವರೆಗೆ ಕಾದುಕುಳಿತುಕೊಳ್ಳುತ್ತಾರೋ? ನೀವಿಬ್ಬರಾದರೆ ಏನು ಮಾಡುತೀರ ಸಂಟು ಮತ್ತು ಐಶೀ?".

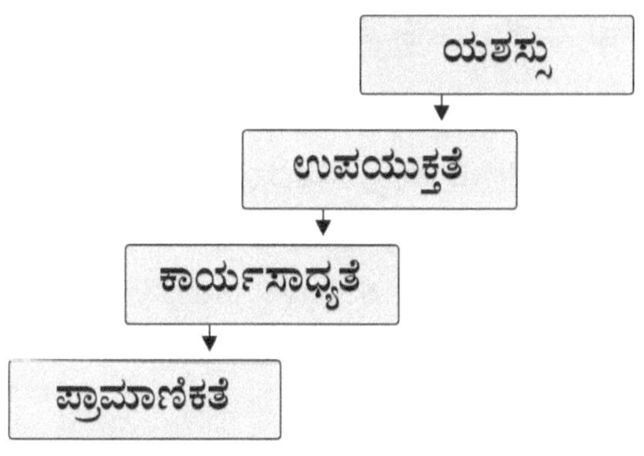

ತನ್ನ ತಲೆಯನ್ನು ಅಲ್ಲಾಡಿಸಿ, ಸಹೋದರಿಯ ಮುಖ ನೋಡುತ್ತಾ ಇಬ್ಬರ ಪರವಾಗಿ ಉತ್ತರಿಸಿದ ಸಂಟು "ಮುಂಚಿತವಾಗಿ ತಿಳಿಸುವುದು ಒಳಿತು. ಇಂತಹ ಸನ್ನಿವೇಶಗಳಿಂದ ನಾವು ಯಾವಾಗಲೂ ಕಲಿತುಕೊಳ್ಳಬಹುದು ಹಾಗೂ ಅಂತಹ ತಪ್ಪುಗಳನ್ನು ಸರಿಪಡಿಸಿಕೊಳ್ಳಬಹುದು. ಆದರೆ, ಗ್ರಾಹಕರಿಗೆ ಹೇಳುವುದು ಸರಿಯಲ್ಲ, ಗ್ರಾಹಕರ ವಿಶ್ವಾಸ ಪುನಃ ಗಳಿಸಲು ಸಾಧ್ಯವಾಗದೇ ಇರಬಹುದು".

> ಗ್ರಾಹಕರಿಗೆ ನೀಡುವ ಸೇವೆಯಲ್ಲಿ ಲೋಪದೋಷಕ್ಕೆ ಸ್ಥಳವಿಲ್ಲ.

ಲಕ್ಕಿ ನಗುತ್ತ "ಈಗ ಇದನ್ನೇ ಪ್ರಾಮಾಣಿಕತೆ ಎನ್ನುವುದು ಗೆಳೆಯರೆ. ಇರುವ ವಿಷಯವನ್ನು ಯಥಾವತ್ತಾಗಿ ಯಾವುದೇ ಪರಿಣಾಮಕ್ಕೆ ಅಂಜದೆ ತಿಳಿಸುವುದು. ಸೋಲಿನ ಭಯದಿಂದ ಬಹುತೇಕ ಸಂದರ್ಭದಲ್ಲಿ ಪರಿಸ್ಥಿತಿಯನ್ನು ಒಪ್ಪಿಕೊಳ್ಳಲಾಗುವುದಿಲ್ಲ. ಪ್ರಾಮಾಣಿಕತೆಯನ್ನು ಮೆಚ್ಚಿ ನಿಮ್ಮ ಗ್ರಾಹಕ ಸದಾ ನಿಮ್ಮೊಡನೆ ಇರಬಹುದು ಹಾಗೂ ನೀವು ಅವರ ನಂಬಿಕಸ್ಥ ಪಾಲುದಾರರಾಗ-ಬಹುದು. ಇದು ನನ್ನ ವೃತ್ತಿ ಬದುಕಿನಲ್ಲಿ ಹಲವು ಬಾರಿ ಮರುಕಳಿಸಿದೆ".

ತನ್ನ ಖುರ್ಚಿಯಲ್ಲಿ ಕುಳಿತುಕೊಂಡ ಲಕ್ಕಿ ನೆಲದ ಮೇಲೆ ಬಿದ್ದಿದ್ದ ಚಿತ್ರದತ್ತ ಪುನಃ ತನ್ನ ಗಮನ ಹರಿಸಿ ವಿವರಿಸಿದ "ಈ ಚಾರ್ಟ್‌ನ್ನು ನೋಡಿ, ಪ್ರಾಮಾಣಿಕತೆ ಕೆಳಗಡೆ ಇದೆ. ಕಾರಣ, ಅದು ಅಡಿಪಾಯ ಉಳಿದದ್ದೆಲ್ಲಾ ಈ ಅಡಿಪಾಯದ ಮೇಲೆ ನಿಂತಿದೆ. ಪ್ರಾಮಾಣಿಕತೆ ಇಲ್ಲದೇ ನಿಮ್ಮ ಸಂಬಂಧಗಳನ್ನು ಬೆಳೆಸಲು ಸಾಧ್ಯವಿಲ್ಲ. ಅಥವಾ ನಿಮ್ಮ ವ್ಯವಹಾರವನ್ನು ಮುಂದುವರೆಸಲು

> ಬಂಡೆಯಂತೆ ನಂಬಲರ್ಹ ಹಾಗೂ ಶಿಳ್ಳೆಯಂತೆ ನಿರ್ಮಲವಾಗಿರು

ಆಗುವುದಿಲ್ಲ. ನಿಮ್ಮ ಪ್ರಾಮಾಣಿಕತೆ ಜೊತೆಗಿದ್ದರೆ, ನೀವು ಒಂದೊಂದೆ ಮೆಟ್ಟಲು ಹತ್ತಿ, ನೀವು ಸಾಧಿಸಬೇಕಾಗಿರುವುದನ್ನು ಸಾಧಿಸಲು ಸಾಧ್ಯ. ನಿಮ್ಮ ಉಪಯುಕ್ತತೆ ಹೆಚ್ಚಾದಂತೆಲ್ಲಾ ನಿಮ್ಮ ಯಶಸ್ಸಿನ ಉತ್ತುನ್ನತೆ ಕೂಡ ಹೆಚ್ಚಾಗುತ್ತದೆ. ಯಶಸ್ಸಿನ ಮೆಟ್ಟಿಲೇರುವುದೇ ಹೀಗೆ. ರೋಮ್ ದೇಶವನ್ನು ಏಕಾ ಏಕಿಯಾಗಿ ಕಟ್ಟಲಾಗಲಿಲ್ಲ. ಅಥವಾ ಇಂದು ಹೆಸರು ವಾಸಿಯಾಗಿರುವ ಬೃಹತ್ ಉದ್ಯಮಗಳು ರಾತ್ರೋರಾತ್ರಿ ಮೇಲೆ ಬರಲಿಲ್ಲ. ಹಂತ ಹಂತವಾಗಿ ಯಶಸ್ಸನ್ನು ಸಾಧಿಸಿವೆ, ಅಲ್ಲವೇ?"

ಹೌದು ಎನ್ನುವಂತ ಆನೆಗಳು ಕತ್ತು ಹಾಕಿದವು. ಲಕ್ಕಿಯ ತಾಯಿ ಕಣ್ಣು ಮುಚ್ಚಿ ನಿದ್ದೆ ಹೋಗಿದ್ದರು. ಅವರು ನಿದ್ದೆ ಮಾಡಿದ್ದನ್ನು ನೋಡಿ ಲಕ್ಕಿಗೆ ಬೇಸರವೇನೂ ಆಗಲಿಲ್ಲ. ಅವರು ಇಂತಹ ಎಷ್ಟೊಂದು ಕಥೆಗಳನ್ನು ಮುಂಚೆ ಕೇಳಿದ್ದಾರೆ. ಹಾಗೆ ನೋಡಿದರೆ, ಲಕ್ಕಿಗೆ ಕಥೆ ಹೇಳುವ ಗುಣ ಬಂದಿದ್ದೆ ಆತನ ತಾಯಿಯಿಂದ.

"ಸಾಮಾನ್ಯ ಜನರಲ್ಲಿ ಭಾರತೀಯ ಕಂಪನಿಗಳ ದೃಷ್ಟಿಕೋನವನ್ನೇ ಬದಲಾಯಿಸಿದ, ಎರಡು ಅತ್ಯುನ್ನತ ಕಂಪನಿಗಳ ಕಥೆಯನ್ನು ಹೇಳಲು ಇಚ್ಛಿಸುತ್ತೇನೆ" ಎಂದು ಪುನಃ ಲಕ್ಕಿ ತನ್ನ ಮಾತನ್ನಾರಂಭಿಸಿದನು.

"ಈ ಕಂಪನಿಗಳ ಮುಖ್ಯಸ್ತಂಭಗಳು ಇನ್ಫೋಸಿಸ್‌ನ ನಾರಾಯಣಮೂರ್ತಿ ಮತ್ತು ವಿಪ್ರೋ ಕಂಪನಿಯ ಅಜೀಮ್ ಪ್ರೇಮ್‌ಜೀ. ಇವರಿಬ್ಬರಲ್ಲೂ ಒಂದು ಸಾಮಾನ್ಯ ಗುಣ ಇದೆ. ತಮ್ಮ ಯಶಸ್ಸಿನ ಶ್ರೇಯವನ್ನು ಪ್ರಾಮಾಣಿಕತೆಗೆ ಸಲ್ಲಿಸುವುದನ್ನು ಎಂದಿಗೂ ಮರೆಯುವುದಿಲ್ಲ. ಒಬ್ಬ ಗ್ರಾಹಕನನ್ನು ಗೆಲ್ಲುವುದಕ್ಕಿಂತ ಇದು ಮುಖ್ಯ ಎಂದು ಇಬ್ಬರೂ ಗಣ್ಯರು ಅರ್ಥ ಮಾಡಿಕೊಂಡಿದ್ದಾರೆ. ಗ್ರಾಹಕರಿಂದ ಮತ್ತೆ ಮತ್ತೆ ಮರುಕಳಿಸುವ ಆರ್ಡರ್ ಸಿಗುವುದೆಂದರೆ ಗ್ರಾಹಕ ಮತ್ತು ಕಂಪನಿಯ ಸಂಬಂಧ ದೃಢವಾಗಿದೆ ಎಂದು ಅರ್ಥ. ಸಂಬಂಧ ದೃಢವಾಗಬೇಕಾದರೆ, ಕಂಪನಿ ತನ್ನ ಬಲಾಬಲವನ್ನು ತೋರಿಸಲೇ- ಬೇಕು. ತಾನು ಬಂಡೆಯಷ್ಟೆ ಗಟ್ಟಿ ಹಾಗೂ ಶಿಳ್ಳೆಯ ಶಬ್ದದಂತೆ ಅಥವಾ ಪಾದರಸದಂತೆ ನಿಷ್ಕಳಂಕ ಎಂಬುದನ್ನು ನಿರೂಪಿಸಲೇಬೇಕು. ಇಲ್ಲವಾದರೆ, ಯಾವ ಗ್ರಾಹಕನು ನಿಮ್ಮ ಕಡೆಗೆ ತಿರುಗಿ ನೋಡುವುದಿಲ್ಲ. ನಂಬಿಕೆಯೇ ಮುಖ್ಯವಾದ ಸಾಧಕ ಹಾಗೂ ಎಲ್ಲಾ ದೀರ್ಘಾವದಿ, ಸ್ವಯಂಚಾಲಿತ, ವ್ಯವಹಾರಗಳು ನಿಂತಿರುವುದೇ ಈ ನಂಬಿಕೆಯ ಅಡಿಪಾಯದ ಮೇಲೆ".

ಈಗಾಗಲೇ ತಮ್ಮ ಹೊಸ ವ್ಯವಹಾರಕ್ಕಾಗಿ ಬಿಸಿನೆಸ್ ಜರ್ನಲ್‌ಗಳನ್ನು ಓದಲು ಶುರುಮಾಡಿದ್ದ ಐಶೀಗೆ ಇನ್ಫೋಸಿಸ್ ಹೆಸರು ಪರಿಚಿತ ಎಂದನಿಸಿತು. "ನಾಸ್ಡ್ಯಾಕ್ ಶೇರುಮಾರುಕಟ್ಟೆಯಲ್ಲಿ ವ್ಯವಹರಿಸಿದ ಮೊದಲನೇ ಭಾರತೀಯ ಕಂಪನಿ ಇನ್ಫೋಸಿಸ್ ಅಲ್ಲವೇ?" ಎಂದು ಲಕ್ಕಿಯನ್ನು ಕೇಳಿದಳು.

"ಹೌದು ಐಶೀ, ನಿಮಗೆ ಗೊತ್ತೆ? ಈ ಬಿಸಿನೆಸ್ ಆರಂಭವಾಗಿದ್ದು ಕೇವಲ 250 ರೂಗಳಿಂದ. ಅದೂ ಸಹ ಸಾಲ ಪಡೆದದ್ದು. ಆದರೆ, ನಾರಾಯಣಮೂರ್ತಿಯವರ ನ್ಯಾಯಬದ್ಧ ಹಾಗೂ ನ್ಯೆತಿಕ ರೀತಿಯಲ್ಲಿ ಮಾತ್ರ ವ್ಯವಹಾರ ನಡೆಸಿ ಸಂಪತ್ತು ಹೆಚ್ಚಳ ಮಾಡಬೇಕು ಎಂಬ ದೃಢ ನಂಬಿಕೆಯಿಂದ ಈ ಕಂಪನಿ ಇಷ್ಟು ಬೆಳೆಯಲು ಸಾಧ್ಯವಾಯಿತು".

"ಕೆಲವು ವರ್ಷಗಳ ಪರಿಶ್ರಮ ಹೋರಾಟದ ನಂತರ, ಇನ್ಫೋಸಿಸ್ ಕಂಪನಿಯನ್ನು ಒಂದು ಮಿಲಿಯನ್ ಡಾಲಸ್‌ರ್‌ಗೆ ಖರೀದಿ ಮಾಡಲು ಒಂದು ಪ್ರಸ್ತಾಪ ಬಂದಿತ್ತು. ಆಗಿನ ಕಾಲಕ್ಕೆ ಒಂದು ಮಿಲಿಯನ್ ಡಾಲರ್ ದೊಡ್ಡ ಮೊತ್ತವಾಗಿತ್ತು ಹಾಗೂ ತಂಡದ ಇತರ ಸದಸ್ಯರು ಇದರ ಬಗ್ಗೆ ಸಂತೋಷಗೊಂಡಿದ್ದರು. ಆದರೆ ನಾರಾಯಣಮೂರ್ತಿ ಯವರು ಇದಕ್ಕಿಂತ ದೊಡ್ಡ ಅವಕಾಶವನ್ನು ಕಂಡಿದ್ದರು. ಕಂಪನಿಯ ಬಗ್ಗೆ ಅವರಿಗೆ ಇದ್ದ ದೂರಾಲೋಚನೆಯೇ ಬೇರೆ. ಅವರು

ಸಾಧಿಸಬೇಕಾಗಿರುವುದು ಬಹಳ ಇದೆ ಎಂದು ಆಳವಾಗಿ ನಂಬಿದ್ದರು. ಅವರ ಮಾತುಗಳಲ್ಲಿ ಹೇಳಿರುವುದನ್ನು ಕೇಳಿ.

"ಬೆಳಕಾಗುವ ಮುನ್ನ ಭಾಸಿಸುವ ಗಾಢವಾದ ಕತ್ತಲೆಯಲ್ಲಿ ನಮ್ಮ ಕಂಪನಿ ಇದ್ದಂತಹ ಸಮಯವದು. ನನ್ನ ತಂದದ ಇತರ ಸದಸ್ಯರು ಕಂಪನಿಯನ್ನು ಮಾರುವುದಕ್ಕೆ ತುದಿಗಾಲಲ್ಲಿ ನಿಂತಿದ್ದರು. ಆದರೆ, ನಾನು ಒಂದು ದಿಟ್ಟವಾದ ನಿರ್ಧಾರವನ್ನು ತೆಗೆದುಕೊಂಡೆ. ನನ್ನ ಜೇಬಿನಲ್ಲಿ ನಯಾ ಪೈಸೆ ಇಲ್ಲದಿದ್ದರೂ ಎಲ್ಲರ ಶೇರುಗಳನ್ನು ಕೊಂಡುಕೊಳ್ಳುವೆ ಎಂದು ತಿಳಿಸಿದೆ. ಇದೇ ರೂಪಿನಲ್ಲಿ ಮೌನ ಆವರಿಸಿತು. ನನ್ನ ಸಹೋದ್ಯೋಗಿಗಳು ನನ್ನ ಮೂರ್ಖತನದ ಬಗ್ಗೆ ಆಲೋಚಿಸಲಾರಂಭಿಸಿದರು. ಆದರೆ, ನಾನು ಮೌನಕ್ಕೆ ಶರಣಾಗಿದ್ದೆ. ಒಂದು ಘಂಟೆಯ ವಾದವಿವಾದದ ನಂತರ ನನ್ನ ಸಹೋದ್ಯೋಗಿಗಳು ತಮ್ಮ ಮನಸ್ಸನ್ನು ಬದಲಾಯಿಸಿ ನನ್ನ ಹಾದಿಯಲ್ಲಿ ಯೋಚಿಸಲಾರಂಭಿಸಿದರು. ಅವರಲ್ಲಿ ನಾವು ಕಂಪನಿ ನಡೆಸಬೇಕಾದರೆ, ಆಶಾವಾದಿ ಹಾಗೂ ದೃಢ ವಿಶ್ವಾಸಿಗಳಾಗಿರಬೇಕೆಂಬ ಪ್ರೇರಣೆ ಮೂಡಿಸಿದೆ. ಅವರುಗಳು ತಮ್ಮ ಅಂದಿನ ಮಾತಿಗೆ ಬದ್ಧವಾಗಿ ನಡೆಯುತ್ತಿದ್ದಾರೆ".

"ಇನ್ಫೋಸಿಸ್ ಜಾಗತಿಕ ಮಟ್ಟದಲ್ಲಿ ಬೆಳೆಯಲು ಅರಂಭಿಸಿತು. ಮೂರ್ತಿ ಹಾಗೂ ಅವರ ತಂಡ ಪ್ರಪಂಚದ ಕಂಡರಿಯದ ಮಾರುಕಟ್ಟೆಯಲ್ಲಿ ವ್ಯವಹಾರವನ್ನು ವ್ಯಾಪಿಸಿದರು. ಅವರ ಈ ಹಾದಿಯೇನು ಸುಗಮವಾಗಿರಲಿಲ್ಲ. ಕಷ್ಟಕರವಾಗಿತ್ತು. ಆದರೆ, ಏನೇ ಬಂದರೂ ಎದುರಿಸುವ ಛಲ ಹಾಗೂ ಮುನ್ನುಗ್ಗುವ ಮನೋಭಾವದಿಂದ, ಇಂದು ಇನ್ಫೋಸಿಸ್‌ನ ಮಹತ್ವವಾದ ಸ್ಥಾನವನ್ನು ಅಲಂಕರಿಸಲು ಸಾಧ್ಯವಾಯಿತು. ತಮ್ಮ ಸ್ವಂತ ಏಳಿಗೆಗಿಂತ ಕಂಪನಿಯ

> ಅವಿರತವಾಗಿ ಸಮಾಜದ ಒಳಿತಿಗಾಗಿ ದುಡಿಯುವುದರಲ್ಲೇ ಸಮೃದ್ಧತೆಯೊಡಗಿನ ನಿಷ್ಠೆ ಅಡಗಿದೆ.

ಏಳಿಗೆ ಮುಖ್ಯವಾಗಿತ್ತು. ಈ ರೀತಿಯ ಮನೋಭಾವದಿಂದ ಕೆಲಸ ಮಾಡಿರುವ ಹಲವು ವ್ಯಕ್ತಿಗಳು ಇದ್ದಾರೆ. ಅವರುಗಳ ಕಥೆಯನ್ನು ಇನ್ನೊಮ್ಮೆ ಹೇಳುವೆ. ಏಳಿಗೆಯ ಇನ್ನೊಂದು ಹಂತ ಇದೆ. ಅದು ಇನ್ನೊಬ್ಬರ ಏಳಿಗೆಗಾಗಿ ಶ್ರಮಿಸುವುದು. ಯಶಸ್ಸಿನ ನಿಷ್ಠೆ ಇರುವುದು ನಮ್ಮ ಶ್ರಮದಿಂದ ಅವಿರತವಾಗಿ ಸಮಾಜಕ್ಕಾಗಿ ದುಡಿಯುವುದರಲ್ಲಿ. ಮೂರ್ತಿರವರೇ ಇದನ್ನು ಅದ್ಭುತವಾಗಿ ಹೇಳಿದ್ದಾರೆ".

"ನಾವು ಸಂಪಾದಿಸುವ ಸಂಪತ್ತು ಐಶ್ವರ್ಯದ ಒಡೆತನ ಕೇವಲ ತಾತ್ಕಾಲಿಕ. ಆ ಸಂಪತ್ತು ಹಣಕಾಸಾಗಿರಬಹುದು ಅಥವಾ ಬೌದ್ಧಿಕ ಅಥವಾ ಭಾವಾನಾತ್ಮಕವಾಗಿರಬಹುದು. ನನ್ನ ಪ್ರಕಾರ ಇದರ ಉತ್ತಮ ಬಳಕೆ ಆಗುವುದು. ಆ ಸಂಪತ್ತನ್ನು ಹಂಚಿದಾಗ ಮಾತ್ರ, ನಾವೆಲ್ಲರೂ ನಾವು ನೆಡದ ಗಿಡದ ಹಣ್ಣುಗಳನ್ನು ತಿಂದಿದ್ದೇವೆ. ಕಾಲಚಕ್ರದ ಬೇಡಿಕೆಯಂತೆ,

ನಮ್ಮ ಸರದಿ ಬಂದಾಗ ನಾವು ಗಿಡನೆಟ್ಟು ಅದನ್ನು ಪೋಷಿಸಬೇಕು. ಬಹುಶಃ ಅದರ ಫಲ ನಾವು ತಿನ್ನದೇ ಇರಬಹುದು. ಆದರೆ, ಅದು ಮುಂದಿನ ಪೀಳಿಗೆಗಾಗಿ ಮೀಸಲು ಇದು ನಮ್ಮೆಲ್ಲರ ಜವಾಬ್ದಾರಿ ಹಾಗೂ ನೀವೆಲ್ಲಾ ಈ ಜವಾಬ್ದಾರಿಯನ್ನು ಹೊರುತ್ತೀರಿ ಎಂದು ನಂಬಿದ್ದೇನೆ.

"ವಾಹ್! ಎಂತಹ ಸ್ಫೂರ್ತಿದಾಯಕ ಮಾತು" ಎಂದಷ್ಟೆ ಉದ್ಗರಿಸಿದನು ಸಂಟು. ಐಶೀ ಆರಂಭಿಸಿದಳು "ಇತ್ತೀಚೆಗಷ್ಟೆ ನಾನು ವಿಪ್ರೋ ಕಂಪನಿಯ ಅಜಿಮ್ ಪ್ರೇಮ್‌ಜಿಯವರು ಮಾಡಿದ ದಾನದ ಬಗ್ಗೆ ಓದಿದೆ. ಅವರು 2 ಬಿಲಿಯನ್ ಡಾಲರ್‌ನಷ್ಟು ಹಣವನ್ನು ಗ್ರಾಮಾಂತರ ಪ್ರದೇಶಗಳ ಅಭಿವೃದ್ಧಿ ಹಾಗೂ ವಿದ್ಯಾಭ್ಯಾಸಕ್ಕಾಗಿ ದಾನ ಮಾಡಿದ್ದಾರೆ. ಮಾಹಿತಿಗಳ ಪ್ರಕಾರ ಭಾರತದಲ್ಲಿ

ಉತ್ತುಂಗದಲ್ಲಿದ್ದರು ಸರಳತೆಗೆ ಮೆರೆದ ಉದ್ಯಮಿಗಳು ತಮ್ಮ ಸಂಪತ್ತನ್ನು ಹಂಚಿಕೊಳ್ಳಲು ಮುಂದಾಗಿದ್ದಾರೆ.

ಇಷ್ಟು ದೊಡ್ಡ ಮೊತ್ತದ ಹಣವನ್ನು ವಿದ್ಯಾಭ್ಯಾಸಕ್ಕಾಗಿ ದಾನಮಾಡಿರುವುದು ಇದೇ ಮೊದಲು. ಇದರಿಂದ ನಾನು ಅತ್ಯಂತ ಸಂತುಷ್ಟಳಾಗಿದ್ದೇನೆ. ಸಮಾಜದ ಕೆಳವರ್ಗದ ಹಾಗೂ ಪ್ರತಿಕೂಲ ಪರಿಸ್ಥಿತಿಯಲ್ಲಿರುವವರಿಗಾಗಿ, ಅವರನ್ನು ವಿದ್ಯಾಭ್ಯಾಸದ ಮೂಲಕ ಸ್ವತಂತ್ರರಾಗಿ ತಮ್ಮ ಕಾಲ ಮೇಲೆ ನಿಲುವಂತೆ ಮಾಡುವುದಕ್ಕಾಗಿ ಮಾಡುತ್ತಿರುವ ಈ ಕೊಡುಗೆ ಶ್ಲಾಘನೀಯ. ಎಂತಹ ಶ್ರೇಷ್ಠ ಆಲೋಚನೆ ಅಲ್ಲವೇ?"

"ಖಂಡಿತ ಐಶೀ" ಎಂದು ಲಕ್ಕಿ ಮುಂದುವರಿಸಿದನು. "ಪ್ರೇಮ್‌ಜಿ ಹೀಗೆ ಹೇಳಿದ್ದಾರೆ. "ಒಂದು ನಾಗರಿಕ ನ್ಯಾಯಬದ್ಧ ಸಮಾಜದ ಅಡಿಪಾಯ ವಿದ್ಯಾಭ್ಯಾಸ. ನಮ್ಮೆಲ್ಲಾ ಪ್ರಯತ್ನಗಳು ವಿಶ್ವವಿದ್ಯಾನಿಲಯ ಗಳನ್ನು ಸ್ಥಾಪಿಸುವ ಪ್ರಯತ್ನವನ್ನು ಒಳಗೊಂಡು, ಸಮಾಜದ ಕೆಳವರ್ಗದ ಜನತೆಯ ಏಳಿಗೆಗಾಗಿ.

"ಇಂತಹ ಉದ್ಯಮಿಗಳಿಂದ ಕಲಿಯುವುದೇನೆಂದರೆ, ಅವರು ಸರಳವಾಗಿದ್ದು ತಮ್ಮ ಯಶಸ್ಸನ್ನು ಸಾಧಿಸಿ ಅದರ ಗಳಿಕೆಯನ್ನು ಸಮಾಜಕ್ಕಾಗಿ ಮೀಸಲಿಟ್ಟಿದ್ದಾರೆ. ಇದರ ಹಿಂದಿರುವ ಗುಣವೇ ಪ್ರಾಮಾಣಿಕತೆ. ಪ್ರಾಮಾಣಿಕತೆಯಿಲ್ಲದೇ ಎಂತಹ ಉತ್ತಮವಾದ ಪ್ರಯತ್ನವೂ ಯಶಸ್ವಿಯಾಗುವುದಿಲ್ಲ. ನಾವು ಧೀರ್ಘಕಾಲ ನಿಲ್ಲು ಸಹಾಯ ಮಾಡುವ ಮಂತ್ರ ಪ್ರಾಮಾಣಿಕತೆ, ಯಶಸ್ಸಿನ ಹಲವು ರಹಸ್ಯಗಳನ್ನು ನಿಮ್ಮೊಂದಿಗೆ ಹಂಚಿಕೊಂಡಿದ್ದೇನೆ. ನೀವ ಇದನ್ನು ಬೇರೆಯವರೊಡನೆ ಹಂಚಿಕೊಳ್ಳಬಹುದು. ಅದಕ್ಕಿಂತ ಮುಖ್ಯವಾದುದು, ಈ ಗುಣಗಳನ್ನು ನೀವು ನಿಮ್ಮ ದಿನ ನಿತ್ಯದ ಜೀವನದಲ್ಲಿ, ಅದರಲ್ಲೂ ಮುಖ್ಯವಾಗಿ ನಿಮ್ಮ ಬಿಸಿನೆಸ್‌ನಲ್ಲಿ ಅಳವಡಿಸಿಕೊಳ್ಳಬೇಕು".

"ಸಂತೋಷವಾಗಿ ಅಳವಡಿಸಿಕೊಳ್ಳುತ್ತೇವೆ". ಸಂಟು ಮತ್ತು ಐಶೀ ಒಕ್ಕೊರಲಿನಲ್ಲಿ ಒಪ್ಪಿಕೊಂಡು ಸಂಟು ತನ್ನ ಗೆಳೆಯನನ್ನು ನೋಡುತ್ತಾ "ಇನ್ನೊಂದೇ ಒಂದು ಕಥೆ. ಅದಾದ ಮೇಲೆ ಈ ದಿನವನ್ನು ಮುಕ್ತಾಯಗೊಳಿಸೋಣ. ನಿಮ್ಮ ತಾಯಿ ಬಹಳ ಸಮಯದಿಂದ ಏನೂ ಮಾತನಾಡಿಲ್ಲ. ಅವರು ನಿದ್ದೆ ಹೋಗಿರಬೇಕು. ಅವರ ನಿದ್ದೆಗೆ ಭಂಗ ಮಾಡಲು ನಮಗೆ ಇಷ್ಟ ಇಲ್ಲ ಹಾಗೂ ತಡವಾಗುವುದು ಇಷ್ಟವಿಲ್ಲ". ಎಂದನು ಸಂಟು. "ಕಾಳಜಿಗಾಗಿ ಥ್ಯಾಂಕ್ಸ್ ಸಂಟು" ಎಂದ ಲಕ್ಕಿ ಮಾತು ಮುಂದುವರೆಸುತ್ತಾನೆ.

"ಸರಿ ಇನ್ನೊಂದು ಕಥೆ ಹೇಳುವೆ. ಇವತ್ತಿಗೆ ಅದು ಕೊನೆಯದು".

"ಪ್ರಾಚೀನ ವಿವೇಕ ಹೇಳುವುದೇನೆಂದರೆ, ದೃಢ ಸಂಕಲ್ಪ ಹಾಗು ನೈತಿಕತೆ ಇಲ್ಲದೇ ಎಂತಹ ಬುದ್ಧಿವಂತಿಕೆ ಇದ್ದರೂ, ಉನ್ನತವಾದ ಸ್ಥಾನ ಏರುವುದು ಸಾಧ್ಯವಿಲ್ಲ. ಸಹನೆ ಹಾಗೂ ಸ್ವಯಂ ಶಿಸ್ತು ಇರುವ ವ್ಯಕ್ತಿ ಮಾತ್ರ ಸಮಾಜಮುಖಿಯಾಗಿ ಕೆಲಸ ಮಾಡುವುದಕ್ಕೆ ಸಾಧ್ಯ. ಜೆಂಗ್ ಜಿಂ ಎಂಬ ಚೈನಾದ ವಿವೇಕಿ ಒಮ್ಮೆ ಹೇಳಿದ. ಸೂಕ್ಷ್ಮ ದೃಷ್ಟಿ ಇರುವ ಮನುಷ್ಯ ಉನ್ನತ ಮಟ್ಟದ ನೈತಿಕತೆಯನ್ನು ಸಹ ಹೊಂದಿರಬೇಕು. ಅವನು ಉತ್ಕೃಷವಾದ ಗುರಿಗಳನ್ನು ಹೊಂದಿರಬೇಕು. ಅಚಲವಾದ ವಿಶಾಸ ಹಾಗೂ ನಿಯತ್ತು ಇರಬೇಕು. ಸಮಾಜದ ಒಳಿತಿಗಾಗಿ ಶ್ರಮಿಸುವ ಜವಾಬ್ದಾರಿ ಇರಬೇಕು. ನೈತಿಕತೆಯ ಇಲ್ಲದೇ, ಪ್ರತಿಕೂಲವಾದ ಪರಿಸ್ಥಿತಿಗಳನ್ನು ದಾಟಿ ತಮ್ಮ ಜವಾಬ್ದಾರಿಗಳನ್ನು ತೀರಿಸಲು ಸಾಧ್ಯವೇ ಇಲ್ಲ. ಅವರು ಹೇಳಿದ ಮಾತುಗಳಲ್ಲಿ ಚಿರಕಾಲ ನೆನಪಿನಲ್ಲಿರುವುದು "ಪ್ರತಿಯೊಬ್ಬರಿಗೂ ದೇಶದ ಜವಾಬ್ದಾರಿ ಇದೆ". ಇದು ಐತಿಹಾಸಿಕ ಪುಸ್ತಕಗಳಲ್ಲಿ ಅಚ್ಚಾಗಿದೆ. ಇದರ ಅರ್ಥ ಸಮಾಜದಲ್ಲಿ ಆರೋಗ್ಯಕರ ವಾತಾವರಣವನ್ನು ಸೃಷ್ಟಿಮಾಡುವ ಜವಾಬ್ದಾರಿ ಇರುವುದು ಜನತೆಯ ಮೇಲೆ. ಬಡವರ ಹಾಗೂ ಬಲ್ಲಿದರ ಉದ್ಧಾರಕ್ಕಾಗಿ ಉಳ್ಳವರು ಹಾಗು ಶ್ರೀಮಂತರು ದುಡಿಯಬೇಕು ಎಂದು. ಇದು ಚೀನೀಯ ಸಮಾಜದ ಜೀವನ ನಿಯಮವಾಯಿತು. ಆದ್ದರಿಂದಲೇ, ಅಲ್ಲಿನ ಜನ, ತಮ್ಮ ದೇಶದ ಹಿತವನ್ನು ತಮ್ಮ ಸ್ವಂತ ಲಾಭಕ್ಕಿಂತ ಮುಖ್ಯವೆಂದು ಪರಿಗಣಿಸಿ ಜೀವಿಸುತ್ತಾರೆ. ಇದು ಕಷ್ಟದಲ್ಲಿರುವವರಿಗೆ ತಮ್ಮ ಕಷ್ಟವನ್ನು ದಾಟಿ ಮುಂಬರುವಲ್ಲಿ ಸಹಾಯವಾಯಿತು".

"ಮೌಲ್ಯಗಳನ್ನು ತಿಳಿಯದೇ ಹಣ ಸಂಪಾದನೆ ಮಾಡಿರುವ ಹಾಗೂ ಮಾಡುತ್ತಿರುವವರೆಲ್ಲ ಒಂದಲ್ಲಾ ಒಂದು ರೀತಿಯಲ್ಲಿ ವಂಚನೆ ಮಾಡುತ್ತಿದ್ದಾರೆ. ಬಿಸಿನೆಸ್ ಮಾಡುವ ಉದ್ದೇಶ ಲಾಭ ಖಂಡಿತ. ಆದರೇ ಸಮಾಜದ ಹಿತವನ್ನು ಕಡೆಗಣಿಸುವುದು ಸರಿಯಲ್ಲ. ನಾವು ಒಂದು ನೈತಿಕತೆಯ ಚೌಕಟ್ಟಿನಲ್ಲಿ ನಡೆಯಬೇಕು. ಹಾಗಾದರೆ ಮಾತ್ರ ನಾವು ಗ್ರಾಹಕರ ನಂಬಿಕೆ, ವಿಶ್ವಾಸ ಹಾಗೂ ಒಂದು ಗೌರವಯುತವಾದ ಸ್ಥಾನವನ್ನು ಪಡೆಯಲು ಸಾಧ್ಯ. ಯಶಸ್ಸನ್ನು ಹಿಡಿದಿಟ್ಟುಕೊಳ್ಳುವುದು. ಸಾಧ್ಯವಾಗುವುದು, ಪ್ರಾಮಾಣಿಕತೆ ಇದ್ದಾಗ ಮಾತ್ರ. ಇಲ್ಲವಾದರೆ ನಾವು ಗಳಿಸಿರುವ ಸಂಪತ್ತು ಮಂಜಿನಂತೆ ಕರಗಿ ಬಿಡುತ್ತದೆ".

ಲಕ್ಕಿ ತನ್ನ ತಾಯಿಯ ಭುಜದ ಮೇಲೆ ತಟ್ಟಿದನು. ಅವರು ಕಣ್ಣು ಬಿಟ್ಟು ಮುಗುಳ್ನಕ್ಕರು. "ನಾನು ನಿದ್ದೆ ಮಾಡಿದೆ ಅಂದುಕೊಂಡೆಯಾ? ಇಲ್ಲಾ, ನಾನು ಹಾಗೆಯೇ ವಿರಮಿಸುತ್ತಿದ್ದೆ" ಎಂದರು.

ಲಕ್ಕಿ ನಗುತ್ತಾ "ಹೌದು ಅಮ್ಮ, ಈಗ ಮಲಗಲು ತೆರಳೋಣ. ಇವರಿಬ್ಬರು ಬೆಳಿಗ್ಗೆ ಬೇಗ ಎದ್ದೇಳಬೇಕು. ನಾವು ಕೂಡ ಬೇಗ ಏಳಬೇಕು. ಇನ್ನು ಕೆಲವೇ ದಿನಗಳಲ್ಲಿ ಇಲ್ಲಿಂದ ಹೊರಡಬೇಕು".

ತಮ್ಮ ಗೆಳೆಯ ಹೊರಟು ಹೋಗುವ ಸಮಯ ಸಮೀಪಿಸಿದುದನ್ನು ನೆನೆದು ಸಂಟು ಹಾಗೂ ಐಶಿಯ ಮುಖ ಬಾಡಿತು. ಅವರು ಅವನಿಗೆ ಬೀಳ್ಕೊಡಲು ಅಂಜುತ್ತಿದ್ದರು. ಆದರೇ ಅವನಿಗೆ ಮುಖ್ಯವಾದ ಕೆಲಸವಿತ್ತು ಎಂದು ಅವರಿಗೆ ತಿಳಿದಿತ್ತು.

"ನಾಳೆ ಸಿಗೋಣ" ಎಂದಳು ಐಶೀ. ಸಂಟುವಿನ ಕಂಬನಿ ತುಂಬಿದ ಕಣ್ಣುಗಳಿಂದ ಹನಿ ಜಾರಿತು. "ಖಂಡಿತ ನಾಳೆ ಸಿಗೋಣ" ಎಂದನು ಲಕ್ಕಿ. ಗೆಳೆಯರು ಒಬ್ಬರನ್ನೊಬ್ಬರು ಅಪ್ಪಿಕೊಂಡು ಬೀಳ್ಕೊಟ್ಟರು. ಆನೆಗಳು ತಮ್ಮ ಮನೆಯ ಹಾದಿ ಹಿಡಿದರು.

ಮನನ ಮಾಡಲು ವಿಚಾರ

- ನೀವು ಅಲ್ಪಾವಧಿ, ಮಧ್ಯಮಾವಧಿ ಹಾಗೂ ದೀರ್ಘಾವದಿ ಕಾಲದಲ್ಲಿ ಸಾಧಿಸಲೇಬೇಕು ಎಂದು ಕೊಂಡಿರುವ ಗುರಿಗಳು ಯಾವುವು?

- ನೀವು ಬೇರೆಯವರಿಗೆ ಕೊಟ್ಟ ಮಾತನ್ನು ಬಳಸಿಕೊಳ್ಳಲಾಗ ದಂತಹ ಸಂದರ್ಭಗಳು ಇವೆಯಾ? ನೀವು ನಿಮಗೆ ಕೊಟ್ಟು ಕೊಂಡಿದ್ದು, ಪೂರ್ಣಗೊಳಿಸಿದಂತಹ ಭರವಸೆಗಳು ಯಾವವು?

- ನಿಮ್ಮ ಜೀವನದಲ್ಲಿ ಪ್ರಾಮಾಣಿಕತೆಯನ್ನು ಬಿಟ್ಟು ನಡೆಯುವುದಿಲ್ಲಾ ಎಂದು ವಚನ ತೆಗೆದುಕೊಳ್ಳುವಿರಾ? ನಿಷ್ಠೆ ಹಾಗೂ ಪ್ರಾಮಾಣಿಕತೆಯನ್ನು ದಿನ ನಿತ್ಯದಲ್ಲಿ ಅಳವಡಿಸಿಕೊಂಡು ಅದರ ಮ್ಯಾಜಿಕಲ್ ಅನುಭವವನ್ನು ಅನುಭವಿಸಲು ಸಿದ್ಧರಾಗಿದ್ದೀರಾ?

ಬುದ್ಧಿ ಹೃದಯಕ್ಕೆ ನೋಟ ನೀಡುತ್ತದೆ.
ಹೃದಯ ಬುದ್ಧಿಗೆ ದೃಷ್ಟಿಕೋನ ನೀಡುತ್ತದೆ.

– ಕಾಲ್

ಮನಸ್ಸು ಮತ್ತು ಬುದ್ಧಿ

ಮನಸ್ಸು ಮತ್ತು ಬುದ್ಧಿ

ತಾನು ಹೊರಡುವ ಮುನ್ನ ದಿನ ಲಕ್ಕಿ, ಸಂಟು ಮತ್ತು ಐಶೀಯನ್ನು ಕೊನೆಯ ಬಾರಿ ಭೇಟಿ ಮಾಡಿದನು. ದೂರದಿಂದ ಐಶೀಯನ್ನು ಗಮನಿಸಿದನು. ಅವಳು ಮರದ ಕೆಳಗಿನ ಬೆಂಚಿನ ಮೇಲೆ ಕುಳಿತು ಗಾಢವಾದ ಆಲೋಚನೆಯಲ್ಲಿ ಮುಳುಗಿದ್ದಳು. ಅದು ಅವಳ ಗುಣ. ಅವಳ ಅಣ್ಣ ಸ್ವಲ್ಪ ದೂರದಲ್ಲಿ ನಿಂತು ಸಂತೋಷದಿಂದ ಯಾವುದೋ ಹಾಡನ್ನು ಗುನುಗುತ್ತಿದ್ದ. ಅವರಿಬ್ಬರು ತಮ್ಮದೇ ಪ್ರಪಂಚದಲ್ಲಿ ಮುಳುಗಿಹೋಗಿದ್ದರು. ಇಂದು ತಾನು ಕೊನೆಯದಾಗಿ ಹೇಳುವ ಬೇರ್ಪಡಿಸದ ಅವಳಿ ಜವಳಿ ಗಳಂತೆ ಒಬ್ಬರಿಗೊಬ್ಬರು ಪೂರಕವಾಗಿದ್ದಾರೆ ಎಂದು ಕೊಳ್ಳುತ್ತಾನೆ ಲಕ್ಕಿ.

ತನ್ನ ಗೆಳೆಯರನ್ನು ಬೆಚ್ಚಿ ಬೀಳಿಸಿ ಹೆದರಿಸಬಾರದೆಂದು ನಿಧಾನವಾಗಿ ಹೆಜ್ಜೆಗಳಲ್ಲಿ ಸದ್ದು ಮಾಡುತ್ತಾ ಲಕ್ಕಿ "ಏನು ಮಾಡುತ್ತಿರುವಿರಿ" ಎಂದು ಕೇಳಿತ್ತಾನೆ.

"ಹಾಯ್ ಲಕ್ಕಿ! ನಿನಗಾಗಿಯೇ ಕಾಯುತ್ತಿದ್ದೆ. ನೀನಿಲ್ಲದೇ ನಮ್ಮ ಬದುಕು ಖಾಲಿ ಎನಿಸುತ್ತದೆ. ನೀನು ಎಷ್ಟು ಹೊತ್ತಿಗೆ ಬರುವೆ ಎಂದು ಕಾಯುತ್ತಿದ್ದೆ". ಎಂದು ಐಶೀ ಹೇಳಿದಳು.

"ಹಾಯ್ ಲಕ್ಕಿ! ನಾನು ಕೂಡ ನಿನಗಾಗಿಯೇ ಕಾಯುತ್ತಿದ್ದೆ. ಹಾಗೆಯೇ ನಿನಗಾಗಿಯೇ ಒಂದು ಹಾಡನ್ನು ಮನಸಾರೆ ಹಾಡುತ್ತಿದ್ದ. ನನ್ನ ಮನಸಾರೆ ನಿನಗೆ ಅದು ತಲುಪಿರಬೇಕಲ್ಲವೇ! ಎಂದು ಸಂಟು ಕೇಳಿದನು.

"ನಿನ್ನ ಬಗ್ಗೆ ಜಂಭ ಕೊಚ್ಚಿಕೊಳ್ಳುವುದಕ್ಕಿಂತ, ಹೇಗೆ ಲಕ್ಕಿ ನಮ್ಮನ್ನು ಬಿಟ್ಟು ಹೋಗದಂತೆ ಒಲ್ಸೆಸಬೇಕೆಂಬುದನ್ನು ನಿನ್ನ ಬುದ್ಧಿಯನ್ನು ಉಪಯೋಗಿಸಿ ತಿಳಿಸು" ಎಂದಳು ಐಶೀ. ಅವಳು ಇಂದು ಒಳ್ಳೆ ಮೂಡಿನಲ್ಲಿ ಇದ್ದಂತಿರಲಿಲ್ಲ, ಸ್ವಲ್ಪ ಚಿಂತಿತಳಂತೆ ಕಂಡುಬಂದಳು.

ಅವಮಾನಿತನಾದ ಸಂಟು "ನನಗೆ ಒಳ್ಳೆ ಬುದ್ಧಿ ಇದೆ" ಎಂದನು. "ಆದರೆ, ಈ ಕ್ಷಣದಲ್ಲಿ ನಾನು ನನ್ನ ಮನಸ್ಸಿನ ಮಾತನ್ನು ಕೇಳಲು ಇಚ್ಛಿಸಿದ್ದೆನೆ. ನನ್ನ ಮನಸ್ಸು ಲಕ್ಕಿಗೆ ಪರಿಚಯವಾಗಿರುವುದರಿಂದ ಅವನ ಒಡನಾಟದಿಂದ ಅದು ಹರ್ಷಗೊಂಡಿದೆ".

"ಹೌದು, ಆದರೆ ನಿನ್ನ ತಲೆಯಲ್ಲಿರುವ ಮೆದುಳು ಎಂದಾದರೂ ಕೆಲಸ ಮಾಡುತ್ತಾ?" ಎಂದು ವ್ಯಂಗ್ಯ ಮಾಡಿದಳು. "ನಿನ್ನಷ್ಟೇ ಚೆನ್ನಾಗಿ ಕೆಲಸ ಮಾಡುತ್ತದೆ" ಎಂದು ಸಂಟು ಉತ್ತರಿಸಿದನು.

ಲಕ್ಕಿ ಶರಣಾಗುವಂತೆ ತನ್ನ ಕೈಗಳನ್ನು ಮೇಲೆತ್ತಿ "ಫ್ರೆಂಡ್ಸ್, ಕಡೆಯ ಪಕ್ಷ ಇಂದಾದರು ಒಬ್ಬರಿಗೊಬ್ಬರು ಕಾಲೆಳೆಯದೇ, ದಿನವನ್ನು ಕಳೆಯಬಹುದಾ? ನಿಮ್ಮಿಬ್ಬರಿಗೂ ತಿಳಿಸಬೇಕಾದ ವಿಷಯವೇನೆಂದರೆ, ನಿಮ್ಮಷ್ಟು ಪ್ರೀತಿ, ವಿಶ್ವಾಸ ತುಂಬಿದ ಆನೆಗಳನ್ನು ನಾನು ಎಂದು ನೋಡಿಲ್ಲ. ನಾನು ಇಂದು ಚರ್ಚಿಸಬೇಕೆಂದಿರುವ ಅವಳಿಗಳು ನೀವೆ. ನಾನು ನನ್ನ ಮೊದಲನೆ ಕಥೆ ಆರಂಭಿಸುವ ಮೊದಲು ನೀವು ಸಂಧಾನ ಮಾಡಿಕೊಳ್ಳಿ".

> ಅಸಾಧ್ಯವಾದ, ಪವಾಡಗಳಂತಹ ಮೈಲಿಗಲ್ಲುಗಳನ್ನು ತಲುಪಲು ಸಾಧ್ಯವಾಗುವುದು, ಮನಸ್ಸು ಮತ್ತು ಬುದ್ಧಿಯ ಸಮನ್ವತೆಯಿಂದ ಮಾತ್ರ.

ಸಂಟು ಹಾಗೂ ಐಶೀ ಒಬ್ಬರೊಬ್ಬರು ನೋಡಿಕೊಂಡು ಜೋರಾಗಿ ನಕ್ಕು ನಾವು ಪರಸ್ಪರ ಪ್ರೀತಿಸುತ್ತೇವೆ ಎನ್ನುತ್ತಾ ಐಶೀ ತನ್ನ ಅಣ್ಣನ ಕಿವಿಯನ್ನು ಪ್ರೀತಿಯಿಂದ ನವಿರಿಸಿದಳು.

ಮೂವರು ಗೆಳೆಯರು ಅಲ್ಲೆ ನೆಲದ ಮೇಲೆ ಕುಳಿತುಕೊಂಡರು. ಲಕ್ಕಿ ಕಥೆ ಆರಂಭಿಸುವುದನ್ನು ಆನೆಗಳು ಕಾಯುತ್ತಿದ್ದೆವು.

"ಜೋ ಎಂಬ ಚಿಕ್ಕ ಹುಡುಗನಿದ್ದ. ಅವನು ಸೇಬಿನ ಮರದ ಬೀಜವನ್ನು ಬಿತ್ತಿದ್ದನು. ಅದು ಬೆಳೆದು ದೊಡ್ಡಮರವಾಗಿ ಬೆಳೆದಿತ್ತು. ಜೋ ಗಿಡಕ್ಕೆ ನೀರೆರೆದು, ಪೋಷಿಸುತ್ತಾ, ತುಂಬಾ ಸಮಯ ಕಳೆಯುತ್ತಿದ್ದ. ಅವನೂ ಸಹ ಆ ಮರದ ಜೊತೆ ಬೆಳೆದಿದ್ದ. ಮರವನ್ನು ಹತ್ತುವುದು ಅದರ ಹಣ್ಣುಗಳನ್ನು ಕಿತ್ತು ತಿನ್ನುವುದು ಆ ಮರದ ನೆರಳಿನಲ್ಲಿ ನಿದ್ದೆ ಮಾಡುವುದು ಹೀಗೆಯೇ ಮರದ ಒಡನಾಟದಲ್ಲೇ ಅವನು ಬೆಳೆದಿದ್ದ"

ಜೋ ಯುವಕನಾಗಿ ಬೆಳೆದ ನಂತರ, ಏನಾದರೂ ವ್ಯವಹಾರ ಮಾಡಬೇಕು ಎಂದು ಮರವನ್ನು ಸಂಭೋಧಿಸಿ ತನಗೆ ಹಣ ಬೇಕೆಂದು ಕೇಳಿದನು. ಆ ಮರ ತನ್ನ ಒಡೆಯನಿಗೆ ತನ್ನಲ್ಲಿರುವ ಹಣ್ಣುಗಳನ್ನೆಲ್ಲಾ ಮಾರಿ, ಹಣ ತೆಗೆದುಕೊಳ್ಳುವಂತೆ ಹೇಳಿತು. ಜೋ ಹಾಗೆಯೇ ಮಾಡಿದನು ಹಾಗೂ ಸಂತೋಷದಿಂದ ಹೊರಟನು.

ಸ್ವಲ್ಪ ಸಮಯದ ನಂತರ, ಜೋ ಪುನಃ ಮರದ ಬಳಿ ಬಂದು, ಅವನು ಮನೆ ಕಟ್ಟಬೇಕೆಂಬ ಇಚ್ಛೆಯನ್ನು ವ್ಯಕ್ತಪಡಿಸಿದನು. ಆಗ ಆ ವೃಕ್ಷವೂ ಜೋಗೆ ತನ್ನ ಕೆಲವು ಕೊಂಬೆಗಳನ್ನು ಕತ್ತರಿಸಿ,

ಮನೆ ಕಟ್ಟುವಂತೆ ಸೂಚಿಸಿತು. ಮರ ಅದನ್ನು ಸಂತೋಷವಾಗಿಯೇ ಹೇಳಿತು. ಇಷ್ಟು ದಿನ ಜೋ ತೋರಿಸಿದ ಪ್ರೀತಿ ವಿಶ್ವಾಸವನ್ನು ನೆನೆಯಿತು".

"ದೀರ್ಘಕಾಲದ ಮೇಲೆ, ಒಂದು ಬೇಸಿಗೆಯ ಕಾಲದಲ್ಲಿ ಜೋ ಪುನಃ ಮರದ ಬಳಿ ಬಂದನು. ಮರ ಜೋ ನೋಡಿ ಸಂತಸಗೊಂಡಿತು. ಜೋ ಮರಕ್ಕೆ ತಾನು ಸಮುದ್ರಯಾನ ಮಾಡಬೇಕು. ಅದಕ್ಕಾಗಿ ಒಂದು ದೋಣಿ ಬೇಕಾಗಿದೆ. ಆದರೆ ತನ್ನ ಬಳಿ ಹಣವಿಲ್ಲ ಎಂದನು. ಆಗ ಮರ ತನ್ನ ಬುಡ್ಡೆಯನ್ನು ಕತ್ತರಿಸಿ, ದೋಣಿ ಮಾಡಿಕೊಳ್ಳಬೇಕು ಎಂದು ಹೇಳಿತು. ಜೋ ಬುಡ್ಡೆಯನ್ನು ಕತ್ತರಿಸಿ ದೋಣಿ ಮಾಡಿಕೊಂಡನು. ಹೀಗೆ ಮರ, ಜೋ ಕೇಳಿದಾಗೆಲ್ಲ ತನ್ನಲ್ಲಿದ್ದುದನ್ನು ಕೊಡುತ್ತಿತ್ತು. ಇನ್ನು ಮುಂದೆ ಕೊಡುವುದಕ್ಕೆ ದಿಮ್ಮಿಯ ಕೆಳಭಾಗ ಬಿಟ್ಟರೆ ಏನು ಉಳಿದಿರಲಿಲ್ಲ. ಆದರೆ, ಮರ ಅದನ್ನು ಸಹ ಕೊಡುವುದಕ್ಕೆ ಮುಂದಾಗುತ್ತಿತ್ತು".

"ಈ ಕಥೆ ಎತ್ತ ಕಡೆ ಸಾಗುತ್ತಿದೆ, ಲಕ್ಕಿ?"ಎಂದು ಲಕ್ಕಿಯನ್ನು ತಡೆದನು ಸಂಟು. "ನಾನು ಕೂಡ ಹಾಗೆಯೇ ಯೋಚಿಸುತ್ತಿದ್ದೆ. ಇದರಲ್ಲಿ ಉದ್ಯಮಿಗಳು ಕಲಿಯುವಂತಹುದು ಏನಿದೆ? ಎಂದಳು ಐಶೀ.

"ಐಶೀ, ದುರಾದೃಷ್ಟಕರವಾದ ವಿಷಯವೆಂದರೆ, ಹಲವು ಉದ್ಯಮಿಗಳು ಜೋ ರೀತಿ ಇರುತ್ತಾರೆ. ಅವರು ಸ್ವಾರ್ಥಿಗಳಾಗಿರುತ್ತಾರೆ. ಸದಾ ಕಾಲ, ನನಗೆ ಏನು ಸಿಗುತ್ತದೆ. ನಾನು ಏನನ್ನು ಗಳಿಸಬಲ್ಲೆ ಎಂದು ತಮ್ಮ ಬಗ್ಗೆಯೇ ಚಿಂತಿಸುತ್ತಿರುತ್ತಾರೆ. ಅವರ ಉದ್ದೇಶ ಹಾಗೂ ಪ್ರತಿಯೊಂದು ಕಾರ್ಯವು ಲಾಭಗಳಿಕೆಗಾಗಿಯೇ ಇರುತ್ತದೆ".

ಮನಸ್ಸು ಹಾಗೂ ಬುದ್ಧಿಯ ಸಂಪೂರ್ಣ ಹೊಂದಾಣಿಕೆಯಿಂದ ಐಕ್ಯತೆಯನ್ನು ಸಾಧಿಸಿದವನೇ ಸಮಗ್ರ ನಾಯಕ.

"ಆದರೆ ಇಂತಹವರು ಯಶಸ್ವಿಯಾಗಿರುತ್ತಾರಲ್ಲವೆ?"

"ಹೌದು" ಎಂದುತ್ತರಿಸಿದನು. ಸಂಟನ ಪ್ರಶ್ನೆಗೆ ಲಕ್ಕಿ. "ಅದು ಹೇಗೆಂದರೆ, ಅಮೇರಿಕಾದ ಶ್ರೀಮಂತ ಬಿಲಿಯನೇರ್ ರಾಕ್ ಫೆಲ್ಲರ್ಗೆ ಯಾರೋ,"ನೀವು ಈಗ ಹಣವಂತರಾಗಿದ್ದೀರ. ಇನ್ನೂ ಎಷ್ಟು ಹಣ ಬೇಕು? ಎಂದು ಕೇಳಿದಾಗ ಅವನು "ಇನ್ನು ಸ್ವಲ್ಪವೇ ಸ್ವಲ್ಪ" ಎಂದುತ್ತರಿಸಿದನಂತೆ. ಮ್ಯಾಸ್ಲೋ ಸರಿಯಗಿಯೇ ಹೇಳಿದ್ದಾನೆ. ಕೆಲವರಿಗೆ ಎಂದಿಗೂ ತಮ್ಮಲ್ಲಿರುವುದು ಸಾಕಾಗುವುದಿಲ್ಲ. ಒಂದು ಅವಶ್ಯಕತೆ ಮುಗಿದರೆ, ಇನ್ನೊಂದು. ಇನ್ನೂ ಬೇಕು ಎಂದು ಹಂಬಲಿಸುತ್ತಲೇ ಇರುತ್ತಾರೆ. ಇದು ವಿಚಾರವಂತ ನಾಯಕತ್ವ!.

"ಲಕ್ಕಿ, ನೀನು ಜೋ ಹಾಗೂ ಮರದ ಕಥೆಯ ಮೂಲಕ ಏನು ಹೇಳಬೇಕೆಂದಿರುವೆ ಎಂದು ನಾನು ಊಹಿಸಲೇ?" ಎಂದಳು ಐಶೀ.

"ದಯಮಾಡಿ ಹೇಳು" ಎಂದನು ಲಕ್ಕಿ. "ನೀನು ಮರವನ್ನು ಒಂದು ಸಂಸ್ಥೆಗೆ ಹೋಲಿಸಿ ಜೋನನ್ನು ಒಬ್ಬ ಉದ್ಯಮಿ ಎಂದು ಬಿಂಬಿಸುತ್ತಿರುವೆ. ಜೋ ತನ್ನ ಸ್ವಾರ್ಥ ಬೇಡಿಕೆಯಿಂದ ಮರವನ್ನು ನಾಶ ಮಾಡಿದನು. ಅವನು ತನ್ನ ಬುದ್ಧಿಯೊಂದಿಗೆ ಮನಸ್ಸನ್ನು ಉಪಯೋಗಿಸ ಬೇಕಾಗಿತ್ತು. ಇರುವ ಸೇಬುಗಳನ್ನೆಲ್ಲಾ ಮಾರುವುದನ್ನು ಬಿಟ್ಟು, ಅವುಗಳ ಬೀಜವನ್ನು ತೆಗೆದುಕೊಂಡು ಮತ್ತಷ್ಟು ಸೇಬಿನ ಮರಗಳನ್ನು ನೆಡಬೇಕಾಗಿತ್ತು. ಅದು ಅವನಿಗೆ ಇನ್ನಷ್ಟು ಸೇಬುಗಳನ್ನು ಕೊಡುವುದಲ್ಲದೇ ಮತ್ತಷ್ಟು ದಿಮ್ಮಿಗಳನ್ನು ಸಹ ಕೊಡುತ್ತಿತ್ತು. ಹಾಗೂ ಅವನ ಅವಶ್ಯಕತೆಗಳನ್ನು ಪೂರೈಸುತ್ತಿದ್ದವು".

"ಇದರ ಹೋಲಿಕೆಯಿಂದರೆ, ಅವನು ಸಂಸ್ಥೆಯಲ್ಲಿ ಇನ್ನೂ ಹಲವು ಜನರನ್ನು ನೇಮಿಸಿ, ಅವರು ಸಂಸ್ಥೆಯ ಉನ್ನತಿಗಾಗಿ ಶ್ರಮಿಸುವಂತೆ ಪ್ರೇರೇಪಿಸಬೇಕಾಗಿತ್ತು. ಇದರಿಂದ ಉದ್ಯಮದ ಯಶಸ್ಸು ಸಾಧ್ಯವಾಗುತ್ತಿತ್ತು" ಎಂದಳು ಐಶೀ.

"ವಾವ್!! ಐಶೀ ನೀನು ತುಂಬಾ ಬುದ್ಧಿವಂತಳಾಗಿದ್ದಿ! ನಾನು ಇವನ್ನು ಆಲೋಚಿಸಿಯೇ ಇರಲಿಲ್ಲ" ಎಂದನು, ಸಂಟು. "ಹೌದಾ! ಯಾವಾಗಲೂ ಲಕ್ಕಿ ಹೇಳುವಂತೆ, ನಾವಿಬ್ಬರೂ ಬುದ್ಧಿವಂತರು" ಎಂದಳು ಐಶೀ.

"ನೀನು ಅತ್ಯಂತ ಮುಖ್ಯವಾದ ಮಾತೊಂದನ್ನು ಹೇಳಿದೆ ಐಶೀ. ಇಂದಿನ ಉತ್ತಮ ನಾಯಕ ಸಮಾಜಮುಖಿಯಾಗಿರುತ್ತಾರೆ. ಅವರ ಗಮನ ಕೇವಲ ತಾವು ಲಾಭಗಳಿಸುವುದಲ್ಲ. ಆದರೆ ತಮ್ಮ ಸುತ್ತಲಿರುವವರಿಗೂ ಲಾಭಗಳಿಸುವ-ದಾಗಿರುತ್ತದೆ. ಈ ತರಹ ನಾಯಕತ್ವದಲ್ಲಿ ಮನಸ್ಸು ಹಾಗೂ ಬುದ್ಧಿ ಎರಡು ಸೇರಿರುತ್ತದೆ. ಇದೇ, ನಮ್ಮ ಇಂದಿನ ಬೇರ್ಪಡಿಸಲಾಗದ ಅವಳಿ ಜವಳಿ! "ನಾನು ಎನ್ನುವುದರ ಬದಲು ನಾವು ಇರಬೇಕು. ಗಳಿಕೆಯಾಗಿರುವುದು ಹಂಚಿಕೆಯಾಗಲೇಬೇಕು. ವ್ಯಕ್ತಿಗಳಾಗಲೇ ಕಂಪನಿಗಳಾಗಲೇ ಅಥವಾ ಸಮಾಜವೇ ಆಗಲೇ, ಇದು ಮಾನವತಾ ನಾಯಕತ್ವ ಹುಮಾನಿಸ್ಟಿಕ್ ಲೀಡರ್ಶಿಪ್" ಎಂದನು ಲಕ್ಕಿ.

"ನಿಜ" ಎಂದು ಸಂಟು ಸಮರ್ಥಿಸಿದನು. "ಅದರೆ ನನಗೆ ಅರ್ಥವಾಗದೇ ಇರುವುದು ನಾವು ಮುಂಚೆ ಕಲಿತಂತೆ, ಎಲ್ಲವೂ ಕೇವಲ ಆಲೋಚನೆಯೊಂದಿಗೆ, ಆರಂಭವಾಗುತ್ತದೆ. ಸೇಬುಗಳು ಎಂದಿಗೂ ಮರದಿಂದ ಕೆಳಗೆ ಬೀಳುತ್ತಿದ್ದವು. ಸರ್ ಐಸಾಕ್ ನ್ಯೂಟನ್‌ರ ಮುಂಚೆ ಯಾರೂ ಸೇಬು ನೆಲದ ಮೇಲೆ ಬೀಳುವುದೇಕೆ ಎಂದು ಯೋಚಿಸಿಯೂ ಇರಲಿಲ್ಲ. ಅಂತಹದರಲ್ಲಿ ನಾನು ಎಂಬುದಕ್ಕೆ ಮಹತ್ವ ಕೊಡುವುದರಲ್ಲಿ ತಪ್ಪೇನು? ಅವರ ಕಾಣಿಕೆಯನ್ನು ನಾವು ಗುರುತಿಸಬೇಕಲ್ಲವೇ?" ಎಂದು ಕೇಳಿದನು ಸಂಟು.

"ಬ್ರಾವೋ ಎಂತಹ ಅಂಶ!" ಇದಕ್ಕೆ ನಿನ್ನ ಉತ್ತರ ಏನು ಲಕ್ಕಿ? ಎಂದು ಕೇಳಿದಳು ಐಶೀ.

"ಸಂಟು ಸರಿಯಾಗಿ ಅರ್ಥ ಮಾಡಿಕೊಂಡಿದ್ದಾನೆ ಎಂಬುದನ್ನು ನಾನು ತಿಳಿಸಲೇಬೇಕು. ನ್ಯೂಟನ್ ತನ್ನ ಗುರುತ್ವಾಕರ್ಷಣ ಸಿದ್ಧಾಂತವನ್ನು ತನ್ನಲ್ಲಿಯೇ ಇಟ್ಟುಕೊಂಡನೇ? ಇಲ್ಲ. ತನ್ನ ಸಿದ್ಧಾಂತದ ಮೂಲಕ ಇಡೀ ಪ್ರಪಂಚದ ಗಮನ ಸೆಳೆದನು. ಜಗತ್ತಿನ ಒಳಿತಿಗಾಗಿ ಹಾಗೂ ಎಲ್ಲರಿಗೂ ಅದರ ಪ್ರಯೋಜನ ಸಿಗುವಂತಾಗಲಿ ಎಂದು ಜಗತ್ತಿಗೆ ಇದರ ಬಗ್ಗೆ ಸಾರಿದನು. ಮನಸ್ಸು ಮತ್ತು ಬುದ್ಧಿಯ ನಡುವಣ ಸಂಬಂಧ ಹಿತಕರವಾಗಿದ್ದಾಗ ಮಾತ್ರ ಅಂತಹ ಒಂದು ಆಲೋಚನೆ ಮೂಡುವುದು ಎಂದು ತಿಳಿಸಬಯಸುತ್ತೇನೆ. ಇದು ಸಮಗ್ರ ನಾಯಕತ್ವ. ಇಂತಹ ನಾಯಕರು, ಕೇವಲ ಕಂಪನಿಗಳನ್ನು ಕೊಳ್ಳುವುದಾಗಲೀ, ಭೌತಿಕ ವಸ್ತುಗಳಿಗಾಗಿ ಹಣ ಸಂಪಾದನೆ ಮಾಡುವುದಿಲ್ಲ. ಲಾಭಗಳಿಕೆ ಪ್ರಪಂಚದಲ್ಲಿ ಬದಲಾವಣೆ ತರಲು ಪೂರಕ ಎಂದು ಭಾವಿಸುತ್ತಾರೆ. ಹಾಗೆ ಮಾಡುವುದರಿಂದ ಆತ್ಮ ತೃಪ್ತಿ ಸಿಗುತ್ತದೆ ಹಾಗೂ ತಮ್ಮನ್ನು ತಾವು ಕಂಡುಕೊಳ್ಳುವ ಮಾರ್ಗ ಎಂದುಕೊಂಡಿರುತ್ತಾರೆ. ಅದಕ್ಕಿಂತ ಮಿಗಿಲಾಗಿ, ಅವರ ಕಾರ್ಯಗಳ ಮೂಲಕ ಟ್ರಿಪಲ್ ಬಾಟಂ ಲೈನ್ ಸೇರಿಸುವ ಪ್ರಯತ್ನ ಮಾಡುತ್ತಾರೆ. **ಪೀಪಲ್, ಪ್ಲಾನೆಟ್ ಅಂಡ್ ಪ್ರಾಫಿಟ್ ಅಂದರೆ ಜನತೆ, ಜಗತ್ತು ಮತ್ತು ಗಳಿಕೆ** ಇವು ಮೂರು ಯಶಸ್ಸಿನ ಬುನಾದಿ. ನಾವು ಎಷ್ಟೋ ಸಲ ಮನಸ್ಸಿನ ಮಾತನ್ನು ಬಿಸಿನೆಸ್‌ನಲ್ಲಿ ಕಡೆಗಣಿಸುತ್ತೇವೆ. ಆದರೆ, ಮನಸ್ಸು ಹಾಗೂ ಬುದ್ಧಿಯ ನಡುವೆ ಇರುವ ಪ್ರಶ್ನಾತೀತ ಸಂಬಂಧವನ್ನು ಕಡೆಗಣಿಸಲಾಗುವುದಿಲ್ಲ. ಇದುವೆ ಸಮಗ್ರ ನಾಯಕತ್ವ"

ಐಶೀ ಲಕ್ಕಿಯನ್ನು ತಡೆಯುವಂತೆ ಅವನ ಕಡೆ ನೋಡಿದಳು. ಆದರೆ ಲಕ್ಕಿ ಅವಳಿಗೆ ಕೆಲವೇ ನಿಮಿಷ ಕಾಯುವಂತೆ ಸೂಚಿಸಿ ತನ್ನ ಮಾತನ್ನು ಮುಂದುವರಿಸಿದನು.

"ನಾನು ನಿಮಗೆ ಇನ್ನೊಂದು ಉದಾಹರಣೆ ಕೊಡುತ್ತೇನೆ. ಫೇಸ್‌ಬುಕ್‌ನ ಸಂಸ್ಥಾಪಕರು ಮಾರ್ಕ್ ಝುಕರ್‌ಬೇರ್ಗ್ ಹಾಗೂ ಅವನ ರೂಮ್‌ಮೇಟ್ಸ್. ಫೇಸ್‌ಬುಕ್‌ನ ನೋಂದಣಿ ಮೊದಲಿಗೆ ಹಾರ್ವರ್ಡ್ ವಿದ್ಯಾರ್ಥಿಗಳಿಗೆ ಮಾತ್ರ ಮೀಸಲಾಗಿತ್ತು. ನಂತರ ಬಾಸ್ಟನ್ ಏರಿಯಾದ ಕೆಲವು ಕಾಲೇಜು ಐವಿ ಲೀಗ್, ಸ್ಟಾನ್‌ಫೋರ್ಡ್ ಯೂನಿವರ್ಸಿಟಿಗಳಿಗೆ ವಿಸ್ತರಿಸಲಾಯಿತು. ಕ್ರಮೇಣವಾಗಿ, ಇದರ ವ್ಯಾಪ್ತಿಯನ್ನು ಇನ್ನೂ ಕೆಲವು ಕಾಲೇಜುಗಳಿಗೆ, ವಿಶ್ವವಿದ್ಯಾಲಯಕ್ಕೆ ವಿಸ್ತರಿಸಲಾಯಿತು. ನಂತರ ನೋಂದಣಿಯನ್ನು ಪ್ರೌಢಶಾಲೆಯ ವಿದ್ಯಾರ್ಥಿಗಳಿಗೂ ಕೊಡಲಾಯಿತು. ನಂತರ 13 ವರ್ಷಕ್ಕೆ ಮೇಲ್ಪಟ್ಟವರಿಗೆಲ್ಲಾ ಇದರ ಲಾಭವನ್ನು ಪಡೆಯುವಂತೆ ಮಾಡಲಾಯಿತು. ಝುಕರ್‌ಬೇರ್ಗ್ ಇದನ್ನು ಬಿಸಿನೆಸ್ ಎಂದು ಆಲೋಚಿಸಿರಲಿಲ್ಲ. ಫೇಸ್‌ಬುಕ್‌ನ ಉದ್ದೇಶ ಜನರು ಭೇಟಿ ಮಾಡಿ ತಮ್ಮ ವಿಚಾರ ವಿನಿಮಯ ಮಾಡಿಕೊಳ್ಳುವುದಕ್ಕೆ ಒಂದು ವೇದಿಕೆ ನಿರ್ಮಾಣ ಮಾಡುವುದು. ಹಣ ಸಂಪಾದನೆಯಾಗಲೀ, ಹೆಸರು ಮಾಡುವುದಾಗಲೀ, ಮಾರ್ಕ್ ಝುಕರ್‌ಬೇರ್ಗ್ ನ ಆಕರ್ಷಣೆಯಾಗಿರಲಿಲ್ಲ. ಆದೆ ಫೇಸ್‌ಬುಕ್ ಒಂದು ಅಭೂತಪೂರ್ವ

ಯಶಸ್ಸು ಸಾಧಿಸಿದ ಸಾಮಾಜಿಕ ಜಾಲವಾಗಿ ಗೂಗಲ್‌ನಂತ ಘಟಾನುಘಟಿಗಳೊಂದಿಗೆ ಸ್ಪರ್ಧಿಸಿತು. ಬುದ್ಧಿಯನ್ನು ಹೃದಯಗಳೊಂದಿಗೆ ಸೇರಿಸುವ ಪ್ರಯತ್ನವೇ ಫೇಸ್‌ಬುಕ್. ಇದರ ಮೂಲಕ ಸೇರಿರುವ ಹೃದಯಗಳ ಸಂಖ್ಯೆ ಪ್ರಪಂಚಾದ್ಯಂತದ 500 ಮಿಲಿಯನ್ ಮನಸ್ಸುಗಳು".

"500 ಮಿಲಿಯನ್‌ಗಿಂತ ಹೆಚ್ಚು ಬಳಕೆದಾರರು! ಅದೊಂದು ದೈತ್ಯ ಸಂಖ್ಯೆ." ಎಂದು ಉದ್ಗರಿಸಿದನು, ಸಂಟು.

"ಲಕ್ಕಿ, ಒಂದು ನಿಮಿಷ. ನೀನು ಹೇಳಿದ ನಾಯಕತ್ವ ಗುಣಗಳು ಹಾಗೂ ಅವುಗಳ ಪ್ರಬುದ್ಧತೆಯನ್ನು ನಾನು ಅರ್ಥಮಾಡಿ ಕೊಳ್ಳಲಾರಂಭಿಸಿದ್ದೇನೆ. ವಿಚಾರವಂತ ನಾಯಕತ್ವದಿಂದ ಪ್ರಾರಂಭಿಸಿ, ಮಾನವವಾದಿ ನಾಯಕತ್ವಕ್ಕೆ ನಂತರ ಸಮಗ್ರವಾದಿ ನಾಯಕತ್ವಕ್ಕೆ ಪರಿವರ್ತಿತವಾಗಿದೆ ಅಲ್ಲವೇ?" ಎಂದು ಕೇಳಿದಳು ಐಶೀ.

"ತಂಗಿ, ನಿನ್ನ ಮೆದುಳು ಪೂರ್ಣವಾಗಿ ಚಾಲನೆಗೊಂಡಿದೆ! ಮಧ್ಯಾಹ್ನದ ಊಟಕ್ಕೆ ಏನು ತಿಂದೆ?" ಎಂದು ಆಶ್ಚರ್ಯದಿಂದ ಕೇಳಿದ ಸಂಟು.

"ನೀನು ಸರಿಯಾಗಿ ಹೇಳಿದ, ಐಶೀ. ಇದಕ್ಕಿಂತ ಮಿಗಿಲಾದ ಪ್ರೌಢತೆ ಇದೆ. ಸಮಗ್ರತೆಯಿಂದ ಮುಂಚೂಣಿಯಲ್ಲಿರುವುದು, ಆಧ್ಯಾತ್ಮಿಕ ನಾಯಕತ್ವ" ಎಂದನು ಲಕ್ಕಿ.

"ನಾವು ಎಲ್ಲಾ ಕಡೆಯಿಂದ ಸಂಪೂರ್ಣತೆಯನ್ನು ಹೊಂದಿರಬೇಕು. ತನು ಮನ ಹಾಗೂ ಆಧ್ಯಾತ್ಮಿಕವಾಗಿ. ಜನರು ಮನಃಶಾಂತಿಯ ಹುಡುಕಾಟದಲ್ಲಿ ಪ್ರಪಂಚದಾದ್ಯಂತ ಅಲೆಯುತ್ತಾರೆ. ಏಕೆಂದರೆ, ಅವರು ಶಾಂತಿಯನ್ನು ತಮ್ಮಿಂದ ಹೊರಗೆ ಹುಡುಕುತ್ತಾರೆ. ಅವರು ಮಾಡಬೇಕಾದ ಕೆಲಸವೆಂದರೆ, ಕೆಲವೇ ಕೆಲವು ಇಂಚುಗಳಷ್ಟು ಒಳ ಹೊಕ್ಕುವುದು. ಉದ್ದವಾಗಿ ಹಾಗೂ ಅಗಲವಾಗಿ, ತಮ್ಮ ಹೃದಯ ಹಾಗೂ ಬುದ್ಧಿಯನ್ನು ಹುಡುಕಿಕೊಳ್ಳುವುದು. ಬೇರೆಲ್ಲೋ! ಹುಡುಕುವುದರ ಬದಲು ತಮ್ಮಲ್ಲೇ ಇರುವುದನ್ನು ಕಂಡುಕೊಳ್ಳುವುದು. ರಷ್ಯನ್ ಪಂಡಿತರಾದ ಹೆಚ್.ಪಿ. ಬ್ಲವಟ್‌ಸ್ಕೈ ಹೇಳಿರುವಂತೆ ರಸ್ತೆಯ ಪ್ರತಿ ತಿರುವಿನಲ್ಲಿ ಆತ್ಮವಿಲ್ಲದ ವ್ಯಕ್ತಿಗಳತ್ತ ಎಡವುತ್ತೇವೆ".

"ಇದರಲ್ಲಿ ಮುಖ್ಯವಾದ ಅಂಶವೆಂದರೆ, ಮನುಷ್ಯರಲ್ಲಿ ಆಧ್ಯಾತ್ಮಿಕ ಭಾಗ ಸುಪ್ತವಾಗಿರುತ್ತದೆ, ಎಚ್ಚರವಾಗಿರುವುದಿಲ್ಲ. ಮನಸ್ಸು ಮೌಲ್ಯಯುತಮಾದ ಭಾವನೆಗಳನ್ನೆಲ್ಲಾ ಅರ್ಥ ಮಾಡಿಕೊಂಡರೆ, ಅದು ಪ್ರೀತಿ/ಪ್ರೇಮ. ಮನಸ್ಸು ಮತ್ತು ಬುದ್ಧಿಯ

ಬುದ್ಧಿ ಭಾವನೆಯನ್ನು

ಅರಿತರೆ, ಹೃದಯ

ಪ್ರೇಮವನ್ನು

ಗುರುತಿಸುತ್ತದೆ.

ನಡುವೆ ಸಾಮರಸ್ಯ ಇದ್ದು, ಎರಡರ ನಡುವೆ ಸಂಪರ್ಕ ಇರಬೇಕು. ಆತ್ಮ ಸುಪ್ತವಾಗಿರುವಾಗ ಸಂಪರ್ಕ ಸಾಧ್ಯವಿಲ್ಲ.

"ಹೂ, ಇಲ್ಲಿ ನಾವು ವಿಷಯದಿಂದ ದೂರ ಸರಿಯುತ್ತಿಲ್ಲವೆ. ಲಕ್ಷಿ? ಬಿಸಿನೆಸ್‌ನಲ್ಲಿರುವ ಎಷ್ಟೋ ಮಂದಿಗೆ ಆಧ್ಯಾತ್ಮಕ್ಕೆ ಸಂಬಂಧಪಟ್ಟ ವಿಷಯ ಮಾತನಾಡುವುದು ಇಷ್ಟವಾಗುವುದಿಲ್ಲ. ನಿನ್ನ ಸಂದೇಶದ ಪರಿಣಾಮ ಕಾರಿತ್ವವನ್ನು ಕಡಿಮೆ ಮಾಡದೆ, ಈ ಮಾತನ್ನು ಹೇಗೆ ತಿಳಿಸಬಹುದು"? ಎಂದು ಕೇಳಿದನು ಸಂಟು.

"ಖಂಡಿತವಾಗಿ ಸಂಟು, ಅದಕ್ಕಾಗಿಯೇ ನಾನು ಈ ಅವಳಿಯನ್ನು ಕೊನೆಯದಾಗಿ ಇಟ್ಟುಕೊಂಡೆ. ಇದನ್ನು ಅರ್ಥಮಾಡಿಕೊಳ್ಳುವುದು ಕೆಲವರಿಗೆ ಕಷ್ಟವಾಗಬಹುದು. ಅದೇ ಸಮಯದಲ್ಲಿ, ಇಂದಿನ ದಿನಗಳಲ್ಲಿ ಇದು ಅತ್ಯಂತ ಮುಖ್ಯವಾದ ವಿಷಯ. ಯಾವುದೇ ಬಿಸಿನೆಸ್‌ನಲ್ಲಿ ನಮ್ಮ ಹಾಗೂ ಮಾರುಕಟ್ಟೆಯ ಗ್ರಾಹಕರ ನಡುವೆ ಸಂಪರ್ಕ ಕಲ್ಪಿಸುವುದು ಅವಶ್ಯಕತೆಗಳು ಎಂದು ನೀವು ಒಪ್ಪುತ್ತೀರ? ಹೌದಾ? ಜನಗಳ ಜೊತೆ ಸಂಪರ್ಕ ಸಾಧಿಸದೆ, ಎಂತಹ ಅತ್ಯುತ್ತಮ ಉತ್ಪಾದಕಗಳಿಗೆ ಬೇಡಿಕೆ ಇಲ್ಲ. ನೀವು ಇದನ್ನು ಒಪ್ಪಿರುವಂತೆ ಇರುವಿರಿ. ಹಾಗಾದರೆ, ನಾನು ನಿಮಗೆ ನಾನು ತಿಳಿಸಲು ಇಚ್ಛಿಸುವುದೇನೆಂದರೆ, ಜನಗಳು ತಮ್ಮ ಮನಸ್ಸಾರೆ ಕೊಳ್ಳುತ್ತಾರೆ ಹಾಗೂ ಈ ಕೊಳ್ಳುವಿಕೆ ಬುದ್ಧಿಯಿಂದ ಅಲ್ಲ. ಅವರು ಮಾಡುವ ನಿರ್ಧಾರ ಭಾವನಾತ್ಮಕವಾಗಿರುತ್ತದೆ. ಆದರೆ ತರ್ಕ ಬದ್ಧವಾಗಿರುವುದಿಲ್ಲ. ಈ ಭಾವನಾತ್ಮಕ ನಿರ್ಣಯ ಮೂಡುವುದು ಅವರು ಕಂಪನಿಯೊಂದಿಗೆ ಹೊಂದಿರುವ ಸಂಬಂಧದಿಂದ. ಆ ಕಂಪನಿ ಬ್ರಾಂಡ್ ಹಾಗೂ ಉತ್ಪನ್ನಗಳ ಮೂಲಕ ಪ್ರಚಾರ ಮಾಡುವ ಮೌಲ್ಯ ಹಾಗೂ ಉದ್ದೇಶಗಳ ಪ್ರಭಾವದಿಂದ. ಕೆಲವು ವರ್ಷಗಳ ಹಿಂದೆ ಇದು ನಿಜವಾಗಿರಲಿಲ್ಲ. ಆದರೆ ಇಂದು ಸತ್ಯವಾಗಿದೆ. ಇದಕ್ಕೆ ಸಾಕ್ಷಿ. ಕಾರ್ಬನ್ ಫುಟ್ ಪ್ರಿಂಟ್ಸ್ ಸಮರ್ಥನೆಯ ಸಂಪನ್ಮೂಲಗಳು ಹಾಗೂ ಕಾರ್ಪೊರೇಟ್ ಸೋಷಿಯಲ್ ರೆಸ್ಪಾನ್ಸಿಬಿಲಿಟಿ ಮುಂತಾದುವು. ಇಂದಿನ ಯಶಸ್ವಿ ಬಿಸಿನೆಸ್ ನಾಯಕರು ಹಿಂದಿನ ದಿನಗಳ ಕಳ್ಳಕಾಕರಿಗಿಂತ ಬಹು ವಿಭಿನ್ನ".

"ವೈದ್ಯಕೀಯವಾಗಿ ನಮಗೆಲ್ಲಾ ತಿಳಿದಿರುವ ವಿಷಯವೆಂದರೆ, ನಮ್ಮ ಹೃದಯ ಹತ್ತು ಔನ್ಸ್‌ಗಳ ಮಾಂಸದ ಮುದ್ದೆ. ಅದು ನಮ್ಮ ದೇಹದ ರಕ್ತ ಚಲನೆಯನ್ನು ಸಾವು ಬದುಕಿರುವವರೆಗೆ ನಿಯಂತ್ರಿಸುತ್ತದೆ. ವೈದ್ಯಕೀಯ ಶಾಸ್ತ್ರದ ಪ್ರಕಾರ ಮೆದುಳು ನಮ್ಮ ದೇಹದ ಎಲ್ಲಾ ಅಂಗಗಳನ್ನು ನಿಯಂತ್ರಿಸುತ್ತದೆ. ಹೃದಯವನ್ನು ಒಳಗೊಂಡು ಗಮನಿಸಬೇಕಾದ ಅಂಶವೆಂದರೆ, ಭ್ರೂಣದಲ್ಲಿ ಮೆದುಳು ರೂಪಗೊಳ್ಳುವುದಕ್ಕಿಂತ ಮುಂಚೆಯೇ ಹೃದಯದ ಬಡಿತ ಆರಂಭವಾಗುತ್ತದೆ. ಹಾಗಾಗಿ, ಇವೆರಡರಲ್ಲಿ ಶ್ರೇಷ್ಠವಾದುದು ಯಾವುದು ಎಂದು ತುಲನೆ ಮಾಡಿನೋಡುವುದು ಸರಿಯಲ್ಲ. ಹೃದಯ ಹಾಗೂ ಮೆದುಳು ಇವೆರಡೂ ಮಾನವನ ದೇಹಕ್ಕೆ ಅತ್ಯಂತ ಅವಶ್ಯಕವಾಗಿರುವ ಅಂಗಗಳು. ಮನುಷ್ಯನ ದೇಹದ ಅಸ್ತಿತ್ವಕ್ಕೆ ಇವು ಮೂಲ

ಆಧ್ಯಾತ್ಮಿಕ ಜಾಗೃತಿಯಾಗಲಿ.

ಅಂಗಗಳು. ಇವುಗಳಲ್ಲಿ ಯಾವುದಾದರೂ ಒಂದು ತನ್ನ ಕೆಲಸ ಮಾಡುವುದನ್ನು ಬಿಟ್ಟರೆ, ಮನುಷ್ಯನ ಬದುಕು ಕಷ್ಟ. ನಿಜವಾಗಿ ಬೇರ್ಪಡಿಸಲಾಗದ ವಿಭಜನೆ ಮಾಡಲಾಗುವುದಿಲ್ಲ.

ಈ ಮುಖ್ಯ ಅಂಗಗಳು ಉದ್ಯಮದಲ್ಲೂ ಅವಶ್ಯಕ. ಹೃದಯ ಹಾಗೂ ಮೆದುಳು, ಮನಸ್ಸು ಹಾಗೂ ಬುದ್ಧಿಯ ನಡುವಣದ ಸಂಬಂಧ. ಅತ್ಯಂತ ಉತ್ತಮವಾದ ಬಿಸಿನೆಸ್ ಮಾಡೆಲ್‌ಗಳ ರಚನೆಗೆ ಪ್ರೇರಕ. ಇವೆರಡರ ಸಾಮರಸ್ಯ ಮೂಡಿದಾಗಲೇ, ಉದ್ಯಮಶೀಲತೆ ಶ್ರೇಷ್ಠತೆ ಹೊಂದುವುದು. ಉದ್ಯಮಶೀಲತೆ ಎಂದರೆ ಲವ್ ಇನ್ ಆಕ್ಷನ್. ಆಕ್ಷನ್ ಮೂಡುತ್ತಿರುವುದು ಬುದ್ಧಿಯಿಂದಾದರೆ ಪ್ರೇಮ ಮೂಡುವುದು, ಹೃದಯದಿಂದ. ಉದ್ಯಮಿಗಳಿಗೆ ಲವ್ ಎಂದರೆ ಲೈಫ್ ಆಫ್ ವ್ಯಾಲ್ಯೂಬಲ್ ಎಮೋಷನ್ಸ್. ಇದನ್ನು ನಾನು ಆಧ್ಯಾತ್ಮಿಕ ಎಂದು ಕರೆಯುತ್ತೇನೆ. ನಿಜವಾದ ಅರ್ಥದಲ್ಲಿ ಮನಸ್ಸು (ಭಾವನೆಗಳು) ಹಾಗೂ ಬುದ್ಧಿವಂತಿಕೆಯ ಸಂಗಮದಿಂದ ಜನನವಾಗುವ ನಾಯಕತ್ವ ಆಧ್ಯಾತ್ಮಿಕ ನಾಯಕತ್ವ. ಒಬ್ಬ ನಾಯಕನ ದೀರ್ಘಕಾಲದ ಬೆಳವಣಿಗೆಯನ್ನು ಅಳೆಯುವುದು, ಇಂತಹ ಒಳ್ಳೆ ಗುಣಗಳನ್ನು ಅಳವಡಿಸಿಕೊಳ್ಳುವ ಅವನ ಲಕ್ಷಣದಿಂದ" ಎಂದು ಸೇರಿಸಿದನು ಲಕ್ಕಿ.

"ನೀನು ಹೇಳುತ್ತಿರುವುದು ಸಂಪೂರ್ಣವಾಗಿ ನನಗೆ ಅರ್ಥವಾಗಲಿಲ್ಲ. ಆಧ್ಯಾತ್ಮಕ್ಕೂ ನಾಯಕತ್ವದ ಗುಣಲಕ್ಷಣಕ್ಕೂ ಇರುವ ಸಂಬಂಧವೇನು?" ಎಂದು ಕೇಳಿದಳು ಐಶೀ.

"ನಮ್ಮಲ್ಲಿ ಬಹುತೇಕರಿಗೆ ಆಧ್ಯಾತ್ಮ ಎನ್ನುವುದು ಕ್ಲಿಷ್ಟವಾದ ವಿಷಯ" ಎಂದು ಹೇಳಿದನು ಲಕ್ಕಿ. "ಆದರೆ, ಅದು ಕಷ್ಟವಲ್ಲ. ಅದನ್ನು ಅರ್ಥಮಾಡಿಕೊಂಡಾಗ ಅದು ಕ್ಲಿಷ್ಟ ಎನ್ನಿಸುವುದಿಲ್ಲ. ಇದನ್ನು ನಾನು ಸತ್ಯ ಸಾಯಿ ಸಂಸ್ಥೆಯ ಸಂಸ್ಥಾಪಕರಾದ ಶ್ರೀ ನರಸಿಂಹಮೂರ್ತಿಯವರಿಂದ ಕಲಿತೆ. ಅವರು ಮುದ್ದೇನಹಳ್ಳಿಯಲ್ಲಿರುವ (ಸರ್ ಎಂ.ವಿ. ರವರ ಜನ್ಮಸ್ಥಳ) ಶ್ರೀ ಸತ್ಯಸಾಯಿ ವಿದ್ಯಾಸಂಸ್ಥೆಯ ಸ್ಥಾಪಕರು. ಅವರು ನನಗೆ ತಿಳಿ ಹೇಳಿದ ರೀತಿ ಹೀಗಿದೆ.

ಅ) ನಮ್ಮೊಳಗಿರುವ ಸಂತೋಷದ ಅರಿವು

ಅವೇರ್ನೆಸ್ ಆಫ್ ಇನ್ನರ್ ಜಾಯ್

ಆ) ಬುದ್ಧಿ ಮತ್ತು ಮನಸ್ಸಿನ ಸಮತೋಲನ

ಬ್ಯಾಲೆನ್ಸ್ ಆಫ್ ಮೈಂಡ್ ಅಂಡ್ ಹಾರ್ಟ್

ಇ) ನಮ್ಮ ಆಸೆಗಳ ಮೇಲೆ ಹಾಗೂ ಇಂದ್ರಿಯಗಳ ಮೇಲಿನ ನಿಯಂತ್ರಣ.

ಸೀಲಿಂಗ್ ಆನ್ ಡಿಸೈರ್ ಕಂಟ್ರೋಲ್ ಆಫ್ ಸೆನ್ಸಸ್

ಈ) ಪ್ರಪಂಚದ ಒಳಿತಿಗಾಗಿ ಸಮರ್ಪಣೆ.

ಡೆಡಿಕೇಷನ್ ಟು ದಿ ವೆಲ್ಫೇರ್ ಆಫ್ ದಿ ವರ್ಲ್ಡ್

"ಇದು ಅರ್ಥ ಮಾಡಿಕೊಳ್ಳುವುದಕ್ಕೆ ಸುಲಭವಲ್ಲವೇ? ಸಂಟು ಹಾಗೂ ಐಶೀ ನೀವು ನಿಮ್ಮದೇ ಆದ ಹೊಸ ಉದ್ಯಮ ಪ್ರಾರಂಭಿಸಬೇಕೆಂದಿರುವುದು ನನಗೆ ತಿಳಿದಿದೆ. ಅದರ ವಿವರಗಳು ಸೂಕ್ತವಾದ ಸಮಯದಲ್ಲಿ ತಿಳಿಸುವಿರಿ. ನೀವು ಮುನ್ನುಗ್ಗಿ ಆರಂಭಿಸಿ, ನಾನು ತಿಳಿ ಹೇಳಿರುವ ಆಧ್ಯಾತ್ಮಿಕತೆಯನ್ನು ನಿಮ್ಮ ನಾಯಕತ್ವದಲ್ಲಿ ಅಳವಡಿಸಿಕೊಳ್ಳಿ, ವಿಭಿನ್ನವಾಗಿರಿ. ಇದರಿಂದ ನಿಮ್ಮ ಪರಿಣಾಮಕಾರಿತ್ವ ಹೆಚ್ಚುತ್ತದೆ. ಇದು ನಿಮಗೆ ಇಷ್ಟವಾಗುತ್ತದೆ ಎಂದು ಭಾವಿಸುತ್ತೇನೆ" ಎಂದು ಮಾತನ್ನು ಲಕ್ಕಿ ಮುಗಿಸಿದ.

"ಸಂಕ್ಷಿಪ್ತವಾಗಿ ಹೇಳಬೇಕೆಂದರೆ ಮನಸ್ಸು (ಭಾವನೆಗಳು) ಹಾಗೂ ಬುದ್ಧಿ ಒಂದೇ ನಾಣ್ಯದ ಎರಡು ಮುಖಗಳು ಮತ್ತು ಅವು ಬೇರ್ಪಡಿಸಲಾಗದವು. ಆಧ್ಯಾತ್ಮದೊಂದಿಗೆ ಇವುಗಳ ಬಂಧನವಾದಾಗ ಅನುಭವಿಸುವುದೇ ಪರಮಾನಂದ" ಎಂದನು ಸಂಟು.

"ಎಂದಿನಂತೆ ನೀನು ಅತ್ಯುತ್ತಮವಾಗಿ ವಿವರಿಸಿದೆ, ಸಂಟು" ಎಂದು ಲಕ್ಕಿ ಮೆಚ್ಚುಗೆ ವ್ಯಕ್ತಪಡಿಸಿದನು.

"ಆಧ್ಯಾತ್ಮವನ್ನು ಅರ್ಥ ಮಾಡಿಕೊಳ್ಳುವುದು ಕಷ್ಟವಲ್ಲ. ಅದನ್ನು ಪಾಲಿಸುವುದು ಕಷ್ಟ". ಎಂದು ಎಚ್ಚರಿಸಿದಳು ಐಶೀ.

"ಈ ವಿಷಯವನ್ನು ಸಂಪೂರ್ಣವಾಗಿ ಒಪ್ಪುತ್ತೇನೆ. ಹಾಗಾಗಿಯೇ ನೀನು ಶಿಸ್ತು ಬದ್ಧವಾಗಿರುವುದನ್ನು ನಾನು ಸಹಿಸುತ್ತೇನೆ. ಏಕೆಂದರೆ, ನೀನು ಬುದ್ಧಿವಂತಿಕೆಯಿಂದ ವರ್ತಿಸುತ್ತೀಯ. ಆದರೆ ನಾನು ನನ್ನ ಮನಸ್ಸಿನಿಂದ" ಎಂದನು ಸಂಟು.

ಆ ಕ್ಷಣದಲ್ಲಿ, ಮೂವರು ಗೆಳೆಯರು ದೂರವಾಗುವ ಕ್ಷಣಗಳು ಹತ್ತಿರವಾಯಿತು ಎಂಬುದನ್ನು ನೆನೆದು ಮೂವರು ಗೆಳೆಯರು ಸಮೀಪ ಸೇರಿದರು. ಮೂರು ಸಹೃದಯಿ ಆತ್ಮಗಳು ಸಂತೃಪ್ತ ಸ್ನೇಹ ಬಾಂಧವ್ಯದ ಆನಂದವನ್ನು ಹೃದಯಪೂರ್ವಕವಾಗಿ ಅನುಭವಿಸುತ್ತಾರೆ.

ಸ್ವಲ್ಪ ಸಮಯದ ನಂತರ ಲಕ್ಕಿ ತನ್ನ ಕೈಯನ್ನು ಮೇಲೆತ್ತಿ ಎಲ್ಲರ ಗಮನ ಸೆಳೆದು, "ನಾನು, ನಾಳೆ ನನ್ನ ತಾಯಿಯೊಂದಿಗೆ ಹೊರಡುತ್ತಿರುವೆ ಹಾಗೂ ಇನ್ನು ಉತ್ತಮವಾದ ಉದ್ಯಮಶೀಲತೆಯ ಹುಡುಕಾಟ ಮುಂದುವರಿಯುತ್ತದೆ. ನಿಮ್ಮಿಬ್ಬರನ್ನು ಬಹಳವಾಗಿ ನಾನು ಮಿಸ್ ಮಾಡಿಕೊಳ್ಳುವೆ. ನಿಮ್ಮೊಡನೆ ನನ್ನ ಅನುಭವಗಳನ್ನು ಹಂಚಿಕೊಂಡು ಕಳೆದ ಸಮಯ ಸಂತಸದಾಯಕವಾಗಿತ್ತು. ನಿಮ್ಮೊಡನೆ ಕಳೆದ ಪ್ರತಿಯೊಂದು ಕ್ಷಣವನ್ನು ನಾನು ಮೆಲುಕು ಹಾಕುವೆ. ನನ್ನಲ್ಲಿ ಆವಿಷ್ಕಾರದ ಸ್ಫೂರ್ತಿ ಮೂಡಿಸಿ ಇನ್ನೂ ಉನ್ನತ ಮಟ್ಟಕ್ಕೆ ಏರಬೇಕೆಂಬ ಛಲ ಮೂಡಿಸಿದ್ದೀರಿ. ಇದು ನನ್ನ ಸೌಭಾಗ್ಯವೇ ಸರಿ" ಎಂದ ಲಕ್ಕಿ.

"ನಾವು ಪ್ರತಿನಿತ್ಯ ಕೂಡಿ ಮಾತನಾಡುತ್ತಿದ್ದ ಸಮಯ, ನಿನ್ನೊಡನೆ ನೋಡಿದ ಸೂರ್ಯ ಉದಯ ಹಾಗೂ ಅಸ್ತಮಗಳನ್ನು ಮಿಸ್ ಮಾಡುತ್ತೇನೆ" ಎಂದನು ದುಃಖಗೊಂಡಿದ್ದ ಸಂಟು. ಈಗಾಗಲೇ, ಅವನ ಹೃದಯದಲ್ಲಿ ಒಂದು ಸಹಿಸಲಾಗದ ನೋವು ಮೂಡಿತ್ತು.

"ನಮ್ಮಲ್ಲಿ ನೀನು ಮೂಡಿಸಿರುವ ಮಾನಸಿಕ ಸಮತೋಲನವನ್ನು ನಾನು ಮಿಸ್ ಮಾಡಿಕೊಳ್ಳುವೆ" ಎಂದಳು ಐಶೀ. "ಆದರೆ, ನಿನಗೆ ಗೌರವ ಸಲ್ಲಿಸುವುದಕ್ಕಾಗಿ ನಾವು ಎಂದಿಗೂ ನಮ್ಮ ಮೌಲ್ಯಗಳಲ್ಲಿ ನಾವಿನ್ಯತೆಯನ್ನು ಕಂಡುಕೊಳ್ಳುವ ಆಸೆ, ಕನಸು ಮತ್ತು ನನಸು, ಕೊಡು ಹಾಗೂ ಕೊಳ್ಳು, ನಾಯಕತ್ವ ಹಾಗೂ ಅನುಸರಣೆ; ನಮ್ಮ ಸಂಬಂಧಗಳನ್ನು ನಾವು ದೀರ್ಘಾವಧಿ ಹಾಗೂ ಅತಿ ದೀರ್ಘಾವಧಿ ಸಂಬಂಧಗಳಂತೆ ನೋಡುತ್ತೇವೆ. ನಾವು ಸಂಪಾದಿಸಿದ ಜ್ಞಾನವನ್ನು ನಮ್ಮ ದಿನ ನಿತ್ಯದಲ್ಲಿ ಅಳವಡಿಸಿಕೊಳ್ಳುತ್ತೇವೆ. ವಿಭಿನ್ನವಾದುದನ್ನು ಮಾಡವುದು ಹಾಗೂ ವಿಭಿನ್ನವಾಗಿ ಕೆಲಸವನ್ನು ಮಾಡುತ್ತೇವೆ. ಪರಿಶ್ರಮ ಮತ್ತು ಚತುರತೆ, ದಕ್ಷತೆ ಹಾಗೂ ಪರಿಣಾಮಕಾರಿತ್ವ; ಆಲೋಚನೆ ಹಾಗೂ ಅದರ ಅಳವಡಿಕೆ, ನಿಷ್ಠೆ ಪ್ರಾಮಾಣಿಕತೆ ಹಾಗೂ ಏಳಿಗೆ ಮತ್ತು ನಮ್ಮ ಮನಸ್ಸು ಬುದ್ಧಿಯೊಂದಿಗೆ ಸಂಪರ್ಕ ಎಲ್ಲವನ್ನು ಜೀವನಪೂರ್ತಿ ಮರೆಯದೇ ಪಾಲಿಸುತ್ತೇವೆ".

"ವ್ಹಾವ್ ! ನೀನು ಎಲ್ಲಾ ಹನ್ನೆರಡು ಅವಳಿಗಳನ್ನು ಪಟಪಟನೆ ಹೇಳಿದೆ ತಂಗಿ. ನಾನು ಕೂಡ ಪ್ರಯತ್ನ ಪಡುವೆ. ನಾವು ಕಲಿತಿರುವುದನ್ನೆಲ್ಲಾ ಅಳವಡಿಸಿಕೊಳ್ಳುವಂತಹ ಒಂದು ಪ್ಲಾನ್ ಮಾಡೋಣ. ಲಕ್ಕಿಯ ಮಾರ್ಗದರ್ಶನ ಸಿಕ್ಕರೆ ಅದು ನಮ್ಮ ಅದೃಷ್ಟ".

"ಸಂಟು ಮತ್ತು ಐಶೀ ನಾನು ವಾಪಸ್ಸು ಬರುತ್ತೇನೆ, ಚಿಂತೆ ಬೇಡ. ನೀವು ನನ್ನೊಡನೆ ಹಂಚಿಕೊಳ್ಳದೆ ಇರುವ ರಹಸ್ಯವೊಂದು ಹಾಗೆ ಉಳಿದಿದೆ. ನಾನು ನಿಮ್ಮ ಮಾತನ್ನು ಕೇಳಿ ಉತ್ಸುಕನಾಗಿದ್ದು, ಸೂಕ್ತಸಮಯಕ್ಕಾಗಿ ಕಾಯುತ್ತಿರುವೆ. ನನ್ನ ಫೋನ್ ನಂಬರ್ ಹಾಗೂ ಇಮ್ಮೈಲ್ ಅಡ್ರೆಸ್ ನಿಮ್ಮ ಬಳಿ ಇದೆ. ನಿಮಗೆ ಯಾವಾಗ ಹೇಳಬೇಕೆನ್ನಿಸುತ್ತೋ, ಆಗ ಕರೆ ಮಾಡಿ, ನನಗೆ ತಿಳಿಸಿ, ಇಷ್ಟರಲ್ಲೇ ಒಮ್ಮೆ ಬಂದು ನಿಮಗೆ ಸರ್ಪ್ರೈಸ್ ಕೊಡುವೆ".

"ದಯಮಾಡಿ ಬಂದು ಹೋಗು ನನಗೆ ಸರ್ಪ್ರೈಸ್ ಎಂದರೆ ಇಷ್ಟ" ಎಂದಳು, ಐಶೀ.

"ನನಗೆ ಶುಭಕೋರಿ ಗೆಳೆಯರೇ. ನಾನು ಹೊರಡುವ ಸಮಯವಾಯಿತು" ಎಂದು ಹೇಳುತ್ತಾ ಲಕ್ಕಿ ತನ್ನ ಜೇಬಿನಿಂದ ಫೋನ್ ತೆಗೆದು ಟೈಮ್ ಚೆಕ್ ಮಾಡಿದನು.

"ಖಂಡಿತವಾಗಿ, ಲಕ್ಕಿ. ನಿನ್ನೊಂದಿಗೆ ನಮ್ಮ ಶುಭಾಶಯಗಳು ಸದಾ ಇರುತ್ತದೆ. ನೀನು ತಿರುಗಿ ಬರುವುದನ್ನು ನಾವು ಕಾಯುತ್ತಿರುತ್ತೇವೆ. ನಾವು ಪುನಃ ಸೇರುವವರೆಗೂ ಪರಸ್ಪರ ಪ್ರೇಮವನ್ನು ಬಯಸೋಣ" ಎಂದು ತನ್ನ ಗೆಳೆಯನ ಕತ್ತನ್ನು ಸವರುತ್ತಾ ಹೇಳಿದಳು ಐಶೀ.

ಉಕ್ಕಿ ಬರುತ್ತಿರುವ ಕಣ್ಣೀರನ್ನು ತಡೆಯಲು ಕಷ್ಟಪಡುತ್ತಿದ್ದ ಸಂಟು "ನಿನಗೆ ಶುಭಕರವಾದ ಪ್ರಯಾಣವನ್ನು ಆಶಿಸುತ್ತೇವೆ. ಹಾಗು ನೀನು ಹಿಂತಿರುಗಿ ಬರುವ ದಿನಕ್ಕಾಗಿ ಕಾಯುತ್ತೇವೆ. ನಿನ್ನ ಹೊಸ ಅನುಭವಗಳನ್ನು, ಹೊಸ ಕಥೆಗಳನ್ನು ಕೇಳಲು ಕಾತರದಿಂದಿರುತ್ತೇವೆ"

"ಥ್ಯಾಂಕ್ಯೂ, ಸಂಟು ಮತ್ತು ಐಶೀ. ನಾನು ಸದ್ಯದಲ್ಲೇ ಹಿಂತಿರುಗುತ್ತೇನೆ. ಖುಷಿಯಿಂದ ಇರಿ".

ಮತ್ತೆ ಭೇಟಿ ಮಾಡುವ ಸಂಬಂಧಕ್ಕಾಗಿ ಕಾಯುತ್ತಾ ಮೂವರು ಗೆಳೆಯರು ಬೀಳ್ಕೊಂಡರು.

ಕಡೆ ನುಡಿ

"ಲಕ್ಕಿ!!!" ಆರು ತಿಂಗಳಿನಿಂದ ಕಾಣದ ಗೆಳೆಯನನ್ನು ಕಂಡು ಹರ್ಷದಿಂದ ತಮ್ಮ ಮಿತ್ರನೆಡೆಗೆ ಓಡೋಡಿ ಬಂದರು ಸಂಟು ಮತ್ತು ಐಶೀ. ಹೆಜ್ಜೆಯಿಟ್ಟೊಡನೆ, ಭೂಕಂಪನ ಆದಂತ ಸದ್ದು ಹಾಗೂ ಕಾಡಿನ ಧೂಳು ಬಿರುಗಾಳಿಯಂತೆ ಮೇಲೆದ್ದಿತು.

'ಹಾಯ್' ಎಂದು ತನ್ನ ಕಾರಿನ ಬಾಗಿಲನ್ನು ದಡಾರನೆ ಹಾಕುತ್ತಾ, ನಗುತ್ತಾ ಬಂದನು ಲಕ್ಕಿ. "ನೀವಿಬ್ಬರು ಇಲ್ಲಿ ಸಿಗುತ್ತೀರ ಎಂದು ಗೊತ್ತಿತ್ತು" ಎಂದನು. ಮೂವರು ಗೆಳೆಯರು ಮೊದಲನೆ ಸಲ ಭೇಟಿ ಮಾಡಿದ್ದ ಜಾಗದಲ್ಲಿ ಇಂದು ಮತ್ತೆ ಸೇರಿದ್ದರು. "ನೀವು ಎಂದಿನಂತೆ ಬ್ಯುಸಿಯಾಗಿದ್ದೀರ" ಎನ್ನುತ್ತಾ ಲಕ್ಕಿ ಸುತ್ತಲೂ ನೋಡಿದನು. ಆನೆಗಳ ಹೊಸ ಗುಂಪೊಂದು ಹಲವು ಮರದ ದಿಮ್ಮಿಗಳನ್ನು ನದಿಯ ದಡಕ್ಕೆ ಸಾಗಿಸುತ್ತಿರುವುದನ್ನು ನೋಡಿದನು. ಅಲ್ಲಿಂದ ದಿಮ್ಮಿಗಳನ್ನು ಆ ಆನೆಗಳು ಕೆಲಸ ಮಾಡುತ್ತಿದ್ದ ಕಾರ್ಖಾನೆಗೆ ಎತ್ತೊಯ್ಯಲಾಗುತ್ತಿತ್ತು. "ನಾನು ಹೋದಾಗಿನಿಂದಲೂ ಏನು ಬದಲಾವಣೆ ಆಗಿದೆ?" ಎಂದು ಕೇಳಿದನು ಲಕ್ಕಿ.

"ನಾವು ಎಲ್ಲವನ್ನು ಹೇಳುತ್ತೇವೆ. ಸ್ವಲ್ಪ ಇರು" ಎಂದು ಹೇಳುತ್ತಾ, ಸೂರ್ಯನನ್ನು ಅರ್ಧ ಮರೆ ಮಾಡುವಂತೆ ಸಂಟು ತನ್ನ ಸೊಂಡಿಲನ್ನು ಮೇಲೆತ್ತಿದನು.

"ನಿಮ್ಮ ಕೆಲಸದ ವೇಳೆಯಲ್ಲಿ ನಿಮಗೆ ತೊಂದರೆ ಕೊಡುವುದಕ್ಕೆ ನನಗೆ ಇಷ್ಟವಿಲ್ಲ. ನಾವು ರಾತ್ರಿ ಊಟಕ್ಕೆ ಸಿಕ್ಕೋಣ". ಎಂದು ಹೇಳಿದನು ಲಕ್ಕಿ.

"ಇಲ್ಲಾ, ಇಲ್ಲಾ, ಈಗ ಸರಿಯಾದ ಸಮಯ. ನಾವು ಇನ್ನೇನು ಇಲ್ಲಿಂದ ಹೊರಡಲಿದ್ದೇವೆ. ನಾವು ನಿನಗೆ ಏನನ್ನೋ ತೋರಿಸಲು ಉತ್ಸುಕರಾಗಿದ್ದೇವೆ. ನಾವು ಪಟ್ಟಣಕ್ಕೆ ಹೋಗೋಣ ಹಾಗೆ ಜೊತೆಯಲ್ಲಿ ಊಟ ಮಾಡೋಣ" ಎಂದಳು ಐಶೀ.

ಆನೆಗಳಿಗೆ ಸಿಕ್ಕಿರುವ ಸ್ವಾತಂತ್ರ್ಯವನ್ನು ಕಂಡು ಲಕ್ಕಿಗೆ ಆಶ್ಚರ್ಯವಾಯಿತು. ಇತರೆ ಆನೆಗಳು ಮರದ ದಿಮ್ಮಿಗಳನ್ನು ಸಾಗಿಸುವದರಲ್ಲೇ ತಲ್ಲೀನರಾಗಿದ್ದಾಗ, ಸಂಟು ಮತ್ತು ಐಶೀ ಅವೆಲ್ಲವನ್ನು ಬಿಟ್ಟು ಪಟ್ಟಣದೆಡೆಗೆ ಹೊರಟಿರುವುದು ನೋಡಿ ಅವನು ಚಕಿತನಾದರೂ ಏನನ್ನು ಹೇಳಲಿಲ್ಲ.

ಮೂವರು ಎಲ್ಲಿ ಹಾಗೂ ಯಾವ ಸಮಯಕ್ಕೆ ಭೇಟಿ ಮಾಡುವುದು ಎಂದು ಚರ್ಚಿಸಿ ಒಪ್ಪಿಕೊಂಡು. 30 ನಿಮಿಷಗಳನಂತರ ಎ&ಪಿ ಎಂಪೋರಿಯಮ್ ಇಂಟರ್ನ್ಯಾಷನಲ್ ಎಂಬ ನಾಮಫಲಕ ಹಾಕಿದ್ದ ಕಟ್ಟಡದ ಮುಂದೆ ಭೇಟಿ ಮಾಡಿದರು.

"ಇದು ನಮ್ಮ ಹೊಸ ಉದ್ಯಮ. ಎ ಅಂದರೆ ಸಂಟು, ಪಿ ಎಂದರೆ ಐಶೀ ನಾವು ಇನ್ನು ಉದ್ಯಮಿಗಳು, ಉದ್ಯೋಗಿಗಳಲ್ಲ" ಎಂದು ಗರ್ವದಿಂದ ಹೇಳಿದನು ಸಂಟು.

"ಇದು ಅದ್ಭುತವಾದುದು. ನನಗೆ ಎಲ್ಲವನ್ನು ತಿಳಿಸಿ" ಎಂದನು ಲಕ್ಕಿ.

ತಮ್ಮ ಹೊಸ ಕಾರ್ಖಾನೆಯ ಕ್ಯಾಂಟೀನ್‌ನ ಸಿಬ್ಬಂದಿ ಬಡಿಸಿದ ಊಟವನ್ನು ಸವಿಯುತ್ತಾ ಸಂಟು ಮತ್ತು ಐಶೀ ಉತ್ಸುಕರಾಗಿ ಎಲ್ಲವನ್ನು ಹೇಳಲು ಆರಂಭಿಸಿದರು. ಅವರು ಎಷ್ಟು ಉತ್ಸಾಹಿಗಳಾಗಿದ್ದರೆಂದರೆ ಇಬ್ಬರು ಒಟ್ಟೊಟ್ಟಿಗೆ ಮಾತನಾಡುತ್ತಿದ್ದರು.

"ನಿಲ್ಲಿ, ನಿಲ್ಲಿ" ಎಂದು ಲಕ್ಕಿ ತನ್ನ ತಲೆಯನ್ನು ಕೊಡುವುತ್ತಾ ಸಂಟು ಮತ್ತು ಐಶೀಯನ್ನು ತಡೆದನು. "ನೀವು ಇಬ್ಬರು ಒಟ್ಟೊಟ್ಟಿಗೆ ಮಾತನಾಡಿದರೆ ನಾನು ಏನನ್ನು ಕೇಳಲಾಗುವುದಿಲ್ಲ. ಸಂಟು ನೀನು ಪ್ರಾರಂಭಿಸುವೆಯಾ? ಐಶೀ ಅದನ್ನು ಅಂತ್ಯಗೊಳಿಸಲಿ? ಆಗ ನಾನು ನಿಮ್ಮ ಮಾತನ್ನು ಕೇಳಲು ಸಾಧ್ಯವಾಗುತ್ತದೆ. ನನಗೆ ಗೊತ್ತು. ನೀವಿಬ್ಬರು ತುಂಬಾ ಕಾತುರದಿಂದಿದ್ದೀರ ಎಂದು. ನಿಮ್ಮಷ್ಟೇ ನಾನು ಕೂಡ ಕಾತುರನಾಗಿದ್ದೇನೆ. ಸಂಟು ಇದೆಲ್ಲಾ ಹಾಗೆ ಶುರುವಾಯಿತು ತಿಳಿಸು".

ಸಂಟು ಹೇಳಲು ಆರಂಭಿಸಿದನು. ಲಕ್ಕಿಯ ಹಿಂದಿನ ಭೇಟಿಯಲ್ಲಿ ಅವರು ಅವಳಿ ಜವಳಿ ಸೂತ್ರಗಳನ್ನು ಅರಿತುಕೊಂಡಿದ್ದ ಬಗ್ಗೆ, ಐಶೀ ತನ್ನ ಕನಸಿನಿಂದ ಸ್ಫೂರ್ತಿಗೊಂಡು ಒಂದು ಬಿಸಿನೆಸ್ ಐಡಿಯಾದೊಂದಿಗೆ ಬಂದ ಬಗ್ಗೆ, ಅದನ್ನು ಒಂದು ಬಿಸಿನೆಸ್ ಪ್ಲಾನ್ ಆಗಿ ಪರಿವರ್ತಿಸಿ ಹೇಗೆ ಉದ್ಯಮವನ್ನು ನಡೆಸಬೇ ಕು, ಇಬ್ಬರು ಆಲೋಚಿಸಿ ಬಿಸಿನೆಸ್ ಅನ್ನು ಪ್ರಾರಂಭಿಸಿ ಉದ್ಯಮಿಗಳಾದ ಬಗ್ಗೆ, ಹಾಗೂ ಅವರು ಇನ್ನು ಮುಂದೆ ತಮ್ಮ ಪ್ರತಿಭೆಯನ್ನು ಅವರು ಕೆಲಸ ಮಾಡುತ್ತಿದ್ದ ಕಾರ್ಖಾನೆಯ ಮಾಲೀಕನಿಗೆ ವಾರದ ಕೂಲಿಗಾಗಿ ಮಾರುವ ಅಗತ್ಯವಿಲ್ಲ ಎಂಬುದನ್ನೆಲ್ಲಾ ಹೇಳಿದನು.

"ನೀನು ತಿಳಿ ಹೇಳಿದ ಪಾಠಗಳಿಂದ ನಾವು ಎಷ್ಟು ಉತ್ಸಾಹಿಗಳಾಗಿದ್ದೆವೆಂದರೆ, ಆದಷ್ಟು ಬೇಗನೆ ಅವನ್ನು ನಿಜ ಜೀವನದಲ್ಲಿ ಅಳವಡಿಸಿಕೊಳ್ಳಬೇಕೆಂದು ಕಾತುರದಿಂದಿದ್ದೆವು" ಎಂದು ಮುಂದುವರಿಸಿದನು ಸಂಟು. "ಸುಮಾರು ಆರು ವಾರಗಳ ಸಮಯ ತೆಗೆದುಕೊಂಡು ಪ್ರತಿಯೊಂದು ಅವಳಿ ಜವಳಿ ಯನ್ನು ಚರ್ಚಿಸಿ ನಮ್ಮ ಉದ್ಯಮದಲ್ಲಿ ಹೀಗೆ ಅಳವಡಿಸಿಕೊಂಡೆವು.

"ಯಾವುದು ನಿಮ್ಮ ಉದ್ಯಮ?" ಎಂದು ಕೇಳುತ್ತಾ ಲಕ್ಕಿ, ಹೆಣ್ಣ ಆನೆಯತ್ತ ದೃಷ್ಟಿ ಹಾಯಿಸಿದನು.

"ನಮ್ಮ ಹಿಂದಿನ ಕಾಡಿನಲ್ಲಿ ಮರದ ದಿಮ್ಮಿಗಳನ್ನು ಸಾಗಿಸುವ ಪರಿಶ್ರಮದ ಕೆಲಸಕ್ಕಿಂತ ನವೀನವಾದ ಒಂದು ಉದ್ಯಮ" ಎಂದು ಮಾತನ್ನು ಆರಂಭಿಸಿದಳು ಐಶೀ. "ನಾವು ಈ ಮರಗಳಿಂದ ಏನೇನು ಮಾಡಬಹುದು ಎಂದು ಯೋಚಿಸಿದೆವು. ಮಾನವನಿಗೆ ಆನೆಗಳನ್ನು ಕಂಡರೆ ಪ್ರೀತಿ, ಅದೇ ರೀತಿ ಆನೆಗಳಿಗೆ. ಹಾಗಾಗಿ ಇವೆರಡನ್ನು ಒಂದುಗೂಡಿಸುವ ಆಲೋಚನೆ ಮಾಡಿದೆವು. ಈ ಡಿಸೈನ್ ನಮ್ಮ ಕಣ್ಣ ಮುಂದೆಯೇ ಹಲವು ವರ್ಷಗಳಿಂದ ಇದ್ದರೂ, ನಾವು ಅದರ ಉಪಯೋಗ ನಮ್ಮ ಜೀವನದಲ್ಲಿ ಹೇಗಾಗಬಹುದು ಎಂದು ಆಲೋಚಿಸಿಯೇ ಇರಲಿಲ್ಲ".

"ಒಂದು ಸಂಜೆ, ಮರದಿಂದ ಮಾಡಿದ ಗಣೇಶ ವಿಗ್ರಹಗಳ ಹಲವು ಡಿಸೈನ್‌ಗಳನ್ನು ಮಾಡಿದೆ. ಇದನ್ನೆ ನಾವು ಈಗ ಮಾರುವುದು. ಆದರೆ, ಆ ವಿಗ್ರಹಗಳನ್ನು ನಾವು ವಿಭಿನ್ನವಾಗಿ ಡಿಸೈನ್ ಮಾಡಿದ್ದೇವೆ. ಇಲ್ಲಿಯೇ ಹತ್ತಿರದ ಹಳ್ಳಿಯ ಸಂಶೋಧಕರ ಸಹಾಯದಿಂದ ಹಲವ ಉಡುಗೊರೆಗಳನ್ನು, ಗಣೇಶನ ವಿಗ್ರಹದೊಳಗೆ ಸೇರಿಸುವ ಸಾಧ್ಯತೆಯನ್ನು ಕಲಿತುಕೊಂಡು ಹಿಂದು ದೇವತೆಯಾದ ಗಣೇಶನ ವಿಭಿನ್ನವಾದ ವಿಗ್ರಹಗಳನ್ನು ನಾವು ಮಾರಾಟ ಮಾಡಲು ಆರಂಭಿಸಿದ್ದೇವೆ".

"ಸ್ವಲ್ಪ ಹೊತ್ತಿನಲ್ಲಿ, ನಮ್ಮ ಕೆಲವು ಮಾದರಿ ವಿಗ್ರಹಗಳನ್ನು ತೋರಿಸುತ್ತೇವೆ. ಆದರೆ, ನಾನು ಹೇಳಬೇಕೆಂದಿರುವ ವಿಷಯವೇನೆಂದರೆ, ನಮ್ಮ ಡಿಸೈನ್‌ನಲ್ಲಿ ಆಳವಡಿಸಿದ ಸುಂದರತೆ ಹಾಗೂ ನಾವಿನ್ಯತೆ ರಾಷ್ಟ್ರೀಯ ಮಟ್ಟದಲ್ಲಿ ಜನಗಳ ಗಮನ ಸೆಳೆಯಿತು. ನಮ್ಮ ವೆಬ್‌ಸೈಟ್ ಅನ್ನು ಅಭಿವೃದ್ಧಿಗೊಳಿಸಿ, ಅಂತರಾಷ್ಟ್ರೀಯ ಮಟ್ಟದಲ್ಲಿ ನಮ್ಮ ಸರಕುಗಳನ್ನು ತೆಗೆದುಕೊಂಡು ಹೋಗಬೇಕೆಂದಿದ್ದೇವೆ. ನಮ್ಮ ಡಿಸೈನ್‌ಗಳು, ಕಲೆಕ್ಷನ್ಸ್ ಡಿಸೈನ್‌ಗಳು ಹಾಗೂ ಇವು ಪ್ರಪಂಚದಾದ್ಯಂತ ಸಿಗುವಂತೆ ಮಾಡುವುದು

ನಮ್ಮ ಗುರಿ. ಚಿಕ್ಕ ಗಿಫ್ಟ್ ಶಾಪ್‌ನಿಂದ ದೊಡ್ಡ ದೊಡ್ಡ ಆರ್ಟ್ ಗ್ಯಾಲರಿಗಳಲ್ಲಿ, ಸಣ್ಣ ಅಂಗಡಿ ಮುಂಗಟ್ಟುಗಳಿಂದ ಬೃಹತ್ ಡಿಪಾರ್ಟ್‌ಮೇಂಟ್ ಸ್ಟೋರ್ಸ್‌ಗಳಲ್ಲಿ ಸಿಗುವಂತೆ ಮಾಡುವುದು ನಮ್ಮ ಧ್ಯೇಯ".

"ನೀನು ನಮ್ಮನ್ನು ಭೇಟಿ ಮಾಡಿದಾಗ ನಮ್ಮ ಫೋರ್‌ಮ್ಯಾನ್ ರೊಂದಿಗೆ ನಮ್ಮ ಕಚ್ಚಾ ಸಾಮಗ್ರಿಗಳ ಪೂರೈಕೆ ಹೇಗೆ ಹೆಚ್ಚಿಸಬಹುದು ಎಂದು ಚರ್ಚಿಸುತ್ತಿದ್ದೇವು. ನಮ್ಮ ಹಿಂದಿನ ಉದ್ಯೋಗದಲ್ಲಿ ಮಾಲೀಕರೊಂದಿಗೆ ಇದ್ದ ನಮ್ಮ ಸಂಬಂಧದಿಂದ ಅವರು ನಾವು ಮಾಡುತ್ತಿರುವ ಉದ್ಯಮದ ಬಗ್ಗೆ ತಿಳಿದು ಸಂತಸದಿಂದ ಇದರಲ್ಲಿ ಪಾಲ್ಗೊಳ್ಳಲು ಮುಂದಾಗಿ ನಮಗೆ ಬೇಕಾಗಿರುವ ಕಚ್ಚಾ ಸಾಮಗ್ರಿಯನ್ನು ಪೂರೈಸಲು ಒಪ್ಪಿಕೊಂಡಿದ್ದಾರೆ. ನಾಲ್ಕು ತಿಂಗಳ ಹಿಂದೆ ಪ್ರಾರಂಭ ಮಾಡಿದಾಗಿನಿಂದ ಇಂದಿಗೆ ನಮ್ಮ ಉತ್ಪಾದನೆ ಶೇಕಡ 150 ರಷ್ಟು ಹೆಚ್ಚಾಗಿದೆ. ನಮ್ಮ ಉಳಿತಾಯದೊಂದಿಗೆ ಕೆಲವು ಆಪ್ತ ಸ್ನೇಹಿತರು ಹಾಗೂ ಸಲಹಗಾರರು ಆಗಿರುವಂತಹ

ಗೆಳೆಯರ ಹೂಡಿಕೆಯಿಂದ, ಮುಂದಿನ ಎರಡು ವರ್ಷಗಳಿಗೆ ಆರ್ಡರ್ಗಳು ಇವೆ" ಎಂದು ವರದಿ ಒಪ್ಪಿಸಿದ ಸಂಟು.

ಮುಂದುವರೆಸುತ್ತಾ "ಮರವನ್ನು ಕೊಳ್ಳುವುದರಿಂದ ಉತ್ಪಾದನೆಯವರಿಗೆ ನಾನು ನೋಡಿಕೊಳ್ಳುತ್ತೇವೆ. ಐಶೀಯದು ಡಿಸ್ಯೆನ್, ಮಾರ್ಕೆಟಿಂಗ್ ಹಾಗೂ ಮರ್ಚಂಡೈಸಿಂಗ್ ಜವಾಬ್ದಾರಿ". ತನ್ನ ಸಹೋದರಿಯತ್ತಾ, ಹೆಮ್ಮೆಯಿದ ನೋಡುತ್ತಾ "ನಮ್ಮ ಇತ್ತೀಚಿನ ಕ್ಯಾಟಲಾಗ್ ನಲ್ಲಿ ಬಿಡುಗಡೆ ಮಾಡಿರುವ ಐಶೀ ಡಿಸ್ಯೆನ್ಗಳನ್ನು ನೀನು ನೋಡಬೇಕು. ಉತ್ತಮವಾಗಿವೆ. ಮರದ ನೈಸರ್ಗೀಕ ಸೌಂದರ್ಯವನ್ನು ಗಣೇಶನ ಪಾತ್ರದೊಂದಿಗೆ ಒಗ್ಗೂಡಿಸುವ ಕಲೆ ಆಕೆಗೆ ಕರಗತವಾಗಿದೆ".

"ನೀನು ನಮಗೆ ಕಲಿಸಿಕೊಟ್ಟಂತೆ ಲಕ್ಕಿ" ಎಂದು ನಾಚುತ್ತಾ ಹೇಳಿದಳು ಐಶೀ. ಅವಳಿ ಜವಳಿ ಗಳಂತೆ ನಮ್ಮ ಪಾಲುದಾರಿಕೆ ನಮ್ಮಿಬ್ಬರ ವೈಯಕ್ತಿಕ ಪ್ರತಿಭೆ ಕುಶಲತೆ ಹಾಗೂ ಕಲೆಯನ್ನು ಒಗ್ಗೂಡಿಸಿ ನಾವು ಏಕಾಂಗಿಯಾಗಿ ಸಾಧಿಸುವುದಕ್ಕಿಂತ ಉತ್ತಮವಾದ ದೊಡ್ಡದಾದ ಹಾಗೂ ಸಮಾಧಾನ ತರುವಂತಹ ಉದ್ಯಮವನ್ನು ಸೃಷ್ಟಿಮಾಡಿದ್ದೇವೆ. ಇದರೊಂದಿಗೆ ನಮಗೆ ಸಹಾಯ ಮಾಡಲು ಅಗತ್ಯವಿರುವ ಒಂದು ಉತ್ತಮವಾದ ತಂಡವನ್ನು ಸಹ ಕಲೆ ಹಾಕಿದ್ದೇವೆ".

"ಇದೆಲ್ಲ ಸಾಧ್ಯವಾಗಿದ್ದ ನಿನ್ನಿಂದ, ನಿನಗೆ ಆನಂತ ಧನ್ಯವಾದಗಳು" ಎಂದನು ಸಂಟು.

ಲಕ್ಕಿಯ ಕಣ್ಣುಗಳು ತುಂಬಿ ಬಂದವು. ಸೊಳ್ಳೆಯನ್ನು ಓಡಿಸುವಂತೆ ನಟಿಸಿ, ಬರುತ್ತಿದ್ದ ಕಂಬನಿಯನ್ನು ಒರೆಸಿಕೊಂಡನು. ಅವನ ಹೃದಯ ತುಂಬಿ ಬಂದಿತ್ತು ಅವನು ಅತ್ಯಂತ ಭಾವುಕನಾಗಿದ್ದನು. ಮಾತನಾಡಲು ಬಾಯಿ ತೆಗೆದರೆ ತನ್ನ ಧ್ವನಿ ಕೈಕೊಟ್ಟು ತನ್ನ ಭಾವುಕತೆ ಹೊರಬಹುದೆಂಬ ಭಯ ಅವನಲ್ಲಿ. ಇದನ್ನು ಸೂಕ್ಷ್ಮವಾಗಿ ಗಮನಿಸಿದ ಐಶೀ. ಹಿಂದೆ ಹಲವು ಸಲ ಮಾಡಿದಂತೆ, ತನ್ನ ಸೊಂಡಿಲಿಂದ ಲಕ್ಕಿಯ ಮುಖವನ್ನು ಪ್ರೀತಿಯಿಂದ ಮುದ್ದಿಸಿದಳು.

"ಉದ್ಯಮಶೀಲತೆ ಅತ್ಯಂತ ಕಠಿಣವಾದ ಪಯಣ, ಆದರೆ ಅದು ಸಮಾಧಾನಕರವಾಗಿದೆ, ಲಕ್ಕಿ" ಎಂದಳು. "ನೀನು ನಮಗೆ ಸಿಗದಿದ್ದರೆ, ಈ ಅನುಭವವೇ ನಮಗೆ ಆಗುತ್ತಿರಲಿಲ್ಲ. ನೀನು ತಿಳಿಸಿದ ತತ್ತ್ವಗಳನ್ನು ನಿನ್ನ ಸಹಾಯ ಇಲ್ಲದೆ ಹೇಗೆ ನಾವು ಅಳವಡಿಸಿಕೊಳ್ಳಬಹುದು ಎಂದು ನಾವು ಪ್ರಯತ್ನಿಸಿದೆವು. ಇದರೊಂದಿಗೆ, ನೀನು ಕಲಿಸಿಕೊಟ್ಟ ಪಾಠಗಳನ್ನು ನಾವು ಸರಿಯಾಗಿ ಅರಿತಿದ್ದೇವೆ ಎಂದು ಸಹ ನೋಡಿದಂತಾಯಿತು".

"ನಿನ್ನನ್ನು ಭೇಟಿ ಮಾಡದಿದ್ದರೂ ನಾವು ಹೇಗಾದರೂ ಮಾಡಿ ಉದ್ಯಮಿಗಳಾಗುತ್ತಿದ್ದೆವು. ಏಕೆಂದರೆ ಉದ್ಯಮಿಗಳಾಗಬೇಕೆಂದ ಅದಮ್ಯ ಬಯಕೆ ನಮ್ಮಲ್ಲಿ ಯಾವಾಗಲೂ ಇತ್ತು. ಆದರೆ, ನಾವು ಅದರಲ್ಲಿ ಎಡವಿ, ಬಹುಶಃ ಮುಂದೆ ಸಾಗಲು ಆಗುತ್ತಿರಲಿಲ್ಲ. ನೀನು ನಮಗೆ ಸರಿಯಾದ

ಮಾರ್ಗದಲ್ಲಿ ಹೋಗುವುದನ್ನು ತಿಳಿಸಿ, ಈ ಅನುಭವ ಒಂದು ಉತ್ತಮ ಪಯಣವಾಗುವಂತೆ ಮಾಡಿದ್ದೀಯ" ಎಂದು ಮಧ್ಯೆ ಬಾಯಿ ಹಾಕಿದ ಏಶೀಯ ಸಹೋದರ.

ಮೂವರು ಮನಸ್ಸಪೂರ್ವಕವಾಗಿ ನಕ್ಕರು. ಆ ನಗುವನ್ನು ಕೇಳಿದವರಿಗೆ, ಅದೊಂದು ಸಂತಸದ ಹಾಡಂತಿತ್ತು.

"ಈಗ" ಎಂದು ತನ್ನ ಗೆಳೆಯನ ಭಜದ ಮೇಲೆ ಒಂದು ಸ್ನೇಹಪೂರ್ವಕವಗಿ ಗುದ್ದುಕೊಟ್ಟನು ಸಂಟು "ನಮ್ಮ ಬಗ್ಗೆ ಹೇಳಿದ್ದು, ಸಾಕು. ಈ ಆರು ತಿಂಗಳಲ್ಲಿ ನೀನು ಯಾವ ಹೊಸ ಸಾಹಸ ಮಾಡಿರುವೆ ತಿಳಿಸು. ಈ ಅವಳಿ ಜವಳಿಗಳ ಕಥೆಯಿಂದ ಇನ್ನೆಷ್ಟು ಜನರನ್ನು ಪುಳಕಿತಗೊಳಿಸಿ, ಸ್ಫೂರ್ತಿಸಿದ್ದೀಯ ಹೇಳು" ಎಂದನು.

ಲಕ್ಕಿ ಒಂದು ದೊಡ್ಡ ಚಮಚ ತರಕಾರಿಗಳನ್ನು ಎತ್ತಿಕೊಂಡು, ಬಿಸಿ ಬಿಸಿಯಾಗಿದ್ದ ರೋಟಿಯ ಮೇಲೆ ಹಾಕಿಕೊಂಡು ರೋಟಿಯ ರೋಲ್ ಮಾಡಿ ಸ್ವಾದಿಷ್ಟವಾದ ಭೋಜನವನ್ನು ಸವಿಯುತ್ತಾ ಮುಗುಳು ನಕ್ಕನು. ಸಂಟು ಮತ್ತು ಏಶೀಯತ್ತಾ ಕೀಟಲೆಯಿಂದ ನೋಡುತ್ತಾ ತನ್ನ ಬೆರಳುಗಳನ್ನು ನೆಕ್ಕುತ್ತಾ ಹೇಳುವೆ ಕೇಳಿ ಎಂದು ಶುರು ಮಾಡಿದನು.

ವಂದನೆಗಳು

ಈ ಪುಸ್ತಕದ ಲೇಖಕನ ಹೆಸರು ಒಂದಾಗಿರಬಹುದು. ಆದರೆ ಇಂತಹ ಸಾಧನೆ ಹಲವು ಜನರ ಶ್ರಮದಿಂದ ಮಾತ್ರ ಸಾಧ್ಯ. ಹಾಗೆಯೇ ಈ ಪುಸ್ತಕವೂ ಸಹ. ಅವಳಿ-ಜವಳಿ, ಈ ಪುಸ್ತಕವನ್ನು ಹೊರತರುವಲ್ಲಿ ಹಲವು ಜನರ ಪರಿಶ್ರಮ ಹಾಗು ಗುರಿ ಕೂಡಿದೆ.

ನನ್ನ ಸ್ನೇಹಿತರಾದ ರಾಜೇಶ್ ಶೆಟ್ಟಿಯವರ ದೂರದೃಷ್ಟಿ, ಅವಿರತ ಪ್ರಯತ್ನ ಹಾಗೂ ಮಾರ್ಗದರ್ಶನದಿಂದ ಇಂದು ಈ ಪುಸ್ತಕ ಅಸ್ತಿತ್ವಕ್ಕೆ ಬಂದಿದೆ. ಅವರು ನಾನು ಪುಸ್ತಕ ಬರೆಯುವಂತೆ ಒತ್ತಾಸೆ ಮಾಡಿದ ಮೂರು ವರ್ಷಗಳ ನಂತರ ಈ ಪುಸ್ತಕ ಬರೆಯಲು ಪ್ರಾರಂಬಿಸಿದೆ. ಅದಾದ ನಂತರ ಈ ಪುಸ್ತಕದಲ್ಲಿರುವ ಸೂತ್ರಗಳನ್ನು ಅಲೋಚಿಸಿ ರೂಪು ಕೊಡಲು ನಾಲ್ಕು ವರ್ಷಗಳಿಡಿಯಿತು, ಹಾಗಾಗಿ ನನ್ನ ಪ್ರಥಮ ವಂದನೆ ರಾಜೇಶ್ ಶೆಟ್ಟಿಯವರಿಗೆ ಸೇರತ್ತೆ. ಏಳು ವರ್ಷಗಳ ಹಿಂದೆಯೇ ಇಂತಹ ಪುಸ್ತಕ ಸಾಧ್ಯವೆಂದು ನಂಬಿದವರು ಅವರು.

ನನ್ನ ಮಾರ್ಗದರ್ಶಿಗಳಾದ ವಿ.ವಿ. ರಂಗನಾಥನ್, ಮುರಳಿ ವುಳಗಂಟಿ, ರಾಜೇಶ ಶೆಟ್ಟಿ, ಸಿ. ಶ್ರೀನಿವಾಸ್, ಡೇವಿಡ್ ಮೊಕ್ಸಾಮ್, ಆರ್.ವಿ.ಎಸ್. ರಾವ್ ಹಾಗೂ ಜ್ಞಾನದಾಶ್‌ರವರ ಜೊತೆಗಿನ ನನ್ನ ಧೀರ್ಘಕಾಲದ ಒಡನಾಟ ಹಾಗೂ ಪ್ರಭಾವವೇ "ಇನ್ಸೆಪೆರೆಬಲ್ ಟ್ವಿನ್ಸ್"ಗೆ ನಾಂದಿ. ಅವರುಗಳ ಜ್ಞಾನ, ಬುದ್ಧಿವಂತಿಕೆ ಹಾಗೂ ಅನುಭವವನ್ನು ಅರಿತುಕೊಳ್ಳಲು ಒಂದು ಜನ್ಮ ಸಾಲದು.

ನಾವಿನ್ಯತೆಯ ಬಗ್ಗೆ ಹಲವು ಪುಸ್ತಕಗಳನ್ನು ಬರೆದಿರುವ ವಿಲಿಯಮ್ ಮಿಲ್ಲರ್ ಅವರೊಡನೆ ನನ್ನ ಒಡನಾಟ ಈ ಪುಸ್ತಕ ಬರೆಯಲು ಉತ್ತೇಜಿಸಿದ ಮುಖ್ಯ ಕಾರಣಗಳಲ್ಲಿ ಒಂದು.

ನಾವಿನ್ಯತೆ ಎಲ್ಲರಿಂದಲೂ ಸಾಧ್ಯ ಎಂಬುದನ್ನು ನನಗೆ ತಿಳಿಹೇಳಿದ ವಿಲಿಯಮ್‌ರವರು ಹಾಗೂ ಅವರ ಪತ್ನಿ ಡೆಬ್ರಾ ವಿಲಯಮ್ ನಾವಿನ್ಯತೆ ಹಾಗೂ ಉದ್ಯಮಶೀಲತೆ ಕೇವಲ ಬೇರ್ಪಡಿಸಲಾಗದ ಅವಳಿಗಳಲ್ಲ, ಅವುಗಳು ಅದ್ಭುತ ಜೋಡಿಗಳು ಎಂಬ ತಿಳುವಳಿಕೆ ಮೂಡಿಸಲು ಅವರು ಮಾಡಿದ ಸಹಾಯವನ್ನು ನಾನು ಕೃತಜ್ಞತೆಯಿಂದ ನೆನೆಯುತ್ತೇನೆ. ಉದ್ಯಮಶೀಲತೆ

ಹಾಗೂ ನಾವಿನ್ಯತೆ ನನ್ನ ಹೃದಯಕ್ಕೆ ಹತ್ತಿರವಾದ ವಿಷಯಗಳಾಗಿರುವುದರಿಂದ ಇದು ನನಗೆ ಅತ್ಯಂತ ಸಂತಸ ತಂದಿದೆ.

ಲ್ಯಾಂಡ್ ಮಾರ್ಕ್ ಎಜುಕೇಷನ್ ಸಂಸ್ಥೆಯ ನನ್ನ ಸಹಪಾಠಿಗಳು, ಕೋಚ್‌ಗಳು ಹಾಗೂ ಅಲ್ಲಿಯ ಕೋರ್ಸ್ ಲೀಡರ್ ಗಳು ನಾನು ಈ ಪುಸ್ತಕ ಹೊರತರುವುದಕ್ಕೆ ಅತ್ಯಂತ ಪೂರಕವಾದ ಅವಕಾಶಗಳನ್ನು ನಿರ್ಮಿಸಿಕೊಟ್ಟಿದ್ದಾರೆ.

www.start2lead.com ವೆಬ್‌ಸೈಟನಲ್ಲಿ ನನ್ನ "ಇನ್ಸ್‌ಪೆರೆಬಲ್ ಟ್ವಿನ್ಸ್"ಸರಣಿ ಲೇಖನದ ಓದುಗರ ಉತ್ತೇಜನ ಹಾಗೂ ಅಭಿಪ್ರಾಯ ಈ ಪುಸ್ತಕದ ಮೂಲ ಶಕ್ತಿ.

"ಇನ್ಸ್‌ಪೆರೆಬಲ್ ಟ್ವಿನ್ಸ್" ಎಂದು ಕರೆಯಲಾಗುತ್ತಿರುವ ಈ ಸಂಕಲನ ಐದು ವರ್ಷಗಳ ಸತತ ಸಂಶೋಧನೆಯ ಫಲಿತಾಂಶ. ಇದರಲ್ಲಿನ ದೃಷ್ಟಾಂತಗಳು, ಉದಾಹರಣೆಗಳು ಹಾಗೂ ಉಕ್ತಿಗಳು ಹಲವು ಪುಸ್ತಕ ಹಾಗೂ ಲೇಖನಗಳಿಂದ ಸಂಗ್ರಹಿಸಿದ್ದು, ಇವುಗಳ ಮೂಲವನ್ನು ಇಲ್ಲಿ ತಿಳಿಸಲು ಸಾಧ್ಯವಾಗಿಲ್ಲ. ತಿಳಿದೋ, ತಿಳಿಯದೆಯೋ ಈ ಒಂದು ಹೊತ್ತಿಗೆ ತರಲು ಸಹಾಯ ಮಾಡಿರುವ ಪ್ರತಿಯೊಬ್ಬರಿಗೂ ನಾನು ಕೃತಜ್ಞ.

ಆದರೆ, ಮಾಜಿ ರಾಷ್ಟ್ರಪತಿಗಳಾದ ಡಾ|| ಎ.ಪಿ.ಜೆ. ಅಬ್ದುಲ್ ಕಲಾಂರವರೊಂದಿಗಿನ ಸಂದರ್ಶನವನ್ನು ಪೆನ್ಸಿಲ್ವೀನಿಯ ವಿಶ್ವವಿದ್ಯಾನಿಲಯದ ವಾರ್ಟನ್ ಸ್ಕೂಲ್‌ನ ಆನ್‌ಲೈನ್ ರಿಸರ್ಚ್ ಜನರಲ್‌ರವರ ಸಮ್ಮತಿಯೊಂದಿಗೆ, ನಾಯಕ ಮತ್ತು ತಂಡ ಶೀರ್ಷಿಕೆಯಡಿಯಲ್ಲಿ ಇಲ್ಲಿ ಪುನರ್ ಮುದ್ರಿಸಲಾಗಿದೆ.

ಮುನ್ನುಡಿ ಬರೆದುಕೊಟ್ಟಂತಹ ಶ್ರೀ ರವಿನಾರಾಯಣರವರಿಗೆ ಹಾಗೂ ವಿ.ವಿ. ರಂಗನಾಥರವರಿಗೆ ನನ್ನ ವಂದನೆಗಳು.

ಶ್ರೀ ನಿತಿನ್ ಪರಂಜಪೆ, ಶ್ರೀ ಶ್ರೀವತ್ಸ ಕೃಷ್ಣ, ಶ್ರೀ ರಾಜೇಶ್‌ಶೆಟ್ಟಿ, ಶ್ರೀ ಟಿ.ಕೆ.ಕೆ. ಭಾಗವತ್, ಶ್ರೀ ರಾಜನ್ ವಾರಿಯರ್ ಹಾಗೂ ಶ್ರೀ ಮುರಳಿ ಪುಳಗಂಟಿಯವರ ವಿಮರ್ಶೆಗಳಿಗೆ ನಾನು ಚಿರಋಣಿ.

ನನ್ನ ಲೇಖನಿಯಾಗಿದ್ದ ಗೌತಮ್‌ರವರಿಗೆ ನನ್ನ ವಿಶೇಷ ನಮನಗಳು. ಮಹೇಶ್ ಬಾಕ್ಸಿಯವರ ಹದ್ದಿನ ಕಣ್ಣುಗಳಿಗೆ ಮತ್ತು ಚಿತ್ರಗಳಿಂದ ಪುಸ್ತಕವನ್ನು ರಂಗಾಗಿಸಿರುವ ರಾಜೀವ್ ಮ್ಯಾಥ್ಯೂರವರಿಗೆ ನನ್ನ ಧನ್ಯವಾದಗಳು.

ಈ ಲೇಖನದ ವಸ್ತುವನ್ನು ವಿಮರ್ಶಿಸಿ, ಅದನ್ನು ಸೂಕ್ತವಾದ ಶೈಲಿಯಲ್ಲಿ ಬರುವಂತೆ ಸಹಾಯ ಮಾಡಿದ ಡಾ ಲಿಜ್ ಅಲೆಕ್ಸಾಂಡರ್ ರವರಿಗೆ ನನ್ನ ವಿಶೇಷ ವಂದನೆಗಳು.

ಲೋನ್ ಟ್ರೀ ಬುಕ್ಸ್, ದೆಹಲಿ, ತಂದದವರಿಗೆ, ಆಲ್ಬ್ಸ್ ಇನ್ನೊವೇಟರ್ಸ್ ಪ್ರೈವೇಟ್ ಲಿಮಿಟೆಡ್ ಮತ್ತು ಪುಸ್ತಕ ವಿನ್ಯಾಸ ಮಾಡಿಕೊಟ್ಟ ಧ್ರುವ ಗ್ರಾಫಿಕ್ಸ್ ಪ್ರೈವೇಟ್ ಲಿಮಿಟೆಡ್ ಸಂಸ್ಥೆಯ ನೀಲೇಶ್ ಕಾಪ್ಸೆ ಯವರಿಗೆ, ಉದಾಹರಣೆ ವಿನ್ಯಾಸ ಮಾಡಿದ ವಿವೇಕ್ ಪಥಾರೆ, ಕವರ್ ಡಿಸ್ಸೈನ್ ಮಾಡಿದ ಕವಿತಾ ದಿನೇಶ್, ಟೈಪ್ ಸೆಟ್ ಮತ್ತು ಪ್ರಿಂಟಿಂಗ್ ಗಾಗಿ ಸತೀಶ್ ಮತ್ತು ಕಿರಣ್ ಭೋಸ್ಲೆ ಅವರಿಗೆ ವಂದನೆಗಳು.

ನನಗೆ ಸದಾ ಪ್ರೀತಿ ಹಾಗು ಉತ್ತೇಜನೆ ನೀಡುವ, ನನ್ನ ತಂದೆ ತಾಯಿ, ಸಹೋದರರನ್ನು, ನನ್ನ ಪತ್ನಿ ಗೌರಿ, ಮಗ ಶ್ರೀನಿಕೇತ್ ಮತ್ತು ನನ್ನ ಮಗಳು ಶ್ರೀನುತ ಇವರುಗಳ್ಯನ್ನು ನೆನೆಯದ್ದಿದರೆ, ನನ್ನ ಬದುಕಿನಂತೆಯೇ ಈ ಭಾಗ ಅಪೂರ್ಣ.

ನವೀನ್ ಲಕ್ಕೂರು
ಬೆಂಗಳೂರು

ಲೇಖಕರ ಬಗ್ಗೆ

ಸೃಜನಶೀಲ ಕಲ್ಪನೆಯನ್ನು ಸಾಮಾಜಿಕ ಜವಾಬ್ದಾರಿಯುತ, ಲಾಭದಾಯಕ ಉದ್ಯಮವಾಗಿಸುವುದು ಇದು ನವೀನ್‌ಲಕ್ಕೂರ್ ರವರನ್ನು ವರ್ಣಿಸುವ ಸಾಲು. ನವೀನ್ ಒಬ್ಬ ಸರಣಿ ಉದ್ಯಮಿ, ಉದ್ಯಮ ಪೋಷಕ.

ಎರಡು ದಶಕಗಳಿಗೂ ಹೆಚ್ಚು ವೃತಿಪರ ಅನುಭವವಿರುವ ನವೀನ್ ಸೃಜನಶೀಲ ಆಲೋಚನೆಗಳನ್ನು ಜಾಗತಿಕ ಮಟ್ಟದಲ್ಲಿ ಲಾಭದಾಯಕ ಉದ್ಯಮವಾಗಿಸುವ ಖ್ಯಾತಿಯನ್ನು ಹೊಂದಿದ್ದಾರೆ.

ನವೀನ್ ನವೀಕರಣ, ನಾಯಕತ್ವ, ಉದ್ಯಮಶೀಲತೆ ಹಾಗೂ ಮಾಹಿತಿ ತಂತ್ರಜ್ಞಾನದ ಬಗ್ಗೆ ಹಲವು ಭಾಷಣಗಳನ್ನು ಲೇಖನಗಳನ್ನು ಪ್ರಕಟಿಸಿದ್ದಾರೆ.

ಉದ್ಯಮಶೀಲತೆಯನ್ನು ಪೋಷಿಸುವುದು ನವೀನ್‌ರವರಿಗೆ ಉತ್ಸಾಹದಾಯಕ. ಅದರಲ್ಲೂ ಸಾಮಾಜಿಕ ಪ್ರಭಾವ ಬೀರುವಂತಹ ಉದ್ಯಮಗಳೆಂದರೆ ನವೀನ್‌ರವರಿಗೆ ಅಚ್ಚು ಮೆಚ್ಚು.

"ಲವ್ ಆಲ್ ಸರ್ವ ಆಲ್"ಎಂಬುದು ನವೀನ್‌ರ ಮಂತ್ರ. ನವೀನ್‌ರವರ ಬಗ್ಗೆ ಹೆಚ್ಚು ತಿಳಿದುಕೊಳ್ಳಲು www.NaveenLakkur.comನ್ನು ಸಂದರ್ಶಿಸಿ.

ಅನುವಾದಕರು

ಕವಿತಾ ಪರಮೇಶ್, CA, MBL, ಚಾರ್ಟರ್ಡ್ ಅಕೌಂಟೆಂಟ್ ವೃತ್ತಿಯಲ್ಲಿ ತೊಡಗಿದ್ದು, ಇನ್ಕಮ್ ಟ್ಯಾಕ್ಸ್, ಕಾರ್ಪೊರೇಟ್ ಲಾ, ಬಿಸಿನೆಸ್ ಅಡ್ವೈಸರಿ ಸರ್ವಿಸಸ್ ಗಳಲ್ಲಿ ಪರಿಣತಿ ಹೊಂದಿದ್ದಾರೆ. ಹಲವು ದೇಶೀಯ ಹಾಗೂ ಬಹುರಾಷ್ಟ್ರೀಯ ಉದ್ಯಮಗಳಿಗೆ ಸಲಹೆಗಾರರಾಗಿ, ಮಾರ್ಗದರ್ಶಕರಾಗಿ ಕಾರ್ಯನಿರ್ವಹಿಸುತ್ತಿದ್ದಾರೆ.

ಉದ್ಯಮಗಳ ಏಳು ಬೀಳುಗಳನ್ನು ಅತಿ ಸಮೀಪದಿಂದ ಕಂಡಿರುವ ಅವರು, ಉದ್ಯಮಿಗಳನ್ನು ಅದರಲ್ಲೂ ಗ್ರಾಮೀಣ ಪ್ರದೇಶದ ಉದ್ಯಮಿಗಳನ್ನು, ಮಹಿಳಾ ಉದ್ಯಮಿಗಳನ್ನು ಪ್ರೋತ್ಸಾಹಿಸಲು ಹಾಗೂ ಅವರಿಗೆ ಮಾರ್ಗದರ್ಶಿಯಾಗಿರಲೆಂದು ನವೀನ್ ಲಕ್ಕೂರ್ ರವರ "ಇನ್ಸೆಪೆರೆಬಲ್ ಟ್ವಿನ್ಸ್" ಪುಸ್ತಕವನ್ನು ಕನ್ನಡಕ್ಕೆ ಅನುವಾದ ಮಾಡಿದ್ದಾರೆ.

ಕವಿತಾರವರು ಸಮಾಜ ಕಳಕಳಿ ಇರುವ ಹಲವು ಲೇಖನಗಳನ್ನು ದಿನಪತ್ರಿಕೆಗಳಲ್ಲಿ ಹಾಗೂ ಸಾಮಾಜಿಕ ಹಾಗೂ ವೃತ್ತಿಪರ ತಾಣಗಳಲ್ಲಿ ಪ್ರಕಟಿಸಿದ್ದಾರೆ. ರೋಟರಿ ಸಂಸ್ಥೆಯಂತಹ ಸಾಮಾಜಿಕ ಸಂಸ್ಥೆಗಳಲ್ಲಿ ಸಕ್ರಿಯ ಸದಸ್ಯರಾಗಿದ್ದು, ಕನ್ನಡ ಸಾಹಿತ್ಯ ಪರಿಷತ್ತಿನ ಸದಸ್ಯತ್ವವನ್ನು ಹೊಂದಿದ್ದಾರೆ. ವೀಣಾಭ್ಯಾಸ ಹಾಗೂ ಮ್ಯಾರಾಥಾನ್ ರನ್ನಿಂಗ್ ಇವರ ಇತರ ಆಸಕ್ತಿಗಳು.

ಅನುವಾದಕರ ಅನುಭವ

"ಇನ್ಸೆಪರೆಬಲ್ ಟ್ವಿನ್ಸ್" ಹೆಸರು ಕೇಳಿದಾಗ, ಇದು ಯಾವುದೋ ಕಾದಂಬರಿ ಇರಬೇಕು ಎನ್ನಿಸಿತು. ಆದರೆ, ನವೀನ್ ಇದು ಉದ್ಯಮಶೀಲತೆಗೆ ಸಂಬಂದಿಸಿ ಪುಸ್ತಕ ಎಂದಾಗ, ಈ ಪುಸ್ತಕವನ್ನು ಓದಲೇಬೇಕು ಎಂಬ ಕುತೂಹಲ, ಉದ್ಯಮಶೀಲತೆಗೂ ಅವಳಿ-ಜವಳಿಗೂ ಏನು ಸಂಬಂಧ ಎಂದು ತಿಳಿದುಕೊಳ್ಳುವ ಆಸಕ್ತಿ, ಕುತೂಹಲ. ಆಸಕ್ತಿಯಿಂದ ಪುಸ್ತಕವನ್ನು ಓದಲಾರಂಬಿಸಿದೆ. ಇಡೀ ಪುಸ್ತಕ ಮುಗಿಯುವವರೆಗೂ ಎಲ್ಲಿಯೂ ಬೇಸರ ಮಾಡದೆ, ಓದುಗರ ಆಸಕ್ತಿಯನ್ನು ಹಿಡಿದಿದ್ದು, ಓದುವ ಅನುಭವವೂ ಉತ್ಸಾಹದಾಯಕವಾಗಿತ್ತು.

ಉದ್ಯಮಶೀಲತೆಯಂತಹ ತಾಂತ್ರಿಕ ವಿಷಯವನ್ನು ಎರಡು ಮುದ್ದಾದ ಆನೆಮರಿಗಳೊಂದಿಗಿನ ಸಂಭಾಷಣೆಯ ಮೂಲಕ, ಸರಳವಾಗಿ, ಎಲ್ಲರಿಗೂ ಅರ್ಥವಾಗುವಂತಹ ರೀತಿಯಲ್ಲಿ ನಿರೂಪಿಸಿರುವ ಶೈಲಿ ನನಗೆ ಮೆಚ್ಚುಗೆಯಾಯಿತು. ಇಷ್ಟು ಸರಳವಾಗಿ ತಿಳಿ ಹೇಳಿರುವ ವಿಷಯವನ್ನು ಗ್ರಾಮೀಣ ಪ್ರದೇಶದಲ್ಲಿರುವ ಯುವ ಪೀಳಿಗೆಗೆ ಹಾಗೂ ಮಹಿಳೆಯರಿಗೆ ತಲುಪಿಸಿದರೆ ಹೇಗೆ ಎಂದು ಆಲೋಚಿಸುತ್ತಿರುವಾಗಲೇ, ನವೀನ್ ಕೂಡ ಈ ಪುಸ್ತಕವನ್ನು ಕನ್ನಡಕ್ಕೆ ಅನುವಾದ ಮಾಡುವ ಹಂಬಲವನ್ನು ವ್ಯಕ್ತಪಡಿಸಿದರು.

ಅನುಭವದಿಂದಲೂ ಉದ್ಯಮ ಶೀಲತೆಯ ಎಲ್ಲಾ ಮಜಲುಗಳನ್ನು ತಿಳಿಯಲು ಸಾಧ್ಯವಿರದೇ ಇರುವಾಗ, ಯಶಸ್ವಿ ಉದ್ಯಮಿಗೆ ಅವಶ್ಯವಿರುವ ಎಲ್ಲಾ ಗುರಿಗಳನ್ನು ಒಂದೇ ಪುಸ್ತಕದಲ್ಲಿ ಅತ್ಯಂತ ಸರಳವಾದ ಭಾಷೆಯಲ್ಲಿ ದೃಷ್ಟಾಂತದೊಂದಿಗೆ ವಿವರಿಸಿರುವ ಈ ಪುಸ್ತಕವನ್ನು ಕನ್ನಡಕ್ಕೆ ಅನುವಾದ ಮಾಡುವ ಜವಾಬ್ದಾರಿಯನ್ನು ಒಪ್ಪಿಕೊಂಡೆ. ಇಂದು, ಅನುವಾದ ಪುಸ್ತಕವಾಗಿ ಮಾಡುತ್ತಿರುವಾಗ ಅಳಿಲು ಸೇವೆ ಮಾಡಿದ ಸಮಾಧಾನ. ಪ್ರತಿಯೊಬ್ಬ ಉದ್ಯಮಿಗೂ ಈ ಪುಸ್ತಕ ಒಂದು ಸಂದೇಶವನ್ನು ನೀಡುತ್ತದೆ, ಹಾಗೂ ಈ ಪುಸ್ತಕದಲ್ಲಿನ ಸೂತ್ರಗಳನ್ನು ಅಳವಡಿಸಿಕೊಂಡಲ್ಲಿ, ಯಶಸ್ಸು ಖಚಿತ ಎಂಬುದು ನನ್ನ ವಿಶ್ವಾಸ.

ಚಾರ್ಟರ್ಡ್ ಅಕೌಂಟೆಂಟ್ ಆದ ನಾನು ಹಲವು ಉದ್ಯಮಗಳನ್ನು ನೋಡಿರುವೆ ಹಾಗೂ ಅವರ ಸೋಲು-ಗೆಲುವಿನಲ್ಲಿ ಭಾಗಿಯಾಗಿರುವೆ. ಅನುವಾದ ಮಾಡುವಾಗ ಎಲ್ಲಿಯೂ ನನ್ನ ಅನುಭವದ ಭಾಯೆ ಮೂಡದಂತೆ, ನವೀನ್ ರವರ ಮೂಲ ಸಂದೇಶವನ್ನು, ಯಥಾವತ್ತಾಗಿ

ತಲುಪಿಸುವ ಪ್ರಯತ್ನ ಮಾಡಿದ್ದೇನೆ. ಕನ್ನಡ ಸೇವೆಗೆ ಇದೊಂದು ಅತ್ಯಂತ ಪುಟ್ಟ ಹೆಜ್ಜೆ. ಓದುಗರು ಇದನ್ನು ಒಪ್ಪಿಕೊಂಡು ಇದರ ಲಾಭ ಪಡೆದುಕೊಳ್ಳುತ್ತಾರೆ ಎಂದು ಭಾವಿಸಿರುವೆ.

ಈ ಪುಸ್ತಕವನ್ನು ಅನುವಾದ ಮಾಡಲು ನನಗೆ ಅವಕಾಶ ಮಾಡಿಕೊಟ್ಟ ನವೀನ್‌ರವರಿಗೆ ನನ್ನ ಧನ್ಯವಾದಗಳು.

ಈ ಅನುವಾದ ಪ್ರತಿಯನ್ನು ಓದಿ ತಿದ್ದುಪಡಿ ಮಾಡಿದ ಮಂಜುನಾಥ ಶಾಸ್ತ್ರಿಯವರಿಗೆ, ಪುಸ್ತಕ ವಿನ್ಯಾಸ ಮಾಡಿರುವ ವೇಣುರವರಿಗೆ ಹಾಗೂ ಪ್ರಕಾಶಕರಿಗೆ ನನ್ನ ಹೃತ್ಪೂರ್ವಕ ವಂದನೆಗಳು.

ನನ್ನ ಈ ಪ್ರಯತ್ನವನ್ನು ಹುರಿದುಂಬಿಸಿ ಸೂಕ್ತ ಸಲಹೆಗಳಿಂದ ಪುಸ್ತಕಕ್ಕೆ ಬೇಕಾಗಿರುವ ಆಕಾರ ಮೂಡಿಸಿದ ಭಾರತೀಯ ವಿದ್ಯಾಭವನ ಹಾಗೂ ಅದರ ನಿರ್ದೇಶಕರಾದ ಶ್ರೀ ಹೆಚ್.ಎನ್. ಸುರೇಶ್‌ರವರಿಗೆ ನನ್ನ ಅನಂತ ನಮಸ್ಕಾರಗಳು.

ರೋಟರಿ ಇಂದಿರಾನಗರ ಕ್ಲಬ್‌ನ ಮಾಜಿ ಅಧ್ಯಕ್ಷರಾದ ಶ್ರೀ ಜಗದೀಶ್‌ರವರಿಗೆ ನನ್ನ ಹೃದಯಪೂರ್ವಕ ವಂದನೆಗಳು.

ನನ್ನ ಎಲ್ಲಾ ಪ್ರಯತ್ನಗಳನ್ನು ಪ್ರೋತ್ಸಾಹಿಸಿ, ನನ್ನ ಜೊತೆ ಸದಾ ಇರುವ ತಂದೆ, ತಾಯಿ ಹಾಗೂ ಕುಟುಂಬದವರಿಗೆ ನನ್ನ ನಮನಗಳು.

ಇಂತಿ ನಿಮ್ಮ,

ಕವಿತಾ ಪರಮೇಶ್

ಬೆಂಗಳೂರು

ಸಂದೇಶ

"ಇನ್ಸ್‌ಪೆರೆಬಲ್ ಟ್ವಿನ್ಸ್" ಪುಸ್ತಕ ಬಿಡುಗಡೆಯ ಮುನ್ನವೇ ಓದಲು ಅವಕಾಶ ಮಾಡಿಕೊಟ್ಟಿರುವ ನವೀನ್ ಲಕ್ಕೂರ ರವರಿಗೆ ನನ್ನ ವಂದನೆಗಳು. ಇದು ಒಂದು ಅತ್ಯುತ್ತಮವಾದ ಪುಸ್ತಕ ಎಂಬುದು ನನ್ನ ಅಭಿಪ್ರಾಯ. ಪ್ರತಿಯೊಬ್ಬ ಉದ್ಯಮಿ ಹಾಗೂ ವೃತ್ತಿಪರ ವ್ಯಕ್ತಿ ಈ ಪುಸ್ತಕವನ್ನು ಓದಿ, ಅರ್ಥೈಸಿಕೊಂಡು ತಮ್ಮ ಉದ್ದಿಮೆಯ ಲಾಭದಾಯಕ ಬೆಳವಣಿಗೆಗಾಗಿ ಮಹತ್ವವಾದ ಕೊಡುಗೆ ನೀಡಬಲ್ಲರು, ಅಷ್ಟೆ ಅಲ್ಲದೆ ಜನತೆಯ ಮೆಚ್ಚುಗೆಯನ್ನು ಸಹ ಪಡೆಯಬಹುದು.

ಒಬ್ಬ ಉದ್ಯಮಿ ತನ್ನ ಉದ್ಯಮದ ಬೆಳವಣಿಗೆಗಾಗಿ ಅದರ ಕಾರ್ಯಾಚರಣೆಯಲ್ಲಿ ಉದ್ಯಮಕ್ಕೆ ಸಂಬಂದಿಸಿದ ಎಲ್ಲರೊಂದಿಗೆ ಆರೋಗ್ಯಕರ ಸಂಬಂಧವನ್ನು ಬೆಳೆಸಿಕೊಳ್ಳಲು ಮನದಟ್ಟು ಮಾಡಿಕೊಳ್ಳಬೇಕಾಗಿರುವ ಹಾಗೂ ಅಳವಡಿಸಿಕೊಳ್ಳಬೇಕಾಗಿರುವ ಹಲವು ಆಯಾಮಗಳನ್ನು ಅತ್ಯುತ್ತಮವಾಗಿ ಲೇಖಕರು ಹೊರತಂದಿದ್ದಾರೆ. ಒಬ್ಬ ವ್ಯಾಪಾರಿ ಹೇಗೆ ತನ್ನನ್ನು ಉದ್ಯಮಿಯಾಗಿ ಪರಿವರ್ತಿಸಿಕೊಳ್ಳಬಹುದೆಂದು ತಿಳಿಸಿಕೊಡುತ್ತಾರೆ. ಈ ಪುಸ್ತಕದಿಂದ ಕಲಿಯುವುದು ಹಾಗೂ ಗಳಿಸುವುದು ತುಂಬಾ ಇದೆ. ಸಂಭಾಷಣೆ ಶೈಲಿ ನಿರೂಪಣೆ ಅಳವಡಿಸಿಕೊಂಡಿರುವುದರಿಂದ, ಓದುವುದು ಉತ್ಸಾಹದಾಯಕವಾಗಿದೆ. ನವೀನ್‌ರವರಿಗೆ ಹಾಗೂ ಓದುಗರಿಗೆ ನನ್ನ ಹಾರೈಕೆಗಳು

ಟಿಕೆಕೆ ಭಾಗವತ್

ಮಾಜಿ ಛೇರ್ಮನ್ ಮತ್ತು ವ್ಯವಸ್ಥಾಪಕ ನಿರ್ದೇಶಕರು,
ಇಂಡಿಯನ್ ಓವರ್ಸೀಸ್ ಬ್ಯಾಂಕ್,
ಬ್ಯಾಂಕ್ ಆಫ್ ಮಹಾರಾಷ್ಟ್ರ, ವೈಶ್ಯಬ್ಯಾಂಕ್ ಲಿ
ಮಾಜಿ ಸಲಹೆಗಾರರು
ಬ್ಯಾಂಕಿಂಗ್ ಸೂಪರ್ವಿಷನ್,
ಇಂಟರ್ನ್ಯಾಷನಲ್ ಮಾನಿಟರಿ ಫಂಡ್,
ಬೆಂಗಳೂರು
31ನೇ ಅಕ್ಟೋಬರ್ 2012

ಸಂದೇಶ

"ಇನ್ಸ್ಪಿರೆಬಲ್ ಟ್ವಿನ್ಸ್" ಪುಸ್ತಕವನ್ನು ನವೀನ್‌ಲಕ್ಕೂರ್ ಓದಲು ಕೇಳಿದಾಗ ಸಾಂಪ್ರದಾಯಿಕ ವ್ಯವಹಾರಗಳಲ್ಲದ, ಪರ್ಯಾಯ ವ್ಯವಹಾರಗಳನ್ನು ನಡೆಸುತ್ತಿರುವ ನಾನು ಏನನ್ನು ಅರಿತು ಕೊಳ್ಳುವೆ ಎಂಬ ಅನುಮಾನವಿತ್ತು. ಆದರೆ, ನವೀನ್ ಆಪ್ತಗೆಳೆಯರಾಗಿದ್ದರಿಂದ ಪುಸ್ತಕವನ್ನು ವಿಮರ್ಶಿಸಲು ಒಪ್ಪಿಕೊಂಡೆ.

ನಾನು ಇಲ್ಲಿ ತಪ್ಪೊಪ್ಪಿಕೊಳ್ಳಬೇಕು, ಈ ಪುಸ್ತಕ ನನಗೂ ಸಹ ಬಹಳ ಆಸಕ್ತಿದಾಯಕ ಮಾಹಿತಿದಾಯಕ, ಹಾಗೂ ಉಪಯುಕ್ತವಾಗಿದೆ. ಆಗಲೇ ನನಗೆ ತಿಳಿದಿದ್ದು, ವಿವೇಕಕ್ಕೆ ಯಾವುದೇ ರೀತಿಯ ಚೌಕಟ್ಟು ಅಥವಾ ಆಯಸ್ಸು ಇಲ್ಲವೆಂದು, ಅದು ಎಲ್ಲರಿಗೂ, ಎಲ್ಲೆಡೆ ಮತ್ತು ಎಲ್ಲಾ ಸಮಯಕ್ಕೆ ಅನ್ವಯವಾಗುತ್ತದೆ.

ನವೀನ್ ಮನಮುಟ್ಟುವಂತೆ ಕಥೆ ಹೇಳುವ ಶೈಲಿ ಹೊಂದಿದ್ದಾರೆ. ಅವರು ಉಪಯೋಗಿಸುವ ವ್ಯಕ್ತಿತ್ವಗಳು, ಉದಾಹರಣೆ, ಕಥೆಗಳು, ಉಪಖ್ಯಾನಗಳು ಅವರ ಸಂದೇಶವನ್ನು ಸ್ಪಷ್ಟವಾಗಿ ತಿಳಿಸುವಲ್ಲಿ ಯಶಸ್ವಿಯಾಗಿವೆ. ಸ್ವತಃ ನವೀನ್ ಒಬ್ಬ ಸರಣಿ ಉದ್ಯಮಿಯಾಗಿದ್ದು, ಅಪಾರ ಜ್ಞಾನವನ್ನು ಹೊಂದಿದ್ದಾರೆ. ಪ್ರತಿಯೊಬ್ಬ ಉದಯೋನ್ಮುಖಿ ಉದ್ಯಮಿಯು ಓದಲೇ ಬೇಕಾದ ಪುಸ್ತಕವಿದು ಎಂಬುದು ನನ್ನ ನಂಬಿಕೆ. ಇವತ್ತಿನ ದಿನಗಳಲ್ಲಿ ತಮ್ಮ ಜ್ಞಾನವನ್ನು ತಾವಾಗಿ ಹಂಚಿಕೊಳ್ಳುವವರು ವಿರಳ. ಮರು ಸಂಶೋಧನೆಯ ಬದಲು ಅನುಭವಿಯ ಅನುಭವದಿಂದ ಕಲಿಯುವುದು ಉಚಿತ. ಸಾಮಾಜಿಕ ಜವಾಬ್ದಾರಿ ಹೊಂದಿರುವ, ಯಶಸ್ವಿ ಉದ್ಯಮವನ್ನು ಸೃಷ್ಟಿಸಬೇಕೆಂಬ ಹಂಬಲ ಇರುವವರಿಗೆ, ಇದೊಂದು ಕೈಪಿಡಿ. ಇನ್ಸ್ಪಿರೆಬಲ್ ಟ್ವಿನ್ಸ್ ಪುಸ್ತಕಕ್ಕಾಗಿ ಧನ್ಯವಾದಗಳು, ನವೀನ್

ರಾಜನ್ ವಾರಿಯರ್

ಲೈಫ್ ಕೋಚ್ & ಮೆಂಟರ್

ಸಂದೇಶ

ಬರಿಗಣ್ಣಿನಿಂದ ನೋಡಲಾಗದ ಹಲವು ವಿಷಯಗಳನ್ನು ಸೂಕ್ಷ್ಮವಾಗಿ ಗಮನಿಸುವ ನವೀನ್‌ರವರ ಗುಣದ ಸಾಕ್ಷಿಯೇ "ಇನ್ಸ್‌ಪೆರೆಬಲ್ ಟ್ವಿನ್ಸ್"ಬಳಾರ್ಥಗಳನ್ನು ಮುಂತರುವ ಕನ್ನಡಿಯೇ ಅವಳಿ ಸೂತ್ರಗಳು. ಅದರಿಂದಲೇ ನಾನು ಹೆಮ್ಮೆಯಿಂದ ಹೇಳುವುದು "ಅವರ ನೋಟದಲ್ಲಿ ಮಿತಿ ಇರುಬಹುದು ಆದರೆ, ಅವರ ದೃಷ್ಟಿಕೋನದಲ್ಲಲ್ಲ" ಎಂದು.

ಅವಳಿಗಳನ್ನು ಜೊತೆಗೂಡಿಸುವ ಬಗೆ ಅದ್ಭುತ, ಕಥಾ ವ್ಯಕ್ತಿತ್ವಗಳು ಲವಲವಿಕೆಯಿಂದ ಕೂಡಿದ್ದು, ಆಕರ್ಷವಾಗಿವೆ. ಓದುಗರು ತಮ್ಮದೇ ಆದ ಅವಳಿಗಳನ್ನು ಸೃಷ್ಟಿಸಲು ಅವಕಾಶವಿದೆ. ಉದಾ: ನಾಯಕ ಮತ್ತು ಮೌಲ್ಯ, ತಂಡ ಮತ್ತು ದಕ್ಷತೆ ಹೀಗೆ, ನವೀನ್‌ರವರನ್ನು ನಾನು ಹತ್ತಿರದಿಂದ ಬಲ್ಲೆ. ಉದಯೋನ್ಮುಖ ಉದ್ಯಮಿಗಳಲ್ಲಿ ಮೌಲ್ಯಗಳನ್ನು ನೆಡುವಲ್ಲಿ ನಾಯಕತ್ವನ್ನು ಬೆಳೆಸುವುದಕ್ಕಾಗಿ ಅವಿರತ ಶ್ರಮ ವಹಿಸಿದ್ದಾರೆ.

ಪುಸ್ತಕದಲ್ಲಿನ ಅವಳಿ ಸೂತ್ರಗಳು ಸ್ವಂತಿಕೆಯನ್ನು ಎಚ್ಚರಿಸುವಂತಾಗಿದ್ದು, ಓದುಗರು ತಮ್ಮ ಖಾಸಗಿ ಹಾಗೂ ವೃತ್ತಿ ಜೀವನಕ್ಕೆ ಅಳವಡಿಕೆಯಾಗುವಂತಹ ತಮ್ಮದೇ ಆದ ಅವಳಿಗಳನ್ನು ಸೃಷ್ಟಿಮಾಡಿಕೊಳ್ಳುವ ದೃಷ್ಟಿಯಿಂದ ಪುಸ್ತಕವನ್ನು ಓದಬೇಕು.

ಮುರಳಿ ವುಳಗಂಟಿ

ಸಹ ಸಂಸ್ಥಾಪಕರು ಹಾಗೂ ಮುಖ್ಯಕಾರ್ಯನಿವಾಹಕ ಅಧಿಕಾರಿ

ರೂರಲ್ ಬಿಸಿನೆಸ್ ಸರ್ವೀಸಸ್

ಬೆಂಗಳೂರು

2ನೇ ನವೆಂಬರ್, 2012

ಸಂದೇಶ

ಯುವ ಮನಸ್ಸುಗಳನ್ನು ಉತ್ಸಾಹಿಸಲೆಂದು "ಇನ್ಸ್ಪೆರೆಬಲ್ ಟ್ವಿನ್ಸ್" ರಚಿಸಿದ್ದರೂ, ಈ ಪುಸ್ತಕ ಎಂತಹ ಉದ್ಯಮಿಗೂ ಸ್ಫೂರ್ತಿದಾಯಕವಾಗಿರುತ್ತದೆ. ಹನ್ನೆರಡು ಬೇರ್ಪಡಿಸಲಾಗದ ಅವಳಿಗಳನ್ನು ಓದಿ ಮುಗಿಸುವುದರಲ್ಲಿ ನೀವು ಹಲವು 'ಆಹಾ!' ಕ್ಷಣಗಳನ್ನು ಅನುಭವಿಸುವಿರಿ. ನೀವು ಆಲೋಚಿಸಿ ಅವನ್ನು ಪ್ರತಿಬಿಂಬಿಸುವಂತೆ ಈ ಪುಸ್ತಕ ಮಾಡುತ್ತದೆ.

ರಾಜೇಶ್ ಶೆಟ್ಟಿ

ಸರಣಿ ಉದ್ಯಮಿ ಹಾಗೂ ಬಿಜಿನೆಸ್ ಆಲ್ಕೆಮಿಸ್ಟ್

ಸಂದೇಶ

"ಇನ್ಸ್ಪೆರೆಬಲ್ ಟ್ವಿನ್ಸ್" ಪುಸ್ತಕದ ಮೂಲತತ್ವ ನನಗೆ ಪ್ರಿಯವಾಗಿದೆ. ಧೀರ್ಘಕಾಲಿಕ ಯಶಸ್ಸು ಹಾಗೂ ಮ್ಯಾಜಿಕಲ್ ಫಲಿತಾಂಶಗಳಿಗಾಗಿ ಅತಿ ವಿಭಿನ್ನವಾದ ಆಲೋಚನೆಗಳನ್ನು ಜೊತೆಗೂಡಿಸುವ ಅವಶ್ಯಕತೆ ಇದೆ. 'ಬೇರ್ಪಡಿಸಲಾಗದವು' ಎಂಬ ಹನ್ನೆರಡು ಜೋಡಿಗಳನ್ನು ಈ ಪುಸ್ತಕದ ಮೂಲಕ ನವೀನ್ ಪರಿಚಯಿಸುತ್ತಿದ್ದಾರೆ. ಅನ್ಯ ಮ್ಯಾನೇಜ್ಮೆಂಟ್ ಪುಸ್ತಕಗಳಿಗಿಂತ ಭಿನ್ನವಾಗಿ ನವೀನ್ ಸರಳ ಹಾಗೂ ಸುಲಭವಾದ ರೀತಿಯಲ್ಲಿ, ಈ ಜೋಡಿಗಳನ್ನು ಓದುಗರಿಗೆ ತಲುಪಿಸುವಲ್ಲಿ ಯಶಸ್ವಿಯಾಗಿದ್ದಾರೆ.

ನಿತಿನ್ ಪರಂಜಪೆ

ಸಿ.ಇ.ಓ. ಮತ್ತು ಎಂ.ಡಿ. ಹಿಂದೂಸ್ಥಾನ್ ಲೀವರ್

ಸಂದೇಶ

ಸಾಮಾನ್ಯ ಮ್ಯಾನೇಜ್‌ಮೆಂಟ್ ವಿಷಯಗಳ ಮೂಲಕ ತಮ್ಮ ಸುತ್ತಲಿನ ಪರಿಸರದಲ್ಲಿ ಗಮನಾರ್ಹವಾದ ಬದಲಾವಣೆಗಳನ್ನು ಮೂಡಿಸಿರುವ ಉದ್ಯಮಿಗಳ ಕಥೆಯನ್ನು ಅವಳಿಗಳನ್ನಾಗಿಸಿರುವ "ಇನ್ಸ್‌ಪೆರೆಬಲ್ ಟ್ವಿನ್ಸ್" ಪುಸ್ತಕವು ಪ್ರತಿಯೊಬ್ಬರು ತಪ್ಪದೇ ಓದಬೇಕಾಗಿರುವ ಪುಸ್ತಕ.

ವಿಷಯಗಳನ್ನು ಆಳವಾಗಿ ಅರಿತುಕೊಳ್ಳದೇ ಹಗುರವಾಗಿ ಮಾತನಾಡುವ ದಕ್ಷತೆ ಮತ್ತು ಪರಿಣಾಮಕಾರಿತ್ವ, ಕನಸುಗಾರ ಹಾಗೂ ನನಸುಗಾರ ಅಂತಹ ವಿಷಯಗಳನ್ನು ಬಹಳ, ಆಳವಾಗಿ ಚರ್ಚಿಸಲಾಗಿರುವುದು, ಓದುಗರಿಗೆ ಹರ್ಷದಾಯಕವಾಗಿದೆ.

ಗುರು-ಉಪದೇಶ ಹಾಗೂ ಉಪನ್ಯಾಸ, ಕಲ್ಪನೆ ಹಾಗೂ ವಾಸ್ತವಿಕತೆಯಂತಹ ವಿರೋಧಭಾಸ ವಿಷಯಗಳನ್ನು ಜೊತೆಗೂಡಿಸಿ ಕಥೆ ಹೆಣೆದಿರುವ ರೀತಿ ಈ ಪುಸ್ತಕ ವಿಭಿನ್ನವಾಗಿ ಎದ್ದು ಕಾಣಲು ಮೂಲ ಕಾರಣ.

ಶ್ರೀವತ್ಸ ಕೃಷ್ಣ, IAS

ದಿ ವರ್ಲ್ಡ್ ಬ್ಯಾಂಕ್ ಗ್ರೂಪ್

– ಶುಭಂ –

HAPPINESS
APPY

PROSPERITY
PROPPY